சித்தர் பாடல்கள்

உரை விளக்கத்துடன்

பகுதி-4

7. கடுவெளிச்சித்தர், 8. அழுகணிச்சித்தர், 9. பத்திரகிரியார்,
10. கொங்கணச்சித்தர், 11. சட்டைமுனிச்சித்தர்

உரை விளக்கம்:
'மனிதநேய முரசு', 'திருமந்திரத் தமிழ்மாமணி'
புலவர் **அடியன்மணிவாசகன்,** க.மு., கல்.இ.
திருவானைக்கா - 0431/2232505

சங்கர் பதிப்பகம்
15/21, டீச்சர்ஸ் கில்டு காலனி,
இராஜாஜி நகர் விரிவு, வில்லிவாக்கம், சென்னை-600 049.
தொலைபேசி: 044-26502086
Email: shankar_pathippagam@yahoo.com
www.shankarpathippagam.com
www.bookthagam.com

சித்தர் பாடல்கள் - பகுதி-4

(முழுமையும் உரைவிளக்கத்துடன்)

SIDDHAR PADALGAL - Part-4

முதல் பதிப்பு	: 2018
விலை	: **₹ 350/-**
பதிப்பாளர் முகவரி	: சங்கர் பதிப்பகம், 15/21, டீச்சர்ஸ் கில்டு காலனி, இராஜாஜி நகர் விரிவு, வில்லிவாக்கம், சென்னை-49. தொலைபேசி: 044-26502086/9444191256
மொத்தப் பக்கங்கள்	: 336
ஒளி அச்சு மற்றும் முன் அட்டை வடிவமைப்பு	: சு. அசோக்குமார்
அச்சிட்டோர்	: எம்.கே. கிராபிக்ஸ், சென்னை - 600 021. அலைபேசி: 98408 28213

பதிப்புரை

உலகம் போற்றும் தமிழ்ச் சித்தர்களின் செந்தமிழ்ப் பாடல்களைக் காலத்தின் அறிவு வேட்கையை எண்ணி அச்சிட்டு வழங்க ஆர்வங் கொண்டோம். இதற்கு முன் மூன்று பகுதிகள் வெளிவந்துள்ளன.

இப்பொழுது நான்காம் பகுதி வெளிவருகின்றது. இதில் கடுவெளிச்சித்தர், அழுகணிச்சித்தர், பத்திரகிரியார், கொங்கணச் சித்தர், கம்பளிச் சட்டைமுனிச் சித்தரென ஐவரின் அறிவொளி சுடரும் பாடல்கள் அமைந்துள்ளன.

'இரை தேடுவதோடு இறையையும் தேடு' என்பது அருளுரை. இக்காலத்தில் பிறவிகளுக்கு இறைவனே ஆறுதல் தருவோனாக இருக்கிறான்; எனவே, இறைவனை முழுமையாய் அறிந்து கொள்ள அன்பியலும் இறைவியலும் உலக உண்மையிலான தத்துவ அறிவும் மனிதப்பிறவிக்கு இன்றியமையாதவை! இவற்றை யெல்லாம் நமக்கு விருந்தாய் இப்பாடல்கள் அளிக்கின்றன.

இத்தகு அரிய பெரிய தமிழ்மறை இல்லம்தோறும் இருந்து அறிவு மழையும் அருள்மழையும் பொழிய வேண்டுமென்பதே எமது விழைவு! இந்நூலை அன்பர்கள் பெற்றுப் பயன் நுகருமாறு வேண்டுகின்றோம்.

நூலை வெளியிடத் தூண்டிய திருச்சி 'தமிழ்ப்பாலம்' திரு. இரா. காளத்தீச்சுரர்க்கும் உரை விளக்க ஆசிரியர்க்கும் நெஞ்சார்ந்த நன்றி!

—பதிப்பகத்தார்.

பொருளடக்கம்

7. கடுவெளிச்சித்தர் பாடல்கள்

தவத்திலே முற்றி, அருட்பெருஞ்சுடரான அருங்கனியைச் சுவைத்துக், கடவுட் காட்சியைக் கண்ட சித்தர்கள் தமது பட்டறிவால் கடவுளை, ஓர் ஒளிவெள்ளமாய்த் தெரியும் 'வெட்டவெளி' என்றே விண்டுரைத்தனர்.

இப்பேறு பெற்றவர்களிலே ஒருவர் தாம் 'கடுவெளிச் சித்தர்'. கடுவெளி என்பது, பேரொளிப் பரப்பைக் குறிக்கும். இவரும் கடவுளைப் பேரொளிப் பரப்பாகவே கண்டுகொண்டதால், தம் பாடல்களிலே 'வெட்டவெளி' என்றே சிறப்பாய் வெளிப்படுத்து வதைக் காண்கின்றோம்.

இவர் உலகைக் கண்ட பார்வையும் கொண்ட கொள்கையும் அறநெறி சார்ந்தவையாகும். ஆதலால் இவருடைய பாடல்கள் காலத்தை வென்று நிற்கும் இயற்கையுடையனவாகும்.

முப்பத்தைந்து பாடல்களையே படைத்திருந்தாலும், இவையனைத்தும் மக்களைச் சென்றடையும் இயல்பில் புறங்கவிய அமைந்துள்ளன; கொண்ட கருத்துணர்ச்சிக்கு ஏற்பவே பாடல்கள் இசை வடிவம் பெற்றுள்ளன. சிந்து இசைப்பாடல், களிப்பிலே துள்ளி இசைப் பண்ணாய் ஓடுகின்றது. 'ஆனந்தக் களிப்பு' என்றாலே இன்ப நுகர்ச்சியிலே துள்ளலும் குதித்தலும்தான்.

'நந்தவனத்திலோர் ஆண்டி' என்னும் பாடலைப் பாடாதவரும் கேளாதவரும் இருக்க முடியாது; அந்தக் காலத்தில் இந்தப் பாட்டு தெருப் பாடலாக இசைக்கப்பட்டது; 'காவடிச் சிந்தாகப்பாடி இரவலர்களும் அன்பிலே மூழ்கி இசைத்தனர்.

கடுவெளிச் சித்தர் மனிதப்பிறவி பாழ்பட்டு விடக்கூடாதே என்று கவலைப்பட்டவர். மனிதனின் நல்லொழுக்கமாகிய ‘மனிதம்’ என்னும் உயர் பண்பைக் காக்கவே அறமாகிய பெரிய தூணை நட்டார். எந்த ஒரு தீய பழக்கமும் வழக்கமும் தூய மனித வாழ்வைச் சிதைத்து உடைத்து விடக்கூடாதே என்றே ஒரு கல்லணையைக் கட்டினார்.

இந்த மண்ணுலகம், பல வண்ண நறுமலர்கள் பூத்து இனிக்கும் ஒரு பூங்கா! ஆம், இதுவே நந்தவனம். இதிலே மனிதனாய்ப் பிறந்து வாழ வந்த மனிதப்பிறவி, ஒரு மண்பானை போல் போட்டு உடைக்கப்படலாமா? இதை எல்லோரும் எண்ணிப் பார்க்க வேண்டுமென்கிறார்.

ஒரு பாடலில்,

‘நந்த வனத்திலோர் ஆண்டி-அவன்
நாலாறு மாதமாய்க் குயவனை வேண்டி
கொண்டுவந் தானொரு தோண்டி-மெத்தக்
கூத்தாடிக் கூத்தாடிப் போட்டுடைத் தாண்டி! (பாடல்-5)

இப்பாடம், உலகவர் சிந்தனைக்கே விருந்தளிப்பதாயுள்ளது.

சித்தர் நம்மை எத்தகு அறத்தடத்திற்கு அழைத்துச் செல்கிறாரென்பதை ஊன்றிக் கவனிக்க வேண்டும்:

‘வல்லவர் கூட்டத்தில் கூடு-அந்த
வள்ளலை நெஞ்சினில் வாழ்த்திக்கொண் டாடு’ (7)

‘பொல்லாங்கில் ஒன்றும்கொள் ளாதே-கெட்ட
பொய்ம்மொழிக் கோள்கள் பொருந்த விள்ளாதே’ (8)

‘கள்ளப் புலனென்னும் காட்டை-வெட்டிக்
கனலிட்டு எரித்திட்டால் காணலாம் வீட்டை’ (15)

‘பொய்யாகப் பாராட்டும் கோலம்-எல்லாம்
போகவே வாய்த்திடும் யாவர்க்கும்போம் காலம்’ (17)

‘வைதோரைக் கூடவை யாதே-இந்த
வையம் முழுதும் பொய்த்தாலும் பொய் யாதே’ (26)

‘தவநிலை விட்டுத்தாண் டாதே-நல்ல
சன்மார்க்கம் இல்லாத நூலைவேண் டாதே!’ (27)

'எவ்வகை யாகநன் நீதி-அவை
எல்லாம் அறிந்தே எடுத்துநீ போதி!' (33)

'கள்ளவே டம்புனை யாதே-பல
கங்கையி லேஉன் கடம்நனை யாதே
கொள்ளைகொள் ளநினை யாதே-நட்புக்
கொண்டு பிரிந்துநீ கோள்முனை யாதே!' (34)

இப்படிப்பட்ட அறிவுக் கதிர்கள், நமக்குக் காலைக் கதிரவனையன்றோ காட்டுகின்றன. மனித உலகம், பகுத்தறிவையும் பண்பையும் கொண்டு விடியும் விடியலைக் காணவேண்டும்-அதை வணங்கிப் பேண வேண்டுமென்பதே இலக்கியத்தின் அவா! என்போம்.

பாடலும் உரைவிளக்கமும்

ஆனந்தக் களிப்பு-இசைப்பாடல்

எடுப்பு (பல்லவி)

(மனிதா! இறக்கப்போகும் நீ தீவினைகள் செய்யாதே!)

பாப ம்செய் யாதிரு மனமே!-நாளைக்
கோபம்செய் தேயமன்
கொண்டோடிப் பேரவான்
பாபம்செய் யாதிரு மனமே! 1

(உரை:-) *மனித நெஞ்சே! இம்மண்ணிலே நீ யாருடைய மனமும் வருந்தும்படித் தீவினையைச் செய்யாமல், உன்னைக் காத்துக்கொண்டு வாழ்வாயாக! ஏனென்றால், நாளையே உன்மேல் சினம் கொண்டு யமன்வந்து உயிரைப் பிடித்துக் கொண்டு ஓடியே போய்விடுவான்; இது உனக்கு ஓர் எச்சரிக்கை யாகும்; எனவே, நீ தீவினை செய்யாமல் அமைதி காண்பாயாக!*

(தொடுப்பு (அனுபல்லவி)

(விதியை நம்மால் தடுக்க முடியாது)

சாபம் கொடுத்திட லாமோ?-விதி
தன்னைநம் மாலே தடுத்திட லாமோ?
கோபம் தொடுத்திட லாமோ?-இச்சை
கொள்ளக் கருத்தைக் கொடுத்திட லாமோ? 2

(**உரை:**) *மனித மனமே! அறநெறி (நீதி)யின் முடிவான ஊழென்னும் விதியை உருவாக்குவதே நீதான். ஆம்! நல்வினை-தீவினையால் ஏற்படும் பயனை நுகரப்போவதும் நீதான். எனவே, நல்வினையால் உண்டாகும் நன்மையையும், தீவினையால் விளையும் தீமையையும் ஒருவனால் தடுக்க முடியாது! இதுதான் விதி! ஆதலால், நீ யாரையும் கறுவி வைது (சாபம்) விடக்கூடாது. அதைப்போல பிறர் துன்புறும்படி அவர்மேல் சினமும் கொள்ளக் கூடாது. ஒருவர் விருப்பம் (கவர்தல்) கொள்ளுமாறு, தன் கருத்தை வஞ்சனை நோக்கில் கொடுக்கவும் கூடாது.*

(மனிதர்க்கு எந்த நாளும் நன்மை தருவது உண்மையான அன்பே!)

சொல்லரும் சூதுபொய் மோசம்-செய்தால்
சுற்றத்தை முற்றாய்த் துடைத்திடும் நாசம்;
நல்லபத் திவிசு வாசம்-எந்த
நாளும் மனிதர்க்கு நன்மையாம் நேசம்! 3

(**உரை:**) *மனித மனமே! கவனித்துப் பார்! பிற மக்களிடம், சொல்லுதற்கே நாக்குக் கூசுகின்ற சூதாடலும் பொய் சொல்லுதலும் மோசடி செய்தலுமாகிய கொடுமைகளைச் செய்வதால், அதன் விளைவாகக் குற்றம் செய்தவனோடு அவனுடைய சுற்றத்தையும் நட்பையும் முழுமையாக அழித்துத் துடைத்துவிடும். ஆதலால், மனிதர்களுக்கு எந்த நாளும் தீமை செய்யாமல் நன்மையே செய்தல் வேண்டும்; அவர்களிடம் நல்ல அன்பும் பற்றும் கொள்ள வேண்டும்.*

(மனிதன் பொருள்களின் அழிவை உணர்ந்தாலே, எல்லோரிடமும் அன்பு செய்வான்!)

நீர்மேல் குமிழியிக் காயம்-இது
நில்லாது போய்விடும் நீயறி மாயம்!
பார்மீதில் மெத்தவும் நேயம்-சற்றும்
பற்றா திருந்திடப் பண்ணும் உபாயம். 4

(**உரை:**) *மனித நெஞ்சே! உலகிலே நீ அறிகின்ற அழியக் கூடிய மாயமான காட்சி எது தெரியுமா? அதுதான் மனித உடம்பு! இது நீரில் உடனே தோன்றி அழியும் நீர்க்குமிழி போன்றது. இவ்வுண்மையை நீ நெறியாக உணர்ந்து கொண்டால்,*

இந்த உலகப் பொருள்களின்மேல் மிகுதியும் பற்றுவைக்க மாட்டாய்; இந்த நிலையாமை இயற்கை மனிதனைப் பற்றுக் கொள்ளாமல் வைத்துவிடும்.

(கடவுளிடம் ஒரு குழந்தையை வேண்டிப் பெற்றவன், அதைப்பேணி வளர்க்காமல் சாகும்படி செய்துவிட்டானே!)

நந்த வனத்திலோர் ஆண்டி-அவன்
நாலாறு மாதமாய்க் குயவனை வேண்டிக்
கொண்டுவந் தானொரு தோண்டி-மெத்தக்
கூத்தாடிக் கூத்தாடிப் போட்டுடைத் தாண்டி! (பாப-) 5

(**உரை:**) மனித மனமே! பிறவியின் உயர்வை எண்ணிப்பார்! ஆண்டி என்பவன் இறைவனால் ஆண்டுகொண்ட அடியவன்; அவன் இப்போது எப்படியோ கீழிறங்கி விட்டான்.

இந்த மண்ணுலகம், பல வண்ண நறுமலர்கள் பூத்துக் கமழும் ஒரு பூங்கா! ஆம், இதுவே நந்தவனம். இதிலே பிறக்க விரும்பிப் பிறந்த மனிதன், படைப்புக் கடவுளான நான்முகனிடம், தனக்கொரு மகனை வேண்டிக் கொண்டு, பத்துத் திங்கள் (4+6=10) பொறுத்திருந்து (தாயின் வயிறு சுமந்திருந்து) பிறக்கவே, பெற்றுக் கொண்டான். ஆனால், பிள்ளையைப் பேணி நன்னெறியில் வளர்க்காமல் பாழாக்கிவிட்டான்.

இதுவே இப்பாடலின் உட்பொருள்; குயவன்-தோண்டி என்பவை, கற்பனை உருவகங்களாகும்.

(மனிதன் விரும்பும் காமம்-வெகுளி-மயக்கம் மூன்றும் பொல்லாதவையாகும்.)

தூடண மாகச்சொல் லாதே-தேடும்
சொத்துக்க ளிலொரு தூசும் நில்லாதே!
ஏடனை மூன்றும் பொல்லாதே-சிவத்து
இச்சைவைத் தாலெம லோகம்பொல் லாதே. (பாப-) 6

(**உரை:**) மனமே! நீ பாடுபட்டுத் தேடுகின்ற எந்தவொரு பொருளும்-சொத்தும், ஒரு சிறு தூசு அளவுகூட உன்னிடம் தங்கி இருக்காமல் ஓடிவிடும்; ஆகவே, நீ செருக்குக்கொண்டு யாரையும் எந்தப் பொருளையும் குறைவாக மதிக்கவோ பழித்துப் பேசவோ கூடாது. மேலும், நீ விரும்பும் காமம், சினம்,

பொருளாசை மயக்கம் என்னும் மூன்றும் உனக்குத் தீமையே செய்யுமென்பதை உணர்க! நீ சிவக்கடவுளிடம் பற்று வைத்தால் பேரின்ப வீடே கிடைக்கும்; கொடுமை செய்யும் எமன் உலகம் உனக்கு வாய்க்காது!

ஏடணை-ஏஷணை (வடமொழி)=விருப்பம். தூஷணை-(வடமொழி)=பழித்தல்.

(இறைவனாம் வள்ளலை வாழ்த்துக!)

நல்ல வழிதனை நாடு-எந்த
நாளும் பரமனை நத்தியே தேடு!
வல்லவர் கூட்டத்தில் கூடு-அந்த
வள்ளலை நெஞ்சினில் வாழ்த்திக்கொண் டாடு. (பாப-) 7

(உரை:) மனமே! நீ யாருக்கும் ஒரு தீவினையும் செய்யாதே. நீ அறிவாளர் செல்கின்ற நல்ல வழிகளைக் கடைப்பிடித்தே வாழ்க! எந்த நாளும் (இன்பத்திலும் துன்பத்திலும்) கடவுளை விரும்பி நினைந்து, உனக்குள்ளேயே தேடுக! அன்பும் அறிவு முடைய வல்லவர் திருக்கூட்டத்திலேயே சேர்ந்து கலந்து பழகுக! அந்தக் கடவுளாகிய அருள்வழங்கும் வள்ளலையே நெஞ்சிற் கொண்டு போற்றி வாழ்த்தி இன்புறுக.

(உன் வாழ்விலே ஓர் அறத்தையாவது செய்து மகிழ்க!)

நல்லவர் தம்மைத்தள் ளாதே-அறம்
நாலெட்டில் ஒன்றேனும் நாடித்தள் ளாதே
பொல்லாங்கில் ஒன்றுங்கொள் ளாதே-கெட்ட
பொய்ம்மொழிக் கோள்கள் பொருந்தவிள் ளாதே. (பாப-) 8

(உரை:) மனமே! நீ நல்லொழுக்கமுடைய நேர்மையாளரை நீக்கிவிடாமல், நட்புக் கொண்டு முன்னேறுக! சான்றோர் வகுத்துரைத்த (4x8=32) முப்பத்திரண்டு அறங்களிலே இயன்ற ஒன்றையாவது விரும்பிச் செய்க! தள்ளிவிடாதே! தீய எண்ணமோ செயலோ எந்தவொன்றையும் மேற்கொள்ளாமல் இருப்பாயாக. பிறருக்குத் தீமைதரும் பொய்யைச் சொல்லுதலும், கோள் மூட்டுதலும் கூடவே கூடாது.

முப்பத்திரண்டு அறங்களையும் அறிக:- ஏழைகளுக்கு அறச்சாலை அமைத்தல், ஓதும் தமிழ் வாணர்க்கு உணவளித்தல்,

ஆறு சமயத்தவருக்கும் உணவளித்தல், ஆவாகிய பசுவுக்கும் உணவு தருதல், சிறையில் சோறளித்தல், இரவலர்களுக்கு உணவு முதலியன கொடுத்தல், தின்பண்டம் நல்கல், அறவைச் சோறு கொடுத்தல், குழந்தைக்குப் பால் கொடுத்தல், மகப்பேறுக்கு உதவுதல், கைவிடப்பட்ட குழந்தையை வளர்த்தல், பிணம்சுட உதவுதல், அறவைத் தூரியம், மணச்சுண்ணம் தருதல், மருந்து கொடுத்தல், வண்ணார் நாவிதர்களுக்கு உதவுதல், கண்ணாடி, காதோலை, கண்மருந்து, தலைக்கு எண்ணெய் முதலியன அளித்தல், பிறருடைய துன்பம் போக்கல், தண்ணீர்ப்பந்தல் வைத்தல், மடம், குளம், சோலை முதலியன அமைத்தல், ஆஉரிஞ்சு தறி அமைத்தல், விலங்குகளுக்கு உணவளித்தல், எருவிடுத்தல், விலைகொடுத்து உயிர்காத்தல், ஏழைகளுக்குத் திருமணம் செய்யப் பொருளுதவுதல், பெண்ணிற்கு இன்பம் தருதல் என்பனவாகும்.

(நல்லோர் நெறியில் நின்று வாழ்க!)

வேத விதிப்படி நில்லு-நல்லோர்
மேவும் வழியினை வேண்டியே செல்லு!
சாதக நிலைமையே சொல்லு-பொல்லாச்
சண்டாளக் கோபத்தைச் சாதித்துக் கொல்லு! (பாப-) 9

(உரை:) *மனித மனமே! மறைநூலில் கூறப்பட்ட அறநெறியிலே நடந்து வாழ்க! சான்றோர் போற்றும் இனிய வழியை விரும்பியே கடைப்பிடித்துச் செல்லுக! யாருக்கும் நன்மை கிடைக்கும் முறையிலேயே எதையும் சொல்லுக; அழிவையே தரும் கீழ்மைத்தனமான சினத்தை அடக்கிக் கொல்லவே வேண்டும்.*

(இறைவனிடம் விருப்பங்கொண்டு முன்னேறுக!)

பிச்சையென்று ஒன்றும் கேளாதே-எழில்
பெண்ணாசை கொண்டு பெருக்கமா ளாதே
இச்சையது உன்னை ஆளாதே-சிவன்
இச்சைகொண்டு அவ்வழி ஏறிமீ ளாதே. (பாப-) 10

(உரை:) *மனமே! உறுதி கொள்க! நீ யாரிடமும் சென்று இரந்து ஒரு பொருளைக் கேட்டு வாங்காதே! (அவரே விரும்பி வந்து கொடுப்பதைப் பெற்றுக் கொள்க.) அழகுப் பெண்ணின்*

மேல் காமஆசை கொண்டு, அதன் மிகையால் அழிந்து போகாதே! வாழ்விலே விழைவு என்பதும் ஆசை என்பதும் உன்னை அடிமைப்படுத்தி விடக்கூடாது; நீ சிவனாகிய இறை வனிடமே வேட்கை கொண்டு, அவ்வழியே அவனையடைய முன்னேறிச் செல்லவேண்டும்; பின்னடையக் கூடாது.

(கடவுளென்பவன் ஒளிமயமான வெட்டவெளி என்பதைப் புரிந்து கொள்க.)

மெய்ஞ்ஞானப் பாதையில் ஏறு-சுத்த
வேதாந்த வெட்ட வெளியினைத் தேறு!
அஞ்ஞான மார்க்கத்தைத் தூறு-உன்னை
அண்டினோர்க்கு ஆனந்த மாம்வழி கூறு. (பாப-) 11

(உரை:) மனமே! மெய்யறிவென்னும் பேரொளிப் பாதையிலே முன்னேறிச் செல்லுக! அங்கே தூய மறை முடிவான கொள்கையென்னும் ஒளிமயமான வெட்டவெளியாம் கடவுளைப் பற்றிக் கொண்டு தெளிவு அடைக! அறியாமையாம் இருளைக் காட்டும் தீய வழியைக் குழியிலிட்டுப் புதைத்து விடுக. உன்னை விரும்பி அடைந்தவர்க்கு இன்பம் பெறுகிற பெரிய வழியைக் கூறுக!

(நல்ல அறிவைப் பொய் வழியில் செலுத்தக்கூடாது.)

மெய்க்குரு சொற்கட வாதே-நன்மை
மென்மேலும் செய்கை மிகஅடக் காதே;
பொய்க்கலை யால்நட வாதே-நல்ல
புத்தியைப் பொய்வழி தனில்நடத் தாதே! (பாப-) 12

(உரை:) மனிதா! உன் நல்லொழுக்கத்தை நீயே கவனி! உலக உண்மையொளியை உனக்கு எடுத்துரைக்கும் ஒளிக்குருவான ஆசானின் கட்டளையைத் தலைமேற்கொண்டு நடந்துகொள்க! உலக மக்களுக்கு விளையும் நன்மைகளை நீ மேலும் மேலும் செய்து கொண்டே இரு! குறைக்காதே! கற்பனையான பொய்க் கலையைப் பயன்படுத்திக் கடவுளின் பெயரால் யாரையும் ஏமாற்றிக் கெடுக்காதே. தூய நல்ல அறிவைப் பொய்வழிக்கு மாற்றி மக்களைக் கெடுத்துவிடக் கூடாது என்பதையும் உணர்ந்து கொள்க!

(வீட்டின்பமே முடிவான இன்பம்!
அதை அடையும்வழியைத் தெளியவேண்டும்.)

கூட வருவதொன்று இல்லை-புழுக்
கூடெடுத்து இங்கண் உலவுவதே தொல்லை;
தேடரு மோட்சமது எல்லை-அதைத்
தேடும் வழியைத் தெளிவோரும் இல்லை. (பாப-) 13

(**உரை:**) *மனிதா! நீ இந்த உடம்பாகிய புழு பற்றக்கூடிய கூட்டையே பெற்று வாழ்ந்து கொண்டிருக்கிறாய்; இதுவே மிகக் கடினம்! நீ சாகும்போது, உன்னோடு கூட வருகின்ற உயிரோ, உறவோ, பொருளோ எதுவுமே இல்லை என்பதை உணர்வாயாக. இந்த வாழ்வில், நீ தேடிப் பெறுகின்ற பேரின்பம் (பிறவி விடுதலை பெறும்) வீட்டின்பமே முடிவானதாகும். இருப்பினும், அவ்வின்பத்தை எப்படித் தேடிப் பெறுவது? என்பதை இன்னும் பலர் தெளியாமல் இருக்கின்றனரே; நீ அதைத் தெளிவாயாக.*

(முதல்வனாம் கடவுளை அறிந்தால் விடுதலை பெறலாம்.)

ஐந்துபேர் சூழ்ந்திடும் காடு-இந்த
ஐவர்க்கும் ஐவர் அடைந்திடும் நாடு;
முந்தி வருந்திநீ தேடு-அந்த
மூலம் அறிந்திட வாமுத்தி வீடு! (பாப-) 14

(**உரை:**) *மனிதா! உனது உடம்பானது மெய், வாய், கண், மூக்கு, செவியென்னும் அறிவுப் பொறிகள் ஐந்தைப் பெற்றுள்ள ஒரு காடாகும்; இந்த ஐந்து பேருக்கும்-ஊறு, சுவை, ஒளி, மணம், ஓசை ஆகிய ஐந்து அறிவுகள் உண்டு; இவையே வாழும் ஒரு நாடாகும். இந்தக் காட்டிலும் நாட்டிலும் வாழ்கின்ற நீ வருந்தியே வாழ்கின்றாய். இங்கே (உனக்குள்ளேயே) நீ இறக்கும் முன்பாகவே, கடவுளைத் தேடுவாயாக! அந்த முதல்வனான கடவுளை நீ அறிந்து கொண்டாலே விடுதலையாகிய முத்தியைப் பெற்று வீடுபேற்றை அடைவாய்! அதுவே பேரின்பம்.*

(மனப்பகையை ஒழித்தால் தூய்மையோடு வாழலாம்.)

உள்ளாக நால்வகைக் கோட்டை-பகை
ஓடப் பிடித்திட்டால் ஆளலாம் நாட்டை
கள்ளப் புலனென்னும் காட்டை-வெட்டிக்
கனலிட்டு எரித்திட்டால் காணலாம் வீட்டை. (பாப-) 15

(**உரை:**) *மனிதா! எண்ணிப்பார்! உனது உள்ளத்துக்குள்ளே மனம், அறிவு, எண்ணம், செருக்கு என்னும் நான்கு வகையான கோட்டைச் சுவர் உண்டு; அங்கே காமம்-வெகுளி-மயக்கம் ஆகிய பகைவர்கள் ஒளிந்திருப்பார்கள்; அவர்களைக் கண்டு பிடித்து விட்டால் (ஒழித்துவிட்டால்) உயிரானது தூய்மை யோடும் உரிய பண்போடும் வாழ்வாகிய நாட்டை ஆட்சி புரியலாம். அந்த உள்ளமாகிய கோட்டையைச் சார்ந்த வெளியிலே, கள்ளம் சூது முதலான களைகள் மண்டிக் காடாகி விட்டன. இவற்றையெல்லாம் வெட்டி, நல்லறிவென்னும் தீயிட்டு எரித்துவிட்டால், இறைவனது பேரின்ப வீட்டைக் காணலாம்.*

(காசிக்குச்சென்று கங்கையில் குளித்தாலும் தீவினை ஒழியாது!)

காசிக்கு ஓ டில்வினை போமோ?-அந்தக்
　　கங்கையா டில்கதி தானுமுண் டாமோ?
பேசமுன் கன்மங்கள் சாமோ?-பல
　　பேதம் பிறப்பது போற்றினும் போமோ? (பாப-) 16

(**உரை:**) *மனிதா! நீ மற்றவர்களைப் பார்த்து காசிக்குச் சென்று கங்கையாற்றில் குளித்தால் உனது தீவினை தீருமென்று கருதுகிறாய்; நல்வாழ்வு கிடைக்குமென்றும் எண்ணுகின்றாய். இன்னும், நீ முற்பிறவிகளில் தீவினை செய்து ஈட்டி வைத்த பழவினைகள் ஒழியுமென்றும் நினைக்கின்றாய். அவையெல்லாம் எப்படித் தீரும்? தீரா என்றே கருதுக. நீயோ மேலும் பல வேற்றுமைகளை மக்களிடம் உருவாக்கித் துயரமே தருகின்றாயே.*

**(அறிவால் வித்தை பல காட்டினாலும்
அதனால் நற்பயன் ஒன்றுமில்லை.)**

பொய்யாகப் பாராட்டும் கோலம்-எல்லாம்
　　போகவே வாய்த்திடும் யாவர்க்கும்போம் காலம்!
மெய்யாக வேசுத்த சாலம்-பாரில்
　　மேவப் புரிந்திடில் என்னனு கூலம்? (பாப-) 17

(**உரை:**) *மனிதா! கற்றவர்கள் தங்களைப் பிறர் பாராட்டும் படி; ஒப்பனைக் கோலங்களைப் புனைந்து கொண்டு பெருமை யடைவர்; ஆனால், இந்தப் புனைவுகளெல்லாம் இறுதிக்காலம் வரும்போது போய் விடுமே! இவ்வுண்மை தெரியாதா?*

நாட்டிலே கற்றவர்கள், தாங்கள் கற்ற வித்தைகளைத் தூய முறையில் காட்டி, எல்லோரையும் வியந்து மகிழுமாறு செய்தாலும்கூட அதனாலே யாருக்கு என்ன பயன் (அனுகூலம்) ஏற்படப் போகின்றது? ஒன்றுமில்லையே!

(தெய்வமென்னும் தங்கம் எக்காலமும் ஒளி பொங்கிக் கொண்டே இருக்கும்.)

சந்தேகம் இல்லாத தங்கம்-அதைச்
சார்ந்துகொண் டாலுமே தாழ்வில்லா பொங்கம்!
அந்தமில் லாதவோர் துங்கம்-எங்கும்
ஆனந்த மாக நிரம்பிய புங்கம்! (பாப-) 18

(உரை:) *மனிதா! கடவுளென்பவன் ஐயப்படக்கூடாத மாற்றுயர்ந்த பொன்னாவான்; அவன் முடிவில்லாத ஒப்பற்ற உயர்நிலையுடையவன்; எவ்விடத்தும் எப்பொருளிலும் இன்ப வடிவமாகவே இருப்பவன்; அவனே குறைவில்லாத நிறை யுடையவன். அவனை ஒவ்வொருவரும் அன்பால் சார்ந்து தழுவிக் கொண்டால் வாழ்க்கையில் தாழ்வு ஏற்படாது! முன்னேற்றமும் புகழுமே உண்டாகும் என்பதை நீ அறிவாயாக.*

(உலகில் உயர்ந்தது இறைவனிடம் கொள்ளும் அன்பேயாகும்.)

பாரில் உயர்ந்தது பத்தி!-அதைப்
பற்றின பேர்க்குண்டு மேவரு முத்தி;
சீரில் உயரட்ட சித்தி-யார்க்கும்
சித்திக்கு மேசிவன் செயலினால் பத்தி. (பாப-) 19

(உரை:) *மனித மனமே! நன்கு தெரிந்து கொள்க! உலகிலே நீ காட்டும் அன்பிற் சிறந்தது இறையன்பே ஆகும்; அது வளர்ந்து கொண்டே போகும் இயல்புடையது. அவ்வன்பை வாழ்வில் கடைப்பிடிப்பவர்க்கே பிறவியிலிருந்து விடுதலை (முத்தி) உண்டு. மேலும் சிவக்கடவுளுக்குத் தொண்டு செய்யும் நெறிமுறையாலே, மிகச்சிறந்த அருமையாய் வாய்க்கின்ற உயர்ந்த செயல்வெற்றி யான "அணிமா" முதலான எட்டுவகை வெற்றிகளும் (சித்திகளும்) வாய்க்கும் என்பது உறுதி.*

'அணிமா' முதலான எட்டும், முன்னே சில பாடல் உரைகளில் விளக்கப்பட்டுள்ளன.

(உன் பிறவி ஈடேற இறைவனைத் தேடுக!)

அன்பெனும் நன்மலர் தூவிப்-பர
மானந்தத் தேவின் அடியினை மேவி
இன்பொடும் உன்னுடல் ஆவி-நாளும்
ஈடேற்றத் தேடாய்நீ இங்கே குலாவி! (பாப-) 20

(உரை:) *மனிதா! உன் பிறவியானது வெற்றி பெற நாள்தோறும் நீ உன் உடலிலும் உயிரிலும் உள்ளேயே, பேரின்ப வடிவான இறைவனைத் தேடவேண்டும்; உள்ளேயே இறைவனின் திருவடியைக் கண்டு இன்பத்தில் குலாவி அன்பென்னும் உண்மையான வாடாத மலரைத் தூவி வழிபட்டு வரவேண்டும்; இது மனிதனுக்குப் பிறவி வாய்ப்பாகும்.*

(பேரின்ப வீட்டையடையச் சிவத்தொண்டு புரிக.)

ஆற்றரும் வீடேற்றம் கண்டு-அதற்கு
ஆன வழியை அறிந்துநீ கொண்டு
சீற்றமில் லாமலே தொண்டு-ஆதி
சிவனுக்குச் செய்திடில் சேர்ந்திடும் கொண்டு. (பாப-) 21

(உரை:) *மனிதா! நீ பெறுதற்கரிய பேரின்ப வீட்டைப் பெறவேண்டும்; அதற்கான சிவச்செந்நெறியை அடைய உரிய வழியை ஆராய்ந்து காண வேண்டும். இந்த ஆர்வத்திலே நீ வெறுப்பில்லாமல் முதல்வனான சிவனுக்கு உகந்த தொண்டைச் செய்தால், அக்கடவுள் உன்னோடு உறவு கொள்வான்.*

(உயிர் இருக்கும் வரைதான் உடம்பின் விளையாட்டெல்லாம்!)

ஆன்மாவால் ஆடிடும் ஆட்டம்-தேகத்து
ஆன்மா அற்றபோதே ஆமுடல் வாட்டம்;
வான்கதி மீதிலே நாட்டம்-நாளும்
வையில் உனக்கு வருமேகொண் டாட்டம். (பாப-) 22

(உரை:) *மனிதா! இருக்கும்போதே உண்மையை அறிந்து கொள்க. உலகில் நீ வாழ்கின்ற வாழ்க்கை ஆட்டமெல்லாம் ஆன்மாவாகிய உயிரால்தான்! இந்த உயிரோ உடலைவிட்டே ஒருநாள் போனபோது உடம்பு வாடி வதங்கிப் பிணமென்ற பெயரைப் பெற்றுவிடும். எனவே, இந்த உயிர் வான்வழியே எப்படிச் செல்லுமென்பதை நீ அறிந்து, இப்போதே பார்த்துத்*

தெளிக! நீ பிறரை வையும் போதெல்லாம் நாளும் உனக்கு மகிழ்ச்சியாக இருக்கலாம்; ஆனால், இது போலி மகிழ்வே யாகும்! உண்மையன்று.

(கடவுளென்பவன் வெட்டவெளியே! அதில் நீ மூழ்கி இன்புறுக)

எட்டும் இரண்டையும் ஓர்ந்து-மறை
யெல்லாம் உனக்குள்ளே ஏகமாய்த் தேர்ந்து
வெட்ட வெளியினைச் சார்ந்து-ஆனந்த
வெள்ளத்தின் மூழ்கி மிகுகளி கூர்ந்து. (பாப-) 23

(**உரை:**) *மனிதா! கடவுளைத் தெளிவாய்! தமிழில் எண் என்று சொல்லப்படும் 'அகரம்' எட்டு ஆகும்; இது ஒளி எழுத்தாய்க் கடவுளை உணர்த்தும். இரண்டு எனப்படும் 'உகரம்' உயிரனைத்தையும் குறிக்கும். இவ்வாறு உலகையே இருவகை யால் உள்ளத்தில் ஒருவன் ஆராய்ந்து உணரவேண்டும்; இப்படி உணரும்போதே, மறைநூல்களின் உட்பொருளான கடவுள் ஒன்றே என்றும், உயிரனைத்தும் ஒன்றே என்றும் உண்மையறிவு பிறக்கும்!*

இதன் முடிவில் கடவுள் ஒளிவெள்ளமாய் வெட்டவெளி யாய்த் தெரிவான். அப்போது நீ அவனைச் சார்ந்து, இன்ப வெள்ளத்தில் மூழ்கித் திளைப்பாய்! இதுவே கடவுளைப் பற்றிய பட்டறிவாகும்.

(உலகப் பொருள்களில் ஆசை வைக்காதே!)

இந்த உலகமும் உள்ளும்-சற்றும்
இச்சைவை யாமலே எந்நாளும் தள்ளு!
செந்தேன் வெள்ளமதை மொள்ளு-உன்றன்
சிந்தைதித் திக்கத் தெவிட்டவும் கொள்ளு. (பாப-) 24

(**உரை:**) *மனித மனமே! நினைக்கின்ற இந்த உலகத்தில் காணும் பொருள்கள்மேல் ஆசை வைக்கக் கூடாது; அதை எந்த நாளும் (இன்பத்திலும் துன்பத்திலும்) புறந்தள்ளி விடுக! இப்பொருள்களை விட்டபின்னே, சிவந்த தேன் போன்ற சிவச்செம்பொருளான இன்ப வெள்ளத்தை நெஞ்சிலே அள்ளிக் கொள்க! உனது சிந்தை இனிக்க இனிக்கத் தெவிட்டும்படியாக உட்கொண்டு பேரின்பம் நுகர்க!*

(தீய நெறியினர் கூட்டத்தில் சேராமல் இரு!)

பொய்வேதம் தன்னைப் பாராதே-அந்தப்
போதகர் சொற்புத்தி போதவோ ராதே!
மைவிழி யாரைச்சா ராதே-துன்
மார்க்கர்கள் கூட்டத்தில் மகிழ்ந்து சேராதே! (பாப-) 25

(உரை:) *மனிதா! பயன் விளையும் அறிவையே பெறுக. பொய் உரைக்கும் மறைநூல்களைப் பார்க்கவோ படிக்கவோ கூடாது. அந்த நூல்களை வைத்துக் கொண்டு கற்பித்து அறிவை மயக்கும் சூதர்களின் சொற்களைக் காது கொடுத்துக் கேட்கவோ, அவற்றைச் சிந்திக்கவோ வேண்டாம்! மைதீட்டி மயக்கும் விழியுடைய (பொருட்பெண்டிர்) பெண்களைச் சார்ந்து பாழடையாதே! தீமை தரும் ஒழுக்கமுடைய பொய்ந்நெறிக் கூட்டத்தினரைக் கண்டுமகிழ்ந்து, அவருடைய வலையிலே வீழ்ந்துவிடாதே! எச்சரிக்கை.*

(உலகமே பொய்சொன்னாலும் நீ பொய் சொல்லாதே!)

வை தோரைக் கூடவை யாதே-இந்த
வையம் முழுதும் பொய்த்தாலும்பொய் யாதே
வெய்ய வினைகள்செய் யாதே-கல்லை
வீணில் பறவைகள் மீதிலெய் யாதே! (பாப-) 26

(உரை:) *மனிதா! நீ ஆருயிர் அனைத்திடத்திலும் இரக்கமும் அன்பும் செய்க!*

உன்னைப் பழித்தும் இழித்தும் வருந்தும்படிப் பேசியவரை, நீ திரும்ப அவரைப் போய் பண்பற்றுப் பேசுதல் கூடாது. இந்த மண்ணுலகமே பொய்பேசிப் பிழைத்தாலும், அதைப் பார்த்து நீயும் பொய் பேசுதல் அறம் ஆகாது! பிற உயிர்களிடம் நீ கொடுமைகளைச் செய்து துன்புறுத்திப் பழியை ஈட்டக் வடாது. பறவைகளைக் கண்டபோது, பார்த்து அன்பு செய்ய வேண்டுமே யன்றி அவற்றைக் கல்லால் எறிந்து துயரம் தரக்கூடாது.

(தீமை செய்யும் சண்டையைத் தூண்டாதே!)

சிவமன்றி வேறே வேண்டாதே-யார்க்கும்
தீங்கான சண்டையைச் சிறக்கத் தூண்டாதே
தவநிலை விட்டுத்தாண் டாதே-நல்ல
சன்மார்க்கம் இல்லாத நூலைவேண் டாதே. (பாப-) 27

*(**உரை:**) மனிதா! நீ, சிவச் செம்பொருளான அருட் பேரொளியே முழுமுதற் கடவுளென்று கொண்டு வணங்கி வாழ்க! வேறு சின்னஞ்சிறு தெய்வங்களை விரும்பாமல் அவற்றைத் தள்ளுக! யாருக்கும் கேடு நேரும்படிக் கலகத்தைத் தூண்டித் தீவினை செய்யாதே. தவ ஒழுக்கத்தைக் கடைப்பிடிப்பதிலிருந்து சிறிதும் தவறிவிட்டு விடாமல், அதையே நம்பி ஒழுகுக! அறிவு நெறியென்றும் பொது நெறியென்றும் ஒளிநெறியென்றும் சான்றோரால் போற்றப்படும் நன்மைதரும் சன்மார்க்கத்தைத் தழுவிப் போற்றுக. வேறு எந்த நூல்நெறியையும் விரும்பிக்கற்று வீண்போகாதே!*

(செருக்கான எண்ணத்தைப் பிறரிடம் திணிக்கக் கூடாது.)

பாம்பினைப் பற்றியாட் டாதே-உன்தன்
பத்தினி மார்களைப் பழித்துக்காட் டாதே
வேம்பினை உலகில்ஊட் டாதே-உன்தன்
வீறாப்பு தன்னை விளங்கநாட் டாதே. (பாப-) 28

*(**உரை:**) மனிதா! நீ நச்சுப்பாம்பினைப் பிடித்து விளையாடி, அதனால் கடிபட்டுச் சாகாதே! உனக்குரிய பத்தினியான கற்புடைய மனைவியையும் பிறரையும் குறைத்தும் பழித்தும் பேசாதே; வேம்பின் காய் போல் கசப்பான செய்திகளை உலகமக்களிடம் சொல்லியூட்டாதே; உனது போலித்தனமான வாய்ப்பேச்சால் வீறாப்பைக் காட்டி வாழ்விலே நல்லோரால் பழிக்கப்படாதே.*

(கடவுளின் பெயரால் செய்யும் சடங்குகள் வேண்டாம்)

போற்றும் சடங்கைநண் ணாதே-உன்னைப்
புகழ்ந்து பலரில் புகலஒண் ணாதே;
சாற்றுமுன் வாழ்வையெண் ணாதே-பிறர்
தாழும் படிக்குநீ தாழ்வைப்பண் ணாதே. (பாப-) 29

*(**உரை:**) பகுத்தறியும் பிறவி பெற்ற மனிதா! கடவுளின் பேரால் நிகழ்த்தப்படும் வேள்வி முதலிய (அன்பு நெறிக்கு மாறான) சடங்கைச் செய்யாதே; செய்வோரின் இடங்களுக்கும் செல்லாதே! பலருக்கு முன்னே உன்னை யாரும் புகழ்ந்து பேச இடம் தாராதே! அடக்கமாகவே இரு! வெளியில் சொல்லுதற்கு முன்னே, கற்பனையான வாழ்வைப் பற்றிப் பெரிய அளவில்*

மனக்கோட்டை கட்டாதே. பிற அன்பர்கள் உன்னைக் காணும் நிலையில் நீ மிகுதியும் பணிந்து, அவர்களையும் அப்படியே பணியும்படிச் செய்து விடாதே!

(கள் குடியாதே; கஞ்சா பிடியாதே!)

கஞ்சாப் புகைபிடி யாதே-வெறி
காட்டி மயங்கியே கள்குடி யாதே;
அஞ்ச உயிர்மடி யாதே-புத்தி
அற்றஅஞ் ஞானத்தின் நூல்படி யாதே. (பாப-) 30

(உரை:) *உயர்ந்த ஒழுக்கப் பிறவியான மனிதா! நீ அறிவை மயக்கும் கஞ்சாவின் புகையைப் பிடிக்காதே; கள்ளை (மதுவை)க் குடித்து, அதனால் வெறிபிடித்து மயங்கிப் பிறர் அஞ்சும்படி அலையாதே. பிற உயிர்கள் அஞ்சித் துயரப்படும்படி அவற்றைக் கொல்லாதே! அறிவில்லாத இருளில் சேர்க்கும் நல்லறிவில்லாத நூல்களை (புத்தகங்களை)ப் படிக்காதே; பாழ்பட்டுவிடாதே; அறநெஞ்சுடன் வாழ்க!*

(சமயங்களைக் கைவிட்டு உண்மையொளியை வசப்படுத்துக)

பத்தி யெனும்மேனி நாட்டித்-தொந்த
பந்தமற் றவிடம் பார்த்ததை நீட்டி
சத்தியம் என்றதை யீட்டி-நாளும்
தன்வசம் ஆக்கிக்கொள் சமயங்கள் ஓட்டி! (பாப-) 31

(உரை:) *மனிதா! அன்புருக்கத்தால் உன் உடல் மேனியை ஒளி வடிவமாக்குக; உன் உயிரானது உறவுப் பற்றுக்களை விட்டொழித்து, உலகப் பற்று அற்ற இடமான தெய்வ ஒளியைக் காணட்டும்; அந்தத் தெய்வக் காட்சியே வாய்மையென்னும் சத்தியமென்று நெஞ்சிலே கொண்டு அதை ஓம்பி வழிபடுக! இதையே நாள்தோறும் குறிக்கோளாய்க் கொண்டு வசப்படுத்துக! உறவாக்கிக் கொள்க! வேறு சமயங்களென்னும் பொய்யான கொள்கைகளைச் சாராமல் ஒழித்துவிடுக!*

(ஆசையற்ற அறிவில் உறுதி கொள்க!)

செப்பரும் பலவித மோகம்-எல்லாம்
சீயென்று ஒறுத்துத் திடங்கொள் விவேகம்;
ஒப்பரும் அட்டாங்க யோகம்-நன்றாய்
ஓர்ந்தறி வாய்அவற்று உண்மைசம் போகம். (பாப-) 32

(உரை:) *மனித மனமே! நீ, சொல்லுதற்கே கூசுகின்ற பல வகையான ஆசைகளையெல்லாம் 'சீ' என்று வெறுத்து ஒழிக்க வேண்டும்; அறிவை உறுதியாய்த் தூய்மைப்படுத்திக் கொள்வது நன்று! ஒப்பிட்டு உரைக்க முடியாத அரிய தவமாகிய 'இயமம்' முதலான எட்டுவகைத் தவப்பயிற்சியில் ஈடுபடுக; அவற்றை நன்கு உள்ளத்தில் ஆராய்ந்து கடைப்பிடிப்பாயாக! அவற்றால் உண்மையான அக இன்பத்தையும் இறையொளி உறவையும் பெறமுடியும்!*

'அட்டாங்கயோகம்' பற்றி முன்னே விளக்கப்பட்டுள்ளது.

**(வாழ்வில் எல்லாத் துறைகளிலும்
நீதியை நிலைநாட்ட வேண்டும்.)**

எவ்வகை யாகநன் நீதி-அவை
        எல்லாம் அறிந்தே எடுத்துநீ போதி!
ஒவ்வா என்றபல் சாதி-யாவும்
        ஒன்றென்று அறிந்தே உணர்ந்துற ஓதி! (பாப-) 33

(உரை:) *மனிதா! அறநெறியில் வாழ்ந்து அதைக் காப்பாற்றுக. அறமென்னும் தெய்வமான நீதியை வாழ்க்கையில்-ஆட்சியில்-தெய்வ நிலையங்களில் எந்த வகையிலும் நன்கு அறிந்து தெளிந்து கொண்டு, எடுத்துரைத்துத், தலைமுறை தலைமுறையாக அமைதியுடன் வாழ நீ காப்பாற்றுக!*

மக்களாய்ப் பிறந்த எல்லோரும் 'ஒரே மதிப்பினரென்பதை நிலைநாட்டுக! சாதியின் பெயரால் வேறுபாடு கற்பிக்கும் மடமையை ஒழிக்கப் பாடுபடுக!

(கள்ள வேடமிட்டுக் கொள்ளையடிக்காதே!)

கள்ளவே டம்புனை யாதே-பல
        கங்கையி லேஉன் கடம்நனை யாதே;
கொள்ளைகொள் எநினை யாதே-நட்புக்
        கொண்டு பிரிந்துநீ கோள் முனை யாதே. (பாப-) 34

(உரை:) *மனிதா! மக்களைப் பலவாறு ஏமாற்றுவதற்காகக் கடவுளின் பெயராலும், சமய-அமைப்புக்களின் பெயராலும் கள்ள நோக்கத்தோடு உடம்பிலே பல ஒப்பனையான வேடங் களைப் புனையக்கூடாது. பல ஆறுகளிலும், தீர்த்தமென்னும்*

பொய்கை நீரிலும் சென்று, உடம்பை நனைத்து நீராடுவதாலே நீ செய்த தீவினையின் சுமை தீராது! பிறருடைய பொருளை (சொத்துக்களை) வஞ்சித்துக் கொள்ளையடிக்க எண்ணாதே! ஒருவனோடு நட்புக்கொண்டு, பின்னே பிரிந்து செல்ல நினைக்காதே; நட்புக் கெடும்படி யாரிடமும் கோள் சொல்லாமல் ஒழுக்கமுடனே வாழ்க!

(இறைவனை உள்ளன்போடு வணங்குவதால்
அருட்பேறு வாய்க்கும்.)

எங்கும் சயப்பிர காசன்-அன்பர்
இன்ப இருதயத்து இருந்திடும் வாசன்;
துங்க அடியவர் தாசன்-தன்னைத்
துதிக்கிற் பதவி அருளுவன் ஈசன்! (பாப-) 35

(உரை:) மனிதா! நீ கடவுளை எப்பொழுதும் நினைந்தால் முழு மனிதனாய் நிறைவோடு வாழ்வாய்!

கடவுள் உலகமெங்கணும் வெற்றிப் பேரொளியாய்த் திகழ்பவன்; அன்பர்களின் நெஞ்ச மலரிலே இனிமையாய் வீற்றிருப்பவன்; உள்ளத்தால் மிகவுயர்ந்த தூய அடியவருக்கு அடியவனாய் உறவாடுபவன்; தன்னை நம்பி வழிபட்டுப் போற்றி வாழ்பவருக்குப் பேரின்ப வீட்டை அருளுவான். எனவே, நீயும் போற்றி அருள் பெறுக!

கடுவெளிச்சித்தரின் பாடல்களும் உரையும் முற்றும்.

8. அழுகணிச் சித்தர்

தமக்காக அழுபவர் இல்லறத்தார்; பிற ஆருயிர்களுக்காக அழுபவர் துறவறத்தார்; ஆருயிர்களுக்காகவும் தமக்காகவும் அழுபவர் சித்தர்களே! அழுகணிச் சித்தர் மிகவும் நுட்பமான-மனித அறிவையும் கடந்த ஒளியான-பட்டறிவு வடிவான கருத்துக்களைப் படைத்துள்ளார். பாடல்களைப் படிக்கப் படிக்கத் தவநிலை அறிவும், மருந்து வேதிஅறிவும், மெய்யறிவு உண்மை யியல்களும் நம் நெஞ்சை யீர்த்து மயக்கவே செய்கின்றன; புரிதலும் கடினம்தான்.

அருளாளர் அருட்பார்வையால் அருள்செய்தலைக் 'கடைக் கணித்தல்' என்பார்கள்; அந்த அரிய நிலை போன்றே இந்தச் சித்தர், ஆருயிர்களுக்காக அழுத கண்ணராகவே இருந்து பாடியதால் 'அழுகணிச் சித்தர்' எனப் பெயர் பெற்றுள்ளார்.

1. தவநிலை பற்றிய நாற்பத்தொரு பாடல்களிலே இறுதிப்பாடல் இவரது மனக்கிடக்கையை வெளிப்படுத்துகின்றது. அறிவு மயங்கி ஒடுங்கிய நிலையில் கண்ணீர்கலந்த பாடலாகவே மெய்யறிவுப் பாடல்களைப் பாடியதாகவே சொல்கின்றார்; இக்கருத்துக்களை உள்ளுணர்ச்சியோடு புரிந்து கொள்பவர்கள் மெய்யறிவு அடைவதுடன் நன்மை பெற்று வாழ்வார்கள் என்றும் பரிவோடு உரைக்கின்றார்.

'ஞானமிது நாற்பதையும் நலமாக வேதெரிய
மோன மயக்கத்தில் முழுதுமே கொட்டிவிட்டேன்
மோன மயக்கத்தை முழுதும் அறிந்தோர்கள்
ஞானம் அடைவார்கள்-என் கண்ணம்மா!
நன்மை பெற்று வாழ்வார்கள்.' (41)

பாடல் ஒவ்வொன்றையும் உருக்கமாகவே 'என் கண்ணம்மா!' என்றும், 'ஆத்தாளே!' என்றும் முன்னிலைப்படுத்திப் பாடி யிருப்பதை நாம் எண்ணிப் பார்க்க வேண்டும்.

முழுமுதற் கடவுளான சிவத்தின் அருளையே அருட்சத்தி என்றும் சிவசத்தி என்றும் கூறுதல் இறையியல் கோட்பாடாகும். அந்த நெறியில் தான் இங்கே கண்ணம்மாவும் ஆத்தாளும் சித்தரால் போற்றப்பட்டுள்ளார்கள். அந்த முறையில்தான் கடவுளைத் தந்தையாகவும், தாயாகவும், மெய்ப்பொருளாசா னாகவும், நண்பனாகவும், இயற்கைப் பொருளாகவும் கற்பித்துப் பாடினார் வடலூர் வள்ளற் பெருமான்.

(2) 'வாத கற்பம்' என்னும் பகுதியில் அமைந்த (பாடல் 42 முதல் 108 வரையுள்ளவை) பாடல்கள், மொழியறிவு கொண்டோ மெய்ப்பொருளறிவு கொண்டோ பொருள் புரிய முடியாதவை யாகவுள்ளன. அவையனைத்தும் மருந்துகள் செய்யும் (குளிகை-புடம் போடுதல் முதலிய) வேதியியல் தன்மையையும் நோயைப் போக்கும் மருத்துவத்தையும் கற்பிக்கின்றன; இவற்றைப் பொருளறியச் சித்தமருத்துவரால்தான் இயலும்.

ஐம்பெரும்பூதங்களின் கலவையான வேதிமாற்றத்தின் பேராற்றலையும், இயற்கைப் பொருள்களின் மாற்றத்தின் வரலாறுகளையும் அறிவியல் பார்வையில் இங்கே சித்தர் செப்பி இருப்பது கற்போருக்கு விருந்தாகும்:

'மண்டலம் பேதிக்குமடி-ஆத்தாளே!
மலையும் பழுக்குமடி!
அண்டத்தைத் தொட்டாட்ட-ஆத்தாளே!
அடங்காப் பொருளாகும்!' (65)

'மண்ணேது கல்லேது?-ஆத்தாளே!
மரமேது? இவ்வேதை
ஒண்ணாது ஒண்ணாது-ஆத்தாளே!
ஒடுங்கும் பொருளைப்பேண்!' (66)

(3) ஆறாதாரம் என்னும் பகுதியில், உடம்பிலுள்ள ஆறு தறிகளான சக்கரங்களோடு இறைவன் படைத்த ஓசை (நாதம்)-ஒளி (விந்து) ஆகிய இயற்கை இரண்டும் தொடர்பு கொண்ட நிலையை எடுத்துரைப்பதைக் காண்கின்றோம்.

(4) மெய்யறிவு என்னும் பகுதியில், உடலிலுள்ள தொண்ணூற்றாறு உண்மையியல்களும் இறையுண்மையியலும் பேசப்பெறுகின்றன.

'உள்ளுக்குள் உள்ளான்டி ஊருமில்லான் பேருமில்லான்
கள்ளப் புலனறுக்க-என் ஆத்தாளே!
காரணமாய் வந்தான்டி.'' (197)

'நூலால் உணர்வறியேன் நுண்ணிமையை யானறியேன்
பாலாறு சர்க்கரைதேன்-என் ஆத்தாளே!
பார்த்தறிந்த பூரணன்காண்! (200)

அன்பர்களே! இவ்வாறெல்லாம் நிறுவப்பட்ட செவ்வியற் கருத்துக்களை நாம் கற்றாலே உண்மையான 'மனிதம்' பற்றிய உறுதியான தெளிவைப் பெறமுடியும்.

1. தவநிலைக் காட்சி!

தவநிலையின் முடிவான அடைதல் நோக்கம், இறையொளி யோடு மனித ஆன்மவொளி கூடுதலாகும். அப்படிக் கூடி முயங்கி இன்புறுதற்குத் தகுதியொழுக்கம் இன்றியமையாதது.

இங்கே அழுகணிச்சித்தர் தவமிருந்து தாமடைந்த இன்ப வொளி நுகர்வையும் பட்டறிவையும் தொடக்கத்திலேயே எடுத்துரைத்து உலக மாந்தரை இறையொளியில் கவிய வைப்பதைப் பார்த்து நாமும் தவமிருக்கின்றோம்.

முதல் பாட்டிலே-'பதிதனிலே தணலாய் வளர்த்த கம்பம் மேலப் பதிதனிலே என் கண்ணம்மா! விளையாட்டைப் பாரேனோ?' என்கிறார். இங்கே 'தணலாய் வளர்த்த கம்பம், என்பது, தமது தவ ஆற்றல் தகுதியால் பெற்ற அருட்பெருஞ் சுடரான கடவுளுண்மையாகும். இப்பேரொளிதான் தலைக்கு மேலே பன்னிரண்டாம் நிலையிடத்திலே காட்சிதரும் இறைவ னான ஆடவல்லான் ஆடும் கலைக்காட்சியாகும்.

இந்த மேல்நிலையைப் புரிதற்கு வாய்ப்பாக, வடலூர் வள்ளற் பெருமானின் அகவற்பாட்டில் 223-224ஆம் அடிகளின் பொருளையும் இன்ப நுகர்வையும் எடுத்துக்காட்டுவோம்:

"கூறிய கருநிலை குலவிய கீழ்மேல்
ஆறியல் எனவுரை அருட்பெருஞ் சோதி"

இதன் தவநிலைப் பொருளையும், உடலுக்குள் இயங்கும் சக்கரத்தறிகளின் ஒளியியக்க மாண்பையும் நாம் நன்கு தெரிந்து தெளிதல் வேண்டும்.

இங்கே குறிப்பிடும் 'கருநிலை' என்பது உலக ஒளிச்சுடர்க் கெல்லாம் அடிப்படைக் கருவாய் அமைந்த கடவுள் நிலையாகும்.

இந்தக் கடவுளொளியே, உடலில் 'கீழ்' நிலையிடமான மூலாதாரம், கருவாயிடம், உந்திச்சுழியிடம், நெஞ்சகஇடம், கழுத்திடம், நெற்றிப்புருவ நடு இடம் என்னும் ஆறு ஆதார இடங்களாகிய சக்கரங்களைச் சுழல வைத்து, மூலக்கனலான ஒளியைத் தலைக்குள் எடுத்துச் சென்று, தலைத்துளை வழியே (பிரமரந்திரம்) ஏழாம் இடமான அறிவு மன்றமென்னும் 'சிற்சபைக்கு'க் கொண்டு சேர்க்கின்றது.

ஏழாமிடமான சிற்சபை முதல் பன்னிரண்டாம் இடம் வரையுள்ள ஆறு இடங்களும் 'மேல்நிலை' என்றும், ஆதார மில்லாத நிலைகளென்றும் பேசப்படும். இவ்வாறையும் தவத்தோன் அடையப் பேராற்றல் பெறவேண்டும்.

'மேல்நிலை' இடம் ஆறும், தவ ஒளியில் வெற்றி பெற்று மேலே படிப்படியாய்ச் செல்வதாகும். இவற்றின் பட்டறிவுக் காட்சியென்பன ஆறாகும்: 1. படிகமேடை; 2. ஆயிரத்தெட்டு இதழ்களுடைய தாமரை மலர்; 3. ஓங்கார பீடம்; 4. குண்டலி வட்டம்; 5. பெருஞ்சுடர்த்தூண் (கம்பம்); 6. தூய ஒளி நடனம்.

இந்த ஆறும் மேல்நோக்கி, ஒவ்வொன்றாய்த் தவத்தோனின் மனவொளியில் காட்சிப்பட்டு, இறுதியில் கடவுட்காட்சி வாய்க்கும்; இதுவே தவ வெற்றி; இறவாத இன்பப் பெரு வாழ்வுக்கு அடிப்படையாகும்.

இத்தகைய அரும்பெருங்காட்சியைக் கண்டதால்தான் அழுகணிச் சித்தர் தம் பாடலில் தமது பட்டறிவை இங்கே தருகின்றார். இனி, அவர்தம் பாடல்களைப் பார்ப்போம்.

அருட்சத்தியை 'என்கண்ணம்மா!' - 'ஆத்தாளே!' என்றெல் லாம் விளித்து உரையாடிய நிலையை நாம் உணர்ந்தாலும், உயிராகிய தலைவி மனமாகிய தோழியை நோக்கித் தமது கருத்துக்களை எடுத்துரைத்துக் கற்பித்தார் என்றும் சிந்திக்கலாம்.

பாட்டும் பொருளும்

(மனத்திலே பெருஞ்சுடரான கடவுளைக் கண்டது!)

மூலப் பதியடியோ மூவிரண்டு வீடதிலே
கோலப் பதியடியோ குதர்க்கம் தெருநடுவே
சாலப் பதிதனிலே தணலாய் வளர்த்தகம்பம்
மேலப் பதிதனிலே என் கண்ணம்மா!
விளையாட்டைப் பாரேனோ? 1

(உரை:) *என் கண்ணொளி போன்ற அன்பிற்குரிய கன்னியே! தவஞ்செய்த அருமையிலே நான் பெற்ற ஒளியை உனக்குச் சொல்கின்றேன். உடம்பிலே வீட்டைப்போல் ஆறு ஆதாரச் சக்கரங்கள் இயங்குகின்றன; இவற்றை உலகிற்கெல்லாம் மூல வேரான கடவுள் (பதி) இயக்குகின்றான்; இந்த உடம்பு ஓர் அழகான நகரம் (பதி); இதிலே நன்மையும் தீமையும் உறவும் பகையுமெனத் தெருக்கள் அமைந்துள்ளன; இவற்றின் நடுவில்தான் அறிவு நிறைந்த மனம் உள்ளது; இதிலேதான் தழலென்னும் படியான பேரொளித் தூண் (கம்பம்) நிலையைத் தவத்தாலே வளர்த்தேன். இது என் தலைமேலுள்ள அறிவம்பலத்திற் சென்று இறையொளியோடு விளையாடும் விளையாட்டை நான் காண மாட்டேனா? காண்பேனடி!*

(உடலாகிய நகரை ஆள்வோர் ஐவர்!)

எண்சாண் உடம்படியோ ஏழிரண்டு வாயிலடி;
பஞ்சாயக் காரர்ஐவர்; பட்டணமும் தானிரண்டு;
அஞ்சாமல் பேசுகிறாய்; ஆக்கினைக்குத் தான்பயந்து
நெஞ்சார நில்லாமல் என்கண்ணம்மா!
நிலைகடந்து வாடுறண்டி! 2

(உரை:) *என் கண்ணம்மா! நீயோ உடம்பை யாளும் அறிவை நோக்கி அஞ்சாமல் எதையோ பேசுகின்றாய். எனது நிலையைக் கவனி.*

நம் உடம்பு, எட்டுச்சாண் அளவு உயரம் உடையது; (7+2=9) ஒன்பது ஓட்டையாகிய வாசல்களைக் கொண்டது; இந்த உடம்பானது அகம், புறமென இரண்டு நகராய் அமைந்தது. இந்நகர்களைப் பஞ்சு போன்ற மென்மையான பண்பும் அறிவுமுடைய (ஐந்து பொறிகளின் ஐந்து புலனறிவுகள்) ஐவர்

நன்கு ஆட்சி செய்கின்றனர். இதை நீ உணராமல் எப்படியோ பேசுகின்றாய். நானோ உணர்ந்து, அந்த ஐவரின் கட்டளைக்கு அஞ்சியே, மனம் ஒருநிலைப்படாமல் என் வலிமைக்குப் பொருந்தாமல் (நிலைகடந்து) வாடுகின்றேன், அம்மா!

(உயிராகிய விளக்கிலே இறைவொளியை ஏற்றிக் காண்பேன்!)

முத்து முகப்படியோ! முச்சந்தி வீதியிலே
பத்தாம் இதழ்பரப்பிப் பஞ்சணையின் மேலிருத்தி
அத்தை அடக்கிநிலை ஆருமில்லா வேளையிலே
குத்து விளக்கேற்றி என்கண்ணம்மா!
கோலமிட்டுப் பாரேனோ! 3

(உரை:) என் கண்ணம்மா! எனது ஏக்கம் உனக்குப் புரியவில்லையா? முத்துக்கள் போன்ற கண்களுடைய முகத்துக்குமேல், இடநாடி, வலநாடி, நடுநாடி (சுழுமுனை) என்னும் மூன்றும் கூடுகின்ற (சந்திக்கும்) முச்சந்தியான புருவநடு எனப்படும் இடத்துக்கு மேலே (உச்சியாகிய தலைநடுவில்) பத்து (தமிழ் எண்-ய) என்னும் ஆன்மவுயிராகிய தாமரை இதழ் விரியவும், அதன் மேலே பொறி-புலனறிவுகளெல்லாம் ஒடுங்கி ஒருமையுற்ற அமைதியான நேரத்தில் கடவுட் பேரொளியான குத்து விளக்கை ஏற்றி, அதன் அருட்பேரொளியின் அழகை (கோலத்தை) என் ஆருயிரில் பார்க்கமாட்டேனோ? உறுதியாய்ப் பார்ப்பேன்!

(அருளமுதை உண்டு பிறவியை ஒழிப்பேன்!)

சம்பா அரிசியடி சாதம் சமைத்திருக்க
உண்பாய்நீ என்றுசொல்லி உழக்குழக்கு நெய்வார்த்து
முத்துப்போல் அன்னமிட்டு முப்பழமும் சர்க்கரையும்
தித்திக்கும் தேனமுதம் என்கண்ணம்மா!
தின்றுகளைப்பு ஆறேனோ? 4

(உரை:) என் கண்மணி போன்ற அருளன்னையே! சம்பா அரிசியில் ஆக்கிய சோற்றில், உழக்கு அளவு அரிசிக்கு உழக்களவு நெய்யைவிட்டு, முத்துப் போன்ற அந்தச் சோற்றோடு மா-பலா-வாழைக்கனிகளைப் பிழிந்து சாற்றைக் கலந்து, சர்க்கரைப் பொடியையும் சேர்த்து இனிக்கின்ற தேனமுதை நீ உண்பாய் அம்மா! அதுபோல நான் தவத்திலே இருக்கும் நிலையில், என் ஆன்மவுயிரில், அன்னம் சொட்டுவதுபோல் உன் அருளமுதம்

சொட்டுமேயானால், அதை நான் உண்டு, எடுக்கும் பிறவியாகிய களைப்பிலிருந்து விடுபட்டு, மீண்டும் பிறவாமல் பேரின்ப வாழ்வைப் பெறுவேனே!

(தாயே! உன் அருளாடலை,
நான் ஆன்ம ஒளித்தூணிலிருந்து கொண்டு காண்பேன்!)

பைம்பொன் சிலம்பணிந்து பாடகக்கால் மேல்தூக்கிச்
செம்பொன் கலையுடுத்தி சேல்விழிக்கு மையெழுதி
அம்பொன் பணிபூண்டு அறுகோண வீதியிலே
கம்பத்தின் மேலிருந்தே என்கண்ணம்மா!
கண் குளிரப் பாரேனோ? 5

*(**உரை:**) என் உயிரினிய கண்மணித் தாயே! நீ அருட்சத்தியாய்ச் செம்பொருட் சிவத்தோடு ஆடல் செய்கின்றாய்; என் உடம்பிலே ஆறு வட்டச் சக்கரங்களமைந்த இடங்களிலே (வீதி) நீ, உன், பசும்பொன்னால் செய்த சிலம்பணியையும் பாடகம் என்னும் அணியையும் திருவடிகளிலே அணிந்துள்ளாய்; சிவந்த பொன்னிழைகளால் நெய்த பட்டாடை (கலை)யை உடுத்தியிருக்கின்றாய்; கெண்டை மீனையொத்த விழிகளுக்கு மை தீட்டிக் கொண்டிருக்கிறாய்; மேலும் பலவகையான அழகு மிக்க அணிகலன்களையும் பூண்டுள்ளாய். இத்தகைய எழிலோடு சிவஅண்ணலைப் போல் நீ காலைத் தூக்கி இன்பத் தாண்டவம் ஆடுகின்றாய். இப்படி ஆடும் உனது ஒளியாடலை, நான் தலைக்குமேல் இடமாகிய பத்தாம் இடமான ஒளித் தூணின் மேலிருந்து என் ஆன்மக் கண் குளிரும்படிக் காணமாட்டேனா? காண்பேன் அம்மா! காண்பேன்.*

(நான் உயிரொளியால் எட்டுத் திசைகளையும் ஆள வேண்டும்.)

எட்டாப் புரவியடி ஈராறு காலடியோ!
விட்டாலும் பாரமடி; வீதியிலே தான்மறித்துக்
கட்டக் கயிறெடுத்துக் கால்நாலும் சேர்த்திறுக்கி
அட்டாள தேசமெல்லாம் என்கண்ணம்மா!
ஆண்டிருந்தால் ஆகாதோ? 6

*(**உரை:**) என் அம்மையே! உடம்பிலே உள்ள சக்கரமெல்லாம், எட்டமுடியாத மூச்சுக் காற்று என்னும் குதிரையோட்டத்தாலேதான் இயங்குகின்றன. (2x6=12) பன்னிரண்டங்குல*

நீட்டமான காற்று (உயிர்வளி) உள்ளே வாங்கப்படுகின்றது; இக்காற்றினளவை மிகுதியாக வெளியே விட்டால் கெடுதல் ஆகும். இக்காற்றை இடக்கலை நாடி, வலக்கலை நாடி வழியே உள்ளிழுத்து விடுவதால், இது நான்கு இதழுடைய மூலாதாரத் திலிருந்து புறப்படும் சுழுமுனை நாடியோடு சேர்ந்து, குண்டலி ஆற்றலாகத் தலைக்குச் செல்லும்; இச்செயலே கயிற்றாலிறுக்கிக் கட்டுதலாம். இவ்வாறு மூன்று நாடிகளும் ஒன்றாகி மேலே மூலக்கனலை (ஒளியைக்) கொண்டு செல்லும். இந்த ஒளி என் ஆன்மாவொளியானால் நான் எட்டு (அட்டம்)த் திசையிலுள்ள தேசத்தையெல்லாம் ஆள மாட்டேனா? ஆள்வேன் அம்மா!

(குண்டலிக் கனல் காமத்தைச் செய்யாமல் அடக்கி ஆள வேண்டும்.)

கொல்லன் உலைபோலக் கொதிக்குதடி என்வயிறு;
நில்லென்று சொன்னால் நிலைநிறுத்தக் கூடு தில்லை
நில்லென்று சொல்லியல்லோ நிலைநிறுத்த வல்லார்க்குக்
கொல்லென்று வந்தநமன் என்கண்ணம்மா!
குடியோடிப் போகானோ? 7

(உரை:) என் கண்ணம்மா! தவமிருக்கும் எனது உடம்பிலே மூலாதாரமென்னும் (அடுப்பில்) இடத்தில் கனலானது கொல்லனது நெருப்பு உலைபோல கனகனவென்று கொதிக்கு தம்மா! என்ன செய்வேன்? இந்த மூலக்கனல், காமவுணர்ச்சியூட்டி 'விந்து' (வெண்பால்)வைக் கீழே ஒழுகச் செய்துவிட்டால், விந்து இறுகி ஒளியாக மாறாமல் தவம் வீணாகிவிடுமே! இக்கனலின் (காமக்கனல்) கொதிப்பை 'நில்' என்று தடுத்தால் நிற்காதே. எனினும், எவரால் அடக்கி நிற்க வைக்க முடியுமோ அவரே சாகாத ஒளி உடம்பைப் பெறுவர். இவரைக் கொல்லவரும் எமனும் அஞ்சி ஓடிப்போவான். இது உறுதியடி தாயே!

(உடம்பை அழியாமல் வைத்திருக்க ஒரு மருந்து வேண்டும்.)

ஊற்றைச் சடலமடி உப்பிருந்த பாண்டமடி;
மாற்றிப் பிறக்க மருந் தெனக்குக் கிட்டுதில்லை
மாற்றிப் பிறக்க மருந்தெனக்குக் கிட்டு மென்றால்
ஊற்றைச் சடலம்விட்டே என்கண்ணம்மா!
உன்பாதம் சேரேனோ? 8

*(**உரை:**) என் அருளாகிய தாயே! அடியேன் உன் திருவடியொளியை அடைய மாட்டேனா? எனக்கு நீயே திருவுளம் இரங்க வேண்டும்.*

என் உடம்பானது நாறுகின்ற தசைப் பிண்டமன்றோ! உப்பு வைத்திருந்து அரிக்கப்பட்ட ஒரு மண்பாண்டமன்றோ! இப்படிப்பட்ட இழிவான உடலை மாற்றி, அழிந்து கெடாத ஒளியுடம்பைப் பெறுதற்கு ஒரு சிறந்த மருந்து எனக்கு வாய்க்கவில்லையே அம்மா! உன்னருளால் அத்தகு மருந்து எனக்கு வாய்க்குமானால் இந்த நாறும் உடலை அழியாமல் செய்வதோடு, உனது திருவடியொளியையும் பெற்றுப் பேரின்பம் அடைவேனே!

***குறிப்பு:** பிற்காலத்தில், உடம்பை அழியாமல் வைத்திருக்க (இறவாத இன்பப் பெருவாழ்வைப் பெற) அருட்பெருஞ்சோதி மருந்தைப் பெற்று, ஒளியுடம்பு-ஓங்கார உடம்பு-பொன் (அறிவு)னுடம்பு என்னும் "முத்திறல் வடிவமும் முன்னியாங்கு" பெற்று, இறவாமைப் பேற்றைப் பெற்று, பேரொளியாய் மறைந்தவர் வடலூர் வள்ளற்பெருமான் என்ற உண்மையை நாடறியுமே! இதைச் சிந்திப்பீர்!*

(வாழத் தெரியாமல் தாழ்ந்து கெட்டேனே!)

**வாழைப் பழந்தின்றால் வாய்நோகும் என்றுசொல்லித்
தாழைப் பழம்தின்று சாவெனக்கு வந்ததடி!
தாழைப் பழத்தைவிட்டுச் சாகாமல் சாகவல்லோ
வாழைப் பழந்தின்றால் என்கண்ணம்மா!
வாழ்வெனக்கு வாராதோ?** 9

*(**உரை:**) என் அன்னையே! கண்ணம்மா! இந்த உலகிலே வாய்த்த மனிதப்பிறவி பெற்றிருந்தும் உயர்ந்த பண்போடும் அறிவோடும் வாழத் தெரியவில்லையே, ஐயோ! உடம்புக்கு நல்வாழ்வாம் ஊட்டம்தரும் எளிமையான வாழைப்பழத்தைத் தின்றாலே வாய்வலிக்குமென்று கருதிக் கொண்டு அறியாமையால் வீண்போய், தாழ்வுதரும் தாழை (தாழம்பூமரம்) மரக்கனியைப் (பெரியதாய்-கவர்ச்சியாய்த் தெரிவது) பறித்து உண்டதால் நான் சாகவே நேர்ந்தது அம்மா!*

இப்படி நான் சாகாமல், உலகிலே நல்ல அருளையே அறநெறியில் நாடி, வாழ்வுதரும் வாழைப்பழத்தையே உண்டு

இன்புற்று வாழ்வாங்கு வாழ நீயே அருள்செய்ய வேண்டும் அம்மா!

வாழைப்பழம்-ஆக்கம் தரும் அருள் எண்ணங்கள்.

தாழைப்பழம்-அழிவுதரும் வன்முறை எண்ணங்கள்.

(இறையுலகப் பேரின்ப வீட்டை உணர்ந்தால்
மனிதப் பிறவிக்கே விடுதலை கிடைத்து விடுமே!)

பையூரி லேஇருந்து பாழூரி லேபிறந்து
மெய்யூரில் போவதற்கு வேதாந்த வீடறியேன்;
மெய்யூரில் போவதற்கு வேதாந்த வீடறிந்தால்
பையூரும் மெய்யூரும் என்கண்ணம்மா!
பாழாய் முடியாவோ! 10

(உரை:) *என் வணக்கத்துக்குரிய அம்மா! மனிதப் பிறவிக்கும் விடுதலை தரமாட்டாயா? ஒருவன் அன்னையின் கருப்பைக்குள்ளே கருவாய் வளர்ந்திருந்து, மாயையின் அடையாளமான பாழ் செய்யும் கருவாய்க் குழியிலிருந்து பிறந்து வெளியே வந்து, உடலாய் வாழ்ந்து இறுதியில் செல்வதற்குள்ளே, மறையின் கொள்கை முடிவான பேரின்பம் தரும் வீட்டை அறிந்து கொள்ளவில்லையே; அந்தோ! வாழும் காலத்திலேயே அந்தப் பேரின்ப வீட்டை உணர்ந்து கொண்டால் அதன்படி அருள்வாழ்வு வாழ முடியுமே! அதனால், மீண்டும் இந்தக் கருப்பையில் வரும் உடல்வாழ்வை ஒழித்துப் பிறவி விடுதலை பெறலாமே!*

(அம்மை அருட்கண் விழித்தால்
காமனுடைய அம்பு வெந்து சாம்பலாகுமே!)

மாமன் மகளடியோ மச்சினியோ! நானறியேன்
காமன் கணையெனக்குக் கனலாக வேகுதடி!
மாமன் மகளாகி மச்சினியும் நீயானால்,
காமன் கணைகளெல்லாம் என்கண்ணம்மா!
கண்விழிக்க வேகாவோ? 11

(உரை:) *அன்னையே! நான் ஒரு கன்னியைப் பார்க்கும் போது, அவள் மாமன் மகளாகவோ மைத்துனியாகவோ அறியவில்லை. ஆனால், மன்மதன் எறியும் காதலென்னும் அம்போ தணலாக எரிக்கின்றது! அன்னையான நீ அருள்கனல்*

விழியால் விழித்துப் பார்க்கும்போது, அந்த மன்மதனின் அம்புகளெல்லாம் எரிந்து சாம்பலாகி விடுகின்றன; அதனால், நான் காணும் பெண்கள் மாமன் மகளாகவோ மைத்துனியாகவே தெரியவில்லையம்மா!

(காட்டிலே நான் தவமிருந்து 'சிவாயநம'வை ஓதி வெற்றி பெறுதல் எந்நாளோ?)

அந்தரத்தை வில்லாக்கி ஐந்தெழுத்தை அம்பாக்கி
மந்திரத்தேர் ஏறியல்லோ மான்வேட்டை யாடுதற்குச்
சந்திரரும் சூரியரும் தான்போந்த காவனத்தே
வந்துவிளை யாடியல்லோ என்கண்ணம்மா!
மனம் மகிழ்ந்து பார்ப்பதென்றோ? 12

(உரை:) *என் அன்னை கண்ணம்மா! எனது வேட்கை நிறைவேற வேண்டுமே!*

மூக்கின் இரு துளைவழியே திங்கட்கலை (இடது)யாகிய ஒளியும், ஞாயிற்றின் கலை (வலது)யாகிய சுடரும் வந்து பொருந்த, தலையென்னும் காட்டிலே தவமிருக்க வேண்டும். அப்பொழுது, நான் வானவெளியை வில்லாக்கி, 'சிவாயநம' என்னும் ஐந்தெழுத்தை அம்பாக்கி அதிலே பொருத்திக்கொண்டு, மந்திரமென்னும் தேரிலேறிச் சென்று, இறைவனைப் பற்றிய அறிவென்னும் மான்வேட்டை ஆடவேண்டும்; அந்த விளையாட்டில் வெற்றி பெற்று மனம் மகிழ்வதும் எந்த நாளோ? அம்மா! சொல்வாய்.

(அறிவென்னும் உயரத்திலேறி உன்னைக் கண்குளிரக் காணவேண்டும்.)

காட்டானை மேலேறி கடைத்தெருவே போகையிலே
நாட்டார் நமை மறித்து நகைபுரியப் பார்ப்பதென்றோ?
நாட்டார் நமைமறித்து நகைபுரியப் பார்த்தாலும்
காட்டானை மேலேறி என்கண்ணம்மா!
கண்குளிரக் காண்பேனோ? 13

(உரை:) *என் அருளன்னையே! கண்ணம்மா! அடங்காத காட்டு யானையென்னும் (மெய், வாய், கண், மூக்கு, செவி ஆகிய) ஐந்து பொறிகளையும் அறிவுரமென்னும் தொரட்டியால் அடக்கி, அதன் மேலே ஏறி, மக்கள் கலகலக்கும் வாழ்வியலென்னும் கடைவீதியில் செல்லும்போது, அங்கே வந்து நாட்டு*

மக்கள் வியப்போடும் அச்சத்தோடும் சிரித்தபடி பார்ப்பது உண்டு. அவ்வாறு அவர்கள் சிரித்து நின்று பார்த்தாலும் பரவாயில்லை. நான் அந்தச் செருக்கு என்னும் ஆணவ யானை மேலேறி வென்று அறிவு ஒளியாலே உன்னை என் கண்கள் குளிரக் காண வேண்டும். இதுவே என் வேட்கையம்மா!

(பெற்ற அமுதத்தை உண்ணாமல் தவறவிட்டு விட்டேன்.)

உச்சிக்குக் கீழடியோ ஊசிமுனை வாசலுக்குள்
மச்சுக்கு மேலேறி வானுதிரம் தானெடுத்து
கச்சை வடம்புரியக் காயலூர்ப் பாதையிலே
வச்சு மறந்தல்லோ என்கண்ணம்மா!
வகைமோசம் ஆனேண்டி! 14

(உரை:) என் தாயே! கண்ணம்மா! எனது கைக்கு எட்டியது வாய்க்கு எட்டாமல் போய் விட்டதே, அந்தோ!

தவச்செயலால், தலை நடு முகட்டுக்குக் கீழுள்ள ஊசி முனையளவுள்ள துளை வழியே (பிரமரந்திரம்) தவ ஒளியானது சுழுமுனை நாடியால் மேலேயுள்ள (மச்சு) அறிவு அம்பலத்துக்குக் கொண்டு செல்லப்பட்டது; அங்கே ஓங்கிய சிவப்பேரொளி (உதிரம்)யிலிருந்து அமுதம் (அருளமுதம்) சொட்டிய நிலையில், அதை என்னுயிர் வாங்கியது; அதை உண்ணும் முன்னே, என் உப்பு-உடலாகிய வழியில் வந்த கச்சை கட்டிய மாயை என்னும் பெண் என்னைக் கவரவே, ஐயோ! அந்த அமுதை வைத்து மறந்து மோசம் ஆனேன் அம்மா! என்ன செய்வேன்?

'காயலூர்ப் பாதையிலே-' என்பதற்கு,

'ஒளி வெப்பம்தரும் கடற்கரை போன்ற வெட்டவெளிக்குச் செல்லும் வழியிலே, என்றும் பொருள் கொள்ளலாம்.

(மூச்சுக்காற்று இரண்டால் சுழுமுனை வழிக் கனல் காற்றும் சேர்ந்து மூன்றாகி ஆறு சக்கரங்களை அடைந்து தலைக்குச் செல்கின்றன.)

மூக்கால் அரும்பெடுத்து மூவிரண்டாய்த் தான்தூக்கி
நாக்கால் வளைபரப்பி நாற்சதுர வீடுகட்டி
நாக்கால் வளைபரப்பி நாற்சதுர வீட்டினுள்ளே
மூக்காலைக் காணாமல் என்கண்ணம்மா!
முழுதும் தவிக்கிறண்டி. 15

(உரை:) *என் கண்ணம்மா! என் நிலையைப் பார். மூக்கின் இட-வலத்துளைகள் வழியே (திங்கள்-ஞாயிறு) சுடர்க்காற்று அரும்பி உள்ளே சென்று வரவும், மூலாதாரம் முதல் புருவநடு வரை ஆறு (3x2=6) சக்கரங்கள் இயங்கி மேல்நோக்கி ஓடவும், மூலாதாரக் கனலின் வெப்பநாக்கால் அதனைச் சுழுமுனை நாடி வளைந்து வளைந்து உள்ளே பரப்பிக் கொண்டு செல்லவுமாக, நாற்கோணம் எனப்படும் மூலாதார இடமான வீட்டை (அறையை)க் கட்டினேன். அப்போது அவ்விடத்திலிருந்த மூச்சுக்காற்று சுழுமுனை நாடி வழியே தலையிடத்துக்குச் சென்று விட்டதால், அதனை நான் உணர முடியாமல் தவிக்கிறேனடி, அம்மா! இதுதான் தவத்தின் ஆற்றலா?*

(அம்மா! உன்னிடம் கொண்ட அன்பின் திறத்தாலே காமம், வெகுளி, மயக்கமாகிய மூன்றும் தொலையுமே!)

காம மலர்தூவக் கருத்தெனக்கு வந்ததடி!
பாம வலிதொலைக்கப் பாசவலி கிட்டுதில்லை;
பாம வலிதொலைக்கப் பாசவலி நிற்குமென்றால்
காம மலர்மூன்றும் என்கண்ணம்மா!
கண்ணெதிரே நில்லாவோ? 16

(உரை:) *என் தாயே! இன்ப மலர்கொண்டு தூவி உன்னை வணங்கும் ஆசை எனக்கு வந்ததம்மா! ஆனால் இப்போது, சினம் (பாமம்) முதலிய கெட்ட உணர்ச்சியை ஒழிக்க எனக்கு அன்பின் திறம் கிட்டவில்லையே. அப்படியொழிக்க அன்பின் திறம் வாய்க்குமேயானால், ஆசையாலேற்படும் மலரென்னும் காமம், சினம், மயக்கம் மூன்றும் கண்ணெதிரே நில்லாமல் ஓடிவிடுமே! ஆகவே, எனக்கு அன்பின் வலிமையை அருள்க!*

(நான் அருளை உண்ணாமல் வேறு பொருளை உண்டு சாகிறேனே, அந்தோ!)

தங்காயம் தோன்றாமல் சாணகலக் கொல்லையடி!
வெங்காய நாற்றுவிட்டு வெகுநாளாய்க் காத்திருந்தேன்
வெங்காயம் தின்னாமல் மேல்தோலைத் தின்றலவோ
தங்காயம் தோணாமல் என்கண்ணம்மா!
சாகிறண்டி சாகாமல். 17

(உரை:) *அன்னையே! என் அறியாமையால் வாழ்வையே இழக்கின்றேனே! அந்தோ. வாழ்வுக்கு அடிப்படையான பசி*

தோன்றும் வயிறு உடம்பிலே ஒரு சாண் அகலமே உள்ளது; எனினும் அது வெளியே தெரிவதில்லை; அதுவே உடலைக் காக்கின்ற புன்செய்க் கொல்லை! அதிலே வாழ்வுதரும் வெங்காய நாற்றுப் பயிரை நட்டுவைத்து விளைவை நோக்கி நீண்டநாள் காத்திருந்தேன்; ஆனால், அது விளைந்துங்கூட எனது அறியாமையாலே முறையே அதை நான் உண்ணாமல் விட்டேன்; அந்தோ! வெங்காயத்தின் உட்பகுதியை உண்ணாமல் அதன் தோலையே தின்றேன். இதனால் உடலுக்குப் பயன் இல்லை! உடம்பும் வற்றி நாள்தோறும் செத்துக் கொண்டிருக்கின்றேன்; முழுமையாகச் சாகவில்லையம்மா! உன் அருளை நேராக வேண்டிப் பெறாமல், புறநிலையில் போலி அன்பாலே ஆரவார வழிபாட்டு நெறியால் கெட்டுப் பிறவியைக் கெடுத்துக் கொண்டேன் தாயே! என்ன செய்வேன்? அந்தோ!

(பற்றற்ற நீரைப்போல் உள்ளம் தூய்மையடைய வேண்டும்)

பற்றற்ற நீரதிலே பாசி படர்ந்ததுபோல்
உற்றுற்றுப் பார்த்தாலும் உன்மயக்கம் தீரவில்லை;
உற்றுற்றுப் பார்த்தாலும் உன்மயக்கம் தீர்ந்தக்கால்
பற்றற்ற நீராகும் என்கண்ணம்மா!
பாசியது வேறாமோ? 18

(உரை:) என் கண்ணம்மையே! எனக்கு அறிவுத் தெளிவை நீயே அருளல் வேண்டும். குளத்திலுள்ள நீர் பற்று அற்றே இருக்கும். அதைப்போல் எனது உள்ளம் இல்லை; எத்துணைக் கூர்ந்து உற்றே பார்த்தாலும், என்னுள்ளத்தில் உலகப் பற்றாகிய இருள் சூழ்ந்தே உள்ளது; அதனால் உன்னைப் பற்றிய அறிவு, எனக்குத் தெளிவாக இல்லை; மயக்கமாகவே இருக்கின்றது. இந்த அறியாமையென்னும் மயக்க இருள் தீர்ந்தொழிந்தாலே, என்னுள்ளம் தூய கண்ணாடி போலாகி அருட்சத்தியான உன்னை நான் காண்பேன்; மறைத்திருந்த பச்சைப்பாசியும் விலகி ஒழியும், அம்மா!

(என் பிறவிக்கு உன்னையன்றி வேறு உறவு இல்லை!)

கற்றாரும் மற்றோரும் தொண்ணூற்றோடு ஆறதிலே
உற்றாரும் பெற்றாரும் ஒன்றென்றே யானிருந்தேன்;
உற்றாரும் பெற்றாரும் ஊரைவிட்டுப் போகையிலே
கற்றாரும் இல்லாமல் என்கண்ணம்மா!
துணையிழந்து நின்றதென்ன? 19

*(**உரை:**) என் கண்ணுடைய அன்னையே! உலகிலே படைக்கப்பட்ட உயிரிகளைப் பற்றி என்ன சொல்வேன், அம்மா! புரியவில்லையே.*

படைப்புக்களனைத்தும் ஐந்து பூதங்கள் முதல் தொண்ணூற்றாறு உண்மையியல்களிலே அடங்குமே. அவ்வாறு அடங்கியவர்களில் நூல் பல கற்றுயர்ந்த சான்றோரும், ஏனைய மக்களும், பெற்ற தாய்தந்தையரும், உற்றவரும் உறவினரும் ஒரே பிறவித் தன்மையில் ஒருமையில் வாழ்வரென்றே நான் கருதியிருந்தேன். ஆனால், அவர்களெல்லோரும் வாழ்வின் இறுதி நிலையில் ஊரை விட்டே (வாரா உலகிற்குச்) செல்லும்போது, அவர்களோடு கற்று உலகைப் புரிந்தவர்கூடத் துணையாகச் செல்லவில்லையே, ஏன்? இந்த நிலைதானே எனக்கும், அம்மா! இதுதான் உலகமா?

(தவநிலையில் உள்நாக்குமேலே இருக்கும் உயிரொளியில் அன்னையின் அருளமுதம் வாய்க்கும்.)

கண்ணுக்கு மூக்கடியோ! காதோர மத்திமத்தில்
உண்ணாக்கு மேலேறி உன்புதுமை மெத்தவுண்டு!
உண்ணாக்கு மேலேறி உன்புதுமை கண்டவர்க்கு
கண்ணுக்கு மூக்கடியோ என்கண்ணம்மா!
காரணங்கள் மெத்தவுண்டோ! 20

*(**உரை:**) என் கண்ணில் நின்று களிப்பு நல்கும் தேனே! தவத்தில் நீ அருளும் புதுமையின்பம் பெரிதே! இருக்கை நிலையில் ஆடாது அசங்காது நிலைகொண்ட தவத்தில், இரு விழிப் பார்வையும் கூர்மையாகி ஒருமையடைந்து மூக்கின் முனையைப் பொருந்த வேண்டும்; அப்படியிருக்கும் நிலையில், காதின் ஓர நடுவிடத்துக்குள்ளே (தொண்டைக்கு மேலே) அமைந்த உள்நாக்குக்கு மேலுள்ள ஆன்ம உயிரொளியில், நீ புதுமையான ஒளிக்காட்சியளித்து அருளமுதம் தருவாய்! அந்த உயர்வான புதுமையைக் கண்ட தவச் செல்வர்க்குக் கண்ணும் மூக்கும் ஒன்றாகி ஒருமையடைந்துவிடும். இந்த நிலைக்கு உயரப் பல அடிப்படைத் தகுதிகள் (காரணங்கள்) உண்டு அம்மா!*

(அம்மை இட்ட நெற்றிப் பொட்டால் புதிய கோலம் ஆனேன்!)

சாயச் சரக்கெடுத்தே சாதிலிங்கம் தான்சேர்த்து
மாயப் பொடிகலந்து வாலு ழுவை நெய்யூற்றிப்

பொட்டென்று பொட்டுமிட்டாள் புருவத் திடைநடுவே
இட்ட மருந்தாலே என்கண்ணம்மா!
இவ்வேஷம் ஆனேண்டி! 21

(உரை:) *என் கண்ணம்மா! நீயே எனக்கு அருளன்னையாக வந்து என் நெற்றியின் நடுவே, (நல்ல நிறம் தரும் சரக்கும் சாதிலிங்கமென்னும் பொருளும் மஞ்சட் பொடியும் வாலுழுவை அரிசிப் பொடியும் நெய்யும் கலந்து செய்த) சாந்துப் பொட்டை இட்டுவிட்டாய். அந்தப் பொட்டே ஓர் அருள் மருந்தாகி, என்னையே மாற்றியதால் நான் இப்படிப் பித்தனாயும் சித்தனாயும் ஆனேன் அம்மா!*

(செந்தூர மையைப் பெற்றதால்
என்மனம் நெருப்பாய் வேகின்றதே.)

பாதாள மூலியடி பாஷாணம் தான்சேர்த்து
வேதாளம் கூட்டியல்லோ வெண்சாரை நெய்யூற்றி
செந்தூர மையடியோ! செகமெல்லாம் தான்மிரட்டித்
தந்த மருந்தாலே என்கண்ணம்மா!
தணலாக வேகுறண்டி! 22

(உரை:) *என் கண்ணம்மா! பிறரை அச்சுறுத்தி மயங்க வைக்கும் மருந்தை நான் பெற்றது, இரக்கப் பண்புக்கு எதிரானதன்றோ, அம்மா!*

பாதாள மூலிகையோடு நச்சுத்தன்மையுள்ள பாஷாணத்தையும் சேர்த்து, அதிலே வேதாளமென்னும் ஒரு கொடிய பேயின் தன்மையும் கலந்து, மேலும், அதில் வெண்சாரைப் பாம்பின் கொழுப்பு நெய்யையும் விட்டுக் குழப்பிச் செய்யப் பட்டது சிவப்புநிறமுள்ள செந்தூர மையாகும். இந்த மையால் உலகத்தையே மிரட்டி அஞ்ச வைக்கமுடியும். இத்தகைய மை மருந்தை நான் பிறருக்குக் கொடுத்ததாலே, இப்போது என் மனம் வருந்தி நெருப்பைப்போல் கொதித்து வேகின்றதே ஐயோ! இந்த மை வேலையெல்லாம் சித்தருக்குத் தேவையில்லையே அம்மா!

(கள்ளரால் யாருக்கும் அச்சம் ஏற்படக் கூடாது.)

கள்ளர் பயமெனக்குக் கால்தூக்க வொட்டாமல்
பிள்ளை அழுதுநின்றால் பெற்றவர்க்குப் பாரமடி
பிள்ளை அழுவாமல் பெற்றமனம் நோகாமல்

கள்ளர் பயமெனக்கே என்கண்ணம்மா!
கடுகளவு காணாதோ? 23

(**உரை:**) *என் கண்ணம்மையே! வழித்தடங்களிலே, மக்கள் கால்வைத்து நடந்து செல்ல முடியாத அளவுக்கு வழிப்பறிக் கள்ளர்களால் அச்சம் எனக்கும் ஏற்படுகின்றதே, ஐயோ! பிள்ளை அழுகிறது என்று தெரிந்தும் அங்கே செல்ல முடியாமல், வழிக் கள்ளரை நினைந்து பெற்றோரும் துன்பப்படுகின்றனரே.*

எனவே, பிள்ளை அழாமலும் பெற்றவர் மனம் துயருறாமலும் இருக்க, கள்ளரின் களவுகளை ஒழிக்க வேண்டும்; எனக்கும் அந்த அச்சம் கடுகளவுகூட வரக் கூடாதடி, யம்மா!

(வாழ்க்கை வெற்றிபெற ஐம்புல அறிவு வேறுபடாமல் ஒற்றுமையில் செயல்பட வேண்டும்.)

பட்டணத்தை ஆளுகின்ற பஞ்சவர்கள் ராசாக்கள்
விட்டுப் பிரியாமல் வீரியங்கள் தாம்பேசி,
விட்டுப் பிரிந்தவரே வேறு படுங்காலம்
பட்டணமும் தான்பறிபோய் என்கண்ணம்மா!
படைமன்னர் மாண்டதென்ன? 24

(**உரை:**) *என் கண்ணம்மா! வாழ்வின் வெற்றி பற்றி நீயே கூறவேண்டும். வாழ்க்கையென்னும் பெரிய நகரை ஆட்சி புரிபவர்கள் ஐந்து புலனறிவு மன்னர்களேயாவர்; அவர்கள் ஒற்றுமைப் பண்புகெடாமல் நட்புடனிருக்குங் காலத்தில் தங்களது வீரத்தையும் வெற்றியையும் மகிழ்ந்து பேசுவார்கள்; அவர்கள் ஒற்றுமையின்றி வேறுபடும்போது தங்களுக்குள்ளேயே போரிட்டுத் தோல்வியடைந்து மாற்றாரிடம் தங்களது நாடு நகரங்களையும் இழந்து வருந்தி அழிந்து போவார்கள்; இதுதானே உண்மை கண்ணம்மா!*

(கடவுளையும் உயிர்களையும் அறியாத நான் மிகவும் புன்மையுடையவனே!)

ஆகாயப் புலையனடி! அஞ்ஞானம் தான்பேசிச்
சாகாத் தலையறியேன் தன்னறிவு தானறியேன்
வேகாத காலறியேன் விதிமோசம் ஆனேனடி!
நோகாமல் நொந்தல்லோ என்கண்ணம்மா!
நொடியில் மெழுகானேனடி. 25

*(**உரை:**) என் கண்ணம்மா! கடவுளை உணராத என் சிறுமையை இப்போதெண்ணி வருந்துகிறேன் அம்மா! நான் விண்வெளியளவு புன்மையறிவு உடையவன்; அறியாமையிருளால் வீண்பேச்சுப் பேசிப் பொழுதினைக் கெடுத்தவன்; 'சாகாத் தலை' எனப்படும் மெய்ப்பொருளான கடவுளை அறியாத மூடன்; தன்னறிவான உயிரின் ஒளிவடிவை உணராதவன் நான்; மேலும், 'வேகாத கால்' எனப்படும் தீயிலழியாத ஆன்மவுயிரையும் அறியாதவன் நானே; இப்பொருள்களை அறியாமலிருந்தது எனது தலைவிதியே என நினைக்கிறேன் அம்மா! இதனால் என் நெஞ்சம் இப்போது ஆழமாகவே நொந்து வருந்துகின்றது; இந்த வெப்பத்தாலே மனம் நொடிப்பொழுதில் மெழுகுபோல் உருகி ஓடுகின்றதடி, தாயே!*

சாகாத்தலை, வேகாக்கால், போகாப் புனல் என்னும் புதிய ஆக்கச் சொற்களை, இச்சித்தருக்குப் பின்னர், மிகவும் தம் அருட்பாக்களில் ஆட்சி செய்தவர் வள்ளற் பெருமானே என்று தெரியலாம்.

(பெற்ற தாயும் தந்தையும் உடலுக்கே உறவாவர்;
உயிருக்கோ இறைவனே உறவு!)

தாயைச் சதமென்றே தந்தையரை ஒப்பென்றே
மாயக் கலவிவந்து மதிமயக்கம் ஆனேனடி!
மாயக் கலவிவிட்டு மதிமயக்கம் தீர்ந்தக்கால்
தாயும் சதமாமோ? என்கண்ணம்மா!
தந்தையும் ஒப்பாமோ? 26

*(**உரை:**) என் கண் நிகர்த்த தாயே! என்னை ஈன்ற தாயை, அழியாத நிலையுடையவள் என்றும், தந்தையைத் தமக்கு நிகரானவர் அவரே என்றும் உறவுப் பாசக் கலப்பென்னும் மாயையாலே அறிவு மயங்கிப் போனேன் அம்மா! அந்த மாயமான பாசக் கலப்பு (கலவி) தரும் அறிவு மயக்கம் என்றைக்குத் தீர்கின்றதோ அன்றைக்குத் தாயும் தந்தையும் என்னும் உறவு அழிந்து போகும்; கடவுளே அழியாத உண்மையான தாயும் தந்தையும் என்னும் மெய்யறிவு பேசும்!*

(நான் அழியுமுன்னே நீ என்னை ஆண்டருள்க!)

அஞ்சாத கள்ளனடி ஆருமற்ற பாவியடி!
நெஞ்சாரப் பொய்சொல்லும் நேயமில்லா நிட்டூரன்

கஞ்சா வெறியனடி கைசேதம் ஆகுமுன்னே
அஞ்சாதே என்று சொல்லி என்கண்ணம்மா!
ஆண்டிருந்தால் ஆகாதோ? 27

(உரை:) என் தாயே! அடியேன் யாருக்கும் அஞ்சாத ஏமாற்றும் கள்ளன் அம்மா! உதவி செய்ய எனக்கு யாருமில்லாத தீவினையுடையவன் அம்மா! மனம் விரும்பிப் பொய் சொல்பவன்; மனம் வெறுக்கக் கொடிய சொற்களைப் பேசுபவன்; மயக்கந்தரும் புகையான கஞ்சாவை உட்கொள்ளும் வெறியனும் நானே; இப்படியாக இழிந்த என்னை, கெட்டழியும் முன்னரே, "அஞ்சாதே மகனே!" என்று சொல்லியருளி ஆண்டு கொள்ளக் கூடாதா, அம்மா!

(பெற்றவனை மறக்காமலே, உன்னை மறக்காமல் ஒத்து மதித்து வாழவேண்டும்.)

உன்னை மறந்தல்லோ உளுத்த மரமானேன்
தன்னை மறந்தார்க்குத் தாய்தந்தை இல்லையடி;
தன்னை மறக்காமல் தாயாரும்உண்டானால்
உன்னை மறக்காமல் என் கண்ணம்மா!
ஒத்திருந்து வாழேனோ? 28

(உரை:) என்னை ஈனாது ஈன்ற தாயே! நான் உன்னை மறந்ததாலே உளுத்துப்போன மரமானேன் அம்மா! 'தான் யார்? யாருக்குப் பிறந்தேன்?' என அறியாமல் தன்னையே மறந்திருப்ப வருக்குப் பெற்ற தாயும் தந்தையும் இல்லையென்பதே உண்மையாம்.

தன்னை மறக்காமல் (நினைந்திருப்பவருக்கு) பெற்ற தாய் உண்டு. அப்படி எனக்கும் தாய் உண்டென்பதால், நான் உன்னை மறக்காமலும் (இரு தாயாக) ஒத்து மதித்துப் போற்றி வாழ வேண்டும், அம்மா! இதுவே என் ஆசை!

(விதிவயத்தால் தவநிலை இடையிலேயே முறிந்துவிடும்!)

காயப் பதிதனிலே கந்தமூலம் வாங்கி
மாயப் பணிபூண்டு வாழும் சரக்கெடுத்தே
ஆயத் துறைதனில் ஆராய்ந்து பார்க்குமுன்னே
மாயச் சுருளோலை என்கண்ணம்மா!
மடிமேல் விழுந்ததென்ன? 29

(உரை:) *என் கண்ணம்மா! தவநிலை இப்படி முறியலாமா? தவமிருக்கும்போது, உடம்பிலே கந்த மூலம் என்னும் நறுமணக்கிழங்குப் பொடியைப் பூசிக்கொண்டு, மூச்சை இட-வல மூக்கில் இழுத்துவிட்டபடி, மறை (மாயம்) வாகவுள்ள குண்டலினிப் பாம்பு படம் (பணி) விரித்துத் தன் ஆற்றலைக் காட்டும்; இப்போது மூலாதார இடத்திலிருந்து வாழ்வுதரும் மூலக்கனல் காற்று, உடலுக்குள்ளிருக்கும் ஆறு சக்கரங்களாகிய துறைகளோடு கலந்து இயக்கி மேலே செல்லும்; இந்த நிலையில் தவம் முற்றுப்பெறாமல் இருக்கும் போதே விதிவயத்தால் 'சாவு ஓலை'க் கருத்துடைய சுருளொன்று வந்து மடியிலே விழுந்தது அம்மா! இப்படியும் ஒரு சாவு வருமா? அந்தோ!*

(ஏழாம் இடமான தலைமேலுள்ள அறிவம்பலத்தை முறையாக அடைந்தாலே நினைத்தபடி வெற்றி!)

சித்திரத்தை குத்தியல்லோ சிலையை எழுதிவைத்து
உத்திரத்தைக் காட்டாமல் ஊரம்பலம் ஆனேன்;
உத்திரத்தைக் காட்டியல்லோ ஊரம்பலம் ஆனால்
சித்திரமும் வேறாமோ? என்கண்ணம்மா!
சிலையும் குலையாதோ? 30

(உரை:) *என் கண்ணம்மா! சிற்பக்கலைஞன் ஒரு சிலையைச் செய்தற்கு முதலில், சிலையில் அமைய வேண்டிய உருவத்தைக், கோட்டு ஓவியமாக வரைவான்; அதைப் பார்த்துக் கொண்டே உருவச் சிலையை முழுமையாகச் செய்து முடிப்பான்; இதுவே முறை. இதைப் போலவே தவமிருப்பவன், மூலாதார இடத்திலுள்ள மூலக்கனலொளியைச் சுழுமுனை நாடி வழியே மேலேயுள்ள உத்திரமாகிய தலைத்துளைக்குக் கொண்டு செல்ல வேண்டும்; அத்துளை வழியே கனலொளியைப் பொதுமன்றம் (சிற்சபை) எனப்படும் ஆன்ம ஊரம்பலத்துக்குள் செலுத்த வேண்டும்; இந்த நிலையில் தான் அம்பலத்திலே பேரொளியான கடவுள் காட்சி தருவான். இதுவே முறையான தவக்காட்சியாகும். முறையின்றி, உத்திரவழிச் செல்லாமல் தவறினால், ஓவியமும் மாறிவிடும்; சிலைக் காட்சியும் கிட்டாது! எனவே, தவமுயற்சியில் கவனம் தேவை அம்மா!*

(நான் யாரிடமும் சென்று இரக்காத செல்வத்தைக் கொடுக்க வேண்டும்.)

புல்லர் இடத்திற்போய் பொருள்தனக்குக் கையேந்திப்
பல்லை மிகக்காட்டிப் பரக்க விழிக்கிறண்டி!
பல்லைமிகக் காட்டாமல் பரக்க விழிக்காமல்
புல்லரிடம் போகாமல் என்கண்ணம்மா!
பொருளெனக்குத் தாராயோ? 31

(உரை:) *என் கண்போன்ற தாயே! நான் (உன்மகன்) ஒரு பொருளை வேண்டி இரு கையையும் ஏந்திக்கொண்டு, அறிவும் இரக்கப்பண்பும் இல்லாத புன்மையரிடம் செல்லக்கூடாது; ஆனால் நானோ பல்லை மிகவும் தெரியக்காட்டிப் பரக்க பரக்க விழித்துப் புல்லரிடம் சென்று நிற்கிறேனே அம்மா! என்ன செய்வேன்! அப்படிக் கீழ்மையடைந்து, பல்லைக் காட்டாமலும் விழிக்காமலும் போகாமலும் எனக்கு மெய்யான (அருட்) செல்வத்தை நீ தந்தருள வேண்டும், தாயே!*

(காம இருளை நீக்கி அருளொளியைத் தருவாய் அம்மா!)

வெட்டுண்ட சக்கரத்தால் வேண தனமளித்துக்
குட்டுண்டு நின்றேண்டி! கோடிமனு முன்னாலே
குட்டுண்டு நில்லாமல் கோடிமனு முன்னாக
வெட்டுண்டு பிணிநீக்கி என்கண்ணம்மா!
விழித்துவெளி காட்டாயோ? 32

(உரை:) *என் அருளம்மையே! நான் உலக மாயையான வாழ்விலே, வெட்டப்பட்ட வட்டம் போன்ற பெண்குறிக்கு ஆசைப்பட்டு, வேண்டப்பட்ட செல்வத்தையெல்லாம் தொலைத் தேன்; இந்த இழிநிலையால் கோடிக்கணக்கான மக்கள் முன்னே இழித்தும் பழித்தும் பேசப்பட்டுக் குட்டும்பட்டேன் அம்மா! இனிமேல், அப்படி மக்கள் முன்னே குட்டுப்பட்டுத் தலைகுனிந்து நில்லாமல், இழிவால் நெஞ்சம் வெட்டுண்டு போகாமல் காம மென்னும் பிணித்துயரை ஒழித்து, எனக்கு நீ அருள்விழி திறந்து கண்டு வாழ்விலே வெளிச்சத்தைக் காட்ட வேண்டும் தாயே!*

(நான் பிறக்காமலிருந்திருக்க முன்னமே தெரியவில்லை அம்மா! அதை இப்போதாவது உரைப்பாய்.)

என்னோடு உடன்பிறந்தார் எல்லோரும் பட்டார்கள்
தன்னந் தனியனுமாய்த் தனித்திருக்கல் ஆச்சுதடி!

முன்னம் இதுதெரிந்தால் முழுமோசம் போகேனே
இன்ன விதமென்று என்கண்ணம்மா!
எடுத்துரைக்கல் ஆகாதோ? 33

(**உரை:**) *என் அருட்கண்ணம்மா! நான் எத்தனையோ பிறவியெடுத்திருப்பேன்; என்னோடு பிறந்தவர்களும் எத்தனை எத்தனை பேரோ! அவருடைய வரலாறும் தெரியாது. ஆனால், இப்பிறவியிலும் என்னோடு பிறந்தவரெல்லோரும் மாண்டுபோய் விட்டார்கள்; நான் மட்டும் தனியொருவனாய்த் (தனி மரமாய்) தனித்திருக்கும்படி ஆகிவிட்டதேயம்மா! என்ன செய்வேன்? இப்படித் தவிப்பேனென்று முன்னமே தெரிந்திருந்தால் தவிக்கவும் நேர்ந்திருக்காது; உன்னிடமே அடைக்கலம் ஆகிப் பிறவியே வேண்டாமென்று அருள்வேண்டித் தவஞ்செய்திருப்பேன். அம்மா! பிறவியை அறுக்கும் நெறியை நீயே எனக்கு உரைக்க வேண்டும்.*

(தீமைகள் அழிந்தன; நெஞ்சம் கரைந்தது; எல்லா நன்மைகளும் எனக்கு ஏவல் செய்தன!)

எல்லாரும் பட்டார்கள் இன்னவிடம் என்றறியேன்
பொல்லாங்கும் போச்சுதடி! புலனும் மறந்ததடி!
கல்லான என்மனது கரைந்திருக்கு மேயாகில்
எல்லாரும் வந்து என்கண்ணம்மா!
எனக்கேவல் செய்யாரோ? 34

(**உரை:**) *என் தாயே! கண்ணம்மா! என் உயிரைச் சார்ந் திருந்த செருக்கும் தீய பண்புகளும் என்னைச் சூழ்ந்திருந்தவரும் அழிந்தே போனார்கள்; அவர்கள் எங்கே எப்படிச் சென்றார் களென்று என்னால் அறிய முடியவில்லை; எனினும் தீமைகளும் பழிகளும் போய்விட்டன; அவற்றைப் பற்றிய அறிவும் என்னிடம் இல்லை; மறந்துவிட்டன, அம்மா!*

உண்மையிலே கல் போன்ற என் மனம் கரைந்து உருகும் போது, நற்பண்புகளும் நல்லவரும் யாவருமே வந்து எனக்கு ஏவல்செய்து உதவுவார்களேயம்மா!

(இறைவனை அறிந்து கொண்டபின் என்னை மறந்தேன்.)

என்னை எனக்கறிய இருவினையும் ஈடழித்துத்
தன்னை அறியுமிடம் தானறிந்து கொண்டேண்டி

தன்னை அறியுமிடம் தானறிந்து கொண்டபின்பு
என்னை அறியாமல் என்கண்ணம்மா!
இருந்தேன் ஒருவழியாய். 35

*(**உரை:**) என் கண்ணம்மா! என்னை எனக்காக அறியும் ஆர்வத்திலே, நல்வினை-தீவினைகளைச் சமமாகக் கருதும் ஒப்பான உயர்நிலையை அடைந்தேன். அதனால், இறைவனாகிய தன்னை அறிந்து கொள்ளும் தகுதிபெற்று, இறைவனை அறியுமிடம் வெட்டவெளியான பேரொளியே (பட்டறிவே) என்று தெரிந்து கொண்டேனம்மா! அப்படியே இறைவனை முழுமையாய் உணர்ந்து கொண்ட பின்பு, அந்த உணர்வே விஞ்சிய நிலையில், எனது உயிரெல்லாம் இறையொளியானதால் என்னை அறியாமலே கரைந்து போயிருந்தேன் ஒரே நிலையில்!*

"என்னை நானென்பதும் அறியேன்
இரவு பகலாவதும் அறியேன்-"

என்ற மணிவாசகப் பெருமானின் மணிமொழியை இங்கே ஓர்க!

(மனிதனிடமுள்ள சூதுகளைச் சுட்டழித்தால் பாதாளப் பொருள்களையும் பக்கத்தில் கொண்டு வரலாம்!)

ஆதாரம் ஆறினையும் ஐம்பத்தோர் அட்சரமும்
சூதான கோட்டையெல்லாம் சுட்டுத் தொலைத்தார்கள்;
சூதான கோட்டையெல்லாம் சுட்டுவிட நாளானால்
பாதாள வத்துவெல்லாம் என்கண்ணம்மா!
பக்கத்து இருக்காதோ? 36

*(**உரை:**) என் அன்னையே! தவத்திலே முதிர்ந்து இறை யொளியமுதம் உண்டு தவவெற்றி கண்டவர்கள், உடம்பிலுள்ள ஆறு (மூலாதாரம் முதலிய ஆறு) ஆதாரச் சக்கரங்களையும், அவற்றில் பேசப்பட்ட (ஆறு இடங்களிலும் **4+6+10+12+16+3** ஆக **51** தாமரை மலரிதழ்கள்-) ஐம்பத்தொரு இதழ்களான ஐம்பத் தோர் எழுத்துக்களையும், மக்களை வஞ்சித்துச் சூது செய்யும் தீய பண்புகளான கோட்டைகளையும் சுட்டுத் தொலைத்து விட்டார்கள்; இந்தத் தவஞ் செய்யும் கருத்தும் கருவிகளும் அவர்களுக்கு இனித் தேவையில்லை என்ற உயர்நிலை ஏற்பட்டது!*

இப்படிச் சூதான கோட்டைகளைச் சுட்டவருக்கு, அவர் எண்ணிய எண்ணியவாறே பாதாள இடத்திலுள்ள பொருள்கள்

கூட அவர்கள் பக்கம் வந்துவிடும்; சித்தியென்னும் வெற்றி பெறுவர்! இவ்வாறு சுட முடியாத அரைகுறையானவருக்கோ பாதாளப் பொருள் (வத்து-வஸ்து) வாராது, அம்மா!

கோட்டையைச் சுட்டவர் "அட்டமாசித்தி" பெற்றவரென அறிக.

(இறைவனோடு உயிரறிவு ஒத்திருந்தாலும் இடையிலே உயிருக்கு மயக்கம் வந்து விடுகின்றதே!)

கடல்நீரின் ஆழமதைக் கண்டுகரை யேறிவந்து
உடலுமுயி ரும்போல ஒத்தே இருந்தோமடி!
உடலுமுயி ரும்போல ஒத்தே இருக்கையிலே
திடமாம் மயக்கம்வந்து என்கண்ணம்மா!
சேர்ந்தது என்? சொல்லாயோ? 37

(உரை:) என் கண்ணம்மா! தாயே! உயிருக்கு மயக்கம் வருவது ஏனென்று சொல்லமாட்டாயா? வாழ்க்கையென்னும் கடல்நீரின் ஆழத்தைக் கண்டு அதன் வெற்றியாகிய கரையேறி வந்த நானும், இறைவனாகிய ஒளியும் ஒன்றாகி உடலும் உயிரும் போலவே ஒன்றிக் கலந்திருந்தோம் அம்மா! அந்த உயர்ந்த நிலையில், ஒத்தே இருந்தபோதிலும், என் உயிருக்கும் வலிமை யான மயக்கம் வந்ததே! ஏன்? இந்த மயக்கம், உயிரிலே பற்றி யிருக்கும் இருளான ஆணவம் இன்னும் முழுமையாய் ஒழிந்து ஒளிபெறவில்லை யென்பதைக் காட்டுகிறதா? புரியவில்லையே அம்மா!

(எல்லாப் பொருள்களிலும் இறைவனிருப்பதை உய்த்துணர வேண்டும்.)

கல்லுள் இருந்த கனலொளியைக் காரணமாய்ப்
புல்லுள் இருந்துவந்த பொருளறியக் காணேன்டி!
புல்லுள் இருந்த பொருளறியக் காணாட்டால்
வல்லபங்கள் தோணாமல் என்கண்ணம்மா!
மயங்கித் தவிக்குறண்டி! 38

(உரை:) என் கண்ணம்மையே! உலகப் பொருள்கள் அனைத் துக்கும் அடிப்படையாயும் முடிவாயுமுள்ள மெய்ப்பொருள் கடவுளே. கல்லுக்குள்ளிருக்கும் கனலொளியானது உடைக்கும் போது வெளிப்படுகின்றது; புல்லின் நுனியிலிருக்கும் பனித்

துளியில் தெரியும் கதிரொளி வியப்பைத் தருகின்றது. இவற்றைப் போலத்தான் கடவுளாகிய மெய்ப்பொருளை உணர்ந்து அறிய வேண்டும். நானோ அப்படி அறிந்து காணவில்லை.

இவ்வாறு நுட்பமாக ஒரு புல்லிலும் மறைந்திருக்கும் மெய்ப்பொருளைக் காணமுடியாவிட்டால் உலகிலே வல்லபமான நுண்பொருட்களை அறியாமல் நாம் வீண் போவோம். ஆதலால், அம்மா! இவற்றை எண்ணியே நான் அறிவு மயங்கித் தவிக்கின்றேன் தாயே!

(பொற்பூ மணக்கும் என்பது உயர்வு நவிற்சி!)

பொற்பூவும் வாசனையும் போதம் அறிந்தோர்க்கு
கற்பூவும் வாசனையும் காணும் கயவருக்கும்
கற்பூவும் வாசனையும் கண்டதுண்டே யாமானால்
பொற்பூவும் வாசனையின் என்கண்ணம்மா!
புலன்கள் தெரிவேண்டி. 39

*(**உரை:**) என் கண்ணம்மா! உலகில் மெய்ப்பொருளை அறியும் அறிஞர்கள், பொன்னாற் செய்த பூவினழகில் வியந்து, அது மணம் கமழ்ந்தால் இன்னும் இன்பம் தருமே என்று போற்றுவார்கள். ஆனால், அறிவும் ஒழுக்கமுமில்லாத கயவருக்கோ கல்லால் செய்த பூவின் கலையை அறியவோ அது மணக்கும் என்று எண்ணவோ தெரியாது.*

கயவருக்குக் கற்பூவின் மணத்தைப் போற்றும் கலையறிவு வாய்க்குமானால் அறிஞர் போற்றும் பொற்பூவின் மணத்தையும் கற்பனை செய்ய முடியும்; இதனால் அவர் கடவுளையும் ஆழமாக உணரமுடியும்!

(திங்களிலிருந்து தோன்றும் திறனுடைய ஒளி வெண்ணிறமாய் விந்து-நாதமாய் அறிவாய்த் திகழும்)

ஆதிமதியென்னும் அதின்விடாய் தானடங்கிச்
சோதிவிந்து நாதமெனச் சுக்கிலமாய் நின்றதடி;
சோதிவிந்து நாதமெனச் சுக்கிலமாய் நின்றக்கால்
நீதியுடன் பூர்வபட்சம் என்கண்ணம்மா!
நிலை தெரிய மாட்டேனோ? 40

*(**உரை:**) என் கண்ணம்மா! மனிதனுக்கு அறிவு, திங்களான மதியிலிருந்தே கிடைக்கின்றது. அந்த முழுமதியில் தோன்றும்*

ஒளித்திறன் (வேட்கை) அடங்கி, வெண்ணிறமாய் மனித அறிவிலே, ஒளியென்னும் விந்துவாயும் நாதமென்னும் ஓசை ஒலிகளாயும் திகழும். இவ்வாறு நிற்கும் மதியறிவு முறையாக என் மூளையிலும் வளர்பிறைபோல் வளரும் இயற்கையை நான் தெரியமாட்டேனா? தெரிவேன், அம்மா!

(நான் இதுவரை கூறிய அறிவுசார்ந்த கருத்துக்கள் தன் நிறைவு நிலையில் கொட்டியவையேயாகும்.)

ஞானமிது நாற்பதையும் நலமாக வேதெரிய
மோன மயக்கத்தில் முழுதுமே கொட்டிவிட்டேன்;
மோன மயக்கத்தை முழுதும் அறிந்தோர்கள்
ஞானம் அடைவார்கள் என்கண்ணம்மா!
நன்மைபெற்று வாழ்வார்கள். 41

(உரை:) என் அம்மையே கண்ணம்மா! இங்கே மெய்யறிவு எண்ணத்தில் நான் கூறிய நாற்பது பாடல்களையும், எல்லோரும் நலம் பெறும்பொருட்டே, அறிவு அடங்கிய பேசாத நிலையில் கொட்டியே உரைத்தேன்.

எனது பேசாத பெருநிலையில் பாடிய கருத்துக்களனைத் தையும் நன்கு அறிந்தவர்கள், உண்மையிலே மெய்யுணர்வைப் பெறுவார்கள்; நல்வாழ்வையும் அடைவார்கள், கண்ணம்மா!

2. வளிமருந்து (வாத கற்பம்)

இத்தலைப்பில் உள்ள 42 முதல் 108 வரை (67)யான பாடல்கள், மருந்து செய்யும் வேதிமுறை, மருந்து, மருத்துவம், மருத்துவர் பற்றியெல்லாம் எடுத்துரைக்கின்றனவே.

எனவே, இப்பாடல்களுக்குரிய உண்மை விளக்கத்தைச் சித்த மருத்துவர்களே கூற முடியுமென்பதால் அடியேன் அவற்றை விட்டுவிட்டேன்.

3. ஆறு ஆதாரம்

ஒருவன் தவ ஒழுக்கத்துடன் தவம் முயலும் நிலையிலே, உடலின் உள்ளுறுப்புக்கள் இயங்கும்முறை இங்கே பேசப்படுகின்றது.

உடம்பிலே அமைந்த மூலாதார இடம், கருவாய் இடம், உந்திச்சுழியிடம், நெஞ்சக இடம், கழுத்து இடம், புருவநடு இடம் என்னும் ஆறுமே தவஞ்செய்தற்கு ஆதரவாகவுள்ளன. இவ்விட உறுப்பின் செயல்பாட்டை வைத்தே இவற்றைத் தறி என்றும் சக்கரமென்றும் கூறுவர்.

முன்னுரை-வெண்பா:

(கவலையற்றிருப்பதே வாழ்வின் விடுதலை!)

ஞானநூல் கற்றாலென் நல்லுறவு பூண்டாலென்?
மோன சமாதி முயன்றாலென்?-தானாகி
எல்லாக் கவலையும் அற்றின்பில் வாழ்வதுவே
சொல்லாரும் முத்தி சுகம்.

(உரை:) *மக்களே! எண்ணிப் பாருங்கள்! எண்ணற்ற மெய்யறிவு நூல்களைக் கற்று ஆராய்ந்து அசைபோடுவதால் வாழ்க்கையில் என்ன பயன் கண்டீர்கள்? சான்றோர்களின் கூட்டுறவும், உற்றார் உறவினர்களின் உறவாடலும் பெற்றுத் தான் அடைந்த நற்பயன் என்ன? பொறி-புலன்களடங்கிப் பேசாத நிலைபெற்று, இறையொளியோடு கூடி முயங்கும் முயற்சியில் ஈடுபட்டாலும், என்ன பயனுண்டு? எல்லாவற்றையும் ஆராய்ந்து பார்த்தால், மனிதன் தனிநிலையில் எல்லாக் கவலையும் இல்லாமல் இன்பவாழ்க்கை வாழ்தலன்றோ, சான்றோரால் பேசப்படும் விடுதலையென்னும் 'முத்தி' இன்பமாகும்.*

(அகரமாகிய சுடரெழுத்தைக் கடவுளெனப் போற்றுகின்றேன்.)

மேலத் தெருவாகி விந்துதித்த வீடாகிக்
கோலத்தி னாலேடி கூறும் அறுகோணம்
சீலத்தில் முக்கோணம் சேர்ந்தப்பு வீடாகி
மூலத்தில் மண்ணாகி-என் ஆத்தாளே!
முதலெழுத்தைப் போற்றி செய்தேன். 109

(உரை:) *என் அருளம்மையான ஆத்தாளே! நான் தலை மேலுள்ள ஏழாமிடமான ஆன்ம அறிவுமன்றிலே கடவுளை வணங்குகின்றேன்.*

ஐம்பூதங்களிலொன்றான 'மண்' மூலாதாரத்திலுள்ளது; இதிலிருந்து புறப்படும் ஆறுகோணச் சக்கரங்களும் அழகாக மேல்நோக்கிச் சென்று தலைநெற்றியின் நடுவாகிய (ஆறாவது சக்கரம்) முக்கோணத்தில் சேர்கின்றன; இந்த இடம் குளிர்ச்சி (சீலம்) தரும் குளம் எனப்படும். இதற்கு மேலுள்ள ஏழாமிடமான தெருவே ஆன்ம அறிவு மன்றாகும்; இதுவே கடவுளொளி (விந்து) தோன்றும் கோயில் (வீடு) ஆகும்; இங்கே கண்ட முதலெழுத் தான அகரப் பெருஞ்சுடரென்னும் கடவுளைப் போற்றி வணங்கு கின்றேன்!

> "அகர முதல எழுத்தெல்லாம் ஆதி
> பகவன் முதற்றே உலகு."

என்னும் முதற்குறளை இங்கே ஒப்பிட்டு ஓர்க!

(கடவுளே சுடர்விடும் ஒளியாயும் ஒலியாயும் வந்து அறிவு வெண்ணிறம் காட்டும்.)

ஆதியெனும் மூலமடி! அவ்வோடே உவ்வாகி
நீதியெனும் நாளமடி! நின்று விசையெழுப்பி
சாதிமதி யென்னும் தாகவிடாய் தானடங்கிச்
சோதிவிந்து நாதமென்ன-என் ஆத்தாவே!
சுக்கிலமாய் நின்றதடி! 110

(உரை:) *என் அருளென்னும் தாயே! அம்மா! முதல்வனான கடவுளே உலகப்படைப்புக் கெல்லாம் அடிப்படை வேராய் (மூலமாய்) உள்ளான்; அவனே தன்னை வெளியே காட்டுதற்கு (அகரம்+உகரம் சேர்ந்த) ஓங்காரமானான்; அந்த ஓங்கார நாதவுண்மையே, ஒருநெறி முறையில் அச்சாகும் தண்டாக (நாளம்) நின்று, அண்டங்களின் ஈர்ப்புவிசையை உருவாக்கியது; அந்த ஓங்கார நாத ஒலியே, உயிர்கள் வாழச் சிறந்த மதியெனும் அறிவுவேட்கையை அடக்கமாகவே தந்தது. அந்த அறிவொளியே, முதன்மையான சுடரொளி (விந்து)யாகவும் ஓசையென்னும் நாதமாகவும் உணரும்படி வெண்ணிறமாய் (சுக்கிலமாய்) நின்று திகழ்கின்றதம்மா!*

(கரு உருவான இயற்கை.)

துய்ய வெள்ளை ஆனதடி! துலங்கும்வட்டத்து ஓரெழுத்து
மெய்யில்நடு நாளமடி விளங்குவிந்து தானிரங்கிப்
பையளவு யோனியிலே பராபத்தி லேவிழுந்து
செய்யவட்ட மாகியடி!-என் ஆத்தாளே!
சீமூலம் ஆச்சுதடி. 111

(**உரை:**) *என் ஆத்தாள் சத்தியே! இந்த உலகப் பொருள்களின் படைப்பனைத்துமே ஆண்-பெண் பாலியல்புக் கூட்டுறவால் ஆனவையே என்று அறியலாம்.*

அந்த அடிப்படையிலே, ஒளிவிடும் ஓங்கார வட்டவெழுத்தான நாதவுண்மையிலிருந்து தோன்றும் ஒளிவிந்தானது, வேதிமாற்றத்தால் உருகி (இரங்கி) உடம்பின் நடுவிலுள்ள (முதுகந்தண்டு) நாளமாகிய துளை வழியே சென்று, பெண்ணின் (பாம்பின் படம்போன்ற) பையளவுள்ள குறிக்குள்ளே (மாயையின் ஆட்சியால்-பராபத்திலே) விழும். அப்படி விழுந்து (பெண்ணின் செம்பாலில்) கலப்பதால் சிவந்த வட்டமான கருப்பிண்டம் ஆகியது.

(ஒளிவீசும் முழுமதிபோல் குழந்தை பிறக்கிறது.)

நவ்வோடே மவ்வாகி நாலிதழின் மேற்படர்ந்து
உவ்வோடே சவ்வாகி உயர்வுன்னி யூடெழுந்து
நவ்வோடே மவ்வாகி நாடுகின்ற காலாகி
இவ்வோடு உதித்தாண்டி!-என்ஆத்தாளே!
இலங்குகின்ற திங்களடி! 112

(**உரை:**) *என் ஆத்தாளே! உலகப்படைப்பு நடைபெறுதற்காகவே, 'நம' என்னும் இரண்டு எழுத்தும் உணர்த்துகின்ற (ஆணவம்-கன்மம்-மாயை-மாயேயம்-திரோதாயி என்னும்) ஐந்தும், நான்கு இதழ்த் தாமரை மலர் என்று போற்றப்படுகின்ற மூலாதார இடத்திலே கலந்திருக்கின்றன. இவற்றால் உந்தப்பட்டுக் காம உணர்ச்சி ஏற்படும்போது, மூலக்கனலானது காமக்காற்றாகிக் (காலாகி) கருவாயிடமான ஆண்குறியைத் தூண்டும்; அப்போது, உகரமாகிய உயிர், சகரமாகிய இறையை உயர்ந்த நோக்கிலே நினைக்கும். தூண்டப்பட்ட குறியானது பெண்ணின் குறியில் கலக்கும். இதனால் கரு உருவாகிக் குழந்தையாய் முழுத் திங்களைப் போல் அழகாய்ப் பிறக்கின்றது.*

(ஓங்கார வடிவில் வையகத்தை யாளும் மன்னவனாய்ப் பிறக்கின்றான்.)

கதிரங்கி யாகியடி, கருணையினில் விந்திரங்கி
உதிரம் திரட்டியடி ஓமென்று அதனிலுன்னி
சதுரமது மண்ணாகிச் சதுர்முகனார் வீடாகி
மதுரம் பிறந்துதடி-என்ஆத்தாளே!
வையகனாய் வந்தாண்டி! 113

(**உரை:**) *என் ஆத்தாளே! கடவுளின் அருளிரக்கத்தால் படைப்பு நிகழ, ஞாயிற்றின் ஒளிக்கதிர்களால் இயற்கை ஒளி உடம்பைத் தாக்கவே, அதனால் குருதியானது திரண்டுருகி ஆணின் வெண்பால் (விந்து) என வேதிமாற்றம் அடைகின்றது; அப்போது ஓங்கார ஆற்றலும் செயல்படுவதால் அதையும் எண்ண முடிகிறது. இந்த நிலையில், சதுரமான மண்ணிட மென்னும் மூலாதாரத்தைத் தன் கோயிலாகக் கொண்டு, நான்முகனான படைப்போன் அங்கே தங்கியிருப்பான். இதனால் தான் படைப்பே நடக்கின்றது. இப்படியே இனிய குழந்தை பிறக்கிறது. இவனும் உலகையே ஆள்பவனாய் வந்து திகழ்கிறான், அம்மா!*

(பெண்ணுக்கும் காமக்கனல் தோன்றி களிப்பு ஏற்பட்டது)

மெப்பாகச் சதுரமடி மெய்யாய் அதிற்பரந்து
ஒப்பாய் நடுநாளம் ஓங்கி அதில்முளைத்துச்
செப்பார் இளமுலையார் சீருடனே தானிருந்து
அப்பாலே மாலாகி-என்ஆத்தாளே!
ஆனந்தம் ஆனதடி! 114

(**உரை:**) *என் அம்மையே ஆத்தாளே! இந்த உலகின் உயிர்களையெல்லாம் படைக்க வேண்டுமென இறைவன் அருளாணையிடவே, அன்னை பராசத்தி மேன்மையான சதுர இடமென்னும் மூலாதார இடத்திலே அருளொளி வீசி அமர்ந் திருந்தாள்; இவ்விடத்திலேதான் நடுநாளமான சுழுமுனைநாடி மூலக்கனலைக் காமக் கனலாக்கிச், செப்புப் போன்ற வட்டமான இளமுலையுடைய பெண்ணுக்கு உணர்வு தந்தது; இங்கே அருளம்மையின் அருளாலே குழந்தைப் பேறு அடைதற்காக, இப்பெண் காம (காதல்) மயக்கம் (மால்) பெற்றுக் களிப்பு நிலையை அடைந்தாள், அம்மா!*

(அழிப்போனாகிய உருத்திரன் புருவநடுவிலே வீற்றிருந்தான்.)

உன்னியப்பு மேலேயடி! ஓங்கிக் கதிர்பரந்து
மின்னியதில் தான்முளைத்து மேவுகின்ற சீயாகிப்
பன்னிவரு முக்கோணப் பதியதனி லே முளைத்து
வன்னியென்னும் பேராகி-என் ஆத்தாளே!
மருவுகின்ற ருத்ரனடி. 115

(உரை:) *என் ஆத்தாளே அம்மா! திரு (சீ-ஸ்ரீ) ஆன பெண்ணின் உந்திச்சுழியிடமாம் திருமாலிருக்குமிடத்திலே நீர் தங்கியிருக்கவும், கருவாயிடமான சுவாதிட்டானத்திலே காமக் கதிரானது பரந்து மின்னவும், முக்கோண இடமென்று சொல்லப்படும் புருவ நடுவாம் கோயிலில் (பதி) 'நெருப்போன்' என்னும் பேர் பெற்று அங்கு உருத்திரன் தங்கியிருந்தான், தாயே!*

**(மூலாதாரக் கனலே அனைத்துச் சக்கரங்களையும்
இயங்க வைக்கின்றது.)**

வீரான வன்னியதன் மேல்நாளம் தான்முளைத்து
ஓராறு கோணமதாய் உள்ளே ஓர் காலாகிப்
பேராகி நின்றுதடி! பெருங்கிளையாம் கூட்டமதில்
மாறாமல் மாறியடி-என் ஆத்தாளே!
வையத்து உதித்தாண்டி! 116

(உரை:) *என் ஆத்தாளே! அம்மா! புருவநடுவிலே திறன் (வீரம்) மிக்க கனலாய்த் தோன்றும் உருத்திரனே, உடலின் இயக்கத்தை வேண்டி, உடம்பிலுள்ள ஆறு கோணமாகிய சக்கரங்களையும் மூலாதாரக் காற்றால் இயக்கி ஓடவிட்டு நிற்கின்றான்; இதனால்தான் உடம்பிலுள்ள நரம்புக்கூட்டமான (எழுபத்திரண்டாயிரம் கிளை நரம்புகள்) கிளைகள், மாறாமல் நிலையாக இருந்த இடத்திலிருந்தபடியே, மாறியது போல் செயல்புரிகின்றன. இந்த முறையால்தான் மனிதன் பிறந்து வாழ்கின்றான், அம்மா!*

**(குழந்தை பிறந்தபின் திங்கள்மதியின் ஒளியாலே
அறிவு பெற்று வாழ்கின்றான்.)**

உதையாமல் என்னையிப்போது உதைத்தவனும் கீழிறங்கி,
மதியான மூலமதில் வந்திருந்து கொண்டாண்டி
நிதியாம் இரண்டெலும்பு நீளெலும்பு இரண்டாகி
முதியாத மாங்கிசமும்-என் ஆத்தாளே!
மூடியதில் இருந்ததடி! 117

(உரை:) என் ஆத்தாளே! இப்போது மடியிலே கிடந்து என்னை உதைக்க நினையாமலே உதைக்கும் சிறுபிள்ளையானது, வயிற்றைவிட்டுக் கீழே இறங்கிப் பிறந்தது; பிறந்தபின், வானத்திங்களின் மதி (அறிவு) ஒளியைப் பெற்று உலக அறிவைப் பெற்று, இருந்து வளர்ந்து வாழ்கின்றது. கருவிலே முதலில் மண்டை ஓட்டு எலும்பையும் பிற எலும்பையும் பெற்ற வளர்ச்சியில், நீண்ட காலெலும்பு இரண்டு வளர, அவற்றை மூடித் தசையும் வளர்ந்தது.

(நிலத்தில் கால்பதிய நடந்தது.)

மாதவளைக் குள்ளேயடி வந்தஅது கீழ்ப்படர்ந்து
போதத்தின் முட்டியடி புகழ்நரம்பை உண்டுபண்ணி
நீதம தாகஇந்த நீள்நிலத்தி லேதிரியப்
பாதமாய் உன்னியடி-என்ஆத்தாளே!
பதியாய் வளர்ந்ததடி 118

(உரை:) என் அம்மையே! தாயின் கருவாயிலிருந்து பிறந்து வந்த பிள்ளை, தரையில் தவழ்ந்து வளர்ந்து, உலகியல் பேச்சறிவோடு பேசிப்பழகி (முட்டிமோதி), உடம்பிலே போற்றப்படுகின்ற குருதிக்குழாயான நரம்புகளையும் வளர்க்கும்; பின்னர், இந்த மண்ணுலகிலே அறநெறியில் வாழ்தற்கேற்பக், காலடியைப் பெற்ற வலிமையோடு மனிதனாய் வளர்ந்து வாழும்!

(உடம்பு பத்துநாடிகளால் இயக்கப்பட்டு வாழ்கிறது.)

இருகண்ணின் மேலேயடி, இருந்தநரம் பூடுசென்று
பெருநரம்பாய் விம்மிப் பெருக்க முளைத்ததடி;
தரிநரம்பும் ஈரெலும்பாய்த் தான்ஒன்பது எலும்பாய்
விரிநரம்பு போலாக-என் ஆத்தாளே!
மேலாய் நுழைந்ததடி! 119

(உரை:) என்ஆத்தாளே! உடம்பில், இரு கண்களுக்கு மேலே புருவ நடுவிடத்தினுள்ளே அமைந்த இடக்கலை நாடி, வலக்கலை நாடியாகிய இரண்டுக்கும் நடுவே முளைத்தது சுழுமுனையாகிய நடு நாடியாகும். பத்து நாடிகளுள் தலைசிறந்ததும் இதுவேயாகும். இந்த நாடிகளைப் போலவே உடம்பிலே ஒன்பது வகையான எலும்புகள் உடல் வடிவமைப்பில் உள்ளன என்று அறிய வேண்டும்.

(பத்து என்னும் 'ய' உயிருக்கு வீடாக உடம்பு அமைந்தது.)

இட்ட எழுத்திரண்டில் ஏங்கியதில் மேற்படர்ந்து
வட்டமதி போலெலும்பு வளர்ந்து கவிந்ததடி;
எட்டிரண்டும் ஒன்றாகி இருந்தவர்க்கு வீடாச்சு;
வெட்டவெளி ஆனதடி-என்ஆத்தாளே!
மெய்யாய் இருந்துதடி! 120

*(**உரை:**) என் ஆத்தாளே அம்மா! ஓங்கார எழுத்தொலியில் இரண்டாவதான 'உ' என்னும் எழுத்துணர்த்தும் உயிரை அடிப் படையாய்க் கொண்டு, உடம்பு தோன்றி, அதிலே எலும்புகள் வட்டமான திங்கட் பிறையைப் போல வளர்ந்து உடல் முழுதும் கவிந்தன; இந்த வடிவான உடம்பானது, (8+2=10: எட்டு கடவுளையும், இரண்டு உயிரையும், பத்து 'ய' கரமென்னும் உயிர்ச்சுட்டையும் உணர்த்தும்.) உயிருக்கு வீடாக ஆயிற்று; இந்த உயிரே கடவுளைப் போல ஒரு வெட்டவெளிதான்! ஆதலால் உயிரும் அழியாமல் மெய்ப்பொருளாய் இருந்தது, அம்மா!*

(ஆவாகிய (பசு) உயிரிலேறி இறைவன் உலா வந்தான் அதன் அடையாளமே இலிங்க வடிவம்.)

அகார உகாரத்தில் ஆசூனி யம்பிறந்து
அகாரந் தனிலிரங்கி அரிமூலம் தன்னில்வந்து
உகாரத்துள் ஆவேறி ஓடி உலாவுதற்கு
நிகரற்ற நாதனடி!-என்ஆத்தாளே!
லிங்கமாய் வந்தான்டி. 121

*(**உரை:**) என் ஆத்தாளே! அம்மையே! ஓங்கார (அ+உ+ம்) ஒலியிலுள்ள அகரமாகிய கடவுளின் அருளாலே உகரமாகிய எழுத்திலே 'ஆ' என்னும் 'பாழ்' (வெட்டவெளி) ஆகிய உயிர் பிறந்தது; அந்த ஆ வே அகரத்தின் அருளால் ஒளிச்சுடரின் வேராய் (அரிமூலம்) விளக்கமுற்றது. அதன் அடையாளமாகவே, உகரம் என்னும் உயிராகிய ஆ (விடை-எருது) வில் ஏறி ஒப்பற்ற தலைவனான கடவுள் உலகில் உலாவந்தான்; அந்த (ஆஉடையார்) "ஆன்மநாதன்" தான் கோயில்களிலே சிவலிங்க வடிவாய் இருக்கிறான் என்பதை அறிவாயடி அம்மா!*

(இறைவன் வந்தது உலகைச் சீர்திருத்தவா?)

கருவாகி வந்தானோ கருவழிக்க வந்தானோ?
உருவாகி வந்தானோ உருவழிக்க வந்தானோ?

குருவாகி வந்தானோ குலமறுக்க வந்தானோ?
திருவாகி வந்தானோ-என்ஆத்தாளே!
சீர்திருத்த வந்தானோ? 122

(உரை:) என்ஆத்தாளே! என் தாயே! கடவுளின் உண்மையை உணர்கின்றேன்; ஆயினும் அவன் புரியும் அருளிச் செயல்களின் இயல்பையெல்லாம் என்னால் உணர முடிய வில்லையே, அந்தோ! என்ன செய்வேன்?

கடவுளானவன், உலகையெல்லாம் படைத்தற்குக் கருவாகி (வேராய்) வந்து, அறிவுலகத்துக்குப் புலப்பட்டானா? படைத்த கருவாகிய பிறவிகளை அழிக்கத்தான் வந்தானா? அவன யாருக்கும் தன் வடிவம் காட்ட ஓர் உருவாகி வந்தானா? தனக்கு ஒரு வடிவமில்லையெனக் காட்டுதற்காகத் தன் உருவையே மறைத்துக் கொள்ள வருகை புரிந்தானா? அவன் இந்த உலக மக்களின் அறியாமையென்னும் இருளைப் போக்கி, அறிவொளி தருதற்காகச் செவ்வொளிச் சிவகுருவாய் (மனித உருவிலே) வந்து தோன்றினானா? அன்றி, மக்கட்கூட்டம் (குலம்) அறியாமை யிலும் ஆணவ இருளிலும் மூழ்கியே அழியட்டுமே என்றுதான் பார்க்க வந்தானா? உலக உயிரெல்லாம் செல்வத்தில் தழைக்க, அருள்கொண்டு பீடு நடையிலே திருவாகிய தோற்றத்திலே வந்தானா?

இவ்வாறெல்லாமன்றி, 'உண்மையிலே உலகையே சீர்திருத்த எண்ணி வந்தானோ? அம்மா! அடியேனுக்கு ஒன்றும் புரிய வில்லையே!

4. மெய்யறிவு

உலகிலே இருள்காட்டும் பொய்ப்பொருள்களைச் சுட்டுப்பொசுக்கி, ஒளிகாட்டும் மெய்ப்பொருள்களை வழிபட வைப்பதுதான் மெய்யறிவாகும். இவ்வறிவையே தெய்வப்புலவர், "மெய்ப்பொருள் காண்பது அறிவு" என்றார்.

இங்கே அழுகணிச்சித்தர், உலகப்படைப்பு, இறையிய லுண்மை, வாழ்வியல், இறையன்பியல் எனப் பல துறை சார்ந்த கருத்துக்களைப் படைத்திருப்பதைக் கண்டு வியந்தும் நயந்தும் மகிழ்கின்றோம்.

பாட்டுக்கள் மூன்றடிகளிலமைந்த, தாழிசைப் பாடலாக உள்ளன. சில பாடற் கருத்துக்கள், முன்னர் வந்துள்ளதாய் எண்ணிப் படிக்கின்றோம்.

(ஐந்து கையுடைய கடவுளை எண்ணினேன்;
அவனும் தோன்றிக் காட்சியளித்தான்.)

ஐங்கரனைத் தெண்டனிட்டு அருளடைய வேணுமென்று
தங்காமல் வந்தொருவன்-என்ஆத்தாளே!
தற்சொரூபம் கொண்டாண்டி! 123

*(**உரை:**) என் அன்னையே அருள் ஆத்தாளே! அடியேன் அருள்பெற வேண்டுமென அன்பாலே ஐந்து திருக்கைகளை யுடைய வேழமுகனைப் பணிந்து விழுந்தேன்; அவன் காலங் கடத்தாமல் உடனே வந்தருளித் தனது இயற்கைத் தோற்றத்தைக் காட்டி அருள் செய்தான், அம்மா!*

(வந்தவன் கள்ளத்தை அறுத்துத் தூய்மையாக்கவே வந்தான்.)

உள்ளது ஒளியாக ஓங்காரத்து உள்ளிருந்து
கள்ளப் புலனறுக்க-என்ஆத்தாளே!
காரணமாய் வந்தாண்டி. 124

*(**உரை:**) என் அன்புத் தாயே! ஓங்கார ஓசையென்னும் உண்மை (தத்துவம்)யின் வடிவாய்ப் போற்றப்படும் மூத்த பிள்ளையார் ஒளி வடிவானவரே. அவர் இப்போது, உள்ளத்திலிருந்து கள்ளச் செயல்புரியும் ஐம்புல அறிவுகளைச் சுட்டுத் தூய்மையாக்கி அருள்தரவே வந்தான், அம்மா!*

(வந்தவன் மனமான சூது செய்யும்
கோட்டையைச் சுட்டுப் பொசுக்கினான்.)

ஆதாரம் ஆறினையும் ஐம்பத்தோர் அட்சரமும்
சூதான கோட்டையெலாம்-என்ஆத்தாளே!
சுட்டான் துருசறவே. 125

*(**உரை:**) என் ஆத்தாளே! என் உள்ளத்திலே வந்திருந்த ஓங்காரக் கடவுள், தவநிலையில் தவநூல் கூறுகின்ற உடலிலுள்ள மூலாதாரம் முதலிய ஆறு ஆதாரங்களும், ஆறு ஆதாரங்களி லுள்ள தாமரை மலரிதழ்களென்னும் ஐம்பத்தோர் எழுத்துக்களும் மறைக்கும் சூதான கருத்துக்களே என்று கூறியருளி,*

மனத்தைவிட்டு இருள் போயொழியும் படி விடியலைத் தந்தான், அம்மா!

(நான் மெய்யறிவு பெற்றதால் தனிமையானேன்)

என்னோடு உடன்பிறந்தார் எல்லோரும் பட்டார்கள்
தன்னந் தனித்தேனே-என்ஆத்தாளே!
தானிருக்க மாட்டேண்டி! 126

(உரை:) *என் அம்மாவே! என்னுள்ளம் தூயவொளி பெற்றதால், என்னுடன் பிறந்து வந்த தீவினைப்பாக்கியும் பற்றும் பாசமும் மக்களும் என யாவருமே செத்துவிட்டார்கள். நான் இப்போது தன்னந்தனியனாய் ஆனேன்; ஆதலால் ஆற்றாமையி லேயே இருக்கிறேண்டி, தாயே!*

(இறைவனிடம் சொல்லி அழுதாலொழிய
என் துயரம் ஆறாதம்மா!)

கல்லில் ஒளியானைக் கருத்தில் இனியானைச்
சொல்லி அழுதாலொழிய-என்ஆத்தாளே!
துயரம் எனக்கு ஆறாதே. 127

(உரை:) *என் அம்மையே! என் தனிமைத் துயரமும் உலகச் சூழலின் துயரமும் என்னுயிரை வாட்டுகின்றனவே. இவற்றை யெல்லாம், மதிப்புமிக்க வயிரக்கல்லில் சுடரும் ஒளியாய் இருப்பவனும் மனக்கருத்திலே இழிவுபடாமலிருப்பவனுமாகிய இறைவனிடம் சொன்னாலே என் துயரம் ஆறுமடி, தாயே!*

(என் உடலில் பூதங்களும் பொறிகளும்
ஒன்றுமில்லாமல் அழிந்து விட்டனவே!)

மண்முதலாய் ஐம்பூதம் மாண்டுவிடக் கண்டேன்டி;
விண்முதலாய் ஐம்பொறியும்-என் ஆத்தாளே!
வெந்துவிடக் கண்டேன்டி! 128

(உரை:) *என் ஆத்தாளே! இப்போது நான் கடவுளருளைப் பெற்றதாலே, மண்-நீர்-நெருப்பு-காற்று-வானம் என்னும் ஐந்து பூதங்களாலான உடம்பு ஒன்றுமில்லாமல் செத்துவிட்டதாகவே உணர்கின்றேன்; ஊறு-சுவை-ஒளி-மணம்-ஓசையாகிய அறிவுப்புலன்களின் மெய்-வாய்-கண்-மூக்கு-செவி என்னும் ஐந்து பொறிகளும் அடங்கி ஒடுங்கிவிட்டதாகவே கண்டேன் அம்மா!*

(ஆணவச் செருக்கு அழியவே எல்லாம் அழிந்தன!)

ஆங்காரம் தான்கெடவே ஆறடுக்கு மாளிகையும்
நீங்காப் புலன்களைந்தும்-என் ஆத்தாளே!
நீறாக வெந்துதடி! 129

(உரை:) *என் அம்மையே! நான் கடவுளருள் பெற்ற நிலையில், செருக்கு என்னும் ஆணவம் கெட்டழிந்தது; உடம்பிலுள்ள ஆறு ஆதாரச் சக்கரங்களென்னும் அடுக்கு மாடிக் கட்டடம் வெந்து பொடிந்தது; பொருள்களோடு நீங்காத பற்றுடைய ஐந்து அறிவுப்புலன்களும் வெந்து சாம்பலாயின, அம்மா! இது இறைவன் அருளிய ஆற்றலல்லவா!*

(பொறிகளும் மனமும் வேறுபட்டால்
போற்றும் வகையும் எப்படியாகுமோ?)

போற்றும்வகை எப்படியோ? பொறிபேதகம் பிறந்தால்
ஆத்தும தத்துவங்கள்-என்ஆத்தாளே!
அடுக்கழிய வெந்துதடி! 130

(உரை:) *என் ஆத்தாளே! நான் பெற்ற அருள் தகுதியாலே, உயிரைப் பற்றிய உண்மையியல்கள் என்னும் 'ஆத்துமத் தத்துவங்கள்' இருபத்து நான்கும் இப்போது அடுக்கடுக்காக அழியக் கண்டு, உயிரின் மிகவுயர்ந்த அருட்பண்பு ஓங்கி ஒளிரக் கண்டேன் அம்மா! பொறி-புலன்களிலும் மனம் முதலான உட்கருவிகளிலும் வேற்றுமை ஏற்பட்டாலோ, எவரையும் போற்றும் வகை எப்படியாகுமோ? தெரியவில்லையடி, அம்மா!*

ஆத்தும தத்துவங்கள் 24:-

பூதங்கள்-5; அறிவுப்பொறிகள்-5; அறிவுப் புலன்கள்-5; செயற்பொறிகள்-5; மனம், அறிவு, எண்ணம், செருக்கு என-4. ஆக-24 ஆகும்.

(உயிரின் மாசு அற்றுப்போகும்படி
உண்மையியல்களை அழித்தான், இறைவன்.)

வித்தியா தத்துவங்கள் விதம்விதமாய் வெந்ததடி
சுத்தவித்தை அத்தனையும்-என்ஆத்தாளே!
சுட்டான் துருசறவே. 131

(உரை:) *என் ஆத்தாளே! கல்வி சார்ந்த உண்மையியலான வித்தியாதத்துவங்கள் ஏழும் அருளாலே ஒவ்வொன்றாய் அழிந்ததம்மா! சிவ உண்மையியலான சிவதத்துவம் ஐந்தும் அவனருளால் மாசெல்லாம் அழியும்படிச் சுட்டுப் பொடியாக்கி விட்டான் தாயே! இப்போது நான் வெறுமையடைந்த நிலையில் 'வெட்டவெளி'யாகி விட்டேன்.*

வித்தியாதத்துவம்-7: காலம், நெறிமுறை (நியதி), கலை, கல்வி (வித்தை), ஆர்வம் (இராகம்), கற்போன் (புருடன்), மாயை என ஏழு.

சிவதத்துவம்-5:- சுத்தவித்தை, ஈச்சுரம், சாதாக்கியம், சத்தி, சிவம் என ஐந்தாம்.

ஆக-ஆன்மதத்துவம் 24+வித்தியா தத்துவம் 7+சிவதத்துவம் 5 என்னும் 36 உண்மைகளும் சைவசமயக் கொள்கையாகும்.

(கடவுள் தலைநடு அறிவம்பலத்திலே இருந்தான்.)

கேடுவரும் என்றறியேன் கெடுமதிகண் தோற்றாமல்
பாடுவரும் என்றறியேன்-என்ஆத்தாளே!
பதியில் இருந்தாண்டி. 132

(உரை:) *அம்மா! தாயே! இறைவனோ எனது தலைநடுவி லுள்ள (பதியாம்) அறிவம்பலத்திலே இருந்தான்; இதை நான் உணரவில்லை. எனக்குத் தீமை எதுவும் வருமென்று முன்கூட்டியே அறிந்து கொள்ளவில்லை; சுமையான (பாடு) தொழிலெதுவும் எதிர்காலத்தில் வருமென்றும் அறியவில்லை; கெட்ட அறிவானது எதையும் தெரியமுடியாமல் என் கண்ணையே மறைத்துவிட்டது, ஆத்தாளே!*

(தீமைகள் செய்யாமலிருக்க,
ஐம்பொறிகளின் செயல்பாடு அழியவேண்டும்.)

எல்லோரும் போனவழி இன்னவிடம் என்றறியேன்
பொல்லாங்கு தீரவடி-என்ஆத்தாளே!
பொறியழியக் காணேண்டி. 133

(உரை:) *என் ஆத்தாளே! அம்மா! இதுவரை உலகிலே பிறந்திறந்தவர்களெல்லாம் எங்கே சென்றார்களென்று, அந்த வழி இன்னதன்மையது என்று நான் அறிந்து கொள்ளவில்லை! இந்த*

வாழ்க்கையில், ஏற்படும் பொல்லாங்கும் பழியும் தீரவேண்டும்; இதற்காக ஊழ்விதியென்னும் பொறியும், தீமைசெய்யும் ஐந்து அறிவுப்பொறிகளும் அழியக் காணவில்லையே! அம்மா! என்ன செய்வேன்?

(உயிர் முதலியன மடிந்தவுடன் உடலும் அழிந்து போகும்.)

உட்கோட்டைக்கு உள்ளிருந்தோர் ஒக்க மடிந்தார்கள்
இக்கோட்டைக் குள்ளாக -என்ஆத்தாளே!
எல்லோரும் பட்டார்கள். 134

(உரை:) *என் அம்மையே! இந்த உயிருலகம் இப்படித் தானோ? உள் கோட்டையென்னும் உடலுக்குள்ளிருக்கும் உயிரும் மனம் முதலிய கருவிகளும் ஒன்றாகச் சேர்ந்தே போய்விட்டார்கள்; இவர்கள் போனபின்னே, இந்த வெளிக் கோட்டையென்னும் உடல்களும் இறந்து போனார்கள்; எல்லாம் மாயமே அம்மா!*

(நிலையில்லாத பொருளெல்லாம் அழிந்தே போகும்.)

உட்கோட்டை தானும் ஊடுருவ வெந்தக்கால்
கற்கோட்டை யெல்லாம்-என்ஆத்தாளே!
கரிக்கோட்டை ஆச்சுதடி! 135

(உரை:) *என் ஆத்தாளே! மனித உள்ளமும் எண்ணங்களும் உலக எதிர்மறைச் சிந்தனைகளாலும் தாக்கத்தாலும் வெந்தழிந்து போகும் நிலையில், புறத்தே காணும் கல்லால் கட்டப்பட்ட அரண்மனைகளும், கோயில்களும் ஒரு நாளில் அழிந்து கரிக்கோட்டையாய் மாறுவதும் இயல்புதானே, அம்மா!*

(உடம்பிலுள்ள தொண்ணூற்றாறு உண்மையியல்களும் ஒழிந்ததும் இறைவன் வந்து பிறவிக்கு விடுதலை தந்தான்)

தொண்ணூற்று அறுவரையும் சுட்டேன் துருசறவே
கண்ணேறு வாராமல்-என் ஆத்தாளே!
கருவறுக்க வந்தான்டி. 136

(உரை:) *என் அம்மையே! நான் என் உடம்பிலுள்ள மாசுகளையெல்லாம் சுட்டுத் தூய்மை செய்யும் பொருட்டு தொண்ணூற்றாறு உண்மையியல்களான தத்துவங்களை ஒவ்வொன்றாய்ச் சுட்டுக் கரைத்தேன். அதனால் கண்ணேறு.*

(கண்திருஷ்டி) படாமலே கடவுள் வந்து எனது பிறவிக்கருவை அறுத்து இனிப்பிறவாமல் விடுதலை தந்தான்!

(ஆண்டவன் என் ஆணவ-மாசுகளை அழித்தான்.)

ஓங்காரம் கேட்குதடி! உள்ளமெல்லாம் ஒக்குதடி!
ஆங்காரம் பட்டுவிழ-என்ஆத்தாளே!
அடியோடு அறுத்தாண்டி. 137

(உரை:) *என் அம்மா! என்னை ஆண்டுகொண்ட இறைவன், எனது ஆணவ-மாசென்னும் மரம், அடிவேரோடு அறுந்து விழுந்து பட்டுப் போகும்படி அருள்செய்தான், ஆத்தா! என்னே அவனது பேரருட்செயல்! இதனால் இப்பொழுதெல்லாம் என் அகச்செவியிலே வந்து ஓங்கார ஒலி ஒலிக்கவும், உள்ளம் முழுதும் ஒலி தழைத்து இனிக்குதடி தாயே!*

(என்னை அறிந்த நான் இறைவனுக்கு அடிமையானேன்.)

முன்னை வினையெல்லாம் முழுதும் அறுத்தாண்டி
தன்னை யறிந்து-என் ஆத்தாளே!
தானொருத்தி யானேன்டி. 138

(உரை:) *என் அம்மையே! நான் என்னை ஓர் ஆன்ம வுயிரென்றும் அடிமைப்பட்ட ஒருத்தியே என்றும் முழுதும் அறிந்து கொண்டதால், தலைவனான இறைவன் எனது பழைய வினைகளையெல்லாம் முழுதுமாக அறுத்து ஒழித்தானம்மா!*

**(நான் என்னை அறியவேண்டித்
தனித்திருந்து வாழத் தவிக்கின்றேன்.)**

என்னை எனக்கறிய இருவினையும் ஊடறுத்தான்
தன்னை அறியவாடி-என் ஆத்தாளே!
தனித்திருக்கல் லேன்டி! 139

(உரை:) *என் தாயே! இறைவன், என்னை எனக்காக (நானோர் உயிரென்று) அறியும் பொருட்டு, நான் செய்யும் நல்வினை-தீவினை இரண்டையும் நேரிலே கண்டுகொண்டான். நானோ இப்பொழுது, அவனை அறிதற்காகத் தனித்திருந்து, முடியாமல் வாடியே தவிக்கிறேன், அம்மா!*

(இனி நான் தனியே இருக்காமல் தலைவனை அடைவேன்.)

இன்னம் தனியேநான் இங்கிருக்க மாட்டேன்டி
சொன்னசொல் திறவடிவு-என் ஆத்தாளே!
சுட்டான் துருசறவே. 140

*(**உரை:**) என் தாயே! என் உயிர்த் தலைவனான கடவுள், நான் சொன்ன (பிதற்றிய) சொற்களின் வகை யாவையும் மாசு அழியும் படிச் செய்து ஒழித்தான்! இனிமேல் நான் தனியே இருந்து (தவஞ்செய்து) வாடித் தவிக்கமாட்டேன்; அவனை அடைந்தே தீர்வேன்; இது உறுதி, அம்மா!*

(என் உயிரும் மனமும் ஒளிமயமாகி வெட்டவெளி ஆச்சு!)

வீட்டில் ஒருவரில்லை வெட்டவெளி யாச்சுதடி!
காட்டுக்கு எரித்தநிலா-என் ஆத்தாளே!
கனவாச்சு கண்டதெல்லாம்! 141

*(**உரை:**) அம்மா தாயே! இப்போது எனது நிலையைக் கேளடி! என் மனமென்னும் வீட்டிலே ஒருவரும் இல்லை; சார்ந்த அறிவும் எண்ணங்களும் எங்கோ சென்று மறைந்தன. எனவே, உள்ளம் இப்போது ஒரே ஒளிமயமாய் (துரிய நிலையடைந்து) வெட்டவெளியாய் ஆனதடி! நான் தலைவனை நோக்கி எண்ணிய எண்ணமெல்லாம், கண்ட காட்சியெல்லாம் காட்டிலே எரித்த நிலாவொளிபோல் கனவாகிப் பயனற்றுப் போனதடி, அம்மா!*

(தலைவன் என்னைப் பிரிந்தானோ? பகைபோல் தெரிகின்றதே!)

நகையாரோ கண்டவர்கள் நாட்டுக்குப் பட்டலவோ
பகையாரோ விண்டவர்கள்-என் ஆத்தாளே!
பாசம் பகையாச்சே! 142

*(**உரை:**) அம்மா தாயே! தலைவன் என்னைப் பிரிந்து போனதால், கண்டவர்களும் நாட்டிலே தெரிந்தவர்களும் சிரித்துப் பேசமாட்டார்களா? போற்றி (விண்ட)ப் பேசியவர் களும் இப்போது கசந்து பகைக்க மாட்டார்களா? தலைவனிடம் நம்பி, நான் கொண்ட உறவும் பாசமும் பகையாச்சே யம்மா! ஐயோ!*

(என்னை ஈர்த்துக் கவர்ந்த தலைவன்
எனது மனத்தைக் குழைத்தான்; நிறையை அழித்தான்!)

என்னையிவன் சுட்டாண்டி எங்கே இருந்தான்டி
கன்னி அழித்தாண்டி-என்ஆத்தாளே!
கற்பைக் குலைத்தான்டி! 143

(உரை:) என் தாயே அம்மா! தலைவனான, கடவுள் எங்கே இருந்தானோ தெரியாது; ஆனால் வந்தவன் என்னை அருட் காதலால் ஈர்த்து உள்ளத்தையே காயப்படுத்தி விட்டான். இப்போது என்னைக் கைவிட்டதுபோலப் பிரிந்துள்ளான். என் கற்பென்னும் நிறையைக் குலைத்ததோடு என்னுள்ளத்தைப் பறித்ததுபோல் எனது கன்னித் தன்மையையும் அழித்தானம்மா! நான் என்ன செய்வேன்? அந்தோ!

(தலைவன் கள்ளப் பார்வையால்
என் உயிரையே பிடித்துக் கொண்டான்.)

உள்ளுரையில் கள்ளனடி உபாயம் பலபேசிக்
கள்ளக்கண் காட்டியடி-என்ஆத்தாளே!
காலைப் பிடித்தான்டி! 144

(உரை:) என் தாயே! என்னோடு உறவாடியவன் உள்ளொன்று வைத்துப் புறமொன்று பேசுதல்போல் கள்ளமனம் கொண்டவன்; நன்மை செய்வது போல் பலவாறு பேசினான்; ஆனால், கள்ளப் பார்வையே பார்த்தான்; அதோடு விடவில்லை; என் காலையும் (உயிராகிய கால்) பிடித்துக் கொண்டானம்மா! என்ன செய்வேன்?

இங்கே மனித ஒளியும் கடவுளொளியும் கூடியநிலை, உலகியல் நடையில் பேசப்படுகின்றதென அறிய வேண்டும்.

(என்னைப் பற்றிக் கொள்ளவோ எற்றிவிடவோ அறிந்தான்.)

பற்றத்தான் பற்றுவரோ? பதியில் இருந்தான்டி
எற்றத்தான் என்றுவரோ-என்ஆத்தாளே!
என்னை அறிந்தான்டி. 145

(உரை:) என் ஆத்தாளே! என்னை அறிந்து கொண்ட தலைவன் தலைநடு அறிவம்பலத்திலே கோயில் கொண்டவனே. நான் நம்பிய அத்தலைவரான கடவுள் என்னைப் பற்றிக் கொண்டு

வாழ்வளிப்பாரா? எற்றிப் பொருட்படுத்தாமல் கைவிட்டுவிட எண்ணியவரா? தெரியவில்லையே, அம்மா!

(உலகியற் கல்வியைப் பெண்மை பெறுதற்காக அளித்தான்.)

கண்டாருக்கு ஒக்குமடி கசடுவித்தை அத்தனையும்
பெண்டாக வைப்பனென்று-என்ஆத்தாளே!
பேசாது அளித்தான்டி. 146

(உரை:) *என் ஆத்தாளே! அம்மா! உலக வாழ்வுக்குக் கற்கும் பொதுக் கல்வி அறியாமையோடு கூடியதே; அத்தகைய கல்வியானது கண்ட எல்லோருக்கும் பொருந்தும்; ஆனால் அருள்சார்ந்த இறையியற் கல்வியோ சிலருக்கே வாய்க்கின்றது. எனக்கும் அத்தகைய கல்வியை, (என்னைப் பெண்மை (பெண்டு ஆக) பெற வைப்பதற்காகவே பேசாமல் பேசி (கருத்தால்) அளித்தானம்மா!*

(தலைவன் என்னை அழுது ஓலமிட வைத்துவிட்டானே! அந்தோ!)

மால் கோட்டை இட்டுமென்னை வசையிலாக் காவல்வைத்து
ஓல்கோட்டை இட்டடியோ!-என்ஆத்தாளே!
தடுமாறச் சொன்னான்டி. 147

(உரை:) *என் அம்மையே! தலைவனான என் கடவுள், என்னை மயக்கமென்னும் கோட்டைக்குள்ளே தள்ளியதோடு யாரும் இகழ்ந்து பேசாத நிலையில் என்னைக் காவலில் வைத்தார். அதனால், புரியாத நான் ஓலமிட்டு (ஓல்) அழுதேன். இப்படி என்னை உலக வாழ்விலே அறிவு தடுமாறும்படிச் செய்துவிட்டாரே, அந்தோ!*

(உலகமென்னும் சந்தையிலே என்னைத் தடுமாறச் செய்து விட்டாரே.)

எந்தவித மோஅறியேன் இம்மாயம் செய்தான்டி
சந்தைக் கடைத்தெருவே-என்ஆத்தாளே!
தடுமாறச் சொன்னான்டி. 148

(உரை:) *என் அம்மா! என்னை உலகவாழ்வென்னும் கோட்டையிலே தள்ளி அழவைத்த தலைவர். மேலும் துன்பந்தரவோ உலகைப் புரிந்து கொள்ளவோ தெரியவில்லை; எப்படியோ மாயம் செய்து என்னை பல பண்புகளோடு*

ஒலிக்கின்ற மக்கள் கூடுகின்ற உலகமென்னும் சந்தையான கடைத் தெருவிலே திண்டாடித் தடுமாறும்படி வைத்துவிட்டாரே, அம்மா! என்ன செய்வேன்?

(என்னைத் துன்பமுறச் செய்து கேடு விளைத்தான்)

சூலத்துக்கு ஆதியடி! துன்பமுற வந்தூடே
பாலத்தில் ஏறியடி-என் ஆத்தாளே!
பங்கம் அளித்தான்டி. 149

(உரை:) என் ஆத்தாளே! முக்கோலான சூலம் ஏந்திய திருக்கையுடைய ஆதியான கடவுளே, எனக்குத் துன்பந்தரவும், நான் அதைக் கடக்க எண்ணி அறிவென்னும் பாலத்தைக் கடக்கும் நிலையில், அந்தப் பாலத்திலேயே ஏறிவந்து அவனே மீண்டும் கேடு செய்தானம்மா! இதுவும் அவன் திருவிளையாடலா?

(பல நேரம் விரும்பி என்னிடம் வந்தான்.)

பண்டிவனை நானறியேன் பலகாலம் வந்தான்டி
அண்டி இருந்தான்டி-என் ஆத்தாளே!
ஆகலத்தில் வைத்தான்டி. 150

(உரை:) என் ஆத்தாளே! தலைவனை நான் முன்னே அறிந்தேனில்லை; என்றாலும் என்னிடம் பல காலமாய் வந்தான்; என்னை நெருங்கியும் இருந்தான்; அதோடு விடவில்லை; அவன் விருப்பம் (ஆகலம்) போல் என்னைத் தழுவிக் கொண்டானடி, அம்மா!

(மரபுமுறை தவறி என்னைக் கூடும்படிச் சொன்னான்.)

பத்தினியாய் எந்நாளும் பாடறிந்து சூடாமல்
மத்தி யானத்தில் என்னை-என் ஆத்தாளே!
வாசிரிக்கச் சொன்னான்டி. 151

(உரை:) என் அம்மையே! தலைவன் இப்படியும் நடக்கலாமா? எக்காலமும் என்னைச் சிறந்த கற்புடையவளென்று போற்றிக் கொண்டு, ஒழுக்கநெறியில் ஒழுகாமல், என்னிடம் நண்பகல் நேரத்தில் வந்து, காதலுடன் கூடிப்புணரும்படி (வாசிரிக்கச்) சொன்னானம்மா! இதுதான் காமவெறியோ? நான் என்ன சொல்வேன்? ஐயோ!

குறிப்பு:- இங்கே வரும் பாடல்கள் அகப்பொருள் இலக்கணத்தைத் தழுவிப் பாடியவையாகும். எனவேதான், அழுகணிச் சித்தர் தன்னை ஒரு தலைவிபோலவும் இறைவனைக் காதலன் போலவும் வைத்து இப்படிப் புனைந்துள்ளாரென்றே நாம் கருதுதல் வேண்டும்; தவறாகப் புரிதல் கூடாது.

(என் ஆடையைக் குலைத்து அழவும் வைத்தான்!)

வாடைதனைக் காட்டியடி! மஞ்சள்இஞ்சி வையாமல்
ஆடைகுலைத்து எமையும்-என்ஆத்தாளே!
அலங்கோலம் செய்தான்டி. 152

(உரை:) *என் தாயே! இப்படியும் ஒரு காமமா? தலைவன் வரும்போதே, வாடைக்காற்று அடிக்கிறது என்று சொல்லி வந்தான்; என் உடம்பில் பூசியிருக்கும் (நலக்குறைவால்) மஞ்சள் பற்றையும் இஞ்சிப்பற்றையும் நோக்காமல், காமநோக்கில் எனது ஆடையை அவிழ்த்தான்; அழகைக் கெடுத்தான். இவனை என்னவென்று சொல்வேன், தாயே!*

(தலைவன் அறிவிழந்ததால் என் அழகைக் கெடுத்தான்.)

கற்புக் கரசியென்ற காரணப்பேர் விட்டகலப்
பொற்புக் குலைத்தெமையும்-என்ஆத்தாளே!
போதம் இழந்தான்டி. 153

(உரை:) *என் ஆத்தாளே! உயிரினும் சிறந்தது கற்பு என்பர்; அத்தகு கற்பைப் பேணிக் காத்ததால் என்னைக் "கற்புக்கரசி" என்று போற்றினர். அப்பெயர் என்னைவிட்டுப் போகும்படி இப்போது, என்னிடம் வந்த தலைவன் என் அழகெல்லாம் கெடும்படி நடந்து கொண்டான்; அதனால் அவன் அறிவும் இழந்தானம்மா! வேறு நான் என்ன சொல்வேன்? ஐயோ!*

(நான் கொடிய சொற்களைப் பேசியதால்
என்ன தீவினைப் பழிவருமோ?)

என்ன வினைவருமோ? இன்னதெனக்கு என்றறியேன்
சொன்ன சொல்லெல்லாம்-என்ஆத்தாளே!
சொல்லறவே வெந்ததடி. 154

(உரை:) *என் அம்மையே! உலகிலே நான் வெகுண்டு பிறரிடம் பேசிய பேச்சுக்களெல்லாம் துன்பங்களைத்*

தந்திருக்குமே; அதனால் பழியும் தீவினையும் என்னைச் சூழுமே! அதை நான் அறியாமலிருக்கின்றேன். அப்படிச் சொன்ன சுடு சொற்களெல்லாம் இப்போது வெந்து மடிந்து போயிருக்குமே! இருப்பினும் தீவினை விட்டு ஒழியாதே.

(தீமை செய்தவனை எனக்குக் காட்டிக் கொடுக்கக் கண்டேன்.)

கங்குல்பகல் அற்றிடத்தே காட்டிக் கொடுத்தான்டி
பங்கம் அழித்தான்டி-என்ஆத்தாளே!
பாதகனைப் பார்த்திருந்தேன். 155

(உரை:) என் அம்மா! என் உயிர்த் தலைவன் எனக்கு இங்கே, இரவு-பகலற்ற இடமான கடவுள்வெளியை (வெட்ட வெளியை)க் காட்டி உணரும்படிச் செய்தான்; வந்த கேடுகளை யெல்லாம் அழித்தொழித்தான்; எனக்கு அகத்திருந்தும் புறத்திருந்தும் தீவினை செய்த கொடியவர்களைக் காணவும் செய்தான். என்னே அவனது அருளிச் செயல்!

(என்னைச் சாதியிலும் சமயத்திலும் சேர்ப்பாரோ?)

ஓதி உணர்ந்தெல்லாம் உள்ளபடி ஆச்சுதடி!
சாதியில் கூட்டுவரோ?-என்ஆத்தாளே!
சமையத்தாற்கு உள்ளாமோ? 156

(உரை:) என்தாயே! இந்த உலகம் உண்மையொழுக்கத்தைப் புரிந்து கொள்ளத் தெரியாமலன்றோ கெடுகின்றது. நான் எல்லாத் துறை நூல்களையும் ஓதிக்கற்று, உணர்ந்து உள்ளொளியும் பெற்றேன்; அருளையும் உள்ளவாறே உண்டேன். ஆயினும், இந்த இருளுலகம் என்னை அருளால் பார்த்து, உயர்வாகப் பேசும் 'சாதி'யில் சேர்க்குமா? ஒரு சமய வழிப்பட்டவனிடம் தான் பொருத்துமா? தெரியவில்லையடி அம்மா!

(என்னை உலகம் அறிந்து கொள்ளவில்லையே!)

என்ன குற்றம் செய்தேனோ? எல்லாரும் காணாமல்;
அன்னை சுற்றமெல்லாம்-என்ஆத்தாளே!
அறியாரோ அம்புவியில். 157

(உரை:) என் ஆத்தாளே! இந்த அழகிய மண்ணில் வாழும் மக்களெல்லோருக்கும் தெரியாமல் நான் என்ன குற்றத்தைச்

செய்தேனோ, தெரியவில்லை. இந்த உலகம் என்னை ஏன் இப்படிப் பார்க்கிறது? என்னை நல்லவனென்று என்னைப் பெற்ற அன்னைக்குத் தெரியாதா? மற்ற சுற்றத்துக்கும் சூழலுக்கும் தெரியாதா? இது என்ன உலகம்? தாயே!

(மெய்யான வாழ்வு எனக்கு வெறும் பாழாய்க் கைவிட்டதம்மா!)

பொய்யான வாழ்வெனக்குப் போதமெனக் கண்டேன்டி
மெய்யான வாழ்வெனக்கு-என்ஆத்தாளே!
வெறும் பாழாய் விட்டுதடி! 158

*(**உரை:**) என் அம்மையே! இந்த உலகைக் கண்ட எனக்கு ஒன்று தெரிகின்றது தாயே! கண்ட பொய்யர்களின் பொய்யான வாழ்வெல்லாம் என் அறிவிலே நல்லறிவென்றே தெரிந்தன. கண்டதும் உணர்ந்ததுமான மெய்யான (உண்மையான) வாழ்வெல்லாம் எனக்குக் கைகூடாத வெறும் (பயனற்ற) பாழாகப் போய்விட்டன அம்மா!*

இந்த உலகம் உண்மை வாழ்வையும் ஒழுக்கத்தையும் மதித்துப் போற்றவில்லையே என்ற வருத்தத்தில்தான் சித்தர் இப்பாடலைப் பாடினார் என அறிதல் பொருந்தும்.

(கடவுளை உள்ளபடி சொல்ல வாய் இல்லை!)

சொல்லானைச் சொல்லுதற்குச் சொல்லவாய் இல்லையென்று
எல்லாரும் கண்டிருந்தும்-என்ஆத்தாளே!
இப்போதும் அறியார்கள். 159

*(**உரை:**) என் அம்மா! கடவுளென்பவன் உலகமெல்லாம் பரவி ஓசையாகவும் (நாதம்) சொல் வடிவாகவும் இருப்பவன். அவனைப் புகழ்ந்து போற்றிப் பாடவும் பணியவும் சொல்ல வல்லமையுள்ள வாயில்லை என்ற உண்மையை உலகில் எல்லோருமே கண்டிருக்கின்றனர். இக்காலத்திலும் கூடக் கடவுளைச் சொல்ல அறியாதவரே உண்டு தாயே!*

(அருள் செய்தவன் உருவம் மறையச் சென்றான்.)

கன்மாயம் விட்டதடி கருத்தும் அழிந்தேன்டி
உன்மாயம் இட்டவனை-என் ஆத்தாளே!
உருவழியக் கண்டேன்டி. 160

(உரை:) என் அன்னையே! மறைந்திருக்கும் ஆணவ இருட்டுக்கல் இப்போது கரைந்து விட்டதடி; வேண்டியிருந்த கருத்தும் நிறைவேறியதால் அதுவும் இல்லாமல் போனது; உனக்கும் மறைவாக, உண்மையில் அருள் செய்தவனாகிய கடவுள் தன் வடிவம் மறையும்படிச் சென்றதையும் நான் கண்டேனம்மா!

(அருள் காய்த்து வாய்த்த வியப்பை எப்படிப் போற்றுவேன்?)

என்னசெய்யப் போறேன் நான் இருந்த அதிசயத்தைக்
கன்னி இளங்கமுகு-என்ஆத்தாளே!
காரணமாய்க் காய்த்ததடி! 161

(உரை:) என் அருளம்மையே! என் வேட்டலின் பயனாகவும் அருள்பெறும் பொருட்டும் எனக்குக் கடவுளருளும், அருளன்னை யான கன்னியின் இளங்கமுகு (பாக்கின் குரும்பை) போன்ற அருளமுதப் பால்கலசமும் காய்த்து வாய்த்தது. இந்த வியப்பான செய்தியை எப்படிப் போற்றுவேன்? என்ன செய்வேன், அம்மா!

(அருட்குழந்தைக்கு அமுதம் தந்த இடம் இன்பமாயிருந்தது!)

அந்தஇடம் அத்தனையும் அருளாய் இருந்ததடி!
சொந்தம் இடமெல்லாம்-என்ஆத்தாளே!
சுகமாய் மணக்குதடி! 162

(உரை:) என் ஆத்தாளே! எனக்கு அருளமுதம் அளித்த (திருமுலைப்பால் கொடுத்த) அருட்கலசம் இருந்த இடமெல்லாம் அருளாய் இனித்ததம்மா! எனக்கு உரியதாய் வாய்த்த அந்த அமுத இடமெல்லாம் இன்பமாய் மணக்குதடி தாயே!

திருஞானசம்பந்தருக்கு அருளன்னை அமுதப்பால் கொடுத்தது போல் சித்தருக்கும் வாய்த்ததாய் நாம் கருத முடிகின்றது.

(நான் அமுதம் அருந்திய நிலையில் அருட்கடலில் மூழ்கினேன்!)

இந்தமணம் எங்கும் இயற்கைமணம் என்றறிந்து
அந்தச் சுகாதீதம்-என்ஆத்தாளே!
அருட்கடலில் மூழ்கினன்டி. 163

(உரை:) என்தாயே! அம்மா! உலகத் தாயாம் அருளம்மை ஊட்டும் திருமுலைப்பாலின் இன்ப மணமானது, உலகத்தையே

காக்கின்ற இயற்கை மணமென்னும் அருள்மணமன்றோ! என்று போற்றிய நான், அந்த இன்பத்தின் எல்லைகடந்த நிலையில் அருளென்னும் கடலிலே மூழ்கித் திளைத்தேன், அம்மா! அதை நான் எப்படி விண்டுரைப்பேன்?

(இன்பப் பேரொளியே சத்திசிவம் ஆகும்.)

அத்தி மதிசூடும் ஆனந்தப் பேரொளிதான்
சத்திசிவம் என்றறிந்தே-என்ஆத்தாளே!
சச்சு பலம் கொண்டான்டி. 164

*(**உரை:**) என் ஆத்தாளே! அத்திமாலையும் பிறைமதியும் சூடிக்கொள்ளும் பெருமானாகிய இன்பப் பேரொளிதான் அருளாற்றலாம் சத்தியும் சிவக்கடவுளுமென்று உணர்ந்து கொண்டே வலிமையில்லாத (சச்சு) ஒருவனும் வலிமை கொண்டானம்மா!*

(உள்ளே இருக்கும் கள்ளத்தை அறுக்க வந்தான்.)

உள்ளத்தொளி யாகவடி! ஓங்காரத்து உள்ளிருக்கும்
கள்ளப் புலனறுக்க-என்ஆத்தாளே!
காரணமாய் வந்தான்டி. 165

*(**உரை:**) என் தாயே! கடவுள் உள்ளத்தில் ஒளியாயிருக்கின்றான்; அவனே ஓங்கார ஒலியான உயிருக்குள்ளிருக்கும் இருளான கள்ளமுடைய ஐந்து புலனறிவுகளையும் அறுத்து ஒளிகொடுக்க வந்தானம்மா!*

இப்பாட்டு முன்னும் (124)ஆக வந்துள்ளது.

(நான் நல்லபிள்ளை யென்ற பீடத்தில் இடம் பெற்றேன்)

கணக்கனார் வாசலது கதவுதான் தாள்திறந்து
பிணக்காத பிள்ளையென்று-என்ஆத்தாளே!
பீடமிடம் பெற்றேன்டி. 166

*(**உரை:**) என் அம்மையே! விதிக்கணக்கெழுதும் படைப் போனான நான்முகன் இருக்குமிடம் எனப்படும் கருவாயாம் (குறியிடம்) கதவின் தாழ்ப்பாளைத் திறந்து கொண்டுவந்த (பிறந்த) முரண்பாடில்லாத நல்லபிள்ளை நானே! ஆதலால் உலக வாழ்விலே உயர்ந்த பீடமான (பெருமை தரும்) இடத்தில் இடம் பெற்றேனம்மா!*

(மூன்றெழுத்துக் கொண்ட மந்திரம் ஓங்காரம்)

மூன்று சுழிவழியே முன்னங்கால் தான்மடித்து
ஈன்று சுழிவழியே-என்ஆத்தாளே!
இசைந்திருந்த மந்திரமும். 167

(**உரை:**) *என் தாயே! ஓங்கார மூவெழுத்தின் ஒலி எப்படி அமைந்திருக்கின்றது பார்! அ+உ+ம் என்னும் மூன்று சுழியாகிய எழுத்துக்களின் (காலாகிய) ஒலி ஒருமையடைந்து, மந்திரம் பிறத்தற்குரிய சுழியான ஓங்கார எழுத்தே ஓசையான (நாத தத்துவம்) ஆற்றல்மிக்க பொருளுடைய மந்திரமாயிற்று.*

**(அகரம்-உகரம்-மகரம் மூன்றும்
உலக இயற்கையினை உணர்த்தும்.)**

தோன்றாது தோன்றுமடி! சுகதுக்கம் அற்றிடத்தே
மூன்றுவழி போகவடி!-என்ஆத்தாளே!
முதியமனம் ஆச்சுதடி. 168

(**உரை:**) *என் ஆத்தாளே! இன்ப-துன்பம் இல்லாத இடமாகிய கடவுளிருக்கும் இடத்தில்தான் ஓங்கார ஓசை தோன்றாது தோன்றும்; (எப்போதும் ஒலித்துக் கொண்டே இருக்கும்). இங்கே சென்றடைய மூன்று வழிகள் உண்டு. அவை-அகரம் (கடவுள்)+உகரம் (உயிர்)+மகரம் (உலகம்) ஆகும். இந்த மூன்று நெறிகளைக் கற்றுத் தெளிந்தவரே முதிர்ந்த முதிய மெய்ப் பொருளறிவு பெற்றவராவர், அம்மா!*

(தூய தொண்டருடன் சிறிய நானும் தொண்டரானேன்.)

சுத்தம் அத்தமற்றே தொண்டராய்த் தொண்டருடன்
அத்தி வித்தின்போலே-என்ஆத்தாளே!
அதிகம் அளித்தேன்டி. 169

(**உரை:**) *என் தாயே! அகந்தூய்மையும் புறந்தூய்மையு முடைய தொண்டரோடு தொண்டராய் நான் சேர்ந்து என்னாலியன்ற தொண்டை, அத்திப்பழத்தின் சிறிய விதையளவு செய்தேன்; மேலும் தொடர்ந்து மிகுதியாகவே அளித்தேனம்மா!*

(ஓங்கார வடிவான விநாயகரைத் தொழுதேன்.)

வித்துருவத் தோடே விநாயகனைத் தாள்தொழுது
அத்துருவம் நீக்கியடி-என்ஆத்தாளே!
அறிய அளித்தேன்டி. 170

(உரை:) *என் தாயே! வித்தெழுத்தாகிய (அனைத்து மந்திரங்களுக்கும் விதையாயுள்ளது) ஓங்காரத்தை ஒலித்துக் கொண்டே பிள்ளையாரின் திருவடிகளைத் தொழுது வணங்கினேன். பின்னர், அந்த உருவத்தை விட்டுவிட்டு, ஓங்காரத்தை யாவரும் அறிய ஒலித்து வழிபட்டேனம்மா!*

(நான் ஒளிமயமாகும் பொழுது அதை என் நாவால் சொல்ல முடிவதில்லை.)

மின்னார் விளக்கொளிபோல் மேவுமிதே யாமாகில்
என்னாலே சொல்லவென்றால்-என்ஆத்தாளே!
எழும்புதில்லை என்நாவு. 171

(உரை:) *என் ஆத்தாளே! நான் சுடர்விடும் விளக்கொளி போல் ஆகும் நிலையில், அந்த உயர்ந்த ஒளியின்பத்தை வெளியே சொல்ல நினைத்தாலும் என் நாக்கு சொல்ல எழுவதில்லை; ஊமையாகி விடுகின்றேனம்மா!*

(முழுமுதற்கடவுள் அருவாயுமிருப்பான்; உருவாயும் காட்சி தருவான்.)

அரூபமாய் நின்றானை அகண்டபரி பூரணத்தைச்
சொரூபமாய் நின்றிடத்தே-என் ஆத்தாளே!
தோன்றிற்றுத் தோன்றுமடி. 172

(உரை:) *என் அம்மையே! உலகம் அளாவிக் கவிந்திருக்கும் முழுமுதற்கடவுளானவன், உருவமில்லான்; வேண்டியபடி உருவமாகவும் காட்சியளிப்பான். இவ்வாறு அவன் திருவுள்ளப்படியே நடப்பது அவன் இயல்பாகுமடியம்மா!*

(கடவுளை வெட்டவெளியாய் உணரும்போது மற்ற கோலமெல்லாம் மறைந்து காணாமல் போகும்.)

அட்சரங்கள் ஆனதுவும் அகங்காரம் ஆனதுவும்
சட்சமையம் ஆனதுவும்-என்ஆத்தாளே!
தணலாக வெந்ததடி. 173

(உரை:) *என் ஆத்தாளே! கடவுள், எழுத்து மந்திரங்களாய்ப் போற்றி ஓதப்பட்ட நிலையும், மனிதனுக்கு ஆணவமான மாசுகள் (மலங்கள்) இருந்து, அவையாவும் நீங்கியொழிந்த நிலையும் கடவுட் கொள்கையென்னும் சமயம் ஆறு வகையாய்ப் பிரிந்து*

போற்றப்பட்ட நிலையும் ஆக யாவுமே, பண்பட்ட அருள் நிலையடைந்தபோது தணலிற்பட்ட பொருள்போல அழிந்து விடும் அம்மா!

சட்சமயம் (ஆறுவகைக் கொள்கை), அகச்சமயம் ஆறு, புறச்சமயம் ஆறு என்பர். இவற்றை முன்னரே உரையில் காட்டியுள்ளோம்.

(தன்னைப்பற்றி முழுமையும் அறியாதவர்; சமயங்களைப் பற்றிப் பேசுதல் வெறும் சூழ்ச்சியாகும்!)

சமையம் சமையமென்பார் தன்னை அறியாதார்
நிமைக்குள் உபாயமென்பார்-என்ஆத்தாளே!
நிலமை அறியாதார். 174

(உரை:) என் தாயே! வாழ்விலே கடவுளைப் பற்றிய சிந்தனையில், இப்போது, சமையம் சமையமென்று பல கொள்கை களையும் தெய்வங்களையும் பேசிப்பேசி ஒற்றுமையையும் ஒருமைப்பாட்டையும் குலைப்பவர்கள், தான் யார்? என்று முழுமையான அறிவையும் அருளையும் பெறாதவரே ஆவர். இவர்கள் கண்ணை மூடிக்கொண்டு, இமைக்குள்ளே எல்லாம் இருக்கின்றன என்று சூழ்ச்சியாய் (தந்திரமாய்)ப் பேசுவர். இவரெல்லாம் உண்மையியலாம் தத்துவத்தை (நிலமை) உணராதவரே என அறியவேண்டும்.

(இறைவனின் இயற்கையை உணராதவரே கோத்திரம் என்றும் போற்றி என்றும் சொல்லுவர்.)

கோத்திரம் கோத்திரம் என்பார் குருவை அறியாதார்
தோத்திரம் செய்வோமென்பார்-என்ஆத்தாளே!
சொரூபம் அறியாதார். 175

(உரை:) என் அம்மையே! உலகிலே, மெய்யறிவாம் செவ்வொளி பெற்ற குருவை அறிந்து, உண்மையறிவைப் பெறாதவரே, சாதி வழியே மரபுதோறும் தோன்றும் கோத்திரம் என்று சொல்லிப் பெருமை பேசுவர். அதுவன்றி, கடவுளையும் பிறரையும் புகழ்ந்து போற்றித் 'தோத்திரம்' செய்வோம் என்பர். இவரெல்லோரும் கடவுள் உயிர்-உலகம் மூன்றின் இயற்கையை அறியாதவர் என்றே கூறுதல் வேண்டும்.

கோத்திரம்-பாரத்துவாச முனிவர் கோத்திரம் போல.

(பெற்றோர் கோத்திரத்தைப் போற்றுவதால்
மற்றவரால் மறுக்க முடியவில்லை.)

உற்றார் நகைக்குமடி; உறவர் பகைக்குமடி;
பெற்றார் இணக்கமடி-என்ஆத்தாளே!
பேரில் பிணக்கமடி. 176

(**உரை:**) *என் ஆத்தாளே! மெய்யறிவு பெறாத மக்களே கோத்திரத்தைப் போற்றுவார்கள்; பிள்ளையைப் பெற்ற பெற்றோர் கோத்திரத்தை விரும்பிப் பேசுவர்; இந்தக் கோத்திரப் பெயர்களில் வேறுபாடு உண்டு; தங்களைச் சூழ்ந்த உற்றார் இதைப் பற்றிப் பேசும்போது சிரிப்பர்; உறவினரோ கோத்திரத்தில் நம்பிக்கை கொண்டதால் அதை வெறுப்பவரோடு பகைப்பர். இதுதான் வழக்கம் அம்மா!*

(எங்கணும் சமயக் கருத்தின் மணமே வீசுகிறது.)

தேய்ந்த இடத்திருக்கச் சிந்தை அறியுமனம்
ஆய்ந்த இடமெல்லாம்-என் ஆத்தாளே!
அவசமணம் வீசுதடி. 177

(**உரை:**) *என் ஆத்தாளே! சிந்தையை அறியும் மனமானது எங்கு மலைந்து அலைந்து தேய்ந்து விட்டது; நாட்டிலே ஆய்ந்துகண்ட இடமெல்லாம், சமய (அவசம்)த் தோற்றமும் செய்கையும் மணமுமே கமழ்ந்து வீசுதடியம்மா!*

('சாதி இல்லை' என்று சொன்னால் சமையத்தவர் ஏசுவர்.)

பேதிச்சு வாழ்ந்ததெல்லாம் பேச்சுக்கு இடமாச்சுதடி
சாதிஇவன் அன்றெனவே-என்ஆத்தாளே!
சமயத்தார் ஏசுவாரே. 178

(**உரை:**) *என் அம்மா! மக்களிடத்திலே கோத்திரம், குலம், சாதி என்றெல்லாம் வேற்றுமைப்படுத்தி, ஒற்றுமையைக் குலைத்து வாழ்ந்த அறியாமை வாழ்வெல்லாம், இப்போது நடுநிலையாளர் பழித்துப்பேசும் அளவுக்கு இடமாகிவிட்டது; ஒருவன் "சாதி இல்லை" என்று சொல்லும்போது, சமையத்தவர் (கடவுட் கொள் கையுடையவர்) ஏசுகின்றனர். அன்பு நெறியைப் பரப்ப வந்த சமயத்தவர் உண்மையறிவு பெறாமையால் இப்படியாகி விட்டாரே.*

(நல்லவரை வாயுள்ளவர் நகைப்பாரோ?)

நல்லா ருடன்கூடி நாடறிய வந்ததெல்லாம்
சொல்லவாய் உள்ளவர்கள்-என் ஆத்தாளே!
சொல்லி நகைப்பாரோ? 179

(உரை:) *என் தாயே! நல்லொழுக்கமும் அருளும் உடையவர்கள் நல்லவரோடு கூடி வாழ்தல் இயல்பே. அப்படி அவர்கள் நாடறிய வாழும் காலத்தில், அவர்களைக் கண்டவர்கள் (சொல்ல வாய் உள்ளவர்கள்) தவறாகப் பேசிச் சிரிப்பதில்லையே. இதுதான் பண்பாடு.*

(செல்வமும் அழிந்தது; இன்பமும் போச்சுது.)

இன்பமுற்று வாழ்ந்ததடி; என்மாயம் ஆச்சுதடி!
தம்பறத் தள்ளியடி-என் ஆத்தாளே!
தனம்போன மாயமடி. 180

(உரை:) *என் அம்மா! என்ன செய்வேன்? என் காசு பணம் செல்வமெல்லாம் போன இடம் தெரியாமல் மாயமாய்ப் போய்விட்டன. இன்பத்தில் திளைத்த காலமும் மறைந்தது; மாயமாய் வாழ்க்கையும் ஒழிந்தது; இப்போது வலிமையற்று வீழ்ச்சியில் தள்ளப்பட்டு விட்டேனம்மா!*

(வல்லான் வகுத்தவழியே வாழ்க்கை என்பதை அறிய வேண்டும்.)

வல்லான் வகுத்தவழி வகையறிய மாட்டாமல்
இல்லான் இருந்தவழி-என் ஆத்தாளே!
இடமறியாது ஆனேன்டி. 181

(உரை:) *என் அம்மையே! உலகத்திலே வல்லவனாகிய இறைவன் வகுத்த நன்னெறியின் ஒழுக்க வகைகளை அறியமாட்டாமலே, ஒன்றுமில்லாத-நன்மை தரமுடியாத ஒருவனிருந்த வழியிலே சென்று (நல்ல இடம் கெட்ட இடம் என்பது தெரியாமல்) ஒரு நன்மையும் பெறாமல் வீண் போனேன், ஐயோ!*

(எத்துணை வலிமையுள்ள உடம்பும் ஒருநாள் மாண்டுபோகும்.)

கல்லாலே வேலிகட்டி கனமேல் ஒளிவுகட்டி
மல்லால் வெளிபுகட்டி-என் ஆத்தாளே!
மலவாசல் மாண்டுதடி! 182

(**உரை:**) *என்தாயே! இந்த உடம்பு எப்படிப்பட்டது அம்மா! கல்லால் வேலியமைத்தது போன்று எலும்புகளாலே வடிவம் அமைந்து, அவற்றின் கனத்துக்குமேல் தோல்தசையாலே (ஔிவு) மூடி மறைத்து உடம்பாகி, வலிமை (மல்)யான வெளியிலுள்ள உயிர்க்காற்றை உள்ளே செலுத்தி (புகட்டி) இவ்வாறாக வாழ்ந்த மனித உடம்பு, ஒருநாள் இறுதி வந்த நிலையில், (உடலிலுள்ள ஒன்பது) அழுக்கு (மலம்) வெளியேறும் வாசல் (துளை) அடைபட்டுப் போகவே மாண்டுவிடுகிறதே அம்மா!*

(துறவிகள் பாசம்பற்றுக் கொள்ளுதல் நகைப்புக்குரியதே.)

ஆசாபாசம் அறியாது அன்பு பொருந்தினபேர்
ஏசாரோ கண்டவர்கள்-என்ஆத்தாளே!
எவரும் நகையாரோ? 183

(**உரை:**) *என்தாயே! துறவியென வந்த பலர் இந்நாளில், பாசம்-பற்று-கொழுப்புணவு ஆகியவற்றால் ஒழுக்கத்திற்குக் கேடு நேருமெனக் கருதாமல், அவற்றில் ஆசையன்பு கொள்கின்றனர். இவர்களைக் கண்ட நல்லவர் ஏசமாட்டார்களா? பொதுவாக எவரும் (கிண்டல் செய்து) சிரிக்க மாட்டார்களா? தாயே!*

(இன்பக் காலத்தில் போற்றிப் பேசுவதும் துன்பக் காலத்தில் தூற்றிப் பேசுவதும் உலகினர் இயல்பு.)

இன்பமுற்ற பேர்கடனை எல்லோரும் பேசுவரோ?
துன்பமுற்ற பேர்கடனை-என்ஆத்தாளே!
சொல்லி நகையாரோ? 184

(**உரை:**) *என் அம்மா தாயே! உலகினர் தன்மையை நான் அறிவேன். இன்பமுற்று வளமாக வாழ்ந்தவரின் கடமையையும் பட்டகடனையும் மதித்துப் பேசுவார்கள்; ஆனால், துன்பமுற்று வறுமையில் வாழ்ந்தவரின் கடமையையும் பட்ட கடனையும் எள்ளி நகைப்பார்கள். இதுதான் உலகினரின் இயல்போ அம்மா!*

(ஒருவனது வலிமையை உணராமல் ஏசக்கூடாது.)

விண்ணையெட்டிப் பாராமல் விதத்தை உற்றுப்பாராமல்
மண்ணையெட்டிப் பார்த்தொருவர்-என்ஆத்தாளே!
வலுப்பேசி ஏசுவரோ? 185

(உரை:) *என் தாயே! ஒருவனை எப்படி மதிப்பிடுவது? ஒருவன் வாழும் இடத்தை (குடிசையான எளிய மண்ணை) எட்டிப் பார்ப்பதால், அவனது திறனை (ஆற்றலை) மதித்துவிட இயலாது. அவன் செய்யும் பணியையும் செயல்திறனையும் உற்றுப் பார்த்தும், தொழிலுக்கேற்ற (விண்கோளின்) பருவகால (மழை-வெப்பம்) நிலைமையைக் கருதியுமே மதிப்பிட வேண்டும். இவ்வாறன்றித் தவறாக ஏசுதல் கூடாது.*

(தலைவனோடு ஒருசமயம் மாறுபட்டுப் பேசினேன்.)

என்னையிவன் கொண்டான்டி இருவினையும் கண்டான்டி
சன்னைசொல்ல விண்டான்டி-என்ஆத்தாளே!
சமையம்பிணக்கு ஆனேன்டி. 186

(உரை:) *என் அம்மா! கடவுளாகிய தலைவன் நல்வினை-தீவினையிரண்டையும் கண்டு கடந்தவன்; அவன் என்னை ஆட்கொண்டான்; என்னைச் சிரித்துச் (சரசமாய்)ப் பேசும்படியும் சொன்னான். இந்தச் சமயத்தில் நான் (பிணங்கி) கருத்து மாறுபட்டேன் அம்மா!*

(என் கன்னியழித்துக் கற்பைக் குலைத்தான்!)

இந்நிலத்தில் கண்காண ஏகாத மானிடத்தே
கன்னி அழித்தாண்டி-என்ஆத்தாளே!
கற்பைக் குலைத்தாண்டி. 187

(உரை:) *என் ஆத்தாளே! இந்த மண்ணுலகிலே மனிதப்பிறப்பில், யாரும் கண்காணும்படி அடையாத காட்சியில், எனது அறிவையும் கன்னித் தன்மையையும் கலங்கச்செய்து ஆண்டு கொண்டான்; மன நிறையான கற்பையும் சிதைத்தான். என்னே அவனது வலிமையம்மா!*

(தலைவன் பாசத்தின் எல்லைதாண்டி வந்தான்.)

சுத்தத்தார் பார்த்திருக்கச் சூது பலபேசிப்
பத்தாவாய் வந்திருந்தான்-என்ஆத்தாளே!
பாசமதைத் தாண்டி. 188

(உரை:) *என் தாயே! உயிரில் தூய்மையுள்ள நல்லவரெல் லாம் காணும்படி, தலைவன் வந்து என்னிடம் சூதான சொற் களைப் பேசிக் கணவனாய் நடந்து கொண்டான்! இப்பொழுது அவன் பாச எல்லையையே தாண்டி விட்டான், தாயே!*

(தலைவன் தொண்டருக்குள் ஒடுங்கிவிட்டான்!)

அண்டத்தைக் கட்டியடி ஆசையறுத்தான்டி
தொண்டராய்த் தொண்டருக்கு-என் ஆத்தாளே!
தோற்றம் ஒடுக்கமடி. 189

*(**உரை:**) என் தாயே! தலைவன் வந்து என்னை ஆட் கொண்டபோது, அண்டமாகிய என்னை ஆட்கொண்டபோது, அண்டமாகிய என் தலையை இறைஞ்சிப் பணிய வைத்து, ஆசை (பற்றுக்களை) யெல்லாம் முழுமையாய் ஒழித்தான். இப்போது அவனும் தொண்டருக்குள் தொண்டராகித் தொண்டருள்ளே தோற்றக் காட்சியும் ஒடுங்கி இரண்டறக் கலந்து விட்டானம்மா!*

(தலைவன் உள்ளே ஒடுங்கியிருப்பதை அறியவில்லை.)

கற்பனையும் மூன்றுவிதம் காரணமாய்க் கொண்டேன்டி
ஒப்பனையும் அல்லவடி-என்ஆத்தாளே!
ஒடுக்கம் அறியேன்டி. 190

*(**உரை:**) என் தாயே! அம்மா! கடவுளை நான் அழகு செய்து ஆர்வத்தில் ஒப்பனையோடு பல தோற்றத்தில் பார்க்காமல், கற்பனை செய்து அடிப்படை நோக்கில் மூன்று வகையாகவே கொண்டாடுகின்றேன். அவை அருவம், உருவம் அருவுருவம் என்பனவாகும். இவ்வாறு காண்பதால் நான் என்னுள் ஒடுக்கத்தை அறியவில்லையம்மா!*

அருவம் - உருவமின்றி உணர்வால் அகநிலையில் பார்ப்பது.

உருவம் - முழுவடிவைக் கண்ணால் காண்பது.

அருவுருவம் - குறியாயும் அடையாளமாயும் கண்ணால் காண்பது, சிவலிங்கம் போன்று.

(உலகப் படைப்புக்காக இயற்கை மாயையைப் படைத்தான் கடவுள்.)

பாருக்குள் மாயையடி! பார்க்கவெள்ளை பூத்ததடி;
மேருக்குள் வெண்ணெயைப்போல்-என்ஆத்தாளே!
முழங்கிக் கலந்திடவே. 191

*(**உரை:**) என் ஆத்தாளே! இறைவன் இந்த உலகத்தில், தான்படைத்த (இயற்கை மாயை, தூயமாயை, தூவாமாயை என) மூன்று மாயையாகவே இருந்து, இயற்கைப் பொருள்களையும்*

உயிர்களையும் காதலுறவுகளையும் படைத்து வாழ்க்கை தருகின்றான். அவன் மண்ணிலே பார்க்க இயற்கை மாயையாய் வெள்ளை மலர் பூத்ததுபோல் திகழ்கின்றான்; அவனே வெள்ளி மலைக்குள்ளே வெண்ணெய்போல் உருகி அருவியாய் முழங்கி ஆறாகப் பெருகி ஓடுகின்றான். இக்காட்சி தூயமாயையை உணர்த்தும் என அறிவாயம்மா!

(விண்ணிலே சென்ற மெய்ப்பொருளை நானும் பார்த்தேன், பலரோடு.)

உண்மைப் பொருளடியோ ஓடுகின்ற பேர்களுக்கு
விண்ணிலே போச்சுதடி!-என்ஆத்தாளே!
வெகுபேரைப் பார்த்திருந்தேன். 192

(உரை:) *என் அன்னையே! ஓடுகின்ற மக்களுக்கு மெய்ப் பொருளாய் விளங்கும் கடவுள் விண்ணிலே போகக் கண்டேன்; அப்போது அப்பொருளைப் பார்த்த பலரையும் நான் பார்த்திருந்தேன் அம்மா!*

(இறைவன் என்னை விழுங்கிக் கொண்டான்!)

இரும்பிலுறை நீர்போல எனைவிழுங்கிக் கொண்டான்டி;
அரும்பிலுறை வாசமும்போல்-என்ஆத்தாளே!
அன்றே இருந்தான்டி. 193

(உரை:) *என் அம்மா! மலரரும்பிலே நிறைந்து மறைந்திருக்கும் நறுமணம் போன்று உலகப் பொருள்களிலே மறைந்துறையும் கடவுள், எக்காலமும் அப்படியே இயற்கையாய் இருக்கின்றான். அக்கடவுளே என்னை இப்போது, காய்ச்சிப் பழுத்த இரும்பு, நீரை விடும்போது எப்படி உள்ளே வாங்கிக் கொள்கிறதோ அதுபோன்றே விழுங்கிக் கொண்டானம்மா! என்னே அவனது அருளிச்செயல்!*

(தீயிலே கற்பூரம்போல் நானும் இறையொளியில் கரைந்து மறைந்து விட்டேன்.)

அக்கினிகற் பூரத்தை அறவிழுங்கிக் கொண்டதுபோல்
மக்கனப் பட்டுள்ளே-என்ஆத்தாளே!
மருவி இருந்தான்டி. 194

(உரை:) *என் அம்மையே! தீயானது கற்பூரத்தை எரித்து விழுங்கிக் கொண்டதுபோல் தலைவனாம் கடவுள், என்னு*

யிருள்ளே ஆழ்ந்து (மக்கனப்பட்டு) கலந்து மறைவாகவே இருந்தானம்மா!

(ஒருவனாய் இருப்பவனே கடவுள்; அவன் எங்குமிருப்பவன்)

கங்குகரை இல்லான்டி கரைகாணாக் கப்பலடி!
எங்குமளவு இல்லான்டி-என்ஆத்தாளே!
ஏகமாய் நின்றான்டி. 195

(உரை:) *என் தாயே! ஒருவனாய் நிற்கும் கடவுளானவன் எங்கும் எல்லையில்லாதவன்; கங்குகரையில்லாத பெருங்கடலானவன்; அத்தகையவனை எந்தக் கப்பலாலும் கரை காண முடியாது என்பதை உணர்வாயடி!*

(இறைவனை உள்ளார்ந்து பார்க்கும்போது எல்லாமே கடவுளொளியாகவே தெரியும்.)

தீவரம்போல் என்னைச் சேர்ந்தபர சின்மயங்காண்
பாவகம் ஒன்று இல்லான்டி!-என்ஆத்தாளே!
பார்த்திட எல்லாம் பரம்காண்! 196

(உரை:) *என் அம்மா! கடவுள் ஒளிசுடரும் அறிவு வடிவானவள்; எந்த ஒரு தோற்றமும் பாவனையும் இல்லாதவன்; அவனை நோக்கிப் பார்த்திட, உலகப் பொருளெல்லாம் அந்தப் பரம்பொருளாகவே தெரியும். அவனே தீக்கற்றைபோல் (தீப்பிழம்பு) என்னை வந்து சேர்ந்த கடவுளம்மா!*

(ஊரும் பேருமில்லாத கடவுள் என் அகமனத்தில் உள்ளான்.)

உள்ளுக்குள் உள்ளான்டி ஊருமில்லான் பேருமில்லான்
கள்ளப் புலனறுக்க-என்ஆத்தாளே!
காரணமாய் வந்தான்டி. 197

(உரை:) *என் தாயே! கடவுளானவன் தனக்கு ஓர் ஊரும் ஒரு பேரும் இல்லாதவன்; அவன் இப்போது எனது கள்ளஞ்செய்யும் ஐந்து புலனறிவுகளையும் அறுத்தொழிப்பதற்காகவே என் உள்ளுக்குள் வந்து இருந்தானம்மா!*

(மெய்ப்பொருளானவனே பிறப்புக்கெல்லாம் அருள்செய்தான்.)

அப்பிறப்புக் கெல்லாம் அருளாய் அமர்ந்தான் காண்
மெய்ப்பொருட்டு மெய்ப்பொருளாய்-என் ஆத்தாளே
மேவி இருந்தான்டி. 198

(உரை:) *என் தாயே! உலகில் அழியாமல் நிலைத்திருக்கும் மெய்ப்பொருட்கெல்லாம் முதல் மெய்ப்பொருளாயிருப்பவன் கடவுள். அவனே அனைத்துலகப் பிறப்புக்கெல்லாம் அருள்தந்து வீற்றிருக்கின்றானம்மா!*

(நீரில் தெரியும் கதிரவனொளிபோல்
எங்கும் நிறைந்து தெரிபவன் கடவுள்.)

நீரொளிபோல் எங்கும் நிறைந்த நிராமயம்காண்
பாரொளிபோல் எங்கும்-என்ஆத்தாளே!
பரந்த பராபரன்காண். 199

(உரை:) *என் ஆத்தாளே! நீரிலே தெரியும் கதிரவனின் செஞ்சுடரொளிபோல் எங்கும் பரந்து நிறைந்திருப்பவன் கடவுள்; அவன் எந்தத் துன்பமும் நோயுமில்லாதவன்; பாரெல்லாம் படர்ந்து வெளிச்சம் தரும் உயர்ந்த இறைவனும் அவனே என்று அறிவாயம்மா!*

(பாலாய்ச் சர்க்கரையாய்த் தேனாய் இனிப்பவன் இறைவனே!)

நூலால் உணர்வறியேன் நுண்ணிமையை யானறியேன்
பாலாறு சர்க்கரைதேன்-என்ஆத்தாளே!
பார்த்தறிந்த பூரணன்காண். 200

(உரை:) *என் அம்மையே! ஆத்தாளே! நான் பல நூல்களையும் கற்றுத் தெளிந்து சிறந்த உணர்வைப் பெறாதவன்; நுண்ணிய இமையின் மயிரைக்கூட எண்ணியறியாதவனே. என்றாலும் முழுமுதற்கடவுளை நான் பார்த்துப் பார்த்துப் பாலாய்ப் பருகிச் சுவைக்கின்றேன்; சர்க்கரையாய்த் தின்று இனிக்கிறேன்; தேனாய் நினைந்து நினைந்து இன்புற்றுக் களிக்கின்றேன் அம்மா!*

9. பத்திரகிரியார்

மெய்யறிவுப் புலம்பல்

பத்தாம் நூற்றாண்டின் தமிழ் வரலாற்றில் அருட்சுடராய்த் திகழ்ந்தவர் பட்டினத்தடிகள். அவரது அருள்வரலாற்றிலே கலந்ததால் பத்திரகிரியாரும் பூவோடு சேர்ந்த நாரும் நறுமணம் பெறுதல் போல் ஆனார்; பட்டினத்தாரைப் போலவே இவரும் பைந்தமிழ்ப் பாடல்களைப் பாடி இறவாத புகழ்நிலை அடைந்தார்.

கடவுளைத் தவிர மற்ற உலகங்களையெல்லாம் துறந்த துறவியான பட்டினத்தார் கடவுளை வணங்குதற்காகவே ஒருமுறை வட மாநிலங்களுக்கும் சென்றார். தில்லையிலிருந்து புறப்பட்டுத் திருகோகரணம் சென்று, அங்குள்ள திருக்கோயிற் பெருமானை வழிபட்டபின், உஞ்சேனைமாகாளம் என்னும் நகரக்குச் சென்று, அங்கே 'மகாளேச்சுரர்'க் கடவுளை வழிபட்டார். இந்நகரை ஆட்சிபுரிந்த மன்னன்தான் இங்கே நாம் போற்றும் பத்திரகிரியார். இம்மன்னனின் வாழ்வில் பெரிய மாற்றம் ஏற்பட்டதும் இங்கேதான்.

எளிய ஒரு மனிதனாயினும் வலிய ஒரு மன்னனாயினும் முற்பிறவியில் செய்த நல்வினை-தீவினையின் தாக்கத்தைப் (பயனை) நிகழ் பிறவியில் (இம்மையில்) அடைந்தே தீர்வான். இவ்வுண்மையைப் பட்டினத்தார் வெளியிட்ட கருத்துக்களி லிருந்தே தெளிவாயுணர முடியும்.

மகாளேச்சுரரை வழிபட்ட பட்டினத்தார் இந்நகருக்கு அருகிலுள்ள சிறிய காட்டுக்குச் சென்றார்; அங்கே கண்ட பிள்ளையார்கோயிலில் தங்கித் தவத்தில் ஆழ்ந்து, பேசாத

பெருநிலையில் (சமாதி நிலையில்) இறையொளியோடு கூடியிருந்தார். அன்றிரவு நடக்கக்கூடாதது நடந்தது. அரண்மனையிலே பெரிய களவு போயிற்று; அரச குடும்பத்தின் அணிகலன்கள் பல கொள்ளையடிக்கப்பட்டன; இருட்டிலே களவுசெய்த கள்ளர்கள் மீண்டு காட்டை அடைந்து, அங்குள்ள கோயிலுக்குக் காணிக்கை செலுத்தக் கருதி, ஒரு முத்துமாலையை உள்ளே வீசிவிட்டுச் சென்றனர். அந்த மாலை பிள்ளையார் திருமேனியில் விழாமல் தவமிருந்த பட்டினத்தாரின் கழுத்திலே விழுந்து கிடந்தது; இவர் இதனை உணர முடியவில்லை.

மறுநாள் காலையில் களவுபோன செய்தி தெரிந்தது; அரண்மனையில் ஆரவாரம்; அமைதியின்மை; வருத்தத்தில் அலுவலர்கள். காலையில் கள்ளர்களைப் பிடிப்பதற்காகக் காவலர் பலர் காட்டு வழியே தடம்பிடித்து வந்தார்கள்.

வந்தவர்களுக்குக் கோயிலிலே தவக்கோலத்தில் காட்சி யளித்தார் பட்டினத்தார். இவரது கழுத்திலே அரண்மனை முத்துமாலை மின்னியது! இதைக் கண்ட காவலர்களுக்குப் பொறுக்க முடியவில்லை; இவரே கள்ளர்கூட்டத் தலைவரெனக் கருதிக்கொண்டு துன்புறுத்தத் தொடங்கினர்; இறுதியில் மன்னனிடம் சென்று துப்புக் கிடைத்ததாய், முத்துமாலையணிந் திருப்பதைக் கூறி, இவரைத் தண்டித்துக் கழுவேற்ற வேண்டும் என்றனர். பத்திரகிரி மன்னன் பட்டினத்தாரை நேரில் பார்க்காமலேயே கழுவேற்றும்படிக் கட்டளையிட்டான். (இச்செயல், கண்ணகியின் சிலம்பைப் பார்க்காமல் கோவல னுக்குத் தண்டனை கொடுத்த பாண்டியன் நெடுஞ்செழியனின் அறம்பிழைத்த குற்றத்தை நினைவுகூரச் செய்கின்றது.)

கழுவேற்றுமிடத்துக்குக் கொண்டு வரப்பட்ட பொய்க் குற்றவாளியான பட்டினத்தார் 'கழு' மரத்தைப் பார்த்ததும் இறைச்சிந்தனையில் ஆழ்ந்தார்; முகத்திலே புன்னகையொளி பூத்தது; பாடினார்:-

'என்செயலால் ஆவது யாதொன்றுமில்லை இனித்தெய்வமே
உன்செய லேயென்று உணரப்பெற்றேன் இந்த ஊனெடுத்த
பின்செய்த தீவினை யாதொன்று மில்லை பிறப்பதற்கு
முன்செய்த தீவினையோ இங்ஙனே வந்து மூண்டதுவே.'

இந்தப் பாடலைக் கேட்ட செந்தீ கழு மரத்தையே எரித்தது; புரியாத புன்மனத்தினர் திகைத்தனர்; செய்தியறிந்து வந்த பத்திரகிரியோ வியந்தார்; வியர்த்தார்; அருளை நோக்கி அஞ்சினார்; தன் குற்றத்துக்குத் தண்டனை வேண்டினார். தன்னையொரு அடியானாக ஆக்கிக் கொள்ளும்படி அழுதார் தொழுதார்!

பட்டினத்தாரின் அருளாற்றலைக் கண்டுவியந்த பத்திரகிரியார் துறவொழுக்கம் அடைந்தார்; அரசு-அரண்மனை-சுற்றம்-சூழல் அனைத்தையும் முற்றத்துறந்தார்; தன்னையொரு அடியவனாய் ஏற்றுக்கொள்ள வேண்டி அடிகளின் திருவடிகளிலே வீழ்ந்தார். இரக்கப்பட்ட பட்டினத்தாரும் இசைந்து அணைத்துக் கொண்டார்.

“திருவிடைமருதூருக்கு வருக” எனப் பணித்து விடையருளினார்.

பத்திரகிரியாரும் புறப்பட்டு திருவிடைமருதூரை அடைந்தார்.

பட்டினத்தாரும் அங்கிருந்து காசி, திருக்கேதாரம், விந்தம் முதலிய வடநாட்டுத் திருக்கோயில்களை வழிபட்டு வந்தார்; வரும் வழியில் மேலைக்கடற்கரை வழியாகத் திருக்குற்றாலம்-மதுரை முதலிய நகர்களையடைந்து இறுதியில் திருவிடைமருதூரை வந்து சேர்ந்தார்.

வந்தவர் கோயிலின் கீழக் கோபுரவாசலிலே தங்கினார். கட்டளைப்படி, பத்திரகிரியாரும் இக்கோயிலையடைந்து மேலைக் கோபுரவாசலில் தங்கினார்.

இவ்வாறு தங்கியிருக்கும் நிலையில், பத்திரகிரியார் தெருக்களுக்குச் சென்று, வீடுகளிலே உணவு இரந்து வந்து பட்டினத்தாருக்கு ஊட்டுவார்; அதிலே எஞ்சிய ஒரு பகுதியைத் தானும் உண்டு, தன்னோடிருந்த பெண் நாய்க்குட்டிக்கும் கொடுப்பார். இப்படிப் பல ஆண்டுகள் சென்றன. ஒருநாள் துறவியொருவர் வந்து பட்டினத்தாரிடம் உணவு கேட்டார். அதற்கு, பட்டினத்தார், “என்னிடம் ஒன்றுமில்லை; மேலக்கோபுர வாசலில் ஒரு குடும்பத்துறவி (சம்சாரி) இருக்கிறார்; அவரிடம்

செல்லுங்கள்" என்றதும், அந்தத் துறவி பத்திரகிரியாரிடம் சென்று பட்டினத்தார் சொன்னதைச் சொன்னார். இதைச் செவிமடுத்த பத்திரகிரி அதிர்ச்சியடைந்தார். "ஐயோ! நான் குடும்பமாகவா இருக்கின்றேன்? நான் வைத்திருக்கிற உணவுச் சட்டியும் இரக்கத்திற்குரிய நாயும் என் குடும்பமா? என்று பதறிய அவர், சட்டியை எடுத்து எறிந்தார்; அது தவறியநிலையில் நாயின்மேல் விழுந்து உடைந்து சிதறியது. இதனால் நாயும் செத்தது. பற்றுக்கள் யாவும் அழிந்தனவென்று எண்ணினார்.

செத்த நாயோ, பட்டினத்தாரின் திருஎச்சிலுணவை உண்டு வந்ததால், இப்போது காசி மன்னனுக்கு மகளாய்ப் பிறந்து பெரியவளாகி, துறவு உள்ளத்தோடும் தந்தையின் இசைவோடும் திருவிடைமருதூருக்கு வந்து பத்திரகிரியாரை அடைந்தாள். இவ்விருவரையும் கண்டு அருள் கூர்ந்த பட்டினத்தார் இறைவனை வேண்டி இருவருக்கும் பிறவியிலிருந்து விடுதலை கொடுத்தார்.

இவ்வாறு மன்னராயிருந்து துறவியாகி விடுதலைபெற்ற பத்திரகிரியாரின் பட்டறிவையும் உலக உண்மையியலையும் அருளியலையும் இறையன்பியலையும் இவருடைய இருநூற்று முப்பத்து நான்கு கண்ணிப்பாடல்களிலே கற்று வியந்து இன்புறுகின்றோம்; அறிவுத் தெளிவும் பெறுகின்றோம்.

'பாவியென்ற பேர்படைத்துப் பாழ்நரகில் வீழாமல்
ஆவியென்ற சூத்திரத்தை அறிவதினி எக்காலம்?'

***நூல்-கண்ணிப்பாடல்கள்

(ஒவ்வொரு பாட்டின் இறுதிச் சீரான 'எக்காலம்' என்பது, பத்திரகிரியாரின் ஏக்கத்தையும் அது நிறைவேற வேண்டுமே என்னும் கவலையையும் வெளிப்படுத்துகின்றது. முதற்பாடல், தம் புலம்பலாகிய கருத்தை யாவர்க்கும் எடுத்துரைக்க, யானை முகனுடைய திருவருள் துணைபுரிய வேண்டுமே என்கிறார்.)

முத்திதரும் வேத மொழியாம் புலம்பல்சொல்ல
அத்தி முகவன்தன் அருள்பெறுவது எக்காலம்? 1

(உரை:) அன்பர்களே! நான் நினைக்கின்ற பிறவிக்கு விடுதலை (முத்தி) தரும் மறைமொழியான கருத்துக்களைப்

புலம்பலாய் எடுத்துரைக்க வேண்டுகின்றேன்; அதற்கு ஆனைமுகனான பிள்ளையாரின் திருவருளைப் பெற்று மகிழ்வது எந்த நாளோ? தெரியவில்லையே!

(நான் அனைத்திலிருந்தும் விடுதலைபெறத் தவத்தில் மூழ்க வேண்டும்.)

ஆங்காரம் உள்ளடக்கி ஐம்புலனைச் சுட்டறுத்துத்
தூங்காமல் தூங்கிச் சுகம்பெறுவது எக்காலம்? 2

(உரை:) *அன்பர்களே! நான் ஆணவமென்னும் மாசிருளை உயிருள்ளே அடக்கிக் கொண்டு, ஐந்து பொறிகளின் அறிவுப் புலன்களை நுகரவிடாமல் அறவே தீய்ந்துபோகச் செய்தும், தவப்படிகள் எட்டிலும் வெற்றி பெற்றும், இறையொளியோடு கலந்து முயங்கி இன்புறுதல் எந்தக் காலமோ? தெரியவில்லையே.*

(சிவச்செம்பொருள் அருள்வெள்ளத்தில் திளைப்பதும் வேண்டும்!)

நீங்காச் சிவயோக நித்திரைகொண் டேயிருந்து
தேங்காக் கருணைவெள்ளம் தேக்குவதும் எக்காலம்? 3

(உரை:) *அன்பர்களே! நான் எப்பொழுதும் பிரியாமல் சிவச்செம்பொருளொளியில் கலந்து தவத்திலே மூழ்கித் தூங்கிக் கொண்டேயிருக்க வேண்டும்; அந்த அடக்கமுடியாத அருள் வெள்ளத்தை எனது ஆன்மவுயிரிலே தேக்கியின்புறுவதும் எந்தக் காலமோ? தெரியவில்லை.*

(அருள்வெள்ளத்தை உண்ண எனக்கு வாய்ப்பு வருமா?)

தேங்காக் கருணைவெள்ளம் தேக்கியிருந்து உண்பதற்கு
வாங்காமல் விட்டகுறை வந்தடுப்பது எக்காலம்? 4

(உரை:) *அடைக்க முடியாமல் பெருகும் அருள் வெள்ளத்தை என் உயிரிலே தேக்கி வைத்துக் கொண்டு உண்ணுதற்கு, முன்னமே அருளைப் பெறாமல் தவறவிட்ட குறையைப் போக்கி, இப்பொழுது வாய்ப்பைப் பெறுவதும் எந்த நாளோ அறியேன்! ஐயா!*

(நான் ஒழியாத பிறவியை ஒழிக்க வேண்டும்.)

ஓயாக் கவலையினால் உள்ளுடைந்து வாடாமல்
மாயாப் பிறவி மயக்கறுப்பது எக்காலம்? 5

(உரை:) பிறவி அறவேண்டுமே பிறவி அற வேண்டுமே என்று ஓயாமல் எப்போதும் கவலைப்பட்டு உள்ளம் சிதைந்து வாடி வதங்காமல் இருக்கவேண்டும்; அதற்கு மாயாமல் மயக்கிக் கொண்டிருக்கும் மாயையின் மயக்கத்தை அறுத்துப் பிறவி யிலிருந்து விடுதலை பெறவேண்டும். அந்த நாளும் என்று வருமோ? அறியேன், ஐயா!

(உடம்பாகிய நகர்க்கோட்டையை வெல்ல வேண்டும்.)

மாயாப் பிறவி மயக்கத்தை ஊடறுத்துக்
காயா புரிக்கோட்டை கைக்கொள்வது எக்காலம்? 6

(உரை:) மாயையால் மயக்கப்படும் மனிதப் பிறவியின் அறிவுப் புலன்களின் அடிமை மயக்கத்தையெல்லாம் முதலில வென்று, உடம்பென்னும் கோட்டையைப் பிடிக்கும் நாள்தான எந்த நாளோ தெரியவில்லையே! அந்தோ!

(அழியாத மெய்யறிவு எனக்கு என்று வரும்?)

காயா புரிக்கோட்டை கைவசமாய்க் கொள்வதற்கு
மாயா அனுபூதி வந்தடுப்பது எக்காலம்? 7

(உரை:) உடம்பாகிய கோட்டைக்குள்ளிருக்கும் பொறி புலன்கள்-மனம் அறிவு முதலியவற்றை அடக்கி ஒடுக்கி வெற்றி கொள்வதற்கு, அழியாத ஆற்றலுடைய மெய்யறிவு (அனுபூதி) வந்து துணைசெய்ய வேண்டுமே. அது எப்போது வருமோ? அறியேன்.

(நான் இறைவனிடம் காதல் கொள்வது எப்போது?)

சேயாய்ச் சமைந்து செவிடூமை போல்திரிந்து
பேய்போல் இருந்துன் பிரமை கொள்வது எக்காலம்? 8

(உரை:) இறைவா! என்னுயிர்த் தலைவா! நான் குழந்தை போலிருந்தும், காது கேளாதவன் போலவும் வாய்பேசாதவன் போலவும் வெளியே திரிந்தும், பேய்போல் மறைந்திருந்தும் உன்னிடம் மெய்யன்பாகிய காதல் கொள்வது எந்தக் காலமோ? தெரியவில்லையே!

(தாயை வணங்குதல் தவமாகும்.)

பேய்போல்திரிந்து பிணம்போல் கிடந்து பெண்ணைத்
தாய்போல் நினைத்துத் தவம்முடிப்பது எக்காலம்? 9

(உரை:) *நான் பேயைப்போல மறைந்து திரிந்தும், உயிர்ப்படங்கிய உடம்பைப்போல் படுத்துக் கிடந்தும், மற்ற பார்வையில்படும் பெண்களைத் தாயைப்போல் நினைந்து போற்றியும் அவற்றைத் தவமாகவே முடித்து வாழ்வதும் எக்காலமோ? இறைவா! அதை அருள்வாயாக!*

(மயக்கும் பெண்களை நான் மறந்திருக்க வேண்டும்.)

கால்காட்டிக் கைகாட்டிக் கண்கள் முகங்காட்டி
மால்காட்டும் மங்கையரை மறந்திருப்பது எக்காலம்? 10

(உரை:) *அழகிய கால்நடை காட்டியும் கை வீச்சுக் காட்டியும் சிமிட்டும் கண்ணுடைய மலர்முகம் காட்டியும் மயக்கும் மங்கையரின் வலையில் சிக்காமல் மறந்திருப்பதும் எக்காலமோ தெரியவில்லையே!*

(தவத்திலே கண்களை மூடி இறையொளியில் கலக்கவேண்டும்!)

பெண்ணின்நல்லார் ஆசைப் பிரமையினை விட்டொழிந்து
கண்ணிரண்டு மூடிக் கலந்திருப்பது எக்காலம்? 11

(உரை:) *அழகிய நல்ல பெண்களின்மேல் கொள்ளும் ஆசையையும் காதலையும் விட்டுவிட்டு, கண்கள் இரண்டையும் மூடிய நிலையில் முறையான தவஞ்செய்து, இறையொடு கலந்து இன்புறுவது எந்தக் காலமோ? அறியேன், அந்தோ!*

(பெண்குறியில் அறிவு கெட்டுவிடாமல் காத்திட வேண்டும்.)

வெட்டுண்ட புண்போல் விரிந்தஅல்குல் பைதனிலே
தட்டுண்டு நிற்கை தவிர்வதுவும் எக்காலம்? 12

(உரை:) *கடவுளே! மாயையால் படைக்கப்பட்ட ஆசையை அழிக்க வேண்டுமே, ஐயோ! பெண்களின் வெட்டப்பட்ட பிளவுப் புண்போல் தெரியும் (பெண் கருவாய்) அல்குலான பைக்கு ஆசைப்பட்டு அறிவிழந்து நிற்கும் இழிவைத் தவிர்வதுவும் எக்காலமோ? அறியேன், இறைவா!*

(காமத்துக்கு அடிமையாகாத தெளிந்த சிந்தை வேண்டும்.)

ஆறாத புண்ணில் அழுந்திக் கிடவாமல்
தேறாத சிந்தைதனைத் தேற்றுவதும் எக்காலம்? 13

(உரை:) *மாயையின் வடிவான-ஆறாத புண் போன்ற அல்குலில் என் அறிவு அழுந்திக் கெட்டுப் போகாமல், தெளிவில்லாத சிந்தையைத் தெளிவுறச் செய்து விளங்குவதும் எக்காலமோ? தெரியவில்லையே.*

(மெய்ப்பொருளையும் பொய்ப்பொருளையும் உணரும் தெளிவைப் பெறுதல் வேண்டும்.)

தந்தைதாய் மக்கள் சகோதரரும் பொய்யெனவே
சிந்தைதனில் கண்டு திருக்கறுப்பது எக்காலம்? 14

(உரை:) *இறைவா! உலகில் உன்னை மெய்ப்பொருள் என்றும், பெற்ற தந்தையும் தாயும் குழந்தைகளும் உடன் பிறந்தார்களும் யாவருமே பொய்ப் பொருளாய் அழிந்து போவரென்றும் கருதும் சிந்தையைப் பெற்றுத் திருந்தும் நிலையை அடைவதும் எக்காலமோ? அறியேன், ஐயனே!*

(ஆருயிர்களைக் கொல்லாமலிருப்பதே அருந்தவம்!)

மன்னுயிரைக் கொன்று வதைத்துண்டு உழலாமல்
தன்னுயிர்போல் எண்ணித் தவம்முடிப்பது எக்காலம்? 15

(உரை:) *கடவுளே! நீ படைத்த ஆருயிர்களை இரக்கமில்லாமல் கொன்று, அதையே புண்படுத்தி உணவாகக் கொண்டு தீவினை செய்யாமல், அவ்வுயிர்களை யெல்லாம் தன் உறவான உயிர்களைப் போல் கருதி அருட்பண்போடு வாழ்வதே தவமெனக் கருதுகின்ற நாள் என்று வருமோ? அறியேன், இறைவா!*

(மனித உயிருக்கு இலக்கணமாய் நான் வாழ வேண்டும்)

பாவியென்ற பேர்படைத்துப் பாழ்நரகில் வீழாமல்
ஆவியென்ற சூத்திரத்தை அறிவதினி எக்காலம்? 16

(உரை:) *ஐயோ! இறைவா! நான் இந்த உலகிலே பலரும் பழித்துப் 'பாவி' என்று பேர் சொல்லி இகழும் நிலையேற்பட்டுப் பாழும் துயரம் தரும் நரகத்திலே வீழ்ந்துவிடக் கூடாது; "மனித*

ஆருயிர் இவனே" யென்று இலக்கணமாய்ப் புகழும் வாழ்வை நான் அடைவது இனி எந்த நாளோ? தெரியவில்லையே!

(சிலைகளெல்லாம் மெய்ப்பொருளாவது எக்காலமோ?)

உளியிட்ட கல்லும் உருப்பிடித்த செஞ்சாந்தும்
புளியிட்ட செம்பும் பொருளாவது எக்காலம்? 17

*(**உரை:**) இறைவா! இந்நாளில் திருக்கோயில்களிலே, உளியால் செதுக்கப்பட்ட கற்சிலைகளையும், வண்ணச் சுதையாலும் சாந்தாலும் செய்யப்பட்ட உருவங்களையும், புளியால் விளக்கப்படும் செம்புச் சிலைகளை (படிமங்களை)யும் மக்கள் மெய்ப்பொருளாகவும் தெய்வமாகவும் புரிந்து போற்றுகின்ற காலம் எந்நாள் வருமோ? அறியேன், இறைவா!*

(பொய்ப்பகட்டு வாழ்க்கையை மறக்க வேண்டும்.)

வேடிக்கையும் சொகுசும் மெய்ப்பகட்டும் பொய்ப்பகட்டும்
வாடிக்கை யெல்லாம் மறந்திருப்பது எக்காலம்? 18

*(**உரை:**) இறைவா! இந்த உலகியல் வாழ்விலே வேடிக்கைக் காட்சிகளைக் காண்பதும், சொகுசான வாழ்வில் விருப்பங் கொள்வதும், உடம்பைப் பகட்டாய் ஒப்பனை செய்து கொள்வதும், தற்பெருமையாய்ப் பொய் பேசுதலும் ஆகிய பழக்கத்தையெல்லாம் மறந்து, நேரான வாழ்வை நான் எந்நாள் அடைவேனோ? அறியேன்.*

(பகட்டு வாழ்வைவிட்டு உன் திருவடியை நான் விரும்ப வேண்டும்.)

பட்டுடையும் பொற்பணியும் பாவனையும் தீவினையும்
விட்டுவிட்டுன் பாதம் விரும்புவதும் எக்காலம்? 19

*(**உரை:**) இறைவா! என் வாழ்விலே பட்டாடை உடுத்திப் பொன்னணிகளை அணிவதையும், போலித்தன்மையில் நடப்பதை யும், தீய செயல்களைச் செய்வதையும் தொலைத்துவிட்டு, உனது திருவடியை அடைய விரும்புவதும் எக்காலமோ? அறியேன்.*

(ஊமையைப்போல் நான் பேசாதநிலை பெற வேண்டும்)

ஆமை வரும்ஆட்கண்டு ஐந்தடக்கம் செய்தாற்போல்
ஊமை உருக்கெண்டு ஒடுங்குவதும் எக்காலம்? 20

(உரை:) ஆமையானது முன்னேவரும் மக்களைக் கண்டவுடன், தன் ஐந்து உறுப்புக்களையும் அடக்கிக் கொண்டு, அஞ்சி நகராமல் கிடப்பதுபோல் நானும் புலனறிவுகளை ஒடுக்கிக் கொண்டு, வாய்பேசாமல் ஊமையனாய் இருப்பதும் எக்காலமோ? தெரியவில்லையே, இறைவா!

(பகட்டுத் துறவியாய்ப் பல்லக்கிலே செல்லும் கருத்து ஒழிய வேண்டும்.)

தண்டிகையும் சாவடியும் சாளிகையும் மாளிகையும்
கண்டு களிக்கும் கருத்தொழிவது எக்காலம்? 21

(உரை:) இறைவா! துறவிகளின் போலி வேடமும் பகட்டும் எனக்கு வேண்டா. பல்லக்கின்மேல் அமர்ந்து களிப்பதும், தலைவர்கள் தங்கும் ஊர்ச் சாவடியில் தங்குவதும், பணப்பையை (சாளிகை)க் கையில் கொண்டிருப்பதும், பெரிய மாடமாளிகை யிலே தங்கிக் களிப்பதும் காண்பதும் மனக்கருத்தை விட்டு ஒழிவது எந்நாளோ? அறியேன்.

(தலைவன் இடத்தைக் கண்டு நாள்தோறும் நான் செத்தவர்போல் கிடக்க வேண்டும்.)

அத்தன் இருப்பிடத்தை ஆராய்ந்து பார்த்துநிதம்
செத்த சவம்போல் திரிவதினி எக்காலம்? 22

(உரை:) நாள்தோறும் நான் இறைவன் தங்கும் ஆன்ம அறிவுமன்றில் ஆராய்ந்து அருளொளி கண்டு களிப்பிலே ஆழ்ந்து, உணர்ச்சியற்ற பிணம் போலக் கிடக்கும் நிலையடைவது இனி எக்காலமோ? தெரியவில்லையே, என் செய்வேன்? அந்தோ!

(அறச்செயல்களை மனத்திற்கொண்டு தவம் நோற்பது வேண்டும்.)

ஒழிந்ததருமத் தினைவைத்து உள்ளெலும்பு வெள்ளெலும்பாய்க்
கழிந்தபிணம் போலிருந்து காண்பதினி எக்காலம்? 23

(உரை:) இறைவா! என் நெஞ்சிலே, செய்த அறப்பணிகளை யெல்லாம் சுமந்துகொண்டு, தவஞ் செய்யும் நிலையில், உடலிலுள்ள தசை குருதி கொண்ட எலும்புகள் வெள்ளைநிற எலும்புகளாய், உயிர்விட்ட பிணம்போலிருந்து உன்னைக் காண்பது இனிமேல் எந்த நாளோ? அறிகிலேன்.

(கருவிலே கொண்ட கோள்களின் தாக்கத்தை அழிப்பது எக்காலமோ?)

அற்ப சுகம்மறந்தே அறிவையறி வாலறிந்து
கெர்ப்பத்தில் வீழ்ந்துகொண்ட கோளறுப்பது எக்காலம்? 24

*(**உரை:**) அன்பர்களே! மிகவும் சிறிதான மாயைதரும் சிற்றின்பத்தை மறந்துவிட்டு, உயிரின் அறிவை உயிரறிவால் அறிந்து கொண்டு, மனிதக் கருவிலே வந்து சேர்ந்த (வானியலின்) தீய கோள்களின் தாக்கத்தை அழித்தொழிப்பது எந்த நாளோ? தெரியவில்லை.*

(என்னை ஆண்டு கொள்ள இசைய வேண்டும்.)

கருப்படுத்தி என்னையமன் கைப்பிடித்துக் கொள்ளாமுன்
உருப்படுத்தி யாள உடன்படுவது எக்காலம்? 25

*(**உரை:**) இறைவா! என்னைக் கருவிலேயே எமன் வந்து கையைப் பிடித்துக் கொண்டு போகும் முன்னரே, என்னை நல்ல உடம்புடையவனாக்கி, அடியானாக ஆட்கொள்ளத் திருவுள்ளம் இசைவது எந்த நாளோ? அறியவில்லையே, அப்பா!*

(இறந்தபின் பிழைத்துவரும் திறனை அறிய வேண்டும்.)

தூண்டு விளக்கணையத் தொடர்ந்திருள்முன் சூழ்ந்தாற்போல்
மாண்டு பிழைத்துவந்த வகைதெரிவது எக்காலம்? 26

*(**உரை:**) தூண்டிக் கொண்டிருக்கின்ற அகல் விளக்கும் அணைந்து போக, இருள் தொடர்ந்து முன்னே வந்ததுபோல் இறந்த ஒருவன், உயிர்பிழைத்து வந்த வகைத் திறனைத் தெரிந்துவியப்பது எக்காலமோ? அறியேன், இறைவா!*

(கடவுளைத் தேடி அவனருளைப் பணிய வேண்டும்.)

தூரியினில் மீன்போற் சுழன்று மனம் வாடாமல்
ஆரியனைத் தேடி அடிபணிவது எக்காலம்? 27

*(**உரை:**) தூண்டிலில் அகப்பட்ட மீன் எப்படித் துயரடைந்து சுழன்று துள்ளுமோ அதுபோல உலகில் படும் அல்லலால் மனம் வாடித் துடிக்காமல் உயிர்த் தலைவனான கடவுளைத் தேடி ஆராய்ந்து அவனது திருவடியொளியைப் பணிந்து இன்புறுதல் எக்காலமோ? அறிந்திலேன், அப்பா!*

(விடுதலை பெற வெண்ணீறு பூச வேண்டும்.)

எண்ணுறு யுகமிருந்தும் எய்தாத வீடுபெற
வெண்ணீறு பூசி விளங்குவதும் எக்காலம்? 28

(உரை:) *எண்ணூறு ஊழிக்காலமும் தவம் செய்து முயன்றும், கிட்டாத பேரின்ப வீட்டைப் பெற்று மகிழத் திருவெண்ணீற்றைப் பூசி ஒளி திகழ வாழ்வதும் எக்காலமோ? தெரியவில்லை.*

(சிவவேடம் பூண்டு சிறந்திருக்க வேண்டும்.)

அவவேடம் பூண்டிங்கு அலைந்து திரியாமல்
சிவவேடம் பூண்டு சிறந்திருப்பது எக்காலம்? 29

(உரை:) *இந்த ஆரவார உலகியல் வாழ்வுக்காக வீணான வேடமும் ஒப்பனையும் செய்து நடித்து அலைந்து வாழாமல், செம்பொருட் சிவமாம் கடவுளின் அணியான கண்மணிமாலை எனப்படும் உருத்திராக்கத்தையும் திருநீற்றையும் அணிந்து கொண்டு மகிழ்ந்து வாழ்வது எக்காலமோ? அறிந்திலனே!*

(நான் தொண்டனெனத் தொண்டு செய்ய வேண்டும்!)

அண்டருக்காக நஞ்சருந்தி அம்பலத்தில் ஆடுசிவன்
தொண்டருக்குத் தொண்டனெனத் தொண்டுசெய்வது எக்காலம்? 30

(உரை:) *உலக மக்களே! ஒரு காலத்தில் பாற்கடலைக் கடைந்த நிலையில் அதிலே தோன்றிய நஞ்சினைத், தேவர்களைக் காக்கும் பொருட்டுத் தானே உண்டு மகிழ்ந்த கடவுள் சிவபெருமான்; அக்கடவுள் உலகத்தை இயக்கி வாழச் செய்தற்காகவே அறிவு அம்பலத்திலே இன்பக்கூத்து நிகழ்த்துகின்றான். அக் கடவுளின் தொண்டருக்கு நானொரு தொண்டனாகத் தொண்டு செய்வது எந்தக் காலமோ? தெரியவில்லையே.*

(குன்றில் விளக்கான கடவுளைக் கூறுவது என் கடமை?)

பன்றி வடிவெடுத்துப் பாரிடந்து மால்காணாக்
குன்றில் விளக்கொளியைக் கூறுவதும் எக்காலம்? 31

(உரை:) *சிவக்கடவுளின் திருவடியைக் காணும் ஆசையிலே திருமால் பன்றி உருவங்கொண்டு நிலத்தையே தோண்டிப் பார்த்தான்; திருவடியொளியைக் காண முடியவில்லை.*

அத்தகைய அருமையுடைய சிவன் குன்றிலே தெரியும் விளக்குச் சுடரானவன். அவனது பெருமையை நான் எடுத்துரைக்கும் காலம் என்று வருமோ? தெரியவில்லையே.

(கடவுள் அறிவெல்லையின் உட்பொருளாவன்.)

தித்திக்கும் தெள்ளமுதைச் சித்தாந்தத்து உட்பொருளை
முத்திக்கு வித்தை முதல்நினைப்பது எக்காலம்? 32

(உரை:) *முழுமுதற்கடவுள் இனிக்கும் தெள்ளிய அமிழ்தம்; அறிவு எல்லையின் உள்ளடக்கமாகிய கருப்பொருள்! மீண்டும் பிறவிக்கு வாராமல் விடுதலை (முத்தி) பெறுதற்கு விதை! இப்பெரிய கடவுளை முதன்மையாய் நினைப்பதும் எந்தக் காலமோ? அறியேன்.*

(மறைநூலை விட்டுவிட்டுத் தனித்தவத்தைச் செய்க!)

வேதாந்த வேதமெல்லாம் விட்டொழிந்தே நிட்டையிலே
ஏகாந்த மாக இருப்பதினி எக்காலம்? 33

(உரை:) *இறைவா! மறைநூல் முடிபான கொள்கைகளை விட்டொழிந்தே, தனிநிலையிலிருந்து தவஞ்செய்து, அதிலே நின் செவ்வொளி கண்டு, அமுதம் பெற்று வாழ்வது இனி எந்தக் காலமோ? அறிய முடியவில்லையே, ஐயா!*

(ஆன்ம உயிரிலிருக்கும் கடவுளைக் கண்டு பொருந்தி இன்புறுக.)

மற்றிடத்தைத் தேடியென்றன் வாழ்நாளைப் போக்காமல்
உற்றிடத்தைத் தேடி உறங்குவதும் எக்காலம்? 34

(உரை:) *கடவுளே! நான் உன்னை வெளியிடங்களிலே தேடி வாழ்நாளை வீணடிக்காமல், எனது தலைநடுவாகிய சிற்றம் பலத்தில் நீ இருப்பதையுணர்ந்து, உன்னோடு தவங்கூடிக்களித்து உறங்குவதும் எந்த நாளோ? தெரியவில்லையே.*

(இன்றுள்ளவர் நாளை மாள்வர் என்பதை நான் அறிய வேண்டும்.)

இன்றுளோர் நாளை இருப்பதுவும் பொய்யெனவே
மன்றுளோர் சொல்லும் வகையறிவது எக்காலம்? 35

(உரை:) *இறைவா! இன்று வாழ்ந்து கொண்டிருப்பவர்கள் நாளைக்கு இருப்பார்களென்பது பொய்யே என்று அறமன்றில்*

இருக்கும் சான்றோர் சொல்லும் கூற்றின் உண்மையை நான் அறிந்து கொள்வது எக்காலமோ? அறியேன்.

(நன்னெறியில் நான் திருவமுதை உண்ண வேண்டும்.)

கஞ்சா அபினியுடன் கள்ளுண்டே வாடாமல்
பஞ்சா மிர்தத்தைப் பருகுவதும் எக்காலம்? 36

(உரை:) *கடவுளே! ஒழுக்கங்கெட்ட சூழலில், அறிவைக் கெடுக்கும் மருந்தான கஞ்சா, அபினி, கள் முதலியவற்றைத் தீயவருடன் சேர்ந்திருந்து உண்டு மயங்கிப் பாழாய்ப் போய் விடாமல், நீ கொடுக்கும் அருளமுதான 'ஐங்கனிக் குழைவு' எனப்படும் 'பஞ்சாமிர்தத்தை'ப் பெற்றுச் சுவைத்து இன்புற எந்த நாள் வாய்க்குமோ?*

(உலகில் துயரம் அடையாமல்
இறைவனது திருவடியைப் பெறவேண்டும்.)

செஞ்சலத்தி னால்திரண்ட செனனம்மோட்சம் பெறவே
சஞ்சலத்தை விட்டுன் சரணடைவது எக்காலம்? 37

(உரை:) *இறைவா! தாயின் கருப்பையிலே ஊறும் செம்பாலால் (சுரோணிதம்) உருவாகும் கருப்பிறவியானது விடுதலை பெற்றுப் பேரின்பத்தை அடைவதற்காக, நான் உலகத் துன்பங்களை விட்டொழித்து, உனது திருவடியொளியை அடைவதும் எந்தக் காலமோ? அறிவேன், அப்பா!*

(நான் தெருவிலே இரை தேடுவது ஒழிய வேண்டும்.)

கும்பிக்கு இரைதேடிக் கொடுப்பார் இடம்தோறும்
வெம்பித் திரிகை விடுப்பதினி எக்காலம்? 38

(உரை:) *கடவுளே! நான் வயிற்றுப்பசிக்காக உணவைத் தேடி, அன்புடன் கொடுப்பவரின் இல்லம் தோறும் சென்று, உடல்வருந்தி அலைதலை விடுவதுதான் இனி என்றோ? அறியேன் ஐயா!*

(சாவதற்கு முன்பே உன்னைப் போற்ற வேண்டும்.)

ஆடுகின்ற சூத்திரந்தான் அறுமளவு மேதிரிந்து
போடுகின்ற நாள்வருமுன் போற்றுவதும் எக்காலம்? 39

(**உரை:**) இறைவா! பொம்மலாட்டத்தில் ஆடும் நூலானது அறும் வரையிலும் பொம்மை ஆடும்; பின் அறும்பொழுது பொம்மையும் விழுந்துவிடும்! அதுபோன்றே எனது உடம்பி லிருந்து உயிர்போகும் முன்பே, உன்னைப் போற்றி வழிபடும் பேறு எனக்கு வாய்க்க வேண்டும். அந்த நாள் இனி என்று வருமோ? தெரியவில்லையே, அந்தோ!

(நான் சிவத்தின் உண்மையியலை அறிய வேண்டும்)

நவசூத் திரவீட்டை நான்என்று அலையாமல்
சிவசூத் திரத்தைத் தெரிந்தறிவது எக்காலம்? 40

(**உரை:**) ஒன்பது துளைகளோடு நரம்பு என்னும் நூலால் கட்டப்பட்ட உடம்பென்னும் வீட்டை, 'நான்' என்னும் செருக்குக் கொண்டு அலையாமல், கடவுளான செம்பொருட் சிவத்தின் இயற்கை இலக்கணத்தை நான் தெரிந்து உணர்வது எந்தக் காலமோ? அறியேன், ஐயா!

(உனது திருவடிக்கீழே எனது உயிர் கலந்து நிற்க வேண்டும்.)

மறந்து மலசலங்கள் மாயும்புழுக் கூட்டைவிட்டுக்
கரந்துன் அடியிணைக்கீழ்க் கலந்து நிற்பது எக்காலம் 41

(**உரை:**) இறைவா! உடம்பிலிருந்து கழியும் மலம்-சிறுநீரினை விட்டொழிந்து, ஒருநாள் மாயும் இந்தப் புழுக்கூடாகிய உடம்பினை மறைத்துக் கொண்டு, உனது திருவடி மலர்களின் கீழே அடியேன் கலந்து இன்புறுவது எக்காலமோ? அந்த வாய்ப்பு எனக்கு வேண்டுமே, இறைவா!

(உடலாகிய பொம்மையைப் போட்டுவிட்டு இறைவனைப் போற்ற வேண்டும்)

இம்மைதனில் பாதகனாய் இருவினைக்கு ஈடாய்எடுத்த
பொம்மைதனைப் போட்டுன்னைப் போற்றி நிற்பது எக்காலம்? 42

(**உரை:**) இறைவா! இப்பிறவியில் தீயவனாயும் நல்வினை-தீவினைகளின் பயனாய்ப் பிறந்த உடலைப் பெற்ற நான், உடம்பான பொம்மையை மண்ணிலே போட்டுவிட்டு, உன்னைப் போற்றி நின்று இன்புறுவது எக்காலமோ? அறியேன் ஐயா!

(மனிதன் உடம்பு அழியுமுன்னே இறைவனுக்கு ஆட்பட வேண்டும்.)

உப்பிட்ட பாண்டம் உடைந்துகருக் கொள்ளுமுன்னே
அப்பிட்ட வேணியனுக்கு ஆட்படுவது எக்காலம்? 43

*(**உரை:**) மனிதா!* உப்பிட்டு வைத்திருந்த மண்பாண்டம், அரிக்கப்பட்டு உடைவது போன்று உடம்பு அழிந்து உயிரானது மற்றொரு கருவிலே புகுமுன்னே, சடையிலே கங்கை நீரையணிந்த கடவுளான சிவனுக்கு அடிமையாவது எக்காலமோ? தெரியவில்லை.

(கோயில் தொண்டு செய்து சிவத்தைக் காண வேண்டும்.)

சேவைபுரிந்து சிவரூபக் காட்சி கண்டு
பாவைதனைக் கழித்துப் பரனடைவது எக்காலம்? 44

*(**உரை:**)* பெண்ணாசையை ஒழித்துவிட்டு, திருக்கோயில் களிலே தொண்டு செய்வதுடன், சிவத்திருமேனியின் காட்சி கண்டு வழிபட்டுப், பயனான மேல்நிலையை அடைவது எந்நாளோ, அறியேன்.

(மூன்று மாசுகளும் நீங்கி மேல்நிலை அடைய வேண்டும்.)

காண்டத்தை வாங்கிக் கருமேகம் மீண்டதுபோல்
பாண்டத்தை நீக்கிப் பரமடைவது எக்காலம்? 45

*(**உரை:**)* வானிலிருந்து வந்த கார்முகிலானது கடல்நீரை எடுத்துச்சென்று (வேதிமாற்றம் செய்து) நன்னீராக மாற்றித் தருதல் போன்று இறையருள் என்னும் சூட்டாலே (மனிதனிடமுள்ள ஆணவம்-வினை-மாயையாகிய) மூன்று மாசுகளையும் நீக்கி, மேலான அருள் வாழ்வைப் பெறுவது எந்தக் காலமோ? தெரியவில்லை.

(சோற்றுடலைவிட்டுக் கடவுளை அடைய வேண்டும்.)

சோற்றுத் துருத்திதனைச் சுமந்தலைந்து வாடாமல்
ஊத்தைச் சடம்போட்டு உனையடைவது எக்காலம்? 46

*(**உரை:**)* சோற்றை நிரப்பும் பையாகிய (துருத்தி) உடம்பைச் சுமந்து கொண்டு பிழைப்பு நோக்கி அலைந்து மனம் வருந்தாமல், இந்த நாறும் அழுக்கான உடம்பைக் கீழே போட்டுவிட்டே

உன்னை அடைந்து பெருவாழ்வு வாழ்வது எந்த நாளோ? அறியேன், இறைவா!

(உயிரின் மாசுகளை ஒழித்துவிட்டு உன்னை அறிய வேண்டும்)

தொடக்கைச் சதமெனவே சுமந்தலைந்து வாடாமல்
உடக்கைக் கழற்றி உனையறிவது எக்காலம்? 47

(உரை:) *கடவுளே! இந்த ஊனாலாகிய உடம்பை நிலைத்தது என்று கருதிக் கொண்டு அதைக் காத்தற்காகப் பாடுபட்டு அலைந்து மனம் வருந்தி வாடாமல், உடம்பிலுள்ள உண்மையான (உயிர்மாசு எனப்படும் ஆணவம்-வினை-மாயைகளை) அழுக்குகளைக் களைந்துவிட்டு, உன்னையும் உலகையும் அறிந்து கொள்வது எந்தக் காலமோ? அறியேன்.*

(நான் திருவிளக்கில் ஒன்றி வணங்க வேண்டும்.)

ஆசைவலைப் பாசத்து அகப்பட்டு மாயாமல்
ஓசைமணி தீபத்தில் ஒன்றிநிற்பது எக்காலம்? 48

(உரை:) *இறைவா! அடியேன் ஆசையென்னும் வலையிலும் உறவுப்பாச வலையிலும் அகப்பட்டுக் கொண்டு உள்ளம் செத்துப் போகாமலிருக்க வேண்டும். அதற்காக, வழிபாட்டிலே கேட்கும் மணியோசையிலும் திருவிளக்கு ஒளிச்சுடரிலும் மனம் கலந்து ஒன்றி நிற்கக்கூடிய காலம் எந்நாள் வருமோ? இறைவா! நீயே அருளவேண்டும்.*

(திருவடியொளியை நான் பார்த்திருக்க வேண்டும்.)

கூறரிய நால்வேதம் கூப்பிட்டும் காணாத
பார ரகசியத்தைப் பார்த்திருப்பது எக்காலம்? 49

(உரை:) *நாவால் சொல்லுதற்கரிய நான்கு வடமொழி மறைகளும் அழைத்துக் கூவியும் அவற்றால் காணமுடியாத உளவாக (ரகசியம்) இருக்கும் பெரிய மெய்ப்பொருளான பேரொளியாம் வெட்டவெளியை நான் பார்த்துக் கொண்டிருக்கும் நாள்தான் என்று வருமோ? அறியேன்.*

(எப்பிறப்பிலும் அறியாமையிருள் நீங்க வேண்டும்.)

புல்லாய் விலங்காய்ப் புழுவாய் நரவடிவாய்
எல்லாப் பிறப்பின் இருளகல்வது எக்காலம்? 50

*(**உரை:**)* இறைவா! நான் புல்லாய்ப் பிறந்தாலும், விலங்காய்ப் பிறந்தாலும், புழுவாகவே தோன்றினாலும், மனிதனாய் வந்தாலும் இன்னும் எந்தப் பிறவியெடுத்தாலும் உயிரைச் சூழும் இருட்டாகிய மாசு ஒழிந்த பிறவியாக வேண்டும். இந்த வேண்டல் எந்த நாள் நிறைவேறுமோ? அறியேன், இறைவா!

(அருளைக் காண நினைவில் பண்பட வேண்டும்.)

தக்கும்வகைக்கு ஓர்பொருளும் சாரா மலேநினைவில்
பக்கும்வந்து உன்னருளைப் பார்த்திருப்பது எக்காலம்? 51

*(**உரை:**)* இறைவா! ஆசையைத் தூண்டும் எந்த வகையான ஒரு பொருளும் என் நினைவிலே வந்து நிற்கக் கூடாது; என் உள்ளமும் உயிரும் பண்பட வேண்டும்; இதனால், மனப் பண்பாட்டால் உனது அருட்காட்சியை நான் பார்த்துக் கொண்டே இருக்க வேண்டும். அந்த நாள் என்று வருமோ அறியேன். அதை நீயே அருளவேண்டும், இறைவா!

(இறைவனைத் தழுவிக்கொள்ள நான் பெண்ணாக வேண்டும்.)

பருவத் தலைவரொடும் புல்கியின்பம் கொள்வதற்குத்
தெரிவைப் பருவம்வந்து சிக்குவதும் எக்காலம்? 52

*(**உரை:**)* செந்தாமரைக்காடு போன்ற அழகிய சுடர்மேனி யுடைய கடவுளான தலைவரைத் தழுவிக் கொண்டு இன்பமடை தற்கு எனக்கு ஆசையுண்டு; ஆதலால், எனக்குப் பெண்ணுக்குரிய சிறந்த பருவமான தெரிவைப் பருவம் இப்போது வரவேண்டும். இந்த வாய்ப்பான நற்பேறு எந்நாள் வருமோ? அறியேன்.

பெண்ணிற்குரிய வளர்ச்சிப் பருவங்கள் ஏழாகும்:- அவை

பேதை, பெதும்பை, மங்கை, மடந்தை, அரிவை, தெரிவை, பேரிளம் பெண்.

(குருவை நினைத்துக் கும்பிட வேண்டும்.)

தெரிவையுறும் பக்குவத்தின் சீராட்டமெல் லாமறிந்து
குருவையறிந்தே நினைத்துக் கும்பிடுவது எக்காலம்? 53

*(**உரை:**)* தெரிவைப் பருவத்துப் பெண்ணின் பெண்ணியப் பண்புகளைப் போற்றிப் பாராட்டும் நிலையை அறிந்தும், சிறந்த

குருவை அறிவொளியால் நினைத்தும் கும்பிடும் நாளானது, எந்நாள் வருமோ? அறியேன், இறைவா!

(பெண்ணோடு பழகும்நிலையில் புளியம்பழமும் அதன் ஓடும்போல் ஒட்டாமல் பழக வேண்டும்.)

வம்படிக்கும் மாதருடன் வாழ்ந்தாலும் மன்னுபுளி
யம்பழமும் ஓடும்போல் ஆவதினி எக்காலம்? 54

*(**உரை:**) வீண்பேச்சுப் பேசிப் பொழுதைக் கழிக்கும் பெண்களோடு வாழ்கின்ற சூழ்நிலை ஏற்பட்டாலும், சிறந்த பயன்தரும் புளியம்பழமும் அதன் ஓடும் ஒட்டாமலிருப்பதுபோல் நெருங்கிப் பழகாமலிருக்க வேண்டும். அத்தகைய நாள் என்று வருமோ? தெரியவில்லை.*

(உறவோடு பழகும் நிலையில் தாமரையிலை நீர்போல் ஒட்டாமலே பழக வேண்டும்.)

பற்றற்று நீரில் படர்தாமரை இலைபோல்
சுற்றத்தை நீங்கிமனம் தூரநிற்பது எக்காலம்? 55

*(**உரை:**) குளத்துநீரில் படர்ந்திருக்கும் தாமரை இலையின் மேல்வரும் நீர் ஒட்டாமல் உருண்டோடும்; அதுபோன்று சுற்றத்தாரிடம் பற்று வைக்காமல் மனம் நீங்கியே தூரத்திலிருக்க வேண்டும்; அத்தனைய நாள் என்று வருமோ? தெரியவில்லை.*

(மனைவி தரும் உடலின்பத்தைச் சொல்லும் வெளிப்படை நிலை என்று வரும்?)

சல்லாப லீலையிலே தன்மனைவி செய்தசுகம்
சொல்லாரக் கண்டெனக்குச் சொல்வதினி எக்காலம்? 56

*(**உரை:**) தன் மனைவி சிற்றின்பக் களிப்பு விளையாட்டிலே தந்த இன்பத்தைச் சொல்லால் விரித்துரைக்கும் (வெளிப்படையான) அறிவுநிலை எனக்கு எக்காலம் வாய்க்குமோ? அறியேன்.*

(ஆடவனை நோக்கியிருந்து பெண் உருகுவதுபோல என் உள்ளம் உருகவேண்டும்.)

மருவும் அயல்புருடன் வருநேரம் காணாமல்
உருகுமனம் போலென்னுள்ளம் உருகுவதும் எக்காலம்? 57

(உரை:) தழுவிக் கலக்கும் அயலான ஆடவன் வருகையை நோக்கி, இன்னும் வரவில்லையே என்று ஏங்கியுருகும் பெண் மனம்போல எனது உள்ளம் உன்னை நோக்கி உருகும் காலம் என்று வருமோ? அறியேன், இறைவா!

(என் கருத்திலே உன் திருவடியைப் பதிக்க வேண்டும்.)

தன்கணவன் தன்சுகத்தில் தன்மனம் வேறானதுபோல்
என்கருத்தில் உன்பதத்தை ஏற்றுவதும் எக்காலம்? 58

(உரை:) தன் கணவன் தந்த கலவியின்பம் குறைவெனக் கருதி மற்றோர் ஆடவனை மனத்தில் நினைப்பதுபோல் நான் இந்த மண்ணுலக இன்பத்தை வெறுத்து, உனது திருவடியின் பத்தையே நினைக்கின்றேன். அவ்வின்பத்தை நீ தரும் நாள்தான் என்றோ அறியேன், இறைவா!

(காதலியைப் பிரிந்து தவிப்பவன்போல் அன்பன் இறைவனை நோக்கித் தவிக்க வேண்டும்.)

கூடிப் பிரிந்துவிட்ட கொம்பனையைக் காணாமல்
தேடித் தவிப்பவன்போல் சிந்தைவைப்பது எக்காலம்? 59

(உரை:) கூடித்தழுவிப் பிரிந்துபோன பூங்கொம்பு போன்ற அழகுமிக்க பெண்ணொருத்தியைக் காண முடியாமல், தேடித் தவிக்கும் ஒருவனைப் போல என் உள்ளம் இறைவனையடையும் ஏக்கத்திலே தவிக்கும் நாள்தான் எந்த நாளோ? தெரியவில்லையே.

(பெண்மேல் கொள்ளும் காதல்போல் இறைவனிடம் காதல் கொண்டு கலக்க வேண்டும்.)

எவ்வனத்தின் பெண்மோகம் எப்படியுண்டு அப்படிபோல்
கவ்வனத்தில் உன்னைக் கலந்திருப்பது எக்காலம்? 60

(உரை:) ஒருவனுக்கு அழகிய (எவ்வனம்) பெண்ணின்மேல் எப்படிக் காதல் பிறக்கின்றதோ அப்படியே, இறைவா! உன்னைக் காதலால் கவர்ந்து (கவ்வனத்தில்) கலந்திருக்க வேண்டும். அந்த இன்பநாளை நான் என்றைக்குப் பெறுவேனோ? அறியேன்.

(கண்ணீர் தரும் கடவுளை முழுமையாக அறிய வேண்டும்.)

கண்ணால் அருவி கசிந்துமுத்துப் போலுதிரச்
சொன்ன பரம்பொருளைத் தொகுத்தறிவது எக்காலம்? 61

(உரை:) இவ்வுலகில் வாழும் மாந்தர்களும் மற்றவுயிர்களும் முத்து உதிர்வதுபோல் கண்ணால் கண்ணீரை அருவியெனக் கொட்டும்படி சொன்ன கடவுளைப் பற்றி முழுமையாக ஆராய்ந்து அறிந்து கொள்வது எக்காலமோ? அறியேன்.

(இறையின்பத்தை நுகரும் அறிவைப் பெற வேண்டும்.)

ஆகம் மிகஉருக அன்புருக என்புருகப்
போக அநுபூதி பொருந்துவதும் எக்காலம்? 62

(உரை:) நான் உடம்பெல்லாம் கண்ணாய் உருகவும், அன்புருகிப் பாயவும், உள்ளெலும்பெல்லாம் நெகிழ்ந்து நெகிழ்ந்து உருகவும் கடவுள் அருளும் இன்பத்தை நுகர்ந்து சுவைக்கின்ற அறிவு (அநுபூதி) பெறவேண்டும். எனக்கு அந்த நாள் என்று வருமோ? அறியேன்.

(உலகிலே பேரின்ப அருள்வெள்ளம் ஓடவேண்டும்!)

நீரில் குமிழிபோல் நிலையற்ற வாழ்வைவிட்டுன்
பேரின்பக் கருணைவெள்ளம் பெருக்கெடுப்பது எக்காலம்? 63

(உரை:) இறைவா! அறியாமையென்னும் இருளிலே மூழ்கிக் கிடக்கும் இம்மண்ணில், நீரிலே தோன்றி அழியும் குமிழிபோல் நிலையில்லாத வாழ்வை விட்டொழித்துப், பெருக் கெடுத்து ஓடும் உனது பேரின்ப அருள் வெள்ளத்தைப் பருகி அழிவின்றி வாழ்வது எந்தக் காலமோ? தெரியவில்லையே! ஐயா!

(அன்பாலும் அறிவாலும் துன்பத்தை ஒழிக்க வேண்டும்.)

அன்பை உருக்கி அறிவையதன் மேற்புகட்டித்
துன்ப வலைப்பாசத் தொடக்கறுப்பது எக்காலம்? 64

(உரை:) இறைவா! நான் உலகிலே, அன்பு நெகிழ்ச்சியை முதலிற்காட்டி, நல்லறிவை எடுத்துரைத்து, அதன் அடிப்படையில் துன்பமென்னும் பாசவலையின் தொடர்பை அறுத்தொழிப்பது எக்காலமோ? அறியேன், அப்பா!

(வேறுபாடு கருதாமல் எல்லோரிடமும் இரக்கம் செலுத்த வேண்டும்.)

கருவின் வழியறிந்து கருத்தைச் செலுத்தாமல்
அருவி விழிசொரிய அன்புவைப்பது எக்காலம்? 65

(உரை:) ஒருவன் பிறந்த கருவின் பெற்றோர்-மரபு வழியறிந்து (நல்லவனென்றும் கெட்டவனென்றும்) ஆராய்ந்து கருத்தைச் செலுத்தாமல், பொதுநிலையில் ஆருயிர் இரக்கங் கொண்டு, எல்லோரிடமும் துன்பம் அடையும் பொழுது அவருக்காக அருவிபோல் கண்ணீர்விட்டு அழுது, அன்பு செய்ய வேண்டும். அந்த நாள் என்று வருமோ? தெரியவில்லை, இறைவா!

(சிவத்தின் அருளமுதத்தேனை மனம் சுவைப்பது வேண்டும்.)

தெளியத் தெளியத் தெளிந்தசிவா னந்தத்தேன்
பொழியப் பொழியமனம் பூண்டிருப்பது எக்காலம்? 66

(உரை:) உலகத் துன்பஅறிவு ஆராய்ந்து தெளியவே, தெளிந்து தேர்ந்தெடுக்கப்பட்ட சிவன் நுகர்வில் பெறும் இன்பத் தேனானது, ஆன்ம அகமாகிய உயிரிலே பொழியப் பொழிய சுவைத்துக் கொண்டிருக்கும் நாள் என்று வாய்க்குமோ? இறைவா! அதை எனக்கு அருள்க.

(கணபதியின் திருவடி மலரை நான் பணிய வேண்டும்.)

ஆதார மூலத்து அடியில் கணபதியைப்
பாதார விந்தம் பணிந்துநிற்பது எக்காலம்? 67

(உரை:) ஆறு ஆதாரங்களிலே, முதலாவதான மூலாதார வேரிடத்தில் அமர்ந்திருக்கும் ஓங்காரக் கணபதியின் தாமரை மலர் போன்ற திருவடிகளை அடியேன் போற்றிப் பணிந்து நிற்பது எக்காலமோ? தெரியவில்லை.

(கருவாயிடத்திலிருக்கும் நான்முகனை உள்ளே காண வேண்டும்.)

மண்வளைந்த நற்கீற்றில் வளைந்திருந்த வேதாவைக்
கண்வளர்த்துப் பார்த்துள்ளே கண்டிருப்பது எக்கலாம்? 68

(உரை:) உடலில் மண்ணிடமாகிய இரண்டாம் வட்டத்தில் இருக்கும் படைப்போனாகிய மலரவனை உடலுக்குள் கூர்ந்து கண்டிருப்பது எக்காலமோ? தெரியேன்.

(உந்திச் சுழியிடத்திலிருக்கும் திருமாலை உணர வேண்டும்.)

அப்புப் பிறைநடுவே அமர்ந்திருந்த விட்டுணுவை
உப்புக் குடுக்கையுள்ளே உணர்ந்தறிவது எக்காலம்? 69

(**உரை:**) *மூன்றாம் ஆதாரமாகிய நீரிடமாம் உந்திச் சுழியில் பிறைபோன்ற இடம் நடுவில் அமர்ந்துள்ள காக்கும் தெய்வமான திருமாலை உப்புநீர்ப்பையருகே உணர்ந்தறிவது எக்காலமோ? அறியேன்.*

(நெஞ்சகத்தில் தங்கும் அரனைத் தொழ வேண்டும்.)

மூன்று வளையமிட்டு முளைத்தெழுந்த கோணத்தில்
தோன்றும் உருத்திரனைத் தொழுதுநிற்பது எக்காலம்? 70

(**உரை:**) *நான்காம் ஆதாரமான நெருப்பிடத்தில் (முக்கோணப்பை வடிவான நெஞ்சகத்தில்) அழித்தல் தெய்வமான அரன் இருப்பதை உணர்ந்து தொழுது நிற்பதும் எந்நாளோ? அறியேன்.*

(காற்றிடமாகிய கழுத்தில் உறையும் மகேச்சுரனையும் அறிய வேண்டும்.)

வாயுவரு கோணமதில் வாழும் மகேச்சுரனைத்
தோயும்வகை கேட்கத் தொடங்குவதும் எக்காலம்? 71

(**உரை:**) *மூச்சுக்காற்று வந்து இயங்கும் இடமான ஐந்தாம் சக்கரம் (கோணம்) என்னும் மூச்சுக் குழலில் வீற்றிருக்கும் மறைத்தல் தெய்வமான மகேச்சுவரை நன்கு கேட்டறியும் நாள் என்று வருமோ? அறிகிலேன்.*

(புருவ நடுவிலுள்ள சதாசிவத்தின் அருளைப் பெற வேண்டும்.)

வட்டவழிக் குள்ளே மருவுஞ்சதா சிவத்தைக்
கிட்டவழி தேடக் கிருபைசெய்வது எக்காலம்? 72

(**உரை:**) *புருவநடு இடமாகிய மனமென்னும் வட்டத்தில் வீற்றிருக்கும் அருளோனாம் சதாசிவத்தை அடைய வழிகண்டு, அவனருளைப் பெறுவதும் எக்காலமோ? அறியேன்.*

(தலைநடு அறிவுமன்றிலே குருவின் திருவடியொளியைக் காண வேண்டும்.)

உச்சிக்கு இடைநடுவே ஓங்கும் குருபதத்தை
நிச்சயித்துக் கொண்டிருந்து நேர்வதினி எக்காலம்? 73

(**உரை:**) *தலையின் நடுவிடத்திலுள்ள அறிவுமன்றமான (மூளை நடுவில்) ஆயிரமிதழ்த் தாமரை மலரிலே சிவந்த*

பேரொளியாய்த் தோன்றும், செம்பொருளாகிய குருவின் திருவடிகளை உறுதியாகப் பற்றிக் கொண்டிருந்து, கண்டு அடைவதும் எக்காலமோ? அறியேன்.

(இறைவனாகிய விதையை ஆராய்ந்து அறிய வேண்டும்.)

பாராகிப் பார்மீதில் பஞ்சவர்ணம் தானாகி
வேராகி நீமுளைத்த வித்தறிவது எக்காலம்? 74

(உரை:) இறைவா! நீயே மண்ணுலகம் ஆனாய்; அதிலே ஐந்து பூதங்களாகி அவற்றின் ஐந்து நிறங்களும் (விண்-சாம்பல்; காற்று-கருநீலம்; தீ-சிவப்பு; நீர்-வெள்ளை; மண்-பொன்மை என ஐந்தாகும்.) ஆனாய்; நீயே எல்லாப் பொருள்களுக்கும் விதையாயும் வேராயுமாகி முளைத்தாய்! இப்பெருமையுடைய உன்னை நான் ஆராய்ந்தறிவது எக்காலமோ? இறைவா!

(மனம் முதலியவை ஒடுங்கும்படித் தவஞ்செய்ய வேண்டும்.)

கட்டறுக்க வொண்ணாக் கருவிகர ணாதியெல்லாம்
சுட்டறுத்த நிட்டையிலே தூங்குவதும் எக்காலம்? 75

(உரை:) இறைவா! யாராலும் கட்டுப்படுத்த முடியாத நிலையுள்ள ஐம்பொறி-புலனறிவுகளையும், மனம்-அறிவு-எண்ணம்-ஊக்கம் முதலான உட்கருவிகளையும் இயங்காமல் ஒடுக்கிக் கடுமையான தவத்திலே ஆழ்ந்து, ஒளியின்பம் நுகர்ந்து, உறங்குவதும் எனக்கும் எப்பொழுது வாய்க்குமோ? அறியேன்.

(கள்ளத்தை நீக்கி உள்ளத்தை உணர்க!)

கள்ளக் கருத்தையெல்லாம் கட்டோடு வேரறுத்திங்கு
உள்ளக் கருத்தை உணர்ந்திருப்பது எக்காலம்? 76

(உரை:) இறைவா! உள்ளத்திலே தோன்றும் வஞ்சனை-சூது-தீவினைகளாகிய கள்ளக் கருத்துக்களையெல்லாம் முழுமையாக வேரோடு அறுத்து ஒழிக்க வேண்டும்; உள்ளத்திலே ஒளியான உனது கொள்கையை உணர்ந்து வாழ வேண்டும். அந்த நல்லவாழ்வு எனக்கு எந்நாள் வாய்க்குமோ?

(உடலோடு துன்புறுவதைப் பகுத்தறிய வேண்டும்.)

அட்டகாசம் செலுத்தும் அவத்தைச் சடலத்துடனே
பட்டபாடு அத்தனையும் பகுத்தறிவது எக்காலம்? 77

*(**உரை:**) இறைவா! உடலெடுத்த பிறவியிலே, செருக்கும் சினமும் கொண்டு பகட்டுடன் வாழும் தொல்லையுடைய உடம்புடனே, பட்டு நுகர்ந்த இன்ப-துன்பங்களையெல்லாம் எவற்றால் வந்து சேர்ந்தனவென்று பகுத்து அறிகின்ற மெய்யறிவு எனக்கு எக்காலம் வாய்க்குமோ? அறியேன்.*

(அறிவோடு படுகின்ற துன்பங்களைத் தடுக்கும் அருளாற்றலை நான் பெற வேண்டும்.)

அறிவுக் கருவியுடன் அவத்தைப்படும் பாட்டையெல்லாம்
பிரியமுடன் நிறுத்திப் பெலப்படுவது எக்காலம்? 78

*(**உரை:**) இறைவா! நான் அறிவு முதலிய காக்கும் கருவிகளைப் பெற்றிருந்தும், படுகின்ற துயரங்களைத் தடுத்து நிறுத்த முடியவில்லையே. என் விருப்பம்போல் அவற்றையெல் லாம் தடுத்து நிறுத்தக்கூடிய அருளாற்றலை நான் பெறவேண்டும். அப்படிப் பெறுகின்ற நாள் என்று வாய்க்குமோ? அறியேன், இறைவா!*

(இயற்கைப் படைப்புக்களை ஆராய்ந்து தெரிய வேண்டும்.)

பூதம் பொறிகரணம் போந்தவிந்து நாதமுமாய்ப்
பேதம் பலவிதமும் பிரித்தறிவது எக்காலம்? 79

*(**உரை:**) இறைவா! எனக்கு இயற்கையை அறியும் அறிவியலறிவை அருள வேண்டும். உடம்பிலே அமைந்த ஐம்பூதங்களும், ஐம்பொறிகளும், ஐம்புலன்களும், நான்கு உட்கருவிகளும் அவிந்து அடங்கி விட்டன; ஓசை, ஒளி ஆகிய வேறுபாடுகளும் உள்ளன. இவ்வாறு அமைந்துள்ள இயற்கைப் பொருள்களைப் பிரித்தறியும் அறிவை அடைவது எக்காலமோ? தெரியவில்லை.*

(ஆசைகள் அறிவிலே ஊன்றாமல் ஒழிய வேண்டும்.)

தோன்றாசை மூன்றும் தொடர்ந்துவந்து சுற்றாமல்
ஊன்றாசை வேரைஅடி யூடறுப்பது எக்காலம்? 80

*(**உரை:**) இறைவா! அறிவிலே தோன்றுகிற பெண்ணாசை, பொன்னாசை, மண்ணாசை என்னும் மூன்றும் என்னைத் தொடர்ந்து வந்து சுற்றாமல் இருக்க, அந்த ஆசைகள் மனத்திலே*

ஊன்றிவிடாமல் முதலிலேயே வேரை அடியோடு அறுக்க வேண்டும். அறுக்கும் நாள்தான் எந்நாளோ? அறியேன்.

(அடுத்த பிறவி எது? என்பதை அறிய வேண்டுமே!)

புன்சனனம் போற்றுமுன்னே புரிவட்டம் போகிலினி
என்சனனம் ஈடேறும்? என்றறிவது எக்காலம்? 81

(உரை:) *மிகவும் சிறிய இப்பிறவியில் பிறந்து, போற்றிப், புரிந்து வாழ்ந்து முடிதற்கு முன்னேயே, அடுத்த பிறவி எப்பிறவி யாக வாய்க்கும் என்பதை அறிந்து கொள்வது எப்பொழுது? இறைவா! நானறிய நீ யருள வேண்டும்.*

(மாயை நீங்க, மறைப்பாற்றல் வழிகாட்ட,
அருளோன் அருள் செய்வான்.)

நட்ட நடுவினின்று நல்திரோ தாயியருள்
கிட்ட வழிகாட்டிக் கிருபைசெய்வது எக்காலம்? 82

(உரை:) *வாழ்வின் நடுவிலே மனத்தைப் பற்றியிருந்த மாயை என்னும் மாசு ஒழிந்துபோக, நன்மை செய்யும் மறைப்பாற்றலான "திரோதாயி" நல்வழி காட்டவும், அருளோனான சதாசிவம் அருள் கொடுப்பது எக்காலமோ? தெரியவில்லை.*

(தூயமாயை தோன்றிச் செருக்கை ஒழித்தாள்.)

நானேநான் என்றிருந்தேன் நடுவில்நின்ற கட்டழகி
தானே வெளிப்படுத்தித் தருவனென்பது எக்காலம்? 83

(உரை:) *உயிராகிய நான், என்னை ஓர் அறிவென்று கருதாமல், (உயிரை மறைக்கும்) ஆணவ-இருள் என்றே கருதியிருந்தேன்; பின்னர், நடுவாகவுள்ள தூய மாயையென்னும் ஆற்றலுடைய அழகி வந்து, தீமை செய்யும் மாசான இருளைப் போக்கித் தன்னையும் வெளிப்படுத்தி, அருள்பெறச் செய்வேன் என்று சொல்வதை, நான் எக்காலம் பெற்று உய்வேனோ? அறியேன்.*

(வீண் சிந்தனைக் காட்டை அழிப்பது
அஞ்செழுத்து என்னும் வாள்!)

அடர்ந்த மனக்காட்டை அஞ்செழுத்தாம் வாளாலே
தொடர்ந்து தொடர்ந்துவெட்டிச் சுடுவதினி எக்காலம்? 84

(உரை:) *வேண்டாத தீய எண்ணங்களை மிகுதியாகக் கொண்ட மனமென்னும் காட்டை 'நமசிவாய' என்னும் ஐந்தெழுத்து மந்திரமாகிய அரிவாளால் தொடர்ந்து வெட்டிப் போட்டு, தீயால் சுட்டொழிப்பது எந்தக் காலமோ? தெரிந்திலேன், இறைவா!*

(மனம் கெடாமலிருக்க விழிப்புணர்வு வேண்டும்.)

ஐந்து பொறிவழிபோய் அலைந்துமிந்தப் பாழ்மனதை
வெந்து விழப்பார்த்து விழிப்பதினி எக்காலம்? 85

(உரை:) *இறைவா! நன்மைக்கும் தீமைக்கும் அடிப்படையான இந்த மனமானது அடங்கியிருக்காமல், (மெய்-வாய்-கண்-மூக்கு-செவி என்னும்) ஐந்து பொறிகளின் வழியே சென்று (வேடிக்கை பார்த்து) அலைந்து திரிந்து கெடுகின்றது. இந்த மனம் கெட்டு வெந்து போகாமல் (எச்சரிக்கையாய்) வாழ விழிப்புணர்வுடன் இருக்க வேண்டும். இப்படி இனி இருக்கும் காலம் என்று வருமோ?*

(சினம் வழிந்துபோக அருள் சேர்ந்திருக்க வேண்டும்.)

இனம்மாண்டு சேர்ந்திருந்தோர் எல்லோரும் தான்மாண்டு
சினம்மாண்டு போகஅருள் சேர்ந்திருப்பது எக்காலம்? 86

(உரை:) *சினத்தின் இனம் (கூட்டம்) ஆன கொலை முதலிய குற்றங்கள் இன்றி ஒன்றுபட்ட எல்லோரும் சினத்தையொழித்து (மாள்), அதனால் மாண்புடன் அருள்பெற்று வாழ்வர். அந்தப் பண்பிலே நானும் சேர்ந்து வாழ்வது எக்காலமோ? இறைவா!*

(இன்ப வீட்டைப் பெற நினைக்க வேண்டும்.)

அமையா மனதமையும் ஆனந்த வீடுகண்டங்கு
இமையாமல் நோக்கி இருப்பதினி எக்காலம்? 87

(உரை:) *இறையுலகப் பேரின்ப வீட்டுக்காட்சி என்பது, வாய்ப்புக் கிடைக்காத மனமுள்ள அன்பர்க்கும் ஒருநாள் அவரது அரிய முயற்சியால் கிடைக்கும். எனவே, அத்தகைய வீட்டுக் காட்சியைக் காணத் தவத்திலே (இறையொளியில்) விழிமூடாமல் ஒரே நாட்டத்திலிருக்க வேண்டும். அந்த நாள்தான் இனி எனக்கு என்றைக்கு வருமோ?*

(சாவதற்கு முன்னே நான் மாட்சி பெற வேண்டும்.)

கூண்டுவிழும் சீவன்மெள்ளக் கொட்டாவி கொண்டாற்போல்
மாண்டுவிழு முன்னேநான் மாண்டிருப்பது எக்காலம்? 88

(உரை:) *இறைவா! மெள்ளக் கொட்டாவி விடுதல் போல் ஆவி (சீவன்)யானது உடம்பென்னும் கூண்டை விட்டு விழுந்து ஓடிவிடும். அப்படி நான் இறக்கும் முன்னே, அருள்மாட்சியைப் பெற்று செந்திறத்தோடு செம்மாந்து வாழவேண்டும். அந்த இனிய நாளும் எந்நாள் வருமோ? எந்தையே!*

(நான் இறக்கும் முன்னே என்னுயிர் கடந்து
இறையொளியோடு உறவு கொள்ள வேண்டும்.)

ஊன்நிறைந்த காயமுயிர் இழந்துபோகு முன்னம்
நானிறந்து போகஇனி நாள்வருவது எக்காலம்? 89

(உரை:) *எனது ஊனாலான உடம்பிலிருந்து உயிரானது போகும் முன்னே, 'நான்' என்னும் அகச்செருக்கு கரைந்து இல்லாமல் போக வேண்டும். அப்பொழுதே உனது இறை யொளியைப் பெறுதல் முடியும். எனவே, அந்த இனியநாள் எனக்கு எப்போது வரும்? இறைவா!*

(நான் என் மாசுகளைச் சுட்டுத் தூய்மையாய் இருக்க வேண்டும்.)

கெட்டுவிடு மாந்தர் கெர்விதங்கள் பேசிவந்து
சுட்டுவிடு முன்னென்னைச் சுட்டிருப்பது எக்காலம்? 90

(உரை:) *இறைவா! அழிந்துபோகும் மாந்தர் பலர் வந்து, என்னை ஆணவத்தோடு (கெர்) தீய சொற்களால் பேசி உள்ளத்தைச் சுட்டுவிடும் முன்னே, என்னை (என் உயிர்மாசை)ச் சுட்டு நான் தூய்மையாகி ஒளிபெற வேண்டும். இறைவா! அந்த நாள் எனக்கு என்று வருமோ? (கெர் (கெர்வம்)=ஆணவம்.)*

(சுழுமுனை நாடி வழி மேலே ஏறித் தலைநடுவில்
இறையொளி காணவேண்டும்.)

தோலேணி வைத்தேறித் தூரநடந்து எய்க்காமல்
நூலேணி வைத்தேறி நோக்குவது எக்காலம்? 91

(உரை:) *பேரொளிக் கடவுளே! நான் இந்த உடம்பாகிய தோலேணியைக் கொண்டு ஏறிப் பல நகர்களிலுள்ள கோயில்*

களுக்குச் சென்று இளைத்துப் போய் வருந்தாமல், தவமிருந்து, குண்டலினி ஆற்றலால் நூலேணி போன்ற சுழுமுனை நாடி வழியே ஆதாரங்களைக் கடந்து, புருவநடு மேலே சென்று, தலைநடுவிலுள்ள அறிவம்பலத்தில் காட்சிதரும் செம்பொருட் சிவத்தை நோக்கிப் பார்க்க வேண்டும். அந்த நாள் என்று வருமோ அறியேன் இறைவா!

(அருள்தாயின் ஒளியைத்தழுவிக் கொண்டு நிற்க வேண்டும்.)

வாயோடு கண்மூடி மயக்கமுற்று நில்லாமல்
தாயோடு கண்மூடித் தழுவி நிற்பது எக்காலம்? 92

(உரை:) *நான் கண்களை மூடிக் கொண்டும், மந்திரங்களை வாய்க்குள்ளே முணுமுணுத்துக் கொண்டும், மயக்கமடைந்து இருக்காமல், முழுத்தவங்கூடியிருந்து, அதிலே விளங்கும் அருள்புரியும் தாயான சிவச்செம்பொருளைத் தழுவியபடிக் கண்ணை மூடியிருப்பது எக்காலம் வாய்க்குமோ?*

(மூச்சுப் பயிற்சியால் ஒளிபெற வேண்டும்.)

காசினியெ லாம்நடந்து காலோய்ந்து போகாமல்
வாசி தனிலேறி வருவதினி எக்காலம்? 93

(உரை:) *கடவுட் காட்சியைக் காண வேண்டி நாடு நகரமெல்லாம் நடந்து நடந்து, கால்கள் நடக்க முடியாமல் ஓய்ந்து போக வேண்டாம். காற்றை மூக்குத் துளைகளில் ஏற்றியும் இறக்கியும், இடக்கலை-வலக்கலை என்னும் நாடி வழியே மூலாதார இடத்துக்குக் கொண்டு சென்று மூலக்கனலை எழுப்பிச், சுழுமுனை நாடியைக் கொண்டு தலைக்குச் சென்று கடவுட் காட்சியைப் பெறலாம். அதைக் காணும் நாள் எந்நாளோ?*

**(தவத்திலே குண்டலியை மேலே எழுப்பும்
ஆற்றலைப் பெற வேண்டும்.)**

ஒலிபடரும் குண்டலியை உன்னியுணர் வாலெழுப்பிச்
சுழுமுனையின் தாள்திறந்து தூண்டுவதும் எக்காலம்? 94

(உரை:) *ஒலியாகி நாதஆற்றல் வெளிப்படும் குண்டலினிப் பாம்பின் படத்தை அகத்தே நினைந்து, அவ்வாற்றலை மூலக்கனலால் எழுப்பி, அதனைச் சுழுமுனை நாடி வழியே மேலே*

செலுத்தித், தலைத் துளையென்னும் பிரமரந்திரக் கதவைத் திறந்து, அறிவம்பலத்திலே கடவுட் காட்சியைக் காணும் காலம் எந்நாள் வருமோ?

(சுழுமுனை நாடி தடையில்லாமல் மேலே செல்ல வேண்டும்.)

இடைபிங் கலைநடுவே இயங்கும் சுழுமுனையில்
தடையறவே நின்று சலித்திருப்பது எக்காலம்? 95

(உரை:) *இடமூக்குத் துளைக் கலைக்கும் வலமூக்குத் துளைக் கலைக்கும் நடுவே தோன்றி இயங்கும் சுழுமுனை நாடியின் செயல் தடையில்லாமல் நடைபெற்று மேலே சென்று வெற்றி தரவேண்டும். இந்த வெற்றியை நான் காணும் நாள் எந்நாள் வருமோ? அறியேன்.*

(நான் மதியமுதப்பாலை உண்ணவேண்டும்.)

மூல நெருப்பைவிட்டு மூட்டிநிலா மண்டபத்தில்
பாலை இறக்கியுண்டு பசியொழிவது எக்காலம்? 96

(உரை:) *மூலாதாரத்திலுள்ள கனலை மூச்சுக் காற்றா லெழுப்பிச்; சுழுமுனைநாடி வழியே அக்கனலைக் (குண்டலியை) மேலே கொண்டு சென்று, புருவநடு விடத்தையும் தாண்டித் தலைநடு அம்பலத்தின் மேலே வான்நிலாவில் தோன்றும் அமுதமான அருட்பாலை வாங்கி உண்டு பசி தீர வேண்டும். இறைவா! அப்படி நான் பசியாறுவது எந்தக் காலமோ? தெரியவில்லையே.*

(ஒரே வெளியான கடவுள்வெளியில் நான் இருக்க வேண்டும்.)

ஆக வெளிக்குள்ளே அடங்காப் புரவிசெல்ல
ஏக வெளியில் இருப்பதினி எக்காலம்? 97

(உரை:) *உடல் (ஆகம்) ஆகிய வெளியிடத்துக்குள்வே (தவப்பயனாக) மூலாதாரத்தில் தோன்றும் கனல்காற்றும் சுழுமுனை நாடியும் சேர்ந்து ஒரு குதிரை போல் மேலே சென்று, ஒரே (ஏகம்) வெளியான கடவுளை (வெட்டவெளியை) அடைந்து அவனோடு இருப்பது எக்காலமோ? அறியேன்; அதற்காக ஏங்குகின்றேன்.*

(கடவுளோடு உறவாடி வாழ வேண்டும்.)

பஞ்சரித்துப் பேசும் பலகலைக்குஎட் டாப்பொருளில்
சஞ்சரித்து வாழ்ந்து தவம்பெறுவது எக்காலம்? 98

*(**உரை:**) கடவுளாகிய மெய்ப்பொருள், விரித்துரைத்துப் (பஞ்சரித்து) பேசுகின்ற பல கலைநூற் பொருள்களுக்கும் எட்டிப் பிடிக்க முடியாத பேரொளியாவான். அவனோடு உறவாடி வாழ்ந்து தவங்கூடுவது எக்காலமோ? அறியேன்.*

(எல்லாத் தொடர்பும் அற்றுத் தனித்திருக்க வேண்டும்.)

மலமும் சலமுமற்று மாயையற்று மானமற்று
நலமும் குலமுமற்று நானிருப்பது எக்காலம்? 99

*(**உரை:**) என் உடலிலே கழிவுப் பொருள்களும், தீமை செய்யும் மாயையும், மானவுணர்ச்சியும், செல்வ வளமும் நலமும், நற்பண்பான குடிப்பிறப்பும் அற்றநிலையில், நான் தனித்திருந்து தவங்கூடி, அருளொளி பெறுவது எக்காலமோ? இறைவா!*

(இறையொளி என்னிடம் வர நான் வணங்க வேண்டும்.)

ஓடாமலோடி உலகை வலம்வந்து சுற்றித்
தேடாமல் என்னிடமாய்த் தெரிசிப்பது எக்காலம்? 100

*(**உரை:**) நான் காலால் நடந்து ஓடாமல் மனநினைவாலே ஓடி உலகையெல்லாம் சுற்றித் தேடாமலே, கடவுள் என்னிடம் வரவும், என்னுள்ளேயே கண்டு வழிபடக்கூடிய காலம் என்று வருமோ?*

(நான் மெய்யறிவும் விடுதலையும் பெற வேண்டும்.)

அஞ்ஞானம் விட்டே அருள்ஞானத்து எல்லைதொட்டு
மெய்ஞ்ஞான வீடுபெற்று வெளிப்படுவது எக்காலம்? 101

*(**உரை:**) நான் அறியாமையென்னும் இருளை விட்டொழித்து, ஒளிமயமான அருளறிவை முழுமையாகப் பெறுவதோடு, அதன் பயனான மெய்யறிவு வாழ்வென்னும் பேரின்ப வீட்டையும் பெற வேண்டும். அந்த நாள் என்று வெளிப்படுமோ? இறைவா!*

(சினத்தைக் கொன்று சிந்தனையை விரிக்க வேண்டும்.)

வெல்லும்மட்டும் பார்த்து வெகுளியெலாம் விட்டகன்று
சொல்லும்மட்டும் சிந்தை செலுத்துவது எக்காலம்? 102

(உரை:) *உலக வாழ்வில் மக்களிடையே சினந்து அச்சுறுத்தாமல் மகிழுமாறு இனிமையாய்ப் பேசி வெல்ல வேண்டும்; இறைவனிடம் சிந்தனையைச் செலுத்திச், சொல்ல முடிந்த அளவுக்குச் சொல்லிப் போற்ற வேண்டும். இந்த நெறியான வாழ்வு எனக்கும் என்றைக்கு வாய்க்குமோ?*

(திருவடி நினைந்து பேரின்ப வீட்டைப் பெறுதல் வேண்டும்.)

மேலாம் பதம்தேடி மெய்ப்பொருளை உள்ளிருத்தி
நாலாம் பதம்தேடி நான்பெறுவது எக்காலம்? 103

(உரை:) *மெய்ப்பொருளான கடவுளை உள்ளகத்தில் (உயிரில்) இருக்கவைத்து, மேலான ஒளி வாழ்வை நோக்கி ஒருமையெண்ணத்தில் பற்றுக் கொள்ள வேண்டும்; நான்காவது பேறான முடிவில்லாத பேரின்ப வீட்டை அடைய வேண்டும். இந்த நாள்தான் என்று வருமோ? ஏங்குகின்றேன்.*

(கண்ணாடியில் தெரிவதுபோல் கடவுளைக் காண வேண்டும்)

எண்ணாத தூரமெல்லாம் எண்ணியெண்ணிப் பாராமல்
கண்ணாடிக் குள்ளொளிபோல் கண்டறிவது எக்காலம்? 104

(உரை:) *கடவுளைப் பற்றி எண்ண முடியாத அளவுக்கு மனம் எண்ணி எண்ணிக் கற்பனை செய்து வீண் போகாமல், உள்ளத்துக்குள் ஒளியாக இருப்பவனை உள்நோக்கியபடி நாடி நாடி ஆசை கொண்டால், அவன் கண்ணாடிக்குள் தெரிவது போல் காட்சியளிப்பான். நான் அந்தத் தகுதியை எந்நாள் பெறுவேனோ?*

(இறைவனோடு இருக்கும் தகுதியைப் பெற வேண்டும்.)

என்னை அறிந்துகொண்டே எங்கோமா னோடிருக்கும்
தன்மை அறிந்து சமைந்திருப்பது எக்காலம்? 105

(உரை:) *நான் ஓர் அறிவு வடிவம் (ஆன்மா) என்பதை அறிந்து கொண்டு, அத்தகுதியால், என் தலைவனாகிய கடவு*

ளோடு உறவு கொண்டிருக்கும் இயல்பை அறிந்து கலந்திருக்கும் வாய்ப்பைப் பெறுவது எக்காலமோ? அறியேன், ஐயா!

(இன்பப் பேரொளியை என்னில் உயர்வாகக் கருதுகின்றேன்.)

ஆறுஆதா ரங்கடந்த ஆனந்தப் பேரொளியை
வேறாகக் கண்டுநான் பெற்றிருப்பது எக்காலம்? 106

(உரை:) *உடம்பிலுள்ள ஆறு ஆதாரச் (மூலாதாரம் முதல் புருவநடு வரையுள்ள) சக்கரங்களைக் கடந்து, தலைமேலுள்ள (ஏழாம் நிலையில்) அறிவம்பலத்தில் காணும் இன்பப் பேரொளியை, என்னில் தனியே (வேறாக) கண்டு போற்றி, நான் பெற்று, இறவாமல் வாழ்வது எந்நாள் வரும்? அப்பா!*

(மனிதன் தற்செருக்கால் அழிந்துவிடக் கூடாது.)

ஆணவ மாயத்தால் அழிந்துடலம் போகாமுன்
காணுதலால் இன்பமுற்றுக் கண்டறிவது எக்காலம்? 107

(உரை:) *மனிதா! எண்ணிச் செயல்படுக. அறிவு வடிவான உயிருடைய மனிதன் செருக்காலும் தீய மாயையாலும் கெட்டழிந்து போகக் கூடாது! வாழும் காலத்திலேயே இறைவனைக் கண்டுகண்டு இன்புற்று வாழவேண்டும். இவ்வாழ்வை நான் பெறுவதும் எந்நாளோ?*

(உடம்பு தீவினைகள் செய்யாமல் இருக்கவேண்டும்.)

மும்மலமும் சேர்த்து முளைத்தெழுந்த காயமிதை
நிர்மலமாய்க் கண்டுவினை நீங்கியிருப்பது எக்காலம்? 108

(உரை:) *மனித உடம்பானது, பிறக்கும் போதே செருக்கு (ஆணவம்), வல்வினை, மாயை என்னும் மூன்றும் சேர்ந்தே பிறந்ததாகும். இந்த உடம்பிலிருந்து அந்த மூன்று மாசுகளும் அழிந்து, வல்வினை இருப்பும் தொலைந்து நான் வாழ்வது எக்காலமோ?*

(கடவுளின் மூன்று வகையான காட்சியறிவைப் பெற வேண்டும்.)

முன்னை வினைகெடவே மூன்றுவகைக் காட்சியினால்
உன்னை வெளிப்படுத்தி உறுவதினி எக்காலம்? 109

(உரை:) *இறைவா! எனது பழைய வினையிருப்பு முழுவதையும் தீர்த்து அருள் செய்ய வேண்டும்; அதற்காக நீ உன்*

காட்சியான அருவம், உருவம், அருவுருவம் என்னும் மூன்று நிலைகளையும் வெளிப்படுத்தியருள வேண்டும். அப்படி நீ அருளும் காலம் என்றைக்கு வருமோ?

(நான் கண்ட அருளொளியை வெளிப்படுத்த வேண்டும்.)

கண்ணினொளி பாய்ந்ததுவும் கருத்தறிந்து கொண்டதுவும்
விண்ணினொளி கண்டதுவும் வெளிப்படுவது எக்காலம்? 110

(உரை:) *இறைவா! உன் திருக்கடைக் கண்ணின் அருளொளி என் ஊனக்கண்ணிலே பாய்ந்ததையும், அதன் நோக்கத்தை நான் அறிந்து கொண்டதையும், விண்ணிலே விளக்காய்த் தோன்றும் சுடர்களிலே நீயே இருக்கிறாயென்று நான் உணர்ந்ததையும் வெளியே நான் எடுத்துரைக்கும் காலம் என்றைக்கு வருமோ?*

(நினைவைக் கடவுள்வெளிமேல் செலுத்த வேண்டும்.)

கனவுகண்டாற் போலெனக்குக் காட்டிமறைத் தேயிருக்க
நினைவைப் பரவெளிமேல் நிறுத்துவது எக்காலம்? 111

(உரை:) *கடவுள் எனக்குத் தம் திருவுருவைக் கனவில் கண்டாற்போல் காட்டி மகிழவைத்துச் சென்று மறைவதால், அந்தக் காட்சியை நினைவில் கொண்டு அகநோக்கைப் பரவெளியான அருள்வெளியிலே செலுத்துகின்ற நாள்தான் என்று வருமோ?*

(இறைவன் என்னிடம் பேசியதைப் பகுத்தறிய வேண்டும்.)

ஆரென்று கேட்டதுவும் அறிவுவந்து கண்டதுவும்
பாரென்று சொன்னதுவும் பகுத்தறிவது எக்காலம்? 112

(உரை:) *இறைவா! நீ வந்து என்னிடம் "யார்" என்று வினவியதையும், எனக்கு உண்மையறிவு வந்தவுடன் நான் உன்னைக் கண்டு உணர்ந்ததையும், நீ "என்னைப் பார்" என்று பணித்ததையும் பகுத்தறிவோடு சிந்திக்கும் காலம் என்று வருமோ? அறியேன்.*

(சுழுமுனை நாடியின்மேல் கடவுளைக் காண வேண்டும்.)

நினைக்கும் நினைவுதொறும் நிறைந்த பரிபூரணத்தை
முனைக்குமேல் கண்டுகண்ணில் முளைத்தெழுப்பது எக்காலம்? 113

*(**உரை:**) தவநிலையில் நினைக்கும் போதெல்லாம் அகக்கண்ணிலே நிறைய ஒளிகாட்டும் கடவுளைச், சுழுமுனை நாடியின்மேல் கண்டு இன்புறுவதும் எக்காலமோ?*

(இயற்கை கடந்த வெட்டவெளிமேல் அன்பு செய்தல் வேண்டும்.)

முப்பாழும் பாழாய் முதற்பாழும் சூனியமாய்
அப்பாழும் பாழா அன்புசெய்வது எக்காலம்? 114

*(**உரை:**) மூன்று பாழாகிய இயற்கை மாயை, தூயமாயை, தூவாமாயை என்னும் மூன்றும் கெட்டு மறையவும், அடிப்படையான (முதன்மையான) ஓசை (நாதம்), ஒளி (விந்து) ஆகியவை மறையவும், ஒளிவடிவான கடவுளை வெட்ட வெளியென்று கருதி அதனிடம் அன்பு செய்வது எக்காலமோ? அறியேன், அப்பா!*

(மெய்ப்பொருளையே கடவுளென்று போற்றுக!)

சீ என்று எழுந்து தெளிந்துநின்ற வான்பொருளை
நீ என்று கண்டு நிலைபெறுவது எக்காலம்? 115

*(**உரை:**) உலக ஆசைப்பொருள்கள் அழிவதால் அவற்றை வெறுத்துவிட்டு, அறிவுத்தெளிவோடு, அழியாத பொருள் களையே நீ என்று மெய்ப் பொருளாய்க் கருதிக்கொண்டு, போற்றி நிலைத்திருப்பது எக்காலம்? இறைவா!*

(உயிரில் சிவமும் சத்தியருளும் அடங்க வேண்டும்.)

வவ்வெழுத்தும் மவ்வெழுத்தும் வாளாகும் சிவ்வெழுத்தும்
யவ்வெழுத்தி னுள்ளே அடங்கிநிற்பது எக்காலம்? 116

*(**உரை:**) 'ய' என்னும் உயிரை உணர்த்தும் எழுத்திலே (மனித உயிரில்),, 'வ' எழுத்து உணர்த்தும் அருளாகிய சத்தியும், 'ம' எழுத்துக் குறிக்கும் மாயை முதலான மாசுகளும், 'சி' எழுத்துக் குறிக்கின்ற ஒளியான (வாள்) சிவக்கடவுளும் அடங்க நிற்க நான் காண்பது எந்நாளோ?*

(மனம் ஒருமையடைந்து கடவுளிடம் அன்பு செலுத்த வேண்டும்.)

எழுத்தெல்லாம் மாண்டிருந்தே ஏகமாய் நின்றதிலே
அழுத்தமாய்ச் சிந்தைவைத்து அன்புகொள்வது எக்காலம் 117

(உரை:) (முன்னே குறிப்பிட்ட) வகர-மகர-சிகர-யகர எழுத்துக்களின் மெய்ப்பொருள் மாண்புடன் சிறந்திருக்கவும், அகச்சிறப்பிலே மனம் ஒன்றி ஒருமையுற்றுத் திகழ்ந்து, அழுத்தத்துடன் அன்பு செலுத்துவதும் எந்நாளோ? அறியேன்.

(குருவாகி வந்து என்னை ஆட்கொள்ள வேண்டும்.)

அருவாய் உருவாகி ஆதியந்தம் ஆகிநின்ற
குருவாகி வந்தெனையாட் கொண்டருள்வது எக்காலம்? 118

(உரை:) இறைவன் உருவமற்றவனாயும் உருவமுடையவனாயும் இருப்பதோடு, முதலும் முடிவுமற்றவனாயும் உள்ளான்; அப்பெரிய கடவுள் குருவடிவில் வந்து அடியேனை ஆண்டு கொள்வது எக்காலமோ? அறியேன்.

(என்னையறிந்த கடவுளை நான் அறிய வேண்டும்.)

நானென்று அறிந்தவனை நானறியாக் காலமெல்லாம்
தானென்று நீயிருந்த தனையறிவது எக்காலம்? 119

(உரை:) என்னை, நான்தானென்று கண்டுகொண்ட கடவுளை நான் தெரிந்து கொள்ளவில்லை. அப்படித் தெரிந்து கொள்ளாத காலத்திலும், கடவுள் தானென்று தன்னைக் காட்டிக் கொண்டான்; அதுவே அவனது அருளியல்பு! அப்பெரிய கடவுளின் இயற்கையை நான் முழுமையாக அறிவது எக்காலமோ?

(எல்லாப் பொருள்களும் இறைவன் மயமே என்று உணர வேண்டும்.)

என்மயமாய்க் கண்டதெல்லாம் எண்ணியெண்ணிப் பார்த்தபின்பு
தன்மயமாய்க் கொண்டதிலே சார்ந்துநிற்பது எக்காலம்? 120

(உரை:) காணும் பொருட்களையெல்லாம் என அறிவுக்குரியவை என்றே முதலில் கண்டேன்; பின்பு, அவற்றின் படைப்பு நுட்பத்தையெல்லாம் எண்ணியாராய்ந்தபோதுதான், அவையெல்லாம் இறைவன் கலந்திருக்கும் கடவுள் மயமென்று கருதினேன். நான் இந்த உண்மையை என்றென்றும் சார்ந்திருப்பது எக்காலமோ?

(தலைநடுவில் அறிவம்பலம் தோன்றுவதை அறிய வேண்டும்.)

ஒளியில் ஒளியாம் உருப்பிறந்த வாறதுபோல்
வெளியில் வெளியான விதமறிவது எக்காலம்? 121

(உரை:) *அடிப்படைப் பொருளான (மாயை) தீயிலிருந்து ஞாயிறான ஒளி தோன்றுவதுபோல் உடம்பாகிய (மாயை) வெளியான தலைநடுவிலே அமைந்த ஆன்மவுயிரில் அறிவொளி மன்றம் தோன்றும். இந்த இயற்கையுண்மையை நான் அறிவது எக்காலமோ?*

(ஒளியான பொருளை உயிரில் வைத்துத் தவம் செய்ய வேண்டும்.)

ஒளியிட்ட மெய்ப்பொருளை உள்வழியி லேஅடைத்து
வெளியிட்டுச் சாத்திவைத்து வீடுறுவது எக்காலம்? 122

(உரை:) *தவநிலையில், ஒளியான கடவுளை உயிரிலே வைத்து, பேசாத ஒடுங்கிய நிலையடைந்து, பின்பு, புருவநடுவிலே அருட்காட்சி கண்டு போற்றுவது எக்காலமோ? அறியேன்.*

(காந்தம்போல் நீ என்னை ஈர்த்துக் கொள்ள வேண்டும்.)

காந்தம் வலித்திரும்பைக் கரந்திழுத்துக் கொண்டதுபோல்
பாய்ந்து பிடித்திழுத்துன் பதத்தில்வைப்பது எக்காலம்? 123

(உரை:) *காந்தமானது தன்வலிமையை மறைவாக வைத்துக் கொண்டு இரும்பைத் தொட்டு இழுத்துக் கொள்வதுபோல் இறைவா! நீ என்னைப் பாய்ந்து (மின்னைப்போல்) பிடித்து இழுத்துக் கொண்டு, உனது திருவடியிலே வைத்துக் கொள்வது எக்காலமோ? தெரியவில்லையே.*

(ஓங்காரமான குடிலெனும் அம்பலத்தைக் காதல் கொண்டு மயங்கிப் பேச்சற்றுப் போகவேண்டும்.)

பித்தாயங் கொண்டு பிரணவத்தை ஊடறுத்துச்
செத்தாரைப் போலே திரிவதினி எக்காலம்? 124

(உரை:) *எனது உயிரானது காதல்பித்துக் கொண்டு, ஓங்காரக் குடிலையென்னும் நாதமான அறிவுமன்றுக்குச் (சிற்சபைக்கு) சென்று அங்கே தவம் முற்றியிருந்து, செத்தவரைப் போல் பேச்சு நிலையற்றுக் கிடக்கும் நாளும் என்று வருமோ? இறைவா!*

(பேச்சற்ற நிலையில் இறைவனைக் காண வேண்டும்.)

ஒழிந்த கருத்தினைவைத்து உள்ளெலும்பு வெள்ளெலும்பாய்க்
கழிந்த பிணம்போலிருந்து காண்பதினி எக்காலம்? 125

(உரை:) *பற்றுக்கள் ஒழிந்த தகுதியில், கடவுளை உயிரில் வைத்து, ஒளியில் ஒளி கலப்பதைப் போலிருந்து தவஞ்செய்து, உடம்புக்குள்ளிருக்கும் தசையோடு கூடிய செவ்வெலும்பு வெள்ளெலும்பாய் வலுவிழந்து, உயிரடங்கிய பிணம் போலாகும் நிலையடைவது எக்காலமோ? அறியேன்.*

(சாதிகளைப் போற்றாமல் பொதுவில் வாழ வேண்டும்.)

ஆதி கபிலர்சொன்ன ஆகமத்தின் சொற்படியே
சாதிவகை யில்லாமல் சஞ்சரிப்பது எக்காலம்? 126

(உரை:) *அறநூற் சான்றோரான கபிலர் படைத்த நூலிலே சொன்னபடியே, (மக்களில் நால்வகைப் பிரிப்பான அரசர், அந்தணர், வணிகர், வேளாளர் என்பவை) ஒற்றுமையைக் குலைக்கும் சாதிவகையில்லாமல் அன்பையும் நலப்பண்பையும் போற்றி வாழ்வது எக்காலமோ? இறைவா!*

ஆகமம்-கபிலர் அகவல் நூல்.

(தீமைகள் செய்யும் உடலைப் போட்டுவிட்டு இறைவனை அடைய வேண்டும்.)

சூதும் களவும் தொடர்வினையும் சுட்டிடக்காற்று
ஊதும் துருத்தியைப் போட்டு அடைவது எக்காலம்? 127

(உரை:) *கள்ள உள்ளத்தால் செய்யும் சூதையும் களவையும் தொடர்ந்து செய்யும் பிறவியையும் சுட்டு அழித்திடவும், உயிர்வாழ்வுக்கு வேண்டிய காற்றை ஊதிக் கொண்டிருக்கும் துருத்தி போன்ற உடம்பை மண்ணிலே போட்டுவிடவும் எந்த நாள் வருமோ? தெரியவில்லையே.*

(கடவுளான செம்மணியொளியில் ஒன்றி வாழ வேண்டும்.)

ஆசை வலைப்பாசத்து அகப்பட்டு மாயாமல்
ஓசைமணித் தீபத்தில் ஒன்றிநிற்பது எக்காலம்? 128

(உரை:) *மனிதப் பிறவியான நான், உலகப் பொருள்களின் மேல் கொள்ளும் ஆசையென்னும் வலையிலும் பாசமென்னும் பசையிலும் அகப்பட்டு ஒட்டிக்கொண்டு அழிந்து போகாமல், கடவுளான நாத ஓசையிலும் செம்மணிக்கல் (மாணிக்கம்) போல் ஒளிரும் திருவிளக்கிலும் ஒன்றிக் கலந்து வாழ்வதுதான் எந்த நாளோ?*

(பிறவி எடுத்தவை போதும் எனல் வேண்டும்.)

கல்லாய் மரமாய்க் கயலாய்ப் பறவைகளாய்ப்
புல்லாய்ப் பிறந்தசென்மம் போதுமென்பது எக்காலம்? 129

(உரை:) *நான் இதுவரை எத்தனை பிறவியெடுத்தேனோ? கல்லாகவும், மலையாகவும் மரமாகவும் நீரில்வாழும் மீனாகவும் பறக்கின்ற பறவை வகையாகவும் புல்லாகிய பயிராகவும் பிறந்த பிறவியெல்லாம் போதும் போதுமென்று உயிரனைத்தும் கூறுவதும் எந்நாளோ? இறைவா!*

(பிறபொருட்களை நினையாமல் ஒரு கடவுளருளையே ஒருமை மனத்தில் பார்க்க வேண்டும்.)

தக்கும் வகைக்கோர் பொருளும் சாராம லேநினைவில்
பக்குவமாய் உன்னருளைப் பார்த்திருப்பது எக்காலம்? 130

(உரை:) *பயன்படுத்தும் ஆசையில் எந்த வகைப் பொருளையும் வேண்டி அவற்றிலே பற்றுக் கொள்ளாமல், உள்ளம் பண்பட்டு உன்னருளைப் பெறுவதிலேயே வேட்கை கொண்டு நோக்கியிருப்பது எக்காலமோ? இறைவா!*

(உலக உண்மையியல் பொருள்களோடு பொருந்தி வாழ வேண்டும்.)

தூரோடு இசைந்து சுழன்றுவரும் தத்துவத்தை
வேரோடு இசைந்து விளங்குவது எக்காலம்? 131

(உரை:) *உலக உண்மையியற் (தத்துவம்) பொருள் களெல்லாம், இயற்கை யருட்சத்தியால் படைக்கப் பெற்று உயிர்களோடு பொருந்திச் சுழன்றே வாழ்கின்றன. அத்தகைய தூரான அருட்சத்தியோடும் வேரான உயிர் இசைந்து ஒன்றி வாழ்ந்து விளங்குவதுதான் எனக்கு எக்காலமோ? அறியேன்.*

(ஓங்கார ஓசை மந்திரத்தை உயிரில் இருத்த வேண்டும்.)

பாச நடுவேறிப் பாய்ந்தெழுந்த சித்திரத்தை
ஏகநடு மூலத்து இருத்துவதும் எக்காலம்? 132

(உரை:) *பாச வடிவான உடலில் ஏறிப் பாயும் நாத ஓசையான ஓங்கார மந்திரப் படத்தை, உடலில் அடிப்படையான ஒன்றான உயிரில் இருத்திவைப்பதும் எந்நாளோ? ஐயா!*

(ஒப்பற்ற இன்பம் தரும் இறையின்ப வீட்டை அடைய முயல வேண்டும்.)

ஓரின்பம் காட்டும் உயர்ஞான வீதிசென்று
பேரின்ப வீடுகண்டு பெற்றிருப்பது எக்காலம்? 133

(உரை:) *மனிதன், ஒப்பற்ற இன்பத்தைக் காட்டுகின்ற மிகச்சிறந்த ஒளியறிவென்னும் பரப்பிலே கற்றுத்தேர்ந்து, கடவுளருளும் பேரின்ப வீட்டைக் காண்பதோடு அதை அடைய வேண்டும். அந்த நாள்தான் எனக்கு எந்த நாள் வாய்க்குமோ?*

(கடவுள் உணர்த்தியவற்றை நான் முழுமையாகப் பேண வேண்டும்.)

காரணமாய் வந்தென் கருத்தில் உரைத்ததெல்லாம்
பூரணமாய்க் கண்டு புகழ்ந்திருப்பது எக்காலம்? 134

(உரை:) *எனக்கு மெய்யறிவைப் புகட்டும் பொருட்டு வந்து, என் நெஞ்சிலே உரைத்தவற்றை யெல்லாம் நான் முழுமையாய் உணர்ந்து கொண்டு, கடவுளைப் புகழ்ந்து போற்றிப் பாடுவது எக்காலமோ? அறியேன்.*

(எக்காலமும் அறியவியலாத மெய்ப்பொருள் கடவுளே!)

ஆயும் கலைகளெல்லாம் ஆராய்ந்து பார்த்ததற்பின்
நீயென்றும் இல்லா நிசம்காண்பது எக்காலம்? 135

(உரை:) *ஆராய்ந்து உணரக்கூடிய கலைநூல்கள் பலவற்றையும் முழுமையாக நன்கு ஆராய்ந்து கண்டபின்னர் எனக்கு உண்மை புரிந்தது. அந்த உண்மை, இறைவா! நீயே எக்காலமும் நிலையாக இருக்கக்கூடிய (எவராலும் காண இயலாத) மெய்ப்பொருள் என்பதே! இந்த உண்மையைக் காண்பது எந்நாள் வாய்க்குமோ?*

(இறைவனைப் பிரியாமலிருந்தே பிறப்பை ஒழிக்க முடியும்.)

குறியாகக் கொண்டு குலமளித்த நாயகனைப்
பிரியாமல் சேர்ந்து பிறப்பறுப்பது எக்காலம்? 136

*(**உரை:**) எனக்கு அருள்புரியவே திருவுள்ளம்கொண்டு, தொண்டர்குலமளித்த என் உயிர்த்தலைவனை எப்பொழுதும் பிரியாமல் கலந்தே இருந்து என் பிறப்பை ஒழிக்க வேண்டும். அந்த நாளையே நான் எதிர்பார்த்து ஏங்கியிருக்கின்றேன்.*

(நான் கடவுளிடம் பித்துக்கொள்ள வேண்டும்!)

மத்தடுத்து நின்று மருளாடு வார்போல
பித்தடுத்து நின்னருளைப் பெற்றிருப்பது எக்காலம்? 137

*(**உரை:**) இறைவா! கோயில்களிலே சிலர் (சாமியாடி என்பவர்) மருளாகிய மயக்கம் வந்து, தடியைக் (தண்டாயுதம்) கையிற்கொண்டு குதித்து ஆடுவர். இவரைப்போல நான் உன்னிடம் கொண்ட காதலால் பித்துப்பிடித்தவனாகி உனது அருளைப் பெற்று வாழ்ந்திருப்பது எக்காலமோ? அறியேன்.*

(நான் இறைக்குருவின் அடியில் ஒடுங்கி இருக்கவேண்டும்.)

சாவாமல் செத்திருந்து சற்குருவின் பொன்னடிக்கீழ்
வேகாமல் வெந்திருக்க வேண்டுவது எக்காலம்? 138

*(**உரை:**) நான் சாகாமல் செத்ததுபோல் பொறிபுலன்களும் உட்கருவிகளும் ஒடுங்கியிருந்து, இறைவனாகிய குருவின் பொன்னொளி வீசும் திருவடியின் கீழே அமர்ந்து, உள்ளம் தவ வெப்பத்தால் வெந்ததுபோலிருக்கும் நாள் எனக்கு என்று வருமோ?*

(இறைவனை அறியும் தவம் செய்யவேண்டும்.)

என்னை யறியாமல் இருந்தாட்டும் சூத்திரம்நின்
தன்னை யறிந்து தவம்பெறுவது எக்காலம்? 139

*(**உரை:**) இறைவா! நான் என்னை அறியாமல் இருக்கவும், நீ என்னுயிரை உன் அருட்கயிற்றால் பிடித்து ஆட்டுகின்றாய். எனவே, நான் உனது ஆற்றலையெல்லாம் அறிந்து கொள்ளத் தவஞ்செய்யும் நாள் என்றைக்கு வருமோ? ஐயா!*

(உள்ளத்திலிருக்கும் கடவுளைக் கள்ளம் விட்டால் காணலாம்.)

உள்ளம் அறியாது ஒளித்திருந்த நாயகனைக்
கள்ள மனம்தெளிந்து காண்பதினி எக்காலம்? 140

*(**உரை:**) உயிர்த் தலைவனான இறைவன், உள்ளமறியாமலே உள்ளத்தில் ஒளித்துக் கொண்டிருக்கின்றான். அவனை, இருண்ட கள்ளமனமானது தெளிந்து தூய்மையாகிக் கண்ணாடி போலா னால் காணமுடியும். அந்த நாளையே நான் எதிர்பார்க்கின்றேன்.*

"ஓராதார் உள்ளத்துள் ஒளிக்கும் ஒளியானே" என்னும் திருவாசகத் தொடரின் பொருளை இங்கே உணர்ந்து கொள்க.

(வழிபட்டும் காணமுடியாத மெய்ப்பொருளைக் காண்க!)

வாசித்தும் காணாமல் வாய்விட்டும் பேசாமல்
பூசித்தும் தோன்றாப் பொருள்காண்பது எக்காலம்? 141

*(**உரை:**) பல நூல்களைப் புரிந்து படித்தும் பணிந்தும் காணமுடியாமலும், வாய்விட்டு அழைத்தும் வர முடியாமலும், வழிபாடுகள் பல செய்தும் வந்து தோன்றாமலும் இருக்கின்ற மெய்ப்பொருளான கடவுளை நான் எக்காலந்தான் காண்பேனோ? ஐயா!*

(மூச்சை அளவோடு வெளியேவிட்டுத் தவப் பயிற்சி செய்யவும்.)

பன்னிரண்டு கால்புரவி பாய்ந்துசில்லம் தப்பாமல்
பின்னிரண்டு சங்கிலிக்குள் பிணிப்பதினி எக்காலம்? 142

*(**உரை:**) தவநிலையில் மூச்சுப் பயிற்சி செய்யும் பொழுது, பன்னிரண்டு அங்குலம் நீட்ட அளவே உள்ளே இழுத்த (உயிர் வளியான) காற்றென்னும் குதிரையை வெளியே விடவேண்டும்; அப்படிச் செய்யும் நிலையில் முறையாக (சில்லம்)த் தப்பாமல் காற்றை, இரண்டு மூக்குத் துளைக்குள் இடக்கலை-வலக்கலை என்னும் சங்கிலியால் பிணித்துக் (கும்பகம் செய்து) கட்ட வேண்டும். இவ்வாறு நான் செய்யும் காலம் எந்த நாள் வருமோ?*

(ஆடும் திருவடிகளில் நான் சென்று அமர வேண்டும்.)

நாட்டுக்கால் இரண்டும்விட்டு நடுவுக்கால் ஊடேபோய்
ஆட்டுக்கால் இரண்டினுள்ளே அமர்ந்திருப்பது எக்காலம்? 143

(உரை:) *மூக்குத்துளை இரண்டின் வழியே போய் வரும், இடக்கலைநாடி-வலக்கலை நாடியாகிய இரண்டு நாடிகளின் நடுவே நடுநாடியென்னும் சுழுமுனை சேர்ந்து, தலைக்கு மேலுள்ள அறிவம்பலத்தில் சென்று, அங்கே நடனம் ஆடுகின்ற இறைவனின் இரண்டு திருவடிகளை அடைந்து அருள்பெற்று அமர்ந்திருப்பதும் எக்காலமோ?*

(உயிரை இறைவனோடு கட்டிவைப்பதே தவமாகும்.)

பாற்பசுவைப் பூட்டிப் பதியில்வைத்துச் சீராட்டிக்
காற்பசுவை ஓட்டிஅதில் கட்டிவைப்பது எக்காலம்? 144

(உரை:) *பால்போன்ற தூய்மையான மனித உயிரை (பசுவை)ப் பண்படுத்திய நிலையில், இறைவனிடம் (பதியில்) சேரவைத்துப், பாராட்டிப் போற்றி, அவ்வுயிராகிய (கால்) பசுவை, அந்த இறைவனிடத்திலேயே ஆர்வமுடன் கட்டி (இணைய) வைப்பது எக்காலமோ? அறியேன்.*

(மனத்தை ஒருமையோடு தலைமேலுள்ள பேரொளி மலையில் செலுத்த வேண்டும்.)

பலவிடத் தேமனத்தைப் பாயவிட்டுப் பாராமல்
நிலவரையின் ஊடேபோய் நேர்படுவது எக்காலம்? 145

(உரை:) *மனத்தைப் பலவிடங்களிலும், காட்சிப் பொருள் களிலும் ஆசையால் பாயவிட்டுக் கெட்டுப் போகாமல், தலைமேல் (ஏழாம்நிலையிலுள்ள) பெருஞ்சுடரான கடவுள் மலையின் நடுவே செலுத்தி, அந்த அருளமுதைப் பெறுவது எக்காலமோ? ஏங்குகின்றேன்.*

(உலகியலான இன்பக்கடலைக் கடக்க, உள்ளே வேள்வி செய்ய வேண்டும்.)

காமக் கடல்கடந்து கரையேறிப் போவதற்கே
ஓமக் கனல்வளர்த்து உள்ளிருப்பது எக்காலம்? 146

(உரை:) *உலகவாழ்வில் ஆசை தரும் இன்பக் கடலை (வென்று)க் கடந்து சென்று, கரையேறிக் (விடுதலையடைந்து) கடவுட் பேரொளியைக் காண்பதற்கு, உள்ளத்துக்குள்ளேயே அருட்கனலை வளர்த்து வெற்றி பெறுவது எக்காலமோ? அறியேன்.*

(வான்சுடர் மூன்றையும் என்னிடமே காண வேண்டும்.)

உதயச் சுடர்மூன்றும் உள்வீட்டி லேகொளுத்தி
இதயத் திருநடனம் இனிக்காண்பது எக்காலம்? 147

(உரை:) *வானிலே தோன்றும் அடிப்படைச் சுடரொளியான தீ-ஞாயிறு-திங்கள் என்னும் மூன்றையும், தவமிருப்பதாலே உடம்பிலேயே (தீயை நெற்றி நடுவிலும், கதிரவனை (ஞாயிறை) வலக்கண்ணிலும், திங்களொளியை இடக்கண்களிலும் காண்ப தோடு, இதயமென்னும் தலைநடுவிலுள்ள அறிவம்பலத்திலே இறைப் பேரொளியான திருநடனத்தை நான் காணவேண்டும். அந்த நாள் என்று வாய்க்குமோ?*

'இதயம்' என்னும் சொல் (நெஞ்சகத்தையன்றி) தலை நடுவிலுள்ள 'சிற்றம்பல'த்தைக் குறிக்குமென்று திருமூலர் சொல்லுவது இங்கே பொருந்துகின்றது.

(நாதத்தின் முடிவான ஒளியில் நான் திளைக்க வேண்டும்.)

வேதாந்த வேதமெல்லாம் விட்டேறி யேகடந்து
நாதாந்த மூல நடுவிருப்பது எக்காலம்? 148

(உரை:) *வடமொழியில் அமைந்த நான்கு மறைகளிலும் சொல்லப்படும் கொள்கையறிவுகளையெல்லாம் கடந்த நிலையிலே, உலகப் படைப்புக்கெல்லாம் அடிப்படையாக அமைந்த ஓசை-ஒளி என்னும் நாத உண்மையின் வேராகவுள்ள கடவுளொளியிலே, அடியேன் கலந்திருப்பதும் எக்காலமோ? அந்த வாய்ப்பை அறியேன்.*

(பற்றற்ற நிலையில் இறைவனை விரும்பவேண்டும்.)

பட்டமற்றுக் காற்றில் பறந்தாடும் சூத்திரம்போல்
விட்டு வெளியாக விசுவசித்தல் எக்காலம்? 149

(உரை:) *உயரத்தில் விடப்பட்ட பட்டமானது அறுந்து தனியே விழுந்துவிடவும், நூல்கயிறு மட்டும் பறந்தாடும் நிலைபோல் உலகப்பொருள்களின் மேல்கொண்ட பற்றற்று, உள்ளம் வெட்டவெளி (பாழ்நிலை)யாகி, இறைவனிடம் பற்றுக் கொள்ளும் நாள்தான் என்று வருமோ?*

(கிட்டாத கடவுளைக் கிட்டுவது இயலவேண்டுமே!)

அட்டாங்க யோகமதற்கு அப்பாலுக்கு அப்பாலாய்
கிட்டாப் பொருளதனைக் கிட்டுவதும் எக்காலம்? 150

*(**உரை:**) எட்டுப் படிநிலைகளான (இயமம், நியமம் முதலானவை) தவத்திற்கும் அப்பாலுக்கு அப்பாலாய் அண்ட கோடிகளைக் கடந்து திகழும், நமக்குக் கிடைத்தற்கரிய மெய்ப்பொருளை (சிவச்செம்பொருளை) அடைவதுதான் எப்பொழுதோ? அறியேன்.*

(எட்டாத கடவுளைப் பிடிக்க உயிரை ஏணியாக வைக்க முடியுமா?)

ஒட்டாமல் ஒட்டிநிற்கும் உடலுமுயிரும் பிரித்தே
எட்டாப் பழம்பதிக்குஇங்கு ஏணிவைப்பது எக்காலம்? 151

*(**உரை:**) மனித உடலும் உயிரும் ஒட்டாமலும் ஒட்டியுமே வாழ்கின்றனர்; இத்தகைய உயிரைப் பிரித்து எடுத்து, அதனை, உயிர்கள் எட்டிப்பிடிக்க முடியாமல் இருக்கும் பழம்பதியான கடவுளைப் பிடித்தற்காக இங்கு ஏணியாக வைக்க முடியுமா? அப்படி நான் என்னுயிரை வைத்துப் பிடிப்பதுதான் எக்காலமோ?*

(இறைவனை உயிரில் வைத்து நினைந்திருக்க வேண்டும்.)

பாசத்தை நீக்கிப் பசுவைப் பதியில்விட்டு
நேசத்தின் உள்ளே நினைந்திருப்பது எக்காலம்? 152

*(**உரை:**) பொருள்களிடத்திலும் உறவு உயிர்களிடத்திலும் வைத்திருக்கும் பாசமாகிய பற்றுக்களை நீக்கிவிட்டுத் தூய்மை யாகி, உயிரைக் கடவுளிடம் ஒப்படைத்துவிட்டு, அந்தக் கடவுளையே உயிரில் கொண்டு எப்போதும் நினைந்திருப்பது எக்காலமோ?*

(பேசாத உயர்நிலையைப் பெறவேண்டும்.)

ஆசார நேய அனுட்டான மும்மறந்து
பேசாமெய்ஞ் ஞானநிலை பெற்றிருப்பது எக்காலம்? 153

*(**உரை:**) நான் கடைப்பிடிக்கின்ற, சமயச் சார்பான ஒழுக்கத்திலும் பழக்க வழக்கங்களிலும் வைத்திருக்கும் நேயத்தை மறந்துவிட்டுக், கடவுளை மட்டும் மனத்தில் வைத்துக் கொண்டு,*

வாய்பேசாமலிருக்கும் மெய்யறிவு நிலையைப் பெற்றிருப்பது எக்காலமோ?

(பல்லாயிரம் கோடி அண்ட கோள்களையும் இறைவன் படைத்தான் என்பதை அறிய வேண்டும்.)

பல்லாயி ரங்கோடிப் பகிரண்ட மும்படைப்பே
அல்லாது வேறில்லையென்று அறிவதினி எக்காலம்? 154

(**உரை:**) பல்லாயிரங்கோடி பேரண்டங்களையும் சிற்றண்டங்களையும், எண்ணற்ற வகையான உயிரிகளையும் கடவுளே படைத்தான் என்ற உண்மையை அறிவதும் எக்காலமோ? தெரியவில்லையே.

(முதற்கடவுளின் அகரமெய்யொளியெழுத்தை ஓதி உணர வேண்டும்.)

ஆதிமுத லாகிநின்ற அரியென்ற அட்சரத்தை
ஓதி யறிந்துள்ளே உணர்வதினி எக்காலம்? 155

(**உரை:**) உலகத் தொடக்கத்தின் முதலெழுத்தாகி நின்ற 'அகர' மென்னும் ஒளிவீசும் (அரி-ஒளிர்தல்) எழுத்தை, ஓதி-பொருளுணர்ந்து-உயிரிலே வைத்து நினைந்து உருகும் நாள்தான் எனக்கும் எந்நாள் வருமோ? இறைவா!

(ஆன்மாவின் இலக்கணத்தைக் கண்டு துயரைப் போக்க வேண்டும்.)

சாத்திரத்தைச் சுட்டுச் சதுர்மறையைப் பொய்யாக்கிச்
சூத்திரத்தைக் கண்டு துயரறுப்பது எக்காலம் 156

(**உரை:**) கற்பனையாகப் படைக்கப்பட்ட இறையியல்-உண்மையியல்-இறையன்பியல் பற்றிய பயன் தராத நூல்களைச் சுட்டழித்தும், நான்கு மறைகளையும் அவற்றிலுள்ள ஒவ்வாத கொள்கைகளைப் பொய்யாக்கியும், ஒருவன் தனது உயிராகிய ஆன்மாவின் இலக்கணத்தைக் கண்டுணர்ந்து அதன் அருள்நெறியிலே வாழ்ந்து, வருகிற துயரங்களை ஒழிப்பது எக்காலமோ? அறியேன்.

(உயிரறிவை அருளறிவால் அறிய வேண்டும்.)

அல்லும் பகலுமென்றன் அறிவையறி வாலறிந்து
சொல்லும் முறைமறந்து தூங்குவதும் எக்காலம்? 157

(உரை:) *இரவும் பகலும் எனது வாழ்வை வழிநடத்தும் அறிவை, ஒளியறிவான மெய்யறிவால் அறிந்து கொண்டு, சொல்லும் நெறியை மறந்து, உணர்வு ஒடுங்கிய நிலையில், தவஉறக்கம் கொள்வது எக்காலமோ?*

(உயிர்களிலும் உயிரற்ற பொருள்களிலும்
கடவுள் மறைந்திருப்பதை அறிவது கடமை!)

இயங்கும் சராசரத்தில் எள்ளுமெண்ணெ யும்போல
முயங்குமந்த வேதமுடிவறிவது எக்காலம்? 158

(உரை:) *வாழ்கின்ற இயங்கும் உயிரிகளிலும் இயங்காத உயிரற்ற பொருள்களிலும் (எள்ளுக்குள்ளே எண்ணெய் மறைந்திருப்பது போல) மறைமுடிவான கடவுள் மறைந்திருந்து அருள்வதை நான் அறிவது எக்காலமோ? தெரியவில்லை.*

(உலகில் தானாகி நிற்கும் கடவுளை அறிய வேண்டும்.)

ஊனாகி ஊனில் உயிராகி எவ்வுலகும்
தானாகி நின்ற தனையறிவது எக்காலம்? 159

(உரை:) *கடவுள், உலகிலே படைக்கப்பட்ட அனைத்து உயிரிகளின் ஊனாகியும், அவ்வூனிலே உயிரறிவாகியும் நிலைத்திருப்பதோடு, அனைத்துலகங்களையும் படைத்த தானொருவனாகியும் திகழும் இயற்கையுடையவன்; அப்பெரிய இறைவனை அடியேன் எந்தநாள் முழுமையும் அறிவேனோ?*

(இறைவனைவிட்டுப் பிரியாத நிலையைப் பெறுதல் வேண்டும்.)

என்னைவிட்டு நீங்காமல் என்னிடத்து நீயிருக்க
உன்னைவிட்டு நீங்காது ஒருப்படுவது எக்காலம்? 160

(உரை:) *இறைவா! நீ என்னைவிட்டுப் பிரியாமல் எனக்கே உறவாகியிருக்கிறாய். அதைப் போல் நான் உன்னைவிட்டுப் பிரியாமல் திருவுள்ளம் இசைந்து உறவாடுவது எக்காலமோ?*

(சொல்ல முடியாத இறைவனை நானறிந்து சொல்ல வேண்டும்.)

இன்னதென்று சொல்லவொண்ணா எல்லையற்ற வான்பொருளைச்
சொன்னதென்று நானறிந்து சொல்வதினி எக்காலம்? 161

(உரை:) *'இப்படியன்-இந்நிறத்தன்-இவ்வுருவினன்' என்று யாராலும் கண்டு சொல்ல முடியாத எல்லையற்று உயர்ந்த*

பொருளாயுள்ள கடவுளை, நான் அறிந்து சொன்னதாக உலகம் சொல்வதை நான் கேட்டறிந்து சொல்வதும் எக்காலமோ?

(மனம்-பொறி-அறிவு மூன்றையும்
இறைவனுக்கே உரிமையாக்க வேண்டும்.)

மனதையொரு வில்லாக்கி வான்பொறியை நாணாக்கி
எனதறிவை அம்பாக்கி எய்வதினி எக்காலம்? 162

(உரை:) *மனத்தை ஒருவில்லாக வளைத்து ஒருமைப்படுத்தி, உயர்ந்த ஐந்து பொறிகளையும் கயிறாகச் சேர்த்துக் கட்டி, எனது கூரிய அறிவை அம்பாகப் பொருத்தி எய்து, கடவுளைப் பெறுவது இனி எக்காலமோ? தெரியவில்லை.*

(அம்பலத்தில் ஒளிந்திருக்கும் கடவுளை
மனித உயிர் கண்டு கொள்ளவேண்டும்.)

என்னை இறக்கவெய்தே என்பதியை ஈடழித்த
உன்னை வெளியில்வைத்தே ஒளித்துநிற்பது எக்காலம்? 163

(உரை:) *என் உயிரின் ஆணவ இருளை இறக்கச் செய்து, இறைவனுக்கு என்னை ஒப்பாக்கி, அறிவு வெளியான மன்றில் ஒளிந்திருக்கும் அக்கடவுளைக் காணுமாறு அருளியதை நான் என்று உணர்வேனோ?*

(வாழ்வை இயக்கும் இறைவனின் செயலை அறிய வேண்டும்.)

கடத்துகின்ற தோணிதனைக் கழைகள்குத்தி விட்டாற்போல்
நடத்துகின்ற சித்திரத்தை நானறிவது எக்காலம்? 164

(உரை:) *ஆற்றுநீரிலே தோணியைச் செலுத்துதற்காகத் 'தோணிக்காரன்' தோணியை மூங்கில் கம்பைக் கொண்டு தள்ளிவிட்டுத் தள்ளிவிட்டுச் செலுத்தல் போன்று இறைவன் மனித வாழ்வையும் மற்ற உயிரிகளின் வாழ்வையும் நடத்துகின்ற ஒப்பற்ற ஓவியமான நுட்பத்தை நான் அறிந்து கொண்டு வியப்பது எக்காலமோ?*

(நான் குறிக்கோளோடு பிறவி விடுதலை அடைய வேண்டும்.)

நின்றநிலை பேராமல் நினைவிலொன்றும் சாராமல்
சென்றநிலை முத்திஎன்று சேர்ந்தறிவது எக்காலம்? 165

(உரை:) இறைவா! நான் குறிக்கோளோடு நிலையாக நின்ற தன்மை தவறாமலும், நினைவிலே மற்றொரு எண்ணம் வந்து சேராமலும் கொண்டிருந்த கொள்கை, பிறவியினின்று விடுதலை (முத்தி) பெறுதலாகும். அதை நான் உயிர்கலந்து அறிவதும் எந்தக் காலமோ? தெரியவில்லை.

(திருவடி ஒளியில் சேர்ந்திருக்க வேண்டும்.)

பொன்னும் வெள்ளியும்பூண்ட பொற்பதத்தை உள்ளமைத்து
மின்னும் ஒளிவெளியே விட்டடைப்பது எக்காலம்? 166

(உரை:) தவநிலையில் நான், பொன்னொளியும் வெள்ளியொளியும் போன்ற அப்பன் அம்மையின் அழகிய திருவடிகளை மனத்தில் பதித்துக் கொண்டு, சுடரொளி வீசும் தலைதடுவான அறிவுமன்றில் உயிரைப் பாயவிட்டுக், கண்டு இன்புறுவது எக்காலமோ?

(கொள்கைப் பிடிப்பிலே அருளைப் பெறுதல் உறுதி.)

கூட்டிலடைப் பட்டபுழு குளவியுருக் கொண்டதுபோல்
வீட்டிலடைப் பட்டருளை வேண்டுவதும் எக்காலம்? 167

(உரை:) மண்கூட்டில் அடைக்கப்பட்ட ஒரு புழுவானது, குளவியுருவம் பெற்றுப் பறந்து செல்லுதல் போல் நான் வீடென்னும் கொள்கையில் அடைபட்டு, அது வெற்றி பெற இறையருளை வேண்டுவதும் எக்காலமோ தெரியவில்லை.

(உடலில் ஒளித்த கடவுள், என்று வெளிப்பட்டு ஒளி தருவாரோ?)

கடலில் ஒளித்திருந்த கனலெழுந்து வந்தாற்போல்
உடலில் ஒளித்தசிவம் ஒளிசெய்வது எக்காலம்? 168

(உரை:) பெருங்கடலின் ஆழத்திலே மறைந்து ஒளிந்திருந்த ஒரு பெருநெருப்பு (வடவாக்கினி), எழுச்சிகொண்டு புறப்பட்டு வந்தாற்போல் என் உடம்பிலே உள்ளத்தில் ஒளிந்திருக்கும் சிவக்கடவுளென்னும் செம்பொற் பேரொளி தோன்றி வெளிப்பட்டு அருளொளி தருவதும் எப்பொழுதோ? அறியேன்.

(திருவடியொளியில் என்னுயிர் மூழ்க வேண்டும்.)

அருணப் பிரகாசம் அண்டமெங்கும் போர்த்ததுபோல்
கருணைத் திருவடியில் கலந்துநிற்பது எக்காலம்? 169

(உரை:) கதிரவனது செஞ்சுடரொளி, எப்படி அனைத்து அண்டவுலகங்களையும் போர்த்தி மூடிப் பொன்மயமாக்கு கின்றதோ அதுபோல் கடவுளின் அருள்பொழியும் திருவடியில் நான் (என் உயிர்) கலந்து மூடி இருப்பதும் எக்காலமோ?

(மாயையின் படைப்பை அறிந்து கொள்ள வேண்டும்.)

பொன்னில் பலவிதமாய் பூடணமுண் டானதுபோல்
உன்னிற் பிறந்ததுஉன்னில் ஒடுங்குவதும் எக்காலம்? 170

(உரை:) ஒரு பொற்கட்டியிலே பல்வகை அணிகலன்களைச் செய்து படைப்பதுபோல் இறைவா! படைத்த இயற்கை மாயையால் உருவான பிறவிகள் கோடி கோடியாக உண்டே! இப்படி நீ படைத்த பிறவிகளிலே நானும் ஒருவனென உணர்ந்து ஒடுங்குவது எந்நாளோ?

(நான் கனலொளிபோல் விளங்க வேண்டும்.)

நாயில் கடைப்பிறப்பாய் நான்பிறந்த துன்பமற
வேயில் கனலொளிபோல் விளங்குவதும் எக்காலம்? 171

(உரை:) இறைவா! நான் ஒரு நாய்ப்பிறப்பை விடக் கீழான பிறவியாய்ப் பிறந்தேன்; அதனால் பல துன்பங்களை அடைந்தேன். அத்துன்பங்கள் அற்றொழிய, நான் உலையிலுருகும் பொன்னொளிபோல் விளங்கி மெய்யறிவிலே திகழ்வதும் எக்காலமோ? அறியேன்.

'வேயில்' என்பதற்கு மூங்கிலில் எரியும் நெருப்பு எனவும் கொள்ளலாம்.

(இறைவன் காட்சியால் இருள்மாசு நீங்கி அருள் பெறல் வேண்டும்.)

சூரிய காந்தியொளி சூழ்ந்துபஞ்சைச் சுட்டதுபோல்
ஆரியன் தோற்றத்து அருள்பெறுவது எக்காலம்? 172

(உரை:) சூரியகாந்தக் கல்லின் சூட்டொளியால் பஞ்சு எரிவதுபோலக் கடவுளின் காட்சி கிட்டும்பொழுது உயிர்மாசு நீங்கப்பெற்று அருளும் கிடைக்கும். அப்படி நான் அருளை எந்நாள் அடைவேனோ?

(நான் அருளுருவம் பெற்று இன்புற வேண்டும்.)

இரும்பில் கனல்மூட்டி இவ்வுருபோய் அவ்வுருவாய்க்
கரும்பில் சுவைரசத்தைக் கண்டறிவது எக்காலம்? 173

(உரை:) கொல்லனின் நெருப்பு உலையில் இரும்பை வைத்துப் பழுக்கக் காய்ச்சுவதுபோல் இம்மாசான உடம்பைப் (புடம்போட்டது போல்) தூய்மை செய்து, அருளுடம்பாக (ஞான வடிவாய்) ஆக்கப்பெற்று, இறையருளான கரும்பின் சாற்றைச் சுவைத்து உணர்ந்து பெருவாழ்வு பெறுவதும் எக்காலமோ?

(இறைவனை நினைந்து இறைவனைப் பெறலாம்!)

கருக்கொண்ட முட்டைதனைக் கடலாமை தானினைக்க
உருக்கொண்ட வாறதுபோல் உனையடைவது எக்காலம்? 174

(உரை:) கடலில் வாழும் ஆமை கரையிலே வந்து முட்டையிட்டு மணலைத் தோண்டி மறைத்து வைக்கும்; பின், முட்டை கருநிலை பெற்றபோது, அதை நினைக்கவே குஞ்சு பொரிக்கும். இந்த இயற்கை போன்று இறைவா! நான் உன்னை நினைக்க நினைக்க நீ வந்து எனக்கு அருள்புரிய வேண்டும்.

(நான் கூடுவிட்டுக் கூடுபாயும் அறிவைப் பெற வேண்டும்.)

வீடுவிட்டுப் பாய்ந்து வெளியில் வருவார்போல்
கூடுவிட்டுப் பாயும் குறிப்பறிவது எக்காலம்? 175

(உரை:) இறைவா! வீட்டிலே இருக்கும் ஒருவர் அதை விட்டுவிட்டு வெளியில் பாய்ந்து வருதல் போன்று தவம் முற்றியவர் (எண் பெருஞ்சித்தியான வெற்றி பெறும் ஆற்றலுடையவர்) "பிராத்தி" என்னும் தவ வலிமையைக் கொண்டு கூடுவிட்டுக் கூடு பாய்வர்; (தனது உடலைப் போட்டுவிட்டு, உயிர் பிரிந்த மற்றோர் உடலில் புகுந்து கொள்வர்.) அத்தகைய பேராற்றலை நான் அறிந்து கொள்வது எக்காலமோ?

> இவ்வாறு கூடுவிட்டுக் கூடுபாய்ந்தவர் பலர் உண்டு; இவருள் குறிப்பிடத்தக்கவர் பெரிய சித்தரான திருமூலர்.

(தீவினைகள் விடுபட்டு நான் உன்னைக் காணல் வேண்டும்.)

கடைந்தவெண் ணெய்மோரில் கலவாத வாறுஅதுபோல்
உடைந்த தமியேன் உனைக்காண்பது எக்காலம்? 176

(உரை:) இறைவா! தயிரைக் கடையும்போது வெண்ணெய் திரண்டு தனியே நிற்கும்; திரும்பவும் மோரிலே கலக்காது. அதைப்போன்று என் தீவினை-மாசுகளெல்லாம் தீர்ந்து, மீண்டும்

ஒட்டாமலிருந்து தூயவனாகி உன்னைக் காணும் காலம் வரவேண்டும். இதுவே எனது வேட்கை!

(அருளைக் கெடுக்கும் ஆணவம் ஒழிய வேண்டும்.)

இருளை ஒளிவிழுங்கி ஏகஉருக் கொண்டாற்போல்
அருளை விழுங்குமிருள் அகன்றுநிற்பது எக்காலம்? 177

(உரை:) ஒளிச்சுடரானது இருளையெல்லாம் மறைத் தொழித்து ஒரே ஒளிமயமாக இருப்பதுபோல் என் அகத்திலுள்ள அருளை, ஆணவ இருளானது மறைத் தொழிக்காமல் விலகி ஒழிய வேண்டும். இறைவா! இந்த அருளை நான் பெறுவதும் எக்காலமோ?

(என் உள்ளிருக்கும் கடவுளை நான் அறிய வேண்டும்.)

மின்னெழுந்து மின்னொடுங்கி விண்ணில் உறைந்தாற்போல்
என்னுள்நின்றது என்னுள்ளே யானறிவது எக்காலம்? 178

(உரை:) வானிலே தோன்றும் மின்னல் அந்த வானிலேயே மீண்டும் சேர்ந்து உறைவது போல் என்னுள்ளே இருக்கும் கடவுளை (வெளிப்பட்டும், மறைந்துமுள்ளவனை) என்னுள் ளேயே ஆராய்ந்து நான் அறிவதுதான் எந்தக் காலமோ?

(இறைவனின் இயற்கையுருவை உற்று நோக்கி அறிக!)

கண்ட புனல்குடத்தில் கதிரொளிகள் பாய்ந்தாற்போல்
கொண்ட சொரூபமதைக் கூர்ந்தறிவது எக்காலம்? 179

(உரை:) வெளியிலுள்ள நீர் நிரம்பியிருக்கும் ஒரு குடத்திலே காலைக் கதிரவனொளிக் கதிர்கள் பட்டுத் தெரிவதுபோல் உருவம் கொண்டு வரும் கடவுளின் ஓர் உருவத்தைக் கூர்ந்து அகக் கண்ணால் நான் கண்டறிவது எக்காலமோ?

> இறைவன் அருவம், அருவுருவம், உருவம் என மூன்று தன்மையைக் காட்டுவான்.

(திருவருளை நான் பொறுப்போடு சுமக்கவேண்டும்.)

பூணுகின்ற பொன்னணிந்தால் பொன்சுமக்கு மோஉடலை
காணுகின்ற என்கருத்திற் கண்டறிவது எக்காலம்? 180

(உரை:) *உடம்பிலே அணிகின்ற பொன்னணிகளை (அவற்றின் அழகுநோக்கிப் போற்றி) உடம்புதான் சுமக்குமே ஒழிய அந்தப்பொன் சுமக்கமுடியாது. அதுபோல் இறைவா! நான் வேண்டுகிற உன்னருளை நான்தான் பெற்றுப் போற்ற (சுமக்க) வேண்டும். இந்த உண்மையை நான் அறிவது எக்காலமோ?*

(கடவுளை மறைக்கும் திரைகளை ஒழிக்க வேண்டும்.)

செம்பில் களிம்புபோல் சிவத்தை விழுங்குமிக
வெம்பிநின்ற மும்மலத்தை வேறுசெய்வது எக்காலம்? 181

(உரை:) *செம்பிலே பச்சைக் களிம்பு ஊறிச் செம்பையே மறைத்து விடுதல் போன்று செம்பொருட் கடவுளான சிவத்தை, உயிரிலே ஊற்றெடுக்கும் ஆணவம்-தீவினை-மாயையென்னும் மூன்று இருள்மாசுகள் மறைத்து விடுகின்றன. எனவே, இவற்றை அழித்து ஒழித்துவிடுதல் எனக்கு எந்த நாள் வாய்க்குமோ?*

(உயிரில் கலந்தவனை மனம் பற்றி வாழ வேண்டும்.)

ஆவியும் காயமும்போல் ஆத்துமத்து நின்றதனைப்
பாவி அறிந்துமனம் பற்றிநிற்பது எக்காலம்? 182

(உரை:) *இறைவன் பேரொளியும், உயிர் அதிலிருந்து தோன்றிய சிற்றொளியுமாக வுள்ளது. இந்த 'ஆன்ம உண்மை'யில் இருக்கும் கடவுள், உயிரும் உடலும் போல் உறவாகவே உள்ளான். அப்பெரிய உண்மையைத் தீவினையேனான நான் மனம் பற்றுக் கொண்டு நிலைத்திருப்பது எக்காலமோ?*

(இறையின்பதை உணர்ந்து கொள்ள வேண்டும்.)

ஊமைக் கனாக்கண்டு உரைக்கறியா இன்பமதை
நாமறிந்து கொள்வதற்கு நாள்வருவது எக்காலம்? 183

(உரை:) *வாய் பேசமுடியாத ஊமையன் கனவு கண்டு வியந்தாலும் உணர்ந்தாலும், கண்ட காட்சியினை வாய்திறந்து விண்டுரைக்க முடியாது. அது போன்றே கடவுள் உணர்த்தும் இன்பத்தையும் எத்தகையவரும் எடுத்துரைக்க முடியாது. அப்பெரிய இன்பத்தை நாம் அறிந்து இன்புறுதற்கும் அந்த நாள் என்று வருமோ? தெரியாது.*

(அழியாத உடல் விழுவதை அறிய வேண்டும்.)

சாகாச் சிவனடியைத் தப்பாதார் எப்போதும்
போகா உடலகன்று போவதென்பது எக்காலம்? 184

(உரை:) *சாகாத் தலையெனப்படும் சிவச்செம்பொருளின் திருவடியொளியை எப்போதும் தவறாமல் போற்றி வழிபடும் அடியார்களின் உயிர்போகாத உடம்பு, உயிரகன்று போகு மென்பதை ஏற்கமுடியாது எனக் கூறும் காலம் என்று வருமோ?*

(மனித உயிர் வெட்டவெளியில் கலந்திருக்க வேண்டும்)

நிட்டை தனைவிட்டு நினைவறிவு தப்பவிட்டு
வெட்ட வெளியில் விரவிநிற்பது எக்காலம்? 185

(உரை:) *தவநிலையில் முறையே அமர்வதை விட்டுவிட்டும் நினைவறிவைத் தவறவிட்டு விட்டும் ஒரே முடிவான (இறுதிப் பயனாகக் கருதும்) வெட்டவெளியென்னும் கடவுளொளியில் கலந்து நிலைத்திருப்பதுதான் எக்காலம் வருமோ?*

(வெட்டவெளியில் திருவடியொளியைக் காண வேண்டும்.)

வெட்ட வெளிதன்னில் விளைந்த வெம்பாதத்தை
திட்டமுடன் கண்டு தெளிவதினி எக்காலம்? 186

(உரை:) *ஒளிமயமான பாழென்னும் வெட்டவெளியிலே தோன்றும் வெப்பமிக்க ஒளியான கடவுளின் திருவடியொளியை மனத்திட்பமுடன் கண்டு, உறுதியாகத் தெளிந்து இன்புறுவது இனி எக்காலமோ? தெரியேன்.*

(மனித வடிவம் கடவுள் வடிவமாய் நினைக்கப்படும்.)

எங்கும் பரவடிவாய் என்வடிவு நின்வடிவாய்க்
கங்குல்பகல் இன்றியுனைக் கண்டிருப்பது எக்காலம்? 187

(உரை:) *எவ்வுலகமும் தெய்வ வடிவாயுள்ள நீ இப்போது, என் உருவம் உன் உருவமாய் ஒளியாய் ஆகவேண்டும்; நான் உன்னை இரவென்றும் பகலென்றும் பாராமல், எப்பொழுதும் கண்டு உலகைக் கொண்டு இன்புற வேண்டும்.*

(சிற்றின்பமும் பேரின்பமும் கடவுளே என உணர்க!)

உண்டதுவும் மாதருடன் கூடிச் சேர்ந்தின்பம்
கண்டதுவும் நீ யெனவே கண்டுகொள்வது எக்காலம்? 188

*(**உரை:**) பொழுதெல்லாம் பசிக்கு உணவு வகைகளை உண்பதுவும், மனைவியுடன் கூடிக் கலந்து சிற்றின்பம் பெறு வதுவும் நின் திருவருள் ஆணையே என்று கண்டுகொள்வதுதான் எக்காலம்? இறைவா!*

(இரப்பது முதல் எல்லாம் இறைவன் செயலே!)

ஈம் என்று கேட்டதுவும் என்னுள்ளே நின்றதுவும்
ஓம் என்று சொன்னதுவும் உற்றறிவது எக்காலம்? 189

*(**உரை:**) பிறரிடமெல்லாம் சென்று, "ஈயுங்கள்" என்று உணவையும் மற்ற பொருள்களையும் வேண்டிப் பெற்றுக் கொண்டதுவும், எனது மனத்துள்ளே தெய்வமாய் நிலைபெற்று இருந்ததுவும், நான் 'ஓம்' என்று, தாயான முதல் மந்திரத்தை எப்பொழுதும் ஓதிக் கொண்டிருந்ததுவும் ஆக அனைத்தையும் உள்ளே நோக்கி, ஓர்ந்து அறிவதுதான் எக்காலமோ? இறைவா!*

(உலகப் படைப்பையெல்லாம் நான் அறிய வேண்டும்.)

சத்தம் பிறந்தஇடம் தன்மயமாய் நின்ற இடம்
சித்தம் பிறந்தஇடம் தேர்ந்தறிவது எக்காலம்? 190

*(**உரை:**) ஓசையென்னும் நாதம் எங்கே பிறந்தது? கடவுள் தீயொளி வடிவாய் நின்ற இடம் எது? எண்ணம் அல்லது அறிவு எங்கே உருவாயிற்று? என்றெல்லாம் வினவித் தேர்ந்து கொண்டு அறிவதும் எக்காலமோ?*

> *நாதம் என்பது இயற்கைமாயை (மூலப்பிரகிருதி)யிலிருந்து பிறந்தது என்றும், தன்மயம் என்பது கடவுள் தானே தோன்றிய 'சுயம்பு' என்றும், சித்தம் என்பது உயிரிலிருந்து பிறந்தது என்றும் சான்றோர் கூறுவர். மூன்றுமே கடவுள் படைப்புத் தான்!*

(இயற்கை ஆனவனும் இறப்பைத் தருபவனும் இறைவனே.)

போக்குவரவும் புறம்புள்ளும் ஆகிநின்றும்
தாக்கும் ஒருபொருளைச் சந்திப்பது எக்காலம்? 191

*(**உரை:**) படைத்த பொருள்கள் ஒவ்வொன்றிலும் உள்ளும் புறமுமாய்ச் சார்ந்திருப்பவனும், போக்கு வரவு செய்பவனும் (எல்லா உயிர்களையும் பிறந்து இறக்கச் செய்பவனும்),*

ஊழிக்காலத்தில் அனைத்தையும் தாக்கி (இயற்கைச் சீற்றத்தால்) அழிப்பவனுமாகிய கடவுளென்னும் மெய்ப்பொருளை நான் காண்பது எக்காலமோ?

(உயிர்-இறை-உலகம் மூன்றையும் தெரிய வேண்டும்.)

நானெனவும் நீயெனவும் நாமிரண்டு; மற்றொன்றும்
நீயெனவே சிந்தைதனில் நேர்படுவது எக்காலம்? 192

(உரை:) இறைவா! உலகில் 'நான்' (உயிர்) என்றும், நீ (கடவுள்) என்றும் நாமிருவர் என உலகோர் நினைப்பர். அன்றியும் நம்மைத்தவிர மற்றொன்றான பாசமாம் பற்றென்னும் உலகமும் உண்டு; அதுவும் சேர்த்து மூன்றும் நீயே எனச் சிந்தையில் கொள்ள வாய்ப்பது எக்காலமோ?

(உயிரறிவில் கடவுளறிவு பிரியாமல் கலந்தே இருக்கவேண்டும்)

அறிவையறி வாலறிந்தே அறிவும் அறிவுதனில்
பிறிவுபட நில்லாமல் பிடிப்பதினி எக்காலம்? 193

(உரை:) அறிவு வடிவான உயிரையும் கடவுளையும் ஒளியறிவான மெய்யறிவால் அறிந்து கொள்ள வேண்டும்; அந்த உயிரறிவில் அறிவு வடிவான கடவுள் பிரிவுபடாமல் கலந்தே ஒன்றியிருக்க வேண்டும். அந்த ஒருமைநிலையை நான் பிடித்துக் கொள்வது இனி எக்காலமோ?

(உலகம் பொற்சபையாய் அதில் இறைவனாடும் கூத்தைக் கண்டு களிக்க வேண்டும்.)

நீடும் புவனமெல்லாம் நிறைந்துசிந் தூரமதாய்
ஆடும் திருக்கூத்தை அறிவதினி எக்காலம்? 194

(உரை:) இறைவா! இந்த நீண்ட உலகம் முழுதும் உனது சிவந்த பொன்னொளி சுடர் பரப்பவும், அதையே பொன் மன்றாய்க் கொண்டு, அதிலே நீ, உலகம் வாழ ஐந்து வகையான திருநடனம் ஆடுகின்றாய். அவற்றை நான் கண்டறிவது இனி எக்காலமோ?

(ஆடும் கூத்தின் ஓசையை நான் கேட்க வேண்டும்.)

தித்தியென்ற கூத்தும் திருச்சிலம்பின் ஓசைகளும்
பத்தியுட னேகேட்டுப் பணிவதினி எக்காலம்? 195

(உரை:) *அறிவுமன்றிலே (சிற்சபை), 'தித்தி' என்னும் ஆடல்பாங்கிலே (சதி) இறைவனாடுகின்ற அழகிய கூத்தையும், திருவடிச் சிலம்பின் ஓசைகளையும் அன்பார்வத்திலே கேட்டு, இறைஞ்சி வணங்குவது இனிமேல் எக்காலமோ? அறியேன்.*

(புருவநடு வழியேசென்று அம்பலத்திலே ஒளியில் மூழ்க வேண்டும்.)

நயனத் திடைவெளிபோய் நண்ணும் பரவெளியில்
சயனத் திருந்து தலைப்படுவது எக்காலம்? 196

(உரை:) *இருகண்களுக்கும் இடையிலுள்ள புருவநடு வென்னும் வெளி வழியே, மேலேயுள்ள தலைநடு அறிவு மன்றமான "சிற்சபை"யை அடைந்து அங்கே கடவுளொளியோடு கூடிக்கலந்து உறங்குவது எக்காலமோ? அறியேன்.*

(ஆயிரமிதழ்த் தாமரை மலரான தலைமன்றில் நான் ஆடல் காண வேண்டும்.)

அருவி மலைநடுவே ஆயிரக்கால் மண்டபத்தில்
திருவிளையா டல்கண்டு தெரிசிப்பது எக்காலம்? 197

(உரை:) *தலைக்குமேல் ஏழாமிடமான இடத்திலே, பேரொளியென்னும் அருட்பெருஞ்சுடரான ஓங்கியமலை தோன்றவும், அதன்கீழே (மூளைப்பகுதி) ஆயிரம் இதழ்த்தாமரை மலரொன்று மலரவும், அதிலே ஒளிமலையிலிருந்து ஒளிவெள்ளம் அருவியாய்ப் பாய்ந்து விழும்! இந்த ஆயிரக்கால் மண்டபத்திலே தான், இறைவன் ஒளிநடனம் ஆடி உலகை ஆட்சி புரிகின்றார். இந்தத் திருவிளையாடலை நான் கண்டு இன்புறுவது எக்காலமோ?*

(கடவுட்காட்சித் தேனை நான் உண்ண வேண்டும்.)

மீனைமிக உண்டுநக்கி விக்கிநின்ற கொக்கதுபோல்
தேனைமிக உண்டு தெவிட்டி நிற்பது எக்காலம்? 198

(உரை:) *இறைவா! ஓடைக்கரையில் கொக்கு மீனை மிகையாகவுண்டு விக்கிப் போகும். அதைப் போல் நான் நீ ஆடும் ஆடற்காட்சியைக் கண்டு, அதிற்பொழியும் அருளமுதத் தேனை மிகவும் ஆசையோடு உண்டு தெவிட்டி நிற்கும் காலம் எனக்கும் வாய்க்க வேண்டுமே இறைவா!*

(உயிரில் பாலமுதம் சுரக்கத் தவம் கற்க வேண்டும்.)

பொல்லாத காயமதைப் போட்டு விடுக்கு முன்னே
கல்லாவின் பால்கறப்பக் கற்பதினி எக்காலம்? 199

(உரை:) *இறைவா! தீமைகள் பல செய்யும் உடம்பைப் போட்டுவிட்டு உயிர் செல்லும்முன்னே, தவமிருந்து உயிரில் (கல்போல் ஒளிசுடரும் உயிர் என்னும் பசு) சுரக்கும் அமுதப்பாலைக் கறப்பதற்குக் கற்கும் காலம் என்று வருமோ?*

(வெட்டவெளியில் சிவத்தைக் காண வேண்டும்.)

வெட்டவெளிக் குள்ளே விளங்கும் சதாசிவத்தைக்
கிட்டிவரத் தேடிக் கிருபை செய்வது எக்காலம்? 200

(உரை:) *ஒரே ஒளிக்கடலாய் விளங்கும் வெட்ட வெளியிடத்தினுள்ளே திகழ்கின்ற செம்பொருட் சதாசிவத்தை நான் பெறுமாறு தேடி அருளடைவதும் எக்காலமோ?*

(இறைவனை மனத்தில் பதிய வைத்து ஊன்றி நிற்க வேண்டும்.)

பேரறிவி லேமனதை பேசாம லேஇருத்தி
ஓரறிவில் எந்நாளும் ஊன்றிநிற்பது எக்காலம்? 201

(உரை:) *பேரறிவான கடவுளிடம் மனத்தைப் பேச்சற்ற நிலையில் பதியவைத்து, என் வாழ்நாள் முழுதும் ஒரே ஒருமைப்பாட்டறிவு கொண்டு நிலைத்து நிற்பது எக்காலமோ?*

(ஆன்மப் பண்பை அறிந்து இறைவன் வீடுபேறு அருள்வான்)

அத்துவிதம் போலுமென்றன் ஆத்துமத்தின் உள்ளிருந்து
முத்திதர நின்ற முறையறிவது எக்காலம்? 202

(உரை:) *உயிர்வேறு கடவுள் வேறு என்ற நிலையில்லாமல் இரண்டும் ஒருமைநிலை (இருமையில் ஒருமை எனப்படும்) யடைந்திருக்கும்போது, உயிரின் இயற்கையுண்மையில் (ஆத்துமம்) அதனுள்ளே வீடுபேறு (முத்தி) தருதற்காகத் தங்கியிருக்கும் முறையை நான் அறிவதும் எக்காலமோ?*

(இறைவனின் திருக்கோலம் நெஞ்சில் நிற்க வேண்டும்.)

நான்நின்ற பாசமதில் நானிருந்து மாளாமல்
நீநின்ற கோலமதில் நிரவிநிற்பது எக்காலம்? 203

*(**உரை:**) கடவுளே! நான் என்நெஞ்சிலே கொண்ட ஆசை முதலான பாசத்தால் உயிரானது கொஞ்சம் கொஞ்சமாய் மாண்டு போய்விடக் கூடாது. என் உயிரிலும் நெஞ்சிலும் உன் திருக்கோலமே முழுதுமாய் ஆட்சி செய்ய வேண்டும். அத்தகைய காலந்தான் எனக்கு எப்பொழுது வருமோ?*

(இறைவன் மறைந்திருக்கும் நுட்பத்தை அறிக!)

எள்ளும் கரும்பும் எழுமலரும் காயமும்போல்
உள்ளும் புறம்பும்நின்றது உற்றறிவது எக்காலம்? 204

*(**உரை:**) எள்ளிலே எண்ணெயும் கரும்பிலே இனிப்பும் மலரிலே எழுகின்ற மணமும் உடம்பிலே உயிரும் மறைந்திருந்து வெளிப்படுவது போன்றே கடவுள் பொருள்களின் உள்ளேயும் வெளியேயும் இருந்து கொண்டு நுட்பத்தை உணர்த்துகின்றான். இவ்வுண்மையை நான் உற்றுநோக்கி அறிவது எந்நாளோ?*

(என்னில் உன்னைப் பிரித்துக் காண்பது தெரிய வேண்டும்.)

அன்னம் புனலைவகுத்து அமிழ்தத்தை உண்பதுபோல்
என்னை வகுத்துன்னை இனிக்காண்பது எக்காலம்? 205

*(**உரை:**) அன்னப்பறவைக்கு முன்னே ஒரு கலத்திலே நீரையும் பாலமுதையும் கலந்து வைத்தால், அந்தப் பறவை நீரை ஒதுக்கிவிட்டுப் பாலை மட்டும் பருகும். இறைவா! இந்தப் பறவைபோல் நான் என்னை ஒதுக்கிவிட்டு உன்னை மட்டும் காண்பது இனி எக்காலமோ?*

(மலர் போன்ற மனத்தில் கடவுளைக் காண முடியும்.)

அந்தரத்தில் நீர்பூத்து அலர்ந்தெழுந்த தாமரைபோல்
சிந்தைவைத்துக் கண்டு தெரிசிப்பது எக்காலம்? 206

*(**உரை:**) நீர் மேலே பூத்து விரிந்த தாமரை மலர் போன்ற மனத்தில் நினைக்க நினைக்கக் கடவுள் காட்சி தருவான். அக் காட்சியினைக் கண்ணாரக் கண்டு இன்புறுவதும் எக்காலமோ?*

(நினைப்பும் மறப்புமற்ற மாண்பைப் பெறுதல் வேண்டும்.)

பிறப்பும் இறப்புமற்றுப் பேச்சுமற்று மூச்சுமற்று
மறப்பும் நினைப்புமற்று மாண்டிருப்பது எக்காலம்? 207

(உரை:) *தவவொழுக்கத்தால் பிறப்பும் இறப்பும் இல்லாமல் முடியும் பெரிய நிலையைப் பெற்றும், மூச்சுப் பயிற்சியற்றும், பேசாமலிருக்கும் அமைதிநிலை பெற்றும், நினைத்தலும் மறத்தலும் இல்லாமல் ஒரே நிலையில் இறையொளியில் மூழ்கியும் மாண்படைந்து இருப்பதும் எக்காலம் வாய்க்குமோ? இறைவா!*

(இறை அறிவை உயிரில் பதிவு செய்க!)

மன்னும் பரவெளியை மனவெளியில் அடைத்தறிவை
என்னுள் ஒருநினைவை எழுப்பிநிற்பது எக்காலம்? 208

(உரை:) *எக்காலமும் நிலைத்திருக்கின்ற மேலேயுள்ள கடவுள்வெளியை (ஒளித் தோற்றத்தை) மனமாகிய பரப்பிலே இருக்கவைத்து, அந்தப் பேரறிவை என் நெஞ்சினுள் ஒரு வலிமையான அருள்நினைவாகத் தோற்றமளிக்கச் செய்வது எந்த நாளோ?*

(பெண்ணாசையை ஒழித்துக் கடவுள்மேல் ஆசை கொள்க!)

ஆசைகொண்ட மாதர் அடைகனவு நீக்கியுன்மேல்
ஓசைகொண்டு நானும் ஒடுங்குவது எக்காலம்? 209

(உரை:) *சிற்றின்பம் தரும் பெண்ணால் வருகின்ற கனவை ஒழித்துவிட்டு, பேரின்பம் தரும் இறைவனாகிய உன்மேல் ஓங்கார ஓசையை எழுப்பிக் கொண்டு நானும் அதிலே ஒடுங்கியிருப்பது எந்நாளோ?*

(இறைவனது பேரொளி உயிரில் மனிதவுயிர் கலக்க வேண்டும்.)

தன்னுயிரைக் கொண்டு தான்திரிந்த வாறதுபோல்
உன்னுயிரைக் கொண்டிங்கு ஒடுங்குவதும் எக்காலம்? 210

(உரை:) *இறைவா! நான் என்னுயிரைக் கொண்டு அதன் வலிமையால் உலகில் அலைந்து வாழ்தல் போல் இனிமேல், உனது பேரொளியான திருவருளைக் கொண்டு இங்கே நான் பற்றற்று ஒடுங்கி விடுதலைப் பேற்றைப் பெறுவதும் எக்காலமோ?*

**(உடம்பை மெல்லிய நூல் போலாக்கிப்
பறக்கும் திறனைப் பெறவேண்டும்.)**

சேற்றில் கிளைநாட்டும் திடமாம் உடலையினிக்
காற்றில்உழல் சூத்திரமாய்க் காண்பதினி எக்காலம்? 211

*(**உரை:**) கடவுளே! களிமண்ணிலே நடுகின்ற வலிமையான கம்பு (கிளை) போன்ற உடம்பை இனிமேல் காற்றிலே பறக்கும் மெல்லிய நூல் போல் ஆக்கிக் கொண்டு பறப்பதும் எக்காலமோ? அறியேன்.*

> *வலியபொருளை மெலிய பொருளாக்கிக் கொள்ளும் ஆற்றலைச் சித்திகளில் ஒன்றாகச் (இலகிமா) சொல்லுவர்.*

(அருளைச் சார்ந்திருப்பதே அழியாத வாழ்வு.)

என்வசமும் கெட்டிங்கு இருந்தவச மும்மழிந்து
தன்வசமும் கெட்டருளைச் சார்ந்திருப்பது எக்காலம்? 212

*(**உரை:**) இறைவா! நான் அகப்பற்றையும் புறப்பற்றையும் ஒழிக்க வேண்டும். எனது உடல் வலிமையும் கெட்டு, உலகப் பொருள்களின் உரிமையும் நீங்கி, உயிரின் தெம்பும் இழந்து போய் உனது திருவருளை நான் சார்ந்து பற்றியிருப்பது எக்காலமோ?*

(வினைகள் ஒழிந்து அருட்பேற்றைப் பெற வேண்டும்.)

தன்னை மறந்து தலத்து நிலைமறந்து
கன்மம் மறந்து கதிபெறுவது எக்காலம்? 213

*(**உரை:**) இறைவா! எனது உடலையும் உயிரையும் மறந்தும், உலகிலே உள்ள பொருள்களை மறந்தும், செய்யும் வினைகளை மறந்தும் ஆக அனைத்துப் பற்றுக்களையும் விட்டொழித்து வீட்டின்பத்தைப் பெறுவதுதான் எக்காலமோ?*

(தலைவனையும் தன்னுயிரையும் மறந்து தனித்து இருக்க வேண்டும்.)

என்னை என்னிலே மறைந்தே இருந்தபதி யும்மறந்து
தன்னையும் தானேமறந்து தனித்திருப்பது எக்காலம்? 214

*(**உரை:**) என் உடம்பிலே எனக்குத் தெரியாமல் மறைந் திருந்த பதியான கடவுளையும் மறந்து (நினையாமல்), என்னுயிரையும் தானே இயல்பாக மறந்துவிட்டுத் தனியாக (வெறுமையில்) இறைவனைப் போல் இருப்பது எக்காலமோ?*

(இறைவனை நினைந்து மூழ்கி உறங்க வேண்டும்.)

தன்னையும் தானேமறந்து தலைவாசல் தாழ்போட்டே
உன்னை நினைந்துள்ளே உறங்குவது எக்காலம்? 215

(உரை:) *இறைவா! என் உயிரானது தன்னைத் தானே மறந்து, புருவநடுவான மனவாசலையும் அடைத்துவிட்டு, உன்னை மட்டும் நினைந்து (ஒளியோடு ஒளிகலந்த நிலையில் மூழ்கி) உறங்குவது எக்காலமோ?*

(கற்பித்த ஆசான் பிரிந்தாலும் அவர் சொன்ன அருள்நூலைக் கொண்டு இன்புற வேண்டும்.)

இணைபிரிந்த போதிலன்றி இன்பமுறும் அன்றிலைப்போல்
துணைபிரிந்த போதருள்நூல் தொடர்ந்து கொள்வது எக்காலம்? 216

(உரை:) *'அன்றில்' என்னும் பறவையானது, தனது இணைப் பறவை பிரிந்து சென்ற போதிலும் அதை நினைந்தே இன்ப மடையும். அதைப் போலவே அருள்நூல் கற்பித்த ஆசான் பிரிந்து சென்று விட்டாலும், அவர் கற்பித்த பாடநூலைத் தொடர்ந்து நினைவுகொண்டு இன்புற வேண்டும். அத்தகைய வாய்ப்பு எனக்கு எக்காலம் வருமோ?*

(தவத்தில் அசைவின்றிக் கடவுளோடு ஒன்ற வேண்டும்.)

ஆட்டமொன்றும் இல்லாமல் அசைவுசற்றும் காணாமல்
தேட்டமற்ற வான்பொருளைத் தேடுவதும் எக்காலம்? 217

(உரை:) *தவஞ்செய்யும் முறையான நிலையில், மனத்தில் கொள்கையில் ஆடுதல் இன்றியும், உடலில் அசைவு சிறிதும் காணாமலும் இருந்து கொண்டு, வேட்கையின் எல்லைகடந்த மெய்ப்பொருளான கடவுளை அகமான உள்ளே தேடவேண்டும். இந்த வாய்ப்பு எனக்கு எந்நாள் வருமோ?*

(தவஅறிவு முழுமை பெற்றாலே வெற்றி உண்டு.)

முன்னைவினை யாலறிவு முற்றாமல் பின்மறைந்தால்
அன்னை தனைத்தேடி அமுதுண்பது எக்காலம்? 218

(உரை:) *முற்பிறவியில் செய்த தீவினையின் பயனாய் இப்பிறவியில் முயன்றும் தவ அறிவு முழுமையும் முதிர்வடையாமலும் பின்னடைந்தும் போனால், அருளன்னையினைத்*

தவமிருந்து தேடி அருளமுதை உண்பதும் எப்படி? அந்தக் காலமும் எப்போது வாய்க்கும்?

(கள்ளுண்டவனைப் போல் அமுதுண்டு களிக்க வேண்டும்.)

கள்ளுண் டவன்போல் களிதருமா னந்தமதால்
தள்ளுண்டு நின்றாடித் தடைப்படுவது எக்காலம்? 219

*(**உரை:**) இறைவா! உலகில் கள்ளுண்டு களித்து அறிவு மயங்கிப் போவார்போல் நான் உனது அருளமுதை உண்டு களித்து, மயங்கித் தள்ளாடி நின்று ஆடவேண்டும். அப்போது உலகக் காட்சிகளைக் காண முடியாமல் தடைப்பட வேண்டும். அந்த அமுதநாள் எனக்கு எந்த நாள் வாய்க்குமோ?*

(ஏனென்று வினவாத அமைதியடைய வேண்டும்.)

தானென்ற ஆணவமும் தத்துவமும் கெட்டொழிந்தே
ஏனென்ற பேச்சுமிலாது இயங்குவதும் எக்காலம்? 220

*(**உரை:**) இறைவா! உயிரில் ஊறிவருகின்ற 'தான்' (நான்) என்னும் ஆணவ இருளும், உடம்பிலுள்ள தொண்ணூற்றாறு உண்மையியற் பொருள்களும் வாழ்விலிருந்து ஒழிய வேண்டும்; எவருடைய வினாவுக்கும் "ஏன்" என்று கூறாத அமைதி நிலையை (பேசாதிருக்கும் ஒடுக்கத்தை) அடைய வேண்டும். இந்த நிலை எனக்கு எப்பொழுது வருமோ?*

(அறிவுவிழி பெற்று அவனடியைப் பெற வேண்டும்.)

நானவனாய்க் காண்பதெல்லாம் ஞானவிழி யாலறிந்து
தானவனாய் நின்று சரணடைவது எக்காலம்? 221

*(**உரை:**) அறிவென்னும் அகவிழியைப் பெறுவதால், நான் அக்கடவுளின் நிலையிலிருந்து கொண்டு எல்லாவற்றையும் உண்மையாய்க் காணமுடியும்; அந்த நிலையை அடைந்து நான் அவனாகி நின்று அவனது திருவடியைப் பெறவும் முடியும். இத்தகுதியை நான் எப்பொழுது அடைவேனோ?*

(உண்மையொளியில் கலந்து இன்புற வேண்டும்.)

தானந்த மில்லாத தற்பரத்தின் ஊடுருவி
ஆனந்தம் கண்டே அமர்ந்திருப்பது எக்காலம்? 222

(**உரை:**) நான், முடிவில்லாத இன்பந்தரும் உண்மையொளிக் கடவுளைக் கலந்து, பேரின்பம் கொண்டு தவத்தில் அமர்ந் திருப்பது எக்காலமோ? அறியேன்.

(உயிர் அறிவுமன்றிலிருந்து கொண்டு காணும் மறச்செயல்களை மாளச் செய்ய வேண்டும்.)

உற்ற வெளிதனிலே உற்றுப்பார்த்து அந்தரத்தே
மற்ற மறமாய்கை மாள்வதினி எக்காலம்? 223

(**உரை:**) உயிரானது அறிவுவெளியான (சிற்சபை) தலைநடுவிலிருந்து கொண்டு, மற்ற வெளிகளைக் கூர்ந்து பார்த்து, ஆங்காங்கே காணுகின்ற மறநெறி மயக்கமான செயல்களை யெல்லாம் அழியச் செய்ய வேண்டும். இந்த நன்னெறிக் கடமையை நான் செய்வதும் எக்காலமோ தெரியவில்லை.

(இறைவனின் திருமுகக்காட்சியைக் காண வேண்டும்.)

ஏடலர்ந்த பங்கயமும் இருகருணை நேத்திரமும்
தோடணிந்த குண்டலமும் தோன்றுவதும் எக்காலம்? 224

(**உரை:**) இறைவா! உனது குளிர்ந்த சிவந்த தாமரை மலர் போன்ற திருமுகமும், இரண்டு அருள்பொழியும் விழிகளும், செவிகளிலே தோடணிந்த குண்டலி அணிகளும் தோன்றி எனக்கு அருள்செய்வது எக்காலமோ? ஏங்கியிருக்கிறேன், ஐயா!

(ஆணவ இருள் நீங்கி மனம் ஒடுங்க வேண்டும்.)

ஐயாறும் ஆறும் அகன்று வெறுவெளியில்
மையிருளில் நின்ற மனம் மாள்வதினி எக்காலம்? 225

(**உரை:**) கடவுளே! என் உடலைவிட்டு முப்பத்தாறு உண்மைப் பொருள்களும் (தத்துவங்களும்) நீங்கி, ஆணவமாகிய இருளில் புதைந்த மனம் ஒடுங்கி ஒளியாகி, அறிவு மன்றமான (தலைநடுவிலுள்ள) வெறுவெளியிலே நிலைகொள்வதும் எக்காலமோ?

(ஆர்வம் பொங்கும் ஆருயிரிரக்கக் கடலிலே நான் மூழ்க வேண்டும்.)

காட்டும் அருள்ஞானக் கடலிலன்புக் கப்பல்விட்டு
மூட்டும்கரு ணைக்கடலில் மூழ்குவதும் எக்காலம்? 226

(உரை:) *அண்ணலே! நீ உலகிலே காட்டுகின்ற அருள் பொலியும் அறிவுக்கடலில், நான் அன்பென்னும் கப்பலை ஓடவிட்டு, அக்கரையில் தெரியும் உனது ஆசையூட்டும் அருட் கடலிலே நான் (என்னுயிர்) மூழ்கித் திளைப்பதும் எக்காலமோ?*

(நான் அருள் பெற்றுத் தவத்தை முடிக்க வேண்டும்.)

நானாரோ? நீயாரோ? நன்றாம் பரமான
தானாரோ? என்றுணர்ந்து தவமுடிப்பது எக்காலம்? 227

(உரை:) *இறைவா! நான் ஓர் உயிரென்பதும் தெரியாது; நீ கடவுளென்பதும் தெரியாது. ஆனால், நான் தவஞ்செய்யும் பொழுது, நீ அருளொளியாய் வந்து காட்சி தருகின்றாய். இவ்வுண்மையை நான் உணர்ந்து கொண்டு தவத்தை நிறுத்துவது, எக்காலம் வருமோ? அறியேன்.*

(அன்பர்கள் நினைத்தவாறு ஆண்டவன் தோன்றுவான்.)

எவரவர்கள் எப்படிக்கண்டு எந்தப்படி நினைத்தார்
அவரவர்க்கு அப்படிநின்றானென்பது எக்காலம்? 228

(உரை:) *அன்பர்களிலே எத்தகையவர்கள், அவரவர் அறிவுக்கும் அன்புக்கும் ஏற்றவாறு கடவுளை எப்படியெல்லாம் கருதி நினைத்தார்களோ, அவரவர்க்கும் அப்படியே அருள் செய்து வந்து நிற்பான். அவனே கடவுளென்ற உண்மையை நானும் உணர்ந்து சொல்வது எந்தக் காலமோ?*

(நெற்றிக்கு நடுவே கடவுளொளி காணலாம்!)

உற்றுற்றுப் பார்க்க ஒளிதருமா னந்தமதை
நெற்றிக்கு நேர்கண்டு நிலைப்பதினி எக்காலம்? 229

(உரை:) *நெற்றியின் நடுவினுள்ளே அகக் கண்ணில், உற்றுப் பொருந்தி ஆர்வத்துடன் பார்க்கப் பார்க்க, அங்கே கடவுள்தரும் அருட்பேரொளியானது பேரின்பத்தைத் தரும். அவ்வொளியை நான் கண்டு நிலைத்திருப்பதும் எக்காலமோ?*

(இருள் மறைக்காத உன்காட்சி வேண்டும் இறைவா!)

விளங்குகின்ற தாரகையை வெய்யோன் மறைத்தாற்போல்
களங்கமற உன்காட்சி கண்டறிவது எக்காலம்? 230

(உரை:) *வானிலே திகழுகின்ற மீன்களைக் கதிரவனொளி மறைக்கும் செயல்போல் இறைவா! உன் ஒளிக்காட்சியை, என்*

அறியாமையென்னும் இருள் மறைத்து விடாமல் நான் கண்டறிவதும் எக்காலமோ? அறியேன்.

(என் கருத்துக்களை முன்னோர் ஏற்றுக் கொள்ள வேண்டிப் பணிகின்றேன்.)

என்னையே நானறியேன் இந்தவண்ணம் சொன்னதெல்லாம்
முன்னையோர் கைக்கொள்ள முன்பணிவது எக்காலம்? 231

(உரை:) என்னை ஒருயிரென்று நான் இன்னும் அறிய வில்லை; இந்த நிலையில், இப்படியெல்லாம் நான் பாடிய கருத் துக்களை, முந்தையோரான அருளாளர்கள் ஏற்றுக் கொள்ளும்படி அவர்கள் முன்னே நின்று பணிந்து வேண்டுவதும் எக்காலமோ?

> இப்பாடற் கருத்து, இறுதியில் 'அவையடக்க'மாக அமைகின்றது.

(இறைவா! என்னைத் தூய்மையாக்கி உன்னைக் காண வேண்டும்.)

மாயத்தை நீக்கி வருவினையைப் பாழாக்கிக்
காயத்தை வேறாக்கிக் காண்பதுனை எக்காலம்? 232

(உரை:) இறைவா! என்னைச் சூழ்கின்ற மாயையான மாசுகளை நீக்கியொழித்து விட்டும், பழையவினைப் பாக்கி களையும் எதிர்வினைகளையும் அறவே ஒழித்துப் பாழாக்கி விட்டும், எனது உடம்பை உண்மைப் பொருள்கள் (தத்துவம்) நீங்கிய தூய ஒளியுடம்பாக்கியும் தகுதிபெற்ற உன்னைக் காண்பது எக்காலமோ?

(பிள்ளையாரை நெஞ்சிற்கொண்டு நிலைபெற வேண்டும்.)

ஐஞ்சு கரத்தானை அடியிணையைப் போற்றிசெய்து
நெஞ்சிற் பொருந்தி நிலைபெறுவது எக்காலம்? 233

(உரை:) யானையின் கையோடு ஐந்து திருக்கைகளையுடைய மூத்த பிள்ளையாரின் திருவடியான மலர்களைப் புகழ்ந்து போற்றி நெஞ்சிலே பதிவு செய்து நிலைபெறுவதும் எக்காலமோ? ஏங்குகின்றேன்; புலம்புகின்றேன்; அருள் பெறுவேன்.

> நூலின் முதல் பாடலும் இந்த இறுதிப் பாடலும் பிள்ளை யாரைப் பரவி வணங்குவதால், பத்திரகிரியார் பிள்ளையாரை விருப்ப தெய்வமாகக் கொண்டிருந்தார் போலும்.

10. கொங்கணச் சித்தர் பாடல்

திருஆவினன்குடி என்னும் பழநிமலையிலே முருகன் திருமுன்னே தவமிருந்து அருளாற்றலைப் பெற்று, அங்கேயே அருளடக்கம் அடைந்தவர் 'போகர்' என்னும் மாபெருஞ்சித்தர்; இவராலே பழநிமலை பெரும் புகழும் போற்றுதலும் பெற்றது என்றும் அறிவுடையோர் கூறுவர். இவரைப் போன்றே கொங்கணர் திருப்பதியான திருமலையிலே தவத்தில் சிறந்து விளங்கி, இறுதியில் திருவேங்கடமுடையானின் திருமுன்னே தவம் முற்றிய நிலையில் உயிரடக்கம் பெற்றார் என்ற செய்தி வெளிச்சத் துக்கு வராவிட்டாலும், ஏழுமலையானின் அருளோங்கிய சிறப்பிலிருந்து ஒருவாறு உணர முடிகின்றது.

சித்தர் பலரின் வரலாறுகளை எடுத்தியம்பும் நூலாகப் 'போகர் ஏழாயிரம்' பேசப்படுகின்றது. இந்நூலிலே கொங்கணர் பற்றிய செய்திகளை அறிகின்றோம்.

அக்காலத்தில் சொல்லப்பட்ட ஐம்பத்தாறு நாடுகளிலே ஒன்று 'கொங்கணம்' என்பது. இது மலையாள நாட்டை ஒட்டிய 'கொங்கண' மொழிபேசும் நிலப்பரப்பாகும். இதில் 'புளிஞர்' என்னும் மலைவாழ் குடியினர் மரபிலே தோன்றியவர்தான் கொங்கணச் சித்தர்.

இவர் தாய்மொழியாம் தமிழ்ப்புலமையும் தவவலிமையும் பெற்றுத் திகழ்ந்தார்; சித்தராய் நாட்டிலே வலம் வந்தார்; போகரைக் காணும் வாய்ப்பும் கிட்டியது; அருளையும் பெற்றார். அருளன்னையான சத்தியை வழிபடும் முறையையும் மந்திரத்தின் வலிமையையும் பெற்றுத் தவத்திலே அன்னையைக் கண்டார்.

சித்து ஆற்றலைப் பெற்ற இவர், செம்பையும் இரும்பையும் பொன்னாக்கினார்; எனினும், பொன்னைத் தமக்கெனப்

பயன்படுத்த விரும்பியதில்லை; மக்களிடம் கையேந்தியே உணவைப் பெற்று உண்டு வந்தார்.

ஒருமுறை திருமழிசை ஆழ்வாரைக் காண நேர்ந்த பொழுது, தமது சித்தாற்றலை அவரிடம் வெளிப்படுத்தி, அவருடன் நட்புக்கொண்டார். (இதனால் கொங்கணரின் காலம் திருமழிசை யாரின் காலமாகக் கொள்ள முடிகின்றது.)

ஒருநாள் இவர் மரத்தடியில் தவஞ்செய்யும் நிலையில், மேலிருந்த கொக்கு ஒன்று இவர் மேலே எச்சமிட்டுவிட்டது; அதிர்ந்து போன சித்தர் வருந்தியபடி சினந்து, கொக்கை மேலே கூர்ந்து பார்த்தார். கொக்கு எரிந்து விழுந்தது. இதனால் இவரது தவவலிமை எங்கும் எவருக்கும் தெரிந்தது.

இரந்து உண்ணும் கொங்கணர் ஒருநாள் திருவள்ளுவர் வீட்டு வாசலில் வந்து நின்றார். வள்ளுவரின் துணைவியார் காலங்கடந்து உணவு கொண்டு வந்ததால், சித்தர் சினந்து அம்மையாரை உற்றுப் பார்த்தார் எரிப்பது போல. இதைக் கண்ட அம்மையார், ஏற்கெனவே கொக்கை யெரித்த செய்தியை அறிந்தவராதலால் உடனே சொன்னார்; "கொக்கென்று நினைத்தாயோ கொங்கணவா!" என்று. இவரிடம் கொங்கணரின் வலிமை பலிக்காததால் தலைகுனிந்து செல்ல நேர்ந்தது. இந்தக் கதை நாடு முழுதும் பரவியுள்ளது. இதை உண்மையென ஏற்றுக் கொண்டால் கொங்கணர் திருவள்ளுவர் காலத்துக்குச் சென்று விடுவார். இது கால வரலாற்றுக்குப் பொருந்தாது.

சித்தர் பல உடலியல் சார்ந்த மருத்துவ நூல்களையும் இறையியல்-அன்பியல் நூல்களையும் படைத்துள்ளார். அவற்றிலொன்றே இங்கே அமைந்த 'கொங்கணர் வாலைக் கும்மி' என்பதாகும். இந்நூலில் ஒரு நூற்றுப்பதினொன்று தாழிசைகள் கும்மிப் பண்ணில் (மெட்டில்) பாடப்பட்டுள்ளன. நூலின் முகப்பிலே பாயிரமாகப் பல தெய்வங்களை வணங்கி வேண்டு வதைப் பார்க்கின்றோம். இந்நூலைப் படிப்போர்க்குத் தொல்லை வினையெல்லாம் தீர்ந்து போகும் என்கிறார், சித்தர். நம்பிக்கையில் நாமும் படித்து நம் வினையைத் தீர்ப்போமே!

' -வாலைப் பெண் மீதினிலே!
சல்லாபக் கும்மித் தமிழ்ப்பாட,

வரும் தொல்லை வினைபோக்கும்
வாலைப் பெண்ணே.'

அருளன்னையாம் சிவசத்தியைப் பொருளாகக் கொண்டே இந்நூல் பாடப்பட்டது.

வால்-தூய்மை; வாலை-தூயவளான அருளம்மை. இவளைப் போற்றிப் பாடுவதால் 'வாலைக் கும்மி' என்னும் பெயர் பெற்றது.

வாலைக் கும்மி

(நூல்)

இறைவணக்கம்

(வெற்றி தரும் பிள்ளையார் போற்றி)

பின் முடுகு வெண்பா:

கல்விநிறை வாலைப்பெண் காதலியென்று ஓதுகின்ற
செல்வியின்மேற் கும்மிதனைச் செப்புதற்கே-நல்விசய
நாதனின்சொல் வேதனஞ்சு போதன்மிஞ்சி மானகஞ்ச
பாதம்வஞ்ச நெஞ்சினில் வைப் போம். 1

(உரை:) *கல்வியறிவு மிக்க தூயவளான கலைமகளும் அன்பால் போற்றும் அன்னையாம் அருட்சத்தி மேல் கும்மிநூலைப் பாடுதற்காக,* நல்ல *வெற்றி தரும் சொல்லை அருள் பவனும், நான்மறையைப் படைத்தவனான நான்முகனும் அஞ்சும்படி அறிவு ஓங்கியவனுமாகிய பிள்ளையாரின் மிகவுயர்ந்த தாமரை மலர் போன்ற திருவடிகளை நெஞ்சிலே வைத்து வஞ்ச மாசுகளை ஒழிப்போம்.*

(தாழிசைப்பாட்டு-கும்மிவண்ணம்)

சத்தி சடாதரி வாலைப்பெண் ணாமந்த
உத்தமி மேற்கும்மிப் பாட்டுரைக்க
வித்தைக் குதவிய ஒற்றைக்கொம் பாம்வாலை
சித்தி விநாயகன் காப்பாமே. 2

(உரை:) *அருட்சத்தியும் சடைத் திருமுடியுடையவளுமாகிய தூய்மை வடிவான சிவசத்தியின் மேல் கும்மிப்பாடலைப்*

பாடுதற்காக, அம்மையான வாலையின் மூத்த மகனும் (பாரத நூல் எழுத தனது ஒரு கொம்பை ஒடித்துக் கொடுத்துவிட்டு ஒரு கொம்பையே கொண்டுள்ளவனுமாகிய) வெற்றி தரும் விநாயகர் காப்பாக அருள் செய்வான்.

(கலைமகள் வணக்கம்)

சித்தர்கள் போற்றிய வாலைப்பெண் ணாமந்த
சத்தியின் மேற்கும்பிப் பாட்டுரைக்கத்
தத்தமி தோமென ஆடும் சரச்வதி
பத்தினி பொற்பதம் காப்பாமே. 3

(உரை:) அறிவுத் தவத்தால் வெற்றி பெற்றவரான சித்தர்கள் வணங்கிய வாலைப் பெண்ணான அருளம்மையின்மேல் அருட் கும்மியென்னும் பாட்டைப் பாடுதற்காக, 'தத்தமிதோம்' என அறிவுக் கூத்தாடும் கலைமகளான கற்புத் தெய்வத்தின் பொன்னொளி சுடரும் திருவடிகள் துணையிருந்து காக்கும்.

(சிவன் வணக்கம்)

எங்கும் நிறைந்தவள் வாலைப்பெண் ணாம் மாலின்
தங்கையின் மேற்கும்மி பாடுதற்குக்
கங்கை யணிசிவ சம்புவாம் சற்குரு
பங்கயப் பொற்பதம் காப்பாமே. 4

(உரை:) உலகமெங்கும் ஒளியணுவாய் நிறைந்திருக்கும் வாலைத் தெய்வமான, திருமாலின் தங்கை உறவின்மேல் கும்மி இலக்கியத்தைப் பாடி மகிழ்தற்காக, கங்கையைச் செஞ்சடை யிலணிந்த சிவக்கடவுளும் சிவமெய்க் குருவுமான தெய்வத்தின் தாமரை மலர் போன்ற பொன்னடிகளைத் துணையாகக் கொண்டு இன்புறுவோம்.

(முருகன் வணக்கம்)

ஞானப்பெண் ணாமருள் சோதிப் பெண் ணாமாதி
வாலைப்பெண் மேற்கும்மி பாடுதற்கு
மானைப்பெண் ணாக்கிய வள்ளிக் கிசைந்திடும்
மால்முரு கேசனும் காப்பாமே. 5

(உரை:) அறிவே வடிவாயும் அருளே ஒளியாயும் திகழ்கின்ற முதல்தெய்வமான அம்மையை இலக்கியமாகப் படைத்தற்காக,

குறிஞ்சிமலையில் வேடன் (நம்பிராசன்) மகளாய் மான் வடிவில் வந்த வள்ளியை மயக்கி மணந்தவனான முருகக் கடவுளை வணங்கிப் போற்றுவோம்.

(திருமால் வணக்கம்)

ஆண்டிப்பெண் ணாம்ராச பாண்டிப்பெண் ணாம்வாலை
அம்பிகை மேற்கும்மி பாடுதற்குக்
காண்டீப னாம்பணி பூண்டவன் வைகுந்தம்
ஆண்டவன் பொற்பதம் காப்பாமே. 6

*(**உரை:**) கையிலே திருவோடு ஏந்தி உணவு பெற்றுண்ணும் ஆண்டியான சிவனை மணந்தவளும், மதுரையை ஆண்ட பாண்டிய மன்னனின் திருமகளான தடாதகைப் பிராட்டியாய்த் திகழ்ந்தவளுமாகிய அருளம்மையாம் வாலையின்மேல் கும்மியிசை பாடுதற்காக, வில்லையணியாகவுடைய இராமனாய்ப் பிறந்தவனும் வைகுந்தத்திலே அருளாட்சி புரிந்தவனுமாகிய திருமாலின் பொன்னொளிரும் திருவடிகள் துணை செய்யும்.*

(நந்தியெம்பெருமான் போற்றி)

அந்தரி சுந்தரி வாலைப்பெண் ணாமந்த
அம்பிகை மேற்கும்மி பாடுதற்குச்
சிந்தையில் முந்திநல் விந்தையாய் வந்திடும்
நந்தீசர் பொற்பதம் காப்பாமே. 7

*(**உரை:**) வான் மண்டலத்தில் பராசத்தியாயும், இயற்கை யழகுடையவளாயும் திகழ்கின்ற வாலைக் குமரியான அருளம்மைமேல் கும்மியிசை பாடுதற்காகவே, என் எண்ணத்தில் முந்திக்கொண்டு வந்து வியப்பாக அருள்செய்யும் மெய்யறிவுக் குருவான கயிலை நந்தியெம்பெருமானின் பொன்சுடரும் திருவடிகள் துணைசெய்து அருளும்.*

(கும்மி நூல்)

(அன்னையின் அருட்கும்மியைப் பாடுவோரின் தீவினைகள் தீரும்!)

தில்லையில் முல்லையில் எல்லையுள் ஆடிய
வல்லவள் வாலைப்பெண் மீதினிலே

சல்லாபக் கும்மித் தமிழ்ப்பா டவரும்
தொல்லை வினைபோக்கும் வாலைப் பெண்ணே. 8

(உரை:) *தில்லை மரங்களும் முல்லைக் கொடிகளும் செறிந்த இயற்கையழகுடைய சிதம்பரத்தின் எல்லைப் பரப்பிலே (பொற்சபையில்) ஐம்பெருங்கூத்துக்களை ஆடிய ஆடவல்லானின் அருளம்மைமேல், பெண்கள் களித்துக் கலந்தாடுகின்ற கும்மியிசைத் தமிழ்ப்பாடலை எல்லோரும் பாடி ஆடுவதால், அன்னை வாலையானவள் அன்பர்களின் பழைய வினைகளையும் வரும் புதிய வினைகளையும் தீர்த்து நல்வாழ்வு தருவாள்.*

(மண்ணுலகையும் விண்ணுலகையும் படைத்தவள் பராசத்தி.)

மாதா பிதாகூட இல்லாம லேவெளி
மண்ணும் விண்ணுமுண்டு பண்ணவென்று
பேதைப்பெண் ணாம்முதல் வாலைப் பெண்ணாளென்று
புகுந்தாள் இந்தப் புவியடக்கம். 9

(உரை:) *இளம்குமரியான வாலைப்பெண்ணெனப் போற்றப்படும் அருளன்னை பராசத்திக்குத் தாயும் தந்தையும் இல்லை; அப்படியிருக்கும் அவள் இந்த உலக வெளிகளையும் மண்ணுலகையும் விண்ணுலகையும் படைக்க வேண்டுமென நினைத்தபடியே படைத்தாள்; அவள் எக்காலத்தில் உலகிலே தோன்றினாளென்று தெரியாது. ஆனாலும் இந்த உலகம் அவளுக்குள்ளே அடங்கியுள்ளது.*

**(வான்வெளியும் அதன் அறிவியல் நூல்களும்
வந்த வழியை நான் சொல்வேன்.)**

வேதமும் பூதமுண் டானது வும்வெளி
விஞ்ஞான சாத்திரம் ஆனதுவும்
நாதமும் கீதமுண் டானது வும்வழி
நான்சொல்லக் கேளடி வாலைப்பெண்ணே! 10

(உரை:) *வாலைக் குமரியே! நான் சொல்வதைக் கேளடி. இங்கே மறைநூல்கள் தோன்றியதும், ஐந்து பூதங்கள் தோன்றிய வாறும், விண்வெளி பற்றிய அறிவியல் நூல்கள் படைக்கப்பட்ட நிலையும், ஓசையாகிய நாதமும் அதிலிருந்து பிறந்த இசையும் தோன்றிய உண்மையும் ஆகிய எல்லாவற்றின் வழிகளையும் நான் சொல்வேன். கேட்பாயாக, பெண்ணே!*

(தெய்வங்கள் உண்டானதை அறிவு விளக்கத்தால் அறிக!)

முந்தச் செகங்களுண் டானது வும்முதல்
 தெய்வமும் தேவருண் டானதுவும்
விந்தையாய் வாலையுண் டானது வும்ஞான
 விளக்கம் பாரடி வாலைப் பெண்ணே! 11

*(**உரை:**) தூய அறிவுடைய பெண்ணே! முன்னே முதன்முதலில் உலகங்கள் உருவானதையும், முதல் தெய்வமும் தேவர்களும் தோன்றியதையும், வியந்து போற்றும்படி அருளன்னை பராசத்தி உருவானதையும் பேரறிவு விளக்கத்தாலே ஆராய்ந்து பார்ப்பாயாக.*

(கடவுளுக்குள்ளே நின்றது
'சிவாயநம' என்னும் ஐந்தெழுத்தாகும்.)

அரிக்கு முந்தினது அவ்வெழுத்தாம் பின்னும்
 அரிக்குள் நின்றதும் அஞ்செழுத்தாம்
தரிக்கும் முந்தினது அஞ்செழுத்தாம் வாசி
 பரிக்குள் நின்றதும் அஞ்செழுத்தாம். 12

*(**உரை:**) ஒளிசுடரும் கடவுளாகிய சிவச்செம்பொருளுக்கு முந்தின எழுத்து, சுடரெழுத்து எனப்படும் அகர எழுத்தாகும். பின்னே, அந்தச் சிவத்துக்குள் நின்ற எழுத்தோ 'சிவாயநம' என்னும் ஐந்தெழுத்தாகும். முதன்முதலில் அதை வாங்கி வாழ்க்கையில் பயன்படுத்திய மந்திரமும் அந்த ஐந்தெழுத்தே யாகும். தவத்திலே மூச்சுப் பயிற்சியில் வெளிவந்து ஒலித்து நிற்பதும் அந்த ஐந்தெழுத்தேயாகும்.*

> *அரி என்னும் சொல் இங்கே திருமாலைக் குறிக்காமல் ஒளி வீசுதலைக் குறிக்கும். பரி என்னும் சொல் (பரிதல்) வெளிவருதல் என்னும் பொருளைத் தரும்.*

(அருட்சத்தியே ஐந்தெழுத்தாகி மெய்யறிவு தந்தாள்.)

ஆதியில் ஐந்தெழுத் தாயினாள் வாலைப்பெண்
 ஐந்தெழுத் துமென்று பேரானாள்
நாதியில் ஊமை எழுத்திவள் தானல்ல
 ஞான வகையிவள் தானானாள். 13

*(**உரை:**) வாலைப் பெண்ணான அருட்சத்தி, முதன்முதலில் (சிவாயநம என்னும்) ஐந்தெழுத்து ஆனாள்; அவள்*

ஐந்தெழுத்தென்ற பெயரும் பெற்றாள்; எழுத்தின் உறவு (ஞாதி என்னும் நாதி) முறையில், அடிப்படையான ஓங்காரம் ஊமையெழுத்து எனப்படுவது இவளைக் குறிக்காது. இவளோ (அருட்சத்தி) அறிவே வடிவானவள் எனப்படுவாள்.

(உடலும் உயிரும் ஓங்காரமே என்று கும்மியடியுங்கள்!)

ஊமை எழுத்தே உடலாச்சு மற்றும்
ஓமென் றெழுத்தே உயிராச்சு
ஆமிந் தெழுத்தை அறிந்துகொண் டுவிளை
யாடிக் கும்மி அடியுங்கடி. 14

(உரை:) பெண்களே! ஒலி வெளியே வாராமல் வாய்க்குள்ளேயே ஒலிப்பதால் "ஓம்" என்பது ஊமையெழுத்து எனப்படும். இது நாத உண்மையில் பிறந்ததால் ஐம்பூதமான உடலாயிற்று; இந்த ஓம் என்பதே நாத உண்மையில் தோன்றியதாலே (மூச்சுக் காற்று) உயிராயிற்று. ஆகவே, இவ்வெழுத்தின் உண்மையியலை (தத்துவம்) உணர்ந்துகொண்டு, கும்மிகொட்டி விளையாடுங்கள்.

(உலகம் படைத்ததும் ஊழி முடிந்ததும் ஐந்தெழுத்தே என்றறிக.)

செகம்ப டைத்ததும் அஞ்செழுத்தாம் பின்னும்
சீவன் படைத்ததும் அஞ்செழுத்தாம்
உகம்மு டிந்ததும் அஞ்செழுத் தாம்பின்னும்
உற்பனம் ஆனதும் அஞ் செழுத்தாம். 15

(உரை:) 'சிவாயநம' என்னும் ஐந்தெழுத்தே இந்த உலகத்தையெல்லாம் படைத்தது; பின்னர் இதில் வாழ்வதற்காக உயிர்களைப் படைத்ததும் இந்த ஐந்தெழுத்தேயாகும். மேலும், ஐந்தெழுத்தின் உண்மையால்தான் ஊழிக்காலம் தோன்றி உலகமும் உயிர்களும் முடிந்து போயின; பிறகும் (மீண்டும்) உலகமும் உயிர்களும் தோன்றின; தொடர்ந்தன.

(மனித உயிரை எண்ணியும் ஐந்தெழுத்தை ஆராய்ந்துமே வாழ வேண்டும்.)

சாத்திரம் பார்த்தாலும் தானுமென்ன? வேதம்
தானுமே பார்த்திருந் தாலுமென்ன?
சூத்திரம் பார்த்தல்லோ ஆளவேணும் அஞ்சு
சொல்லை அறிந்தல்லோ காணவேணும். 16

*(**உரை:**) பெண்களே! கடவுளைப் பற்றியதும் உலகைப் பற்றியதுமான நூல்களைக் கற்றிருந்தாலும் நான்மறைகளை ஓதியிருந்தாலும் என்ன பயனுண்டு? மனித உயிரின் இலக்கணப் பண்பாட்டைப் பார்த்து ஆராய்ந்து அல்லவோ ஆட்சி புரியவேண்டும்! மேலும், ஐந்தெழுத்துக்களின் (சொற்களின்) உண்மைப் பொருளைக் கற்றுத் தெளிந்தல்லவோ வாழவேண்டும்!*

ஐந்தெழுத்தும் ஐந்து சொற்களாகும்:-

சிவாயநம-சி-கடவுள்; வா-அருட்சத்தி; ய-உயிர்கள்; நம-ஆணவம், கன்மம், மாயை முதலான உலக வாழ்வு.

(ஐந்தெழுத்தை ஓதி உருகினால் எல்லாம் பெறலாம்.)

காணாது கிட்டாதே எட்டாதே அஞ்சில்
காரியம் இல்லையென் றேநினைத்தால்
காணாதும் காணலாம் அஞ்செழுத்தால் அதில்
காரியம் உண்டு தியானம் செய்தால். 17

*(**உரை:**) பெண்களே! ஐந்தெழுத்தால் நற்பயன் இல்லையென்று யாரும் (அறியாமையால்) நினைத்தால் உண்மைத் தெய்வத்தைக் காண முடியாது; அது கைக்கு வாராது; எட்டவும் முடியாது. ஆனால், ஐந்தெழுத்தை மன ஒருமைப்பாட்டோடு உள்ளேயே ஓதி நினைத்து வந்தால் நற்பயன் உண்டு; காணாத எப்பொருளையும் காண முடியும் என உணருங்கள்.*

(தெய்வங்களெல்லாம் ஐந்தெழுத்தில் அடங்கும்.)

ஆயனும் ஐந்தாம் எழுத்துக்குள் ளேஅறிவு
ஆயனும் ஐந்தாம் எழுத்துக்குள்ளே;
வாயனும் ஐந்தாம் எழுத்துக்குள் ளேஇந்த
வாலையும் ஐந்தாம் எழுத்துக்குள்ளே. 18

*(**உரை:**) பெண்களே! நன்கு உணருங்கள். ஐந்தாகிய எழுத்துக்குள்ளே ஆயர்குடியில் பிறந்த கண்ணனும் (திருமால்) அடக்கம்; அறிவோனான நான்முகனும் ஐந்தெழுத்துக்குள்ளே அடக்கம்; மெய்ப்பொருளான சிவனும் (வாயன்) ஐந்தெழுத்துக்குள்ளே அடக்கம்; இந்தச் சிவசத்தியான வாலையும் ஐந்தெழுத்துக்குள் அடக்கம் என்று உணருங்கள்.*

**(ஐந்தெழுத்தை நெஞ்சில் வைத்தால்
மெய்ப்பொருளைத் தெரிய முடியும்.)**

அஞ்செழுத் தானதும் எட்டெழுத் தாம்பின்னும்
ஐம்பத்தோர் அட்சரம் தானாச்சு;
நெஞ்செழுத் தாலே நினையா மல்லந்த
நிசம்தெ ரியுமோ வாலைப் பெண்ணே! 19

*(**உரை:**) வாலை போன்ற பெண்ணே! முன்னே சொன்ன ஐந்தெழுத்தே (ஓம் நமோ நாராயணாய) என்னும் எட்டெழுத் தாக விரிவடைந்தது. அதுவே மேலும் விரிவடைந்து ஐம்பத்தோர் எழுத்துக்களால் அமைந்தன. ஆதலால், ஐந்தெழுத்தை நெஞ்சில் வைத்து நினைந்துருகினால், உண்மைப் பொருளான செம் பொருட்சிவம் கண்ணுக்குத் தெரியும்.*

> *ஆறு ஆதாரங்களிலும் 4+6+10+12+16+3 என அமைந்த தாமரை மலரிதழ்களே ஐம்பத்தோர் எழுத்தாய்ச் சொல்லப் பட்டன.*

(மூச்சுக்காற்றில் சிவத்தைப் பார்த்து நோக்குக.)

ஏய்க்குது ஏய்க்குது அஞ்செழுத்து உவகை
எட்டிப் பிடித்துக்கொள் இரண்டெழுத்தை;
நோக்கிக்கொள் வாசியை மேலாக வாசி
நிலையைப் பாரடி வாலைப் பெண்ணே! 20

*(**உரை:**) வாலைச் சத்தி போன்ற பெண்ணே! தவமூச்சு ஓட்டத்திலே 'சிவாயநம' அஞ்செழுத்தும் புகுந்து பொருந்தி (ஏய்க்கும்) உவகையைத் தருகின்றன; இந்தப் பெருமகிழ்ச்சியில் 'சிவ' என்னும் இரண்டெழுத்தை மட்டும் எட்டிப் பிடித்துக் கொள்க! வாசி என்னும் (உள்ளே போய்வரும்) காற்றை அளவோடு சென்று வருகிறதா? என்று நோக்கி அறிந்து, முறையான நிலையை உற்றுப் பார்ப்பாயாக!*

(சிதம்பரச் சக்கரத்திலே தெய்வத்தைக் கண்டுபிடி!)

சிதம்பரச் சக்கரம் தானறி வாரிந்தச்
சீமையில் உள்ள பெரியோர்கள்;
சிதம்பரச் சக்கரம் என்றால் அதற்குள்ளே
தெய்வத்தை யல்லோ அறியவேணும்! 21

(உரை:) *பெண்களே! இந்தத் தமிழ்ச் சீமையிலே வாழும் கல்விசான்ற பெரியோர்கள், 'சிதம்பரச் சக்கரத்தைப் பற்றி அறிவார்கள்; ஆனால், அந்தச் சக்கரத்துள்ளே அமைக்கப்பட்ட தெய்வத்தையும் அதன் நுட்பத்தையும் அல்லவா அறிந்திருக்க வேண்டும்! அதுதான் இல்லையே!*

(மனஉறுதியும் அன்னையருளும் வேண்டும்.)

மனமும் மதியும் இல்லாவி டில்வழி
மாறுதல் சொல்லியே என்னசெய்வாள்?
மனமும் உறுதியும் வைக்கவே ணும்பின்னும்
வாலை கிருபையுண் டாகவேணும். 22

(உரை:) *பெண்களே! ஒரு பெண்ணுக்கு இனிய மனமும் சிறந்த அறிவும் இன்றியமையாதவை. இவையில்லாவிட்டால், வழி தவற நேரும்போது சொல்லிப் பயனில்லை. ஆதலால், நல்ல உள்ளமும் கருத்திலே திட்பமும் கொண்டிருக்க வேண்டும்; மேலும், அருளன்னையின் திருவருளும் வாய்க்க வேண்டும்.*

(அடிப்படையான உண்மையியலைச் சொல்வேன்; கேளுங்கள்.)

இனிவெ ளியினில் சொல்லா தேஎழில்
தீமட்டு திந்த வரிவிழிக்கே
கனிமொ ழிச்சியீர் வாருங்கடி! கொஞ்சம்
கருவைச் சொல்லுவேன் கேளுங்கடி. 23

(உரை:) *பெண்களே! இனி நான் வெளியிலே எவருக்கும் சொல்லாமல், உங்களது அழகிய தீப்போல் சிவந்த செங்கோடுகள் படர்ந்த விழிகளை நோக்கி மட்டும் இதைச் சொல்கின்றேன். கனி போன்ற இனியமொழி பேசும் பெண்களே! வந்து சூழுங்கள்: உங்களுக்கு இந்தக் கும்மிப்பாட்டின் உட்பொருளான கருவைச் சொல்வேன்; உற்றுக் கேளுங்கள்.*

(ஊன்நாறும் உடலைப் பழிக்காதே!)

ஊத்தைச் சடலமென் றெண்ணா தேஇதை
உப்பிட்ட பாண்டமென் றெண்ணாதே
பார்த்த பேருக்கே ஊத்தையில் லைஇதைப்
பார்த்துக்கொள் உன்றன் உடலுக்குள்ளே. 24

(உரை:) *பெண்ணே! நீ பெற்றிருக்கின்ற உடலை ஊத்தை பிடிக்கும் உடம்பென்று இழிவாய்க் கருதாதே; உப்பு வைத்து*

அதனால் அரிக்கப்பட்ட ஒரு மண்பாண்டமென்றும் எண்ணாமல் இருப்பாயாக! இந்த உடம்பைப் பார்த்துப் பழகிய அன்பருக்கு ஊத்தையாய்த் தெரியாது; மேலும், உனது உடலினுள்ளே இருக்கும் இன்றியமையாத உறுப்புக்களை எண்ணிப் பார்த்தாலும் ஊத்தையோ அருவருப்போ தெரியாது அம்மா!

(தலையுச்சிக்குக் கீழே ஆன்ம விளக்கு எரிவதை அறிக!)

உச்சிக்கு நேராயுண் ணாவுக்கு மேல்நிதம்
வைத்த விளக்கும் எரியுதடி!
அச்சுள்ள விளக்கு வாலை யடிஅவி
யாமல் எரியுது வாலைப்பெண்ணே! 25

(உரை:) பெண்ணே! நம் தலைநடுவுக்குக் கீழே நேராகவும் உள்நாக்குக்கு மேலேயும் நாளும் பொழுதும் கடவுள் வைத்த உயிராகிய விளக்கு எரிகிறது அம்மா! அந்த ஆதாரமான உயிர்விளக்கும் அன்னை அருட்சத்தியே என்று உணர்வாயாக! அதுதான் வாழ்வாக அணையாமல் எரிந்து கொண்டிருக்கின்றது என்பதையும் அறிவாய்.

(உடம்பாகிய வீட்டுக்குள்ளே உயிர்விளக்கு எரிகிறது.)

எரியு தேஅறு வீட்டினி லேஅதில்
எண்ணெயில் லைஅமிழ் தண்ணீரில்லை
தெரியுது போக வழியுமில் லைபாதை
சிக்குது சிக்குது வாலைப் பெண்ணே! 26

(உரை:) அருளன்னை போன்ற வாலைப் பெண்ணே! ஆறுகோண ஆதாரச் சக்கரங்களையுடைய உடம்பாகிய வீட்டிலே உயிரென்னும் ஒளிவிளக்கு எரிகின்றது. இவ்விளக்காகிய அகலிலே எண்ணெயுமில்லை; தண்ணீருமில்லை. இந்த விளக்கு வெளியே செல்ல வழியில்லையென்பது தெரிகின்றது; வழியோ அடைபட்டிருக்கின்றது என்பதும் நமக்குப் புரிகின்றது.

(மூச்சுக்காற்று செல்லும் ஒளியைப் பார்!)

சிலம்பொ லியென்னக் கேட்கு மடிமெத்த
சிக்குள்ள பாதை துடுக்கமடி!
வலம்புரி யச்சங்கம் ஊது மடிமேலே
வாசியைப் பாரடி வாலைப்பெண்ணே! 27

*(**உரை:**) வாலைப் பெண்ணே! மூச்சுக் காற்றான வாசியை மேல்நோக்கி உற்றுப் பார்த்து ஒலியைக் கேள்! மூச்சு ஓடியியங்கும் போது, காற்சிலம்பின் ஒலிபோல் கேட்கும்; மூச்சுப் பாதையில் சிறிய அடைப்பிருப்பதால் மூச்சொலியானது விரைவாக (துடுக்கம்)ச் செல்லும்; அப்போது காற்றினொலி வலம்புரிச் சங்கின் ஒலி போன்று இனிமையாய் இருக்கும் அம்மா!*

(மூச்சுப் பயிற்சி மிகவும் வேண்டும்.)

வாசிப் பழக்கம் அறியவே ணுமற்றும்
மண்டல வீடுகள் கட்டவேணும்
நாசி வழிக்கொண்டு யோகமும் வாசியும்
நாட்டத்தைப் பாரடி வாலைப்பெண்ணே! 28

*(**உரை:**) ஒளியுடைய பெண்ணே! மூச்சுப் பயிற்சி செய்யும் பழக்கம் மிகவும் இன்றியமையாதது; அப்பயிற்சி செய்து, உடம்பிலே அமைந்துள்ள ஆறு ஆதாரமாகிய வீடுகளைப் பேண வேண்டும். மூக்குத் துளைகள் வழியே மூச்சுக்காற்றை ஏற்றி இறக்கிப் பயிற்சி செய்ய வேண்டும். இந்த முறையில் தவமும் வாசியான மூச்சுப்பயிற்சியும் செய்து அதிலே நாட்டம் கொள்வது பயன்தரும் அம்மா!*

(தவப்பயிற்சியில் அருளன்னை சுடராகித் தெரிகிறாள்.)

முச்சுட ரான விளக்கினுள் ளேமூல
மண்டல வாசி வழக்கத்திலே
எச்சுட ராகி அந்தச் சுடர்வாலை
இவள்விட வேறில்லை வாலைப்பெண்ணே! 29

*(**உரை:**) வாலையான பெண்ணே! நான் கூறுவதைக் கேட்டுக் கும்மி கொட்டுக.*

தீ, ஞாயிறு, திங்களென்னும் மூன்று சுடர்களும் கலந்த சுடரொளியான உயிரென்னும் விளக்கினுள்ளே 'உயிர்வளி' எனப்படும் காற்று மண்டலத்திலிருந்து வரும் காற்று வாசி (மூச்சுக் காற்று)யுள்ளே கலப்பது வழக்கமாகும். இந்தச் சுடரிலேதான் அருளொளியாக அன்னை வாலை குடிகொண்டிருக்கிறாள் என்பதை அறிக!

(மூலாதாரத்திலே அன்னை பராசக்தி இருக்கிறாள்.)

சூடாமல் வாலை இருக்கிற தும்பரி
சித்த சிவனுக்குள் ளானதால்
வீடாமல் வாசிப் பழக்கத்தைப் பாருநாம்
மேல்வீடு காணலாம் வாலைப் பெண்ணே! 30

*(**உரை:**) வாலைப் பெண்ணே! நம் உடலிலே மூலாதாரமான வேரிடத்திலே வாலையான பராசத்தி குடியிருக்கிறாள்; உயிரோ தூய அறிவு வடிவான சிவக்கடவுளுக்குள் அடங்கியுள்ளது. ஆதலால் இவற்றை எண்ணிக்கொண்டு வாசிப் பயிற்சியை விடாமல் செய்க! செய்தால் மேலுலகமான பேரின்ப வீட்டை நாம் காண முடியும். (தலை நடுவிலுள்ள சிற்றம்பலத்தையும் அடைய முடியும்.)*

(பராசத்தி மண்டலத்தைக் கண்டவன் மெய்யறிவோன்!)

மேல்வீடு கண்டவன் பாணியடி விண்ணில்
விளக்கில் நின்றவன் வாணியடி;
தாய்வீடு கண்டவன் ஞானியடிபரி
தாண்டிக் கொண்டான்பட் டாணியடி. 31

*(**உரை:**) பெண்களே! பேரின்ப வீட்டை உணர்ந்து கண்டவன் கைதேர்ந்தவன் என்றும், அண்டமாகிய தலைநடு அறிவுமன்றிலே ஒளிரும் விளக்கிலே விளக்காய் நின்றவன் அழியாமல் வாழ்பவன் என்றும், பேரின்ப வீட்டை உணர்ந்தவன் மெய்யறிவோன் என்றும், உயிர்வளிக் காற்றை (பரி) மூச்சுப்பயிற்சி செய்து மேலே சென்றடைந்தவன் அதிலே கலந்துபட்ட ஆளாவான் என்றும் அறிவாயாக.*

> *பாணி-கைதேர்ந்தவன்: வாணி-வாழ்பவன்: ஞானி-மெய்யறிவுடையவன்: பட்டாணி-(பட்டு+ஆணி) பயிற்சியில் ஆழ்ந்து ஆண்டவன்.*

(சுழுமுனையை ஆண்டவன் சதாசிவத்தைக் காண்பான்.)

அத்தியி லேகரம் பத்தியி லேமனம்
புத்தியி லேநடு மத்தியிலே
நெற்றி சதாசிவம் என்றுசொன் னேனுன்றன்
நிலைமையைப் பாரடி வாலைப்பெண்ணே! 32

*(**உரை:**) வாலைப்பெண்ணே! நீ தவஞ்செய்யும் நிலையில், மனத்தில் அன்புகொண்டு, மூலாதாரத்திலிருந்து புறப்படும் யானையின் கைபோன்ற வலிமை மிக்க சுழுமுனை நாடியானது அறிவு நிறைந்த நெற்றியின் புருவநடுவிற் சென்று அங்கே இருக்கும் சதாசிவக்கடவுளைக் காண்பாயென்று உனக்குச் சொன்னேன். அந்த முறையில் உனது தவ முயற்சியைக் கவனித்துப் பாரடி, அம்மா!*

(கழுத்திலிருக்கும் மகேச்சுவரனைப் பார்க்க வேண்டும்.)

அழுத்தி லேசொல்லஞ் செழுத்தி லேநானும்
வழுத்தி னேன்ஞானப் பழத்திலே
கழுத்தி லேமயேச் சுரனும் உண்டுகண்
கண்டு பாரடி வாலைப் பெண்ணே! 33

*(**உரை:**) வாலைப் பெண்ணே! நானும் மந்திரச்சொல்லான 'சிவாயநம' என்னும் அஞ்செழுத்தை நன்கு ஒலித்து அன்புடன் சொல்லி வணங்கினேன்; மெய்யறிவு கனிந்தும், கழுத்தில் (மூச்சக்குழலில்) அமர்ந்திருக்கும் (மறைத்தற் கடவுளான) மகேச்சுரனை நீ கண்ணாரக் கண்டு பார்ப்பாயாக.*

(நெஞ்சிலே உருத்திரனைக் கண்டு போற்றுக.)

அஞ்சிலே பிஞ்சிலே வஞ்சிய ரேநிதம்
கொஞ்சி விளையாடும் வஞ்சியரே!
நெஞ்சிலே ருத்திரன் சூழிருப் பானவன்
நேருட னாமடி வாலைப்பெண்ணே! 34

*(**உரை:**) வாலைப் பெண்ணே! வஞ்சிக்கொடி போன்ற இளம்பெண்களே! நீங்கள் பிஞ்சுப்பருவத்திலே அஞ்சியும் கொஞ்சியும் விளையாடுவீர்கள். இப்போது புரிந்து கொள்ளுங்கள். நம் நெஞ்சகத்திலே உருத்திரன் என்னும் கடவுள் தங்கியிருக்கிறானென்பதையும் அவன் நேரே வந்து காட்சி தருவான் என்பதையும் உணர்ந்து கொள்ளுங்கள்.*

(உந்திச் சுழியிடத்தில் திருமால் இருக்கிறான் என்பதை அறிக.)

தொந்தியி லேநடுப் பந்தியி லேதிடச்
சிந்தையி லேமுந்தி உன்றனுடன்
உந்தியில் விண்ணுவும் தாமிருப் பாரிதை
உண்மையாய்ப் பாரடி வாலைப்பெண்ணே! 35

*(**உரை:**) வாலைப் பெண்ணே! உனது வயிற்றுத் தொந்தியின் நடுப்பகுதியில் (நீர்நிலையில்) இடமாகக் கொண்டும், திடமான எண்ணத்தில் உன்னுடன் வந்திருந்தும், உந்திச் சுழியில் திருமால் காப்பதற்காகத் தங்குவான். இதை உண்மையாக நீ பார்ப்பாயாக.*

(கருவாயிடத்தில் படைப்போன் இருக்கின்றான்.)

ஆலத்தி லேஇந்த ஞாலத்தி லேவருங்
காலத்தி லேஅனு கூலத்திலே
மூலத்தி லேப்ரமன் தானிருந் துவாசி
முடுக்கிறான் பிண்டம் பிடிக்கிறானே. 36

*(**உரை:**) வாலைப் பெண்ணே! விரிந்த இடமகன்ற இந்த உலகத்தில் எந்தக் காலத்திலும் நிலையாக இருந்து, நன்மை செய்தற்காகவே, மூலாதார இடத்துக்கு அடுத்திருக்கும் கருவாயி டத்திலே (உறுப்பிலே) நான்முகனான பிரமன் தங்கியிருக்கின்றான். அவனே மூச்சுக்காற்றை முடுக்கியியக்கி விட்டுப், பிண்டமான உடம்பைப் படைக்கின்றான் என்பதையும் நீ அறிவாயாக.*

(மனித உடம்பு ஒரு தேர்! இதில் பல தெய்வம் உண்டு!)

தேருமுண்டு ஐந்நூறும் ஆணியுண் டேஅதில்
தேவரும் உண்டுசங் கீதமுண்டே
ஆருண்டு பாரடி! வாலைத்தெய் வம்மதில்
அடக்கம் தானடி வாலைப்பெண்ணே! 37

*(**உரை:**) வாலைப்பெண்ணே! இந்த உடம்பை ஒரு தேராகக் கருதுக. இந்த உடம்பாகிய தேரிலே வியப்பாக (உறுப்புக்களை இணைக்க) ஐந்நூறுக்கு மேல் ஆணிகள் அடித்துப் பொருத்தப் பட்டிருக்கும்; இந்த அழகுத்தேரில் பல தேவர்கள் (தெய்வங்கள்) தங்கியிருப்பார்கள்; இசைக் காற்று முழக்கமும் உண்டு. இவருக்குமேல் யார் உண்டு? என உற்றுப் பார்த்தால் இங்கே வாலையென்னும் 'அருளம்மை' குடியிருப்பதும் விளங்குமடி, பெண்ணே!*

(உடம்பு ஒன்பது வாயில்களுள்ள ஒரு கோட்டை.)

ஒன்பது வாயில்கொள் கோட்டையுண் டேஅதில்
உள்ளே நிலைக்காரர் அஞ்சுபேராம்
அன்புட னேபரி காரர்கள் ஆறுபேர்
அடக்கம் தானடி வாலைப்பெண்ணே! 38

*(**உரை:**)* *வாலைப்பெண்ணே! இந்த உடம்பை ஒரு கோட்டையென்றும் கருதுக. இந்தக் கோட்டையில் ஒன்பது வாசல்கள் உண்டு; இதனுள்ளே நிலையாக ஐந்துபேர் (மெய், வாய், கண், மூக்கு, செவி என்னும் ஐவர்) செயல்படுகின்றனர். மேலும், இவருக்கு உரிய ஐந்து அறிவுகளும் (ஊறு, சுவை, ஒளி, மணம், ஓசை ஆகியவை) ஆன்ம உயிரும் ஆகிய ஆறுபேர்கள் உள்ளிருந்து ஆட்சி செய்கின்றனர். இந்த உண்மைகளையும் நீ அறிவாயடி, பெண்ணே!*

(வாழ்விலே அருளம்மையைப் பாராமல் சாவதில்லை!)

இந்த விதத்திலே தேகத்தி லேதெய்வம்
இருக்கையில் புத்திக்கு அறிக்கையினால்
சந்தோட வாலையைப் பாராமல் மனிதர்
சாகிறது ஏதடி? வாலைப்பெண்ணே! 39

*(**உரை:**)* *வாலைப் பெண்ணே! இப்படிப்பட்ட வாழ்வுடைய உடம்பிலே பல தெய்வங்கள் விரும்பி இருப்பதால், மனித அறிவுக்கு இவ்வுண்மையே சிறந்த அறிவு விளக்கமாகும்; இந்த உடம்பிலே, இன்ப மகிழ்ச்சியருளும் வாலையன்னையைக் கண்டு கொள்ளாமல், மனிதர்கள் வாழ்நாளிலே சாவது இல்லை யென்பதே உண்மையடி, அம்மா!*

(தலையுச்சியிலுள்ள உயிரை உற்றுப் பார்!)

நகாரம் திட்டிப்பே ஆனதி னால்வீடு
வான வகார நயமாச்சு;
உகாரம் உச்சி சிரசாச் சேஇதை
உற்றுப் பாரடி வாலைப்பெண்ணே! 40

*(**உரை:**)* *வாலைப் பெண்ணே! 'நமசிவாய' என்னும் ஐந்தெழுத்தில் ஒன்றான 'ந' காரம், ஆசை முதலான மாசை யுணர்த்தும் மாயை எனப்பொருள் தரும். இந்த மாயையால், இல்லற வாழ்வு தரும்; 'வ'காரம் உணர்த்தும் சத்தியின் அருள் வாய்க்கும். 'ஓம்' என்னும் நாதவுண்மையில் அமைந்த (அ+உ+ம்) 'உ'கர எழுத்து, தலையில் நடு முகட்டிலுள்ள உயிரைக் குறிக்கும். இந்த உண்மையையும் உற்றுப் பார்ப்பாயடி பெண்ணே!*

(சிகாரம் உணர்த்தும் சிவம் வெட்டவெளியான பாழ் ஆகும்.)

வகாரம் ஆனதே ஓசையாச் சேஅந்த
மகார மானது கர்ப்பமாச்சே;
சிகாரம் ஆனது மாய்கையாச் சேஇதைத்
தெளிந்து பாரடி வாலைப்பெண்ணே! 41

*(**உரை:**) வாலைப்பெண்ணே! ஐந்தெழுத்தில் ஒன்றான 'வ'கார எழுத்து, அருட்சத்தியை உணர்த்தி, நாதமண்டலமான ஓசையையும் குறிக்கும்; இதுவே மூச்சுக் காற்றாகும். அந்த ஐந்தில் ஒன்றான 'ம'கார எழுத்து மாயை முதலான மாசுகளை உணர்த்துவதோடு, அந்த மாயையால் ஏற்படும் 'கருவை'யும் (மக்கட்படைப்பை) குறிக்கும். 'சி'காரம் என்னும் எழுத்து சிவச்செம்பொருளை உணர்த்தி, பாழ்நிலையான (மாய்கை) வெட்டவெளியையும் குறிக்கும். எனவே, இவ்வுண்மைகளைத் தெரிந்து பார்ப்பாயாக!*

(ஓம் எழுத்துக்குள் மகரம் ஒடுங்கியே ஒலிக்கும்.)

ஓ மென்ற அட்சரம் தானுமுண்டு அதற்குள்
ஊமை எழுத்தும் இருக்குதடி
நாமிந்தெ ழுத்தை அறிந்துகொண் டோம்வினை
நாடிப் பாரடி வாலைப்பெண்ணே! 42

*(**உரை:**) வாலைப்பெண்ணே! ஓம் என்னும் தாயான முதல் மந்திரத்தையும் அதன் ஒலி வடிவையும் நீ அறிவாய்; அந்தக் கூட்டொலிக்குள்ளே ஒலிக்காமல் கரைந்து போகும் ஊமை எழுத்து என்று ஒன்று (மகரம்) உள்ளதடி. இந்த மகரமாகிய எழுத்தை நாம் அறிந்து கொண்டிருக்கிறோம். இந்த மகரம் (ம்) தரும் பொருள் பெரிதாகும்; இவ்வெழுத்து, ஆணவம்-கன்மம்-மாயைகளால் விளைகின்ற தீவினைப் பயனைச் சுட்டி உணர்த்தும்; ஆதலால், பெண்ணே! இதை அறிவால் நாடிப் பார்ப்பாயாக!*

(அம்பலத்திலுள்ள கனியை எட்டிப் பறிக்க வேண்டும்.)

கட்டாத காளையைக் கட்டவே ணுமாசை
வெட்டவே ணும்வாசி ஒட்டவேணும்
எட்டாத கொம்பை வளைக்கவே ணும்காயம்
என்றைக்கு இருக்குமோ? வாலைப்பெண்ணே! 43

(உரை:) *வாலைப்பெண்ணே! மூக்குத் துளைகளிலே உயிர்வளிக்காற்றை உள்ளே இழுத்துக் கட்டிக் "கும்பகம்" செய்ய வேண்டும்; அதற்கு மனமாசுகளையும் ஆசையையும் அறவே ஒழிக்க வேண்டும்; மூச்சுப்பயிற்சியைத் தவறாமல் செய்து ஓட்ட வேண்டும். இதன் முடிவாக, எட்டாமலிருக்கும் தலைநடுமன்ற மான அறிவம்பலத்திலே பழுத்திருக்கும் சிவச்செம்பொருட் கனியை எட்டி வளைத்துப் பறித்துக் கொள்ள வேண்டும். நம் உடம்பானது என்றைக்கு மண்ணில் விழுமோ? அதற்குள் முயல வேண்டும்.*

(உடம்பு இறவாமலிருக்க வாசியை உள்ளே அடக்கிப் பழக வேண்டும்.)

இருந்த மார்க்கமாய்த் தானிருந்து வாசி
ஏற்காம லேதான டக்கவேணும்;
திரிந்தே ஓடி அலைந்துவெந் துதேகம்
இறந்து போச்சுதே வாலைப்பெண்ணே! 44

(உரை:) *வாலைப்பெண்ணே! தவமிருக்கும்போது, இருக்கை நிலை, மூச்சுப்பயிற்சியாகிய ஏற்றி இறக்கும் நிலை முதலான நெறிகளைக் கடைப்பிடித்து, வாசிக்காற்றை அளவோடு ஏற்றி உள்ளே அடக்கிக் "கும்பகம்" செய்ய வேண்டும். இப்படிப் பழகாமல், உடம்பைக் கண்டபடி அலைந்து திரிந்து நோக விட்டால், விரைவில் இறந்து போகும்நிலையே ஏற்படும் என்பதை அறிவாயாக.*

(உயிரில் பிறந்தவர் நான்குபேர்.)

பூத்த மலராலே பிஞ்சுமுண் டேஅதில்
பூவில்லாப் பிஞ்சும் அனேகமுண்டு;
மூத்த மகனாலே வாழ்வுமுண் டுமற்ற
மூன்றுபே ராலே அழிவுமுண்டு. 45

(உரை:) *வாலைப்பெண்ணே! இயற்கையில் பல வகையான பயிர்களில் பூக்கும் மலர்களிலெல்லாம் பிஞ்சுகள் அரும்பிக் காய்க்கும்; சில வகையில் பூவில்லாமல் காய்ப்பதும் உண்டு; சில வகையில் பிஞ்சு பிடித்தவுடன், பூக்கள் தெரியாமல் உதிர்ந்து போகும். இந்த இயற்கை போலவே மனித உயிரில் தோன்றிய மனம்-அறிவு-எண்ணம்-ஊக்கம் (ஆணவம்) என்னும் நான்கு*

பிள்ளைகள் உண்டு. இவரில் மூத்த மகனான மனத்தால் உயிருக்கு நல்வாழ்வு உண்டு; மற்ற அந்த மூன்று பிள்ளைகளாலே நன்மையும் உண்டு; தீமையும் உண்டு என்பதை அறிவாயாக.

(பெண்களின் கற்பு வாழ்க!)

கற்புள்ள மாதர் குலம்வாழ்க நின்ற
கற்பை அளித்தவ ரேவாழ்க!
சிற்பர னைப்போற்றிக் கும்மிய டிகுரு
தற்பர னைப்போற்றிக் கும்மியடி. 46

(**உரை:**) வாலைப்பெண்களே! கல்வியறிவும் (நிறையான கற்பொழுக்கமும் வாய்த்த) உங்கள் தாய்க்குலம் வாழ்க! வழிவழியாய்ப் பண்பாட்டுக் கற்பைக் காத்தளித்த ஆன்றோரும் சான்றோரும் வாழ்க வாழ்க! வாலைப் பெண்களே! அறிவு வடிவான கடவுளையும் குருவடிவாய் வரும் இயற்கைக் கடவுளொளியையும் போற்றி வணங்கிக் கும்மியடியுங்கள்.

(சிவத்திற்கும் அருட்சத்திக்கும் அழிவில்லை.)

அஞ்சி னிலேரண் டழிந்ததில் லைஅஞ்சு
ஆறிலே யும்நாலொ ழிந்ததில்லை
பிஞ்சிலே பூவிலே துஞ்சுவ தாம்அது
பேணிப் போடலாம் வாலைப்பெண்ணே! 47

(**உரை:**) வாலைப்பெண்ணே! இறையியல் உண்மையைப் பார்க்கும் நிலையில் திருவைந்தெழுத்துக்களிலே முதலிரண்டான 'சிவா' என்பவை சிவக்கடவுளும் அருட்சத்தியுமாதலால் அவர்கள் எக்காலமும் அழிய மாட்டார்கள். உடம்பிலுள்ள ஆறு ஆதாரங்களிலும் ஐந்து தெய்வங்களும் உள்ளனர். அவர்களில் (கீழிருந்து) நாலாமிடமான நெஞ்சகத்திலே இருப்பவர் உருத்திரர் (சிவமே) ஆதலால் அவரும் ஒழியமாட்டார். மனித உடம்போ பூவின் பருவத்திலும் பிஞ்சுப் பருவத்திலும் செத்தே போவதால் அதை மிகவும் நெறியறிந்து பேணிக்காக்கவே வேண்டும் அம்மா!

(தவ ஒழுக்கம் சிறக்கவில்லையெனில் அருளமுதம் இனிக்காது!)

கையில்லாதக் குட்டையன் கட்டிக்கிட் டானிரு
காலில்லா நெட்டையன் முட்டிக்கிட்டான்
ஈயில்லாத் தேனெடுத் துண்டுவிட் டானது
இனிக்கு தில்லையே வாலைப்பெண்ணே! 48

*(**உரை:**) வாலைப்பெண்ணே! தலைநடுவிலுள்ள சிற்சபை யாகிய அம்பலத்தை அடைய, முதுகந்தண்டாகிய மரத்திலேறியே மூன்று நாடிகளும் இணைந்து செல்ல வேண்டும்; சென்று அருளமுதமென்னும் தேனை உண்ண வேண்டும். இதற்குத் தகுதியை ஆன்மவுயிர் பெற்றிருக்க வேண்டும்.*

யானைக் கைபோன்ற சுழுமுனைநாடி இல்லாதவன் 'குட்டையன்'; இவன் இடக்கலை வலக்கலையென்னும் நாடியுடையவன்; இவனும் முதுகந்தண்டான மரத்தைக் கட்டிக் கொண்டு ஏற முற்பட்டான். இந்த இரண்டு நாடிகளும் (இருகால்) இல்லாத-(மூலாதாரக் கனலோடு புறப்பட்டு மேலே வருகின்ற) சுழுமுனை நாடியானவன் 'நெட்டையன்'; இவனும் அந்தக் குட்டையனோடு சேர்ந்து (இணைந்து) முட்டிக்கொண்டு அந்த மரத்திலேறினான். ஆக இருவரும், ஒரே ஆன்ம உயிரொளியாகி, முதுகந்தண்டின் துளைகள் வழியே மேலே சென்று, தலைத் துளையில் நுழைந்து போய் அம்பலத்தை அடைந்தனர். அங்குள்ள அருளமுதான-ஈ மொய்க்காத தேனைப் பெற்று உண்டனர். இந்தத் தேனைச் சுவைக்கும் பண்பட்ட அறிவு பெறாமையால் இது இவனுக்கு (உயிருக்கு) இனிக்கவில்லையடி, அம்மா!

(காது வழியே சென்றால் அம்பலத்தை அடைய முடியாது.)

மேலூரு கோட்டைக்கே ஆதர வாய்நன்றாய்
விளங்கு கன்னனூர்ப் பாதையிலே
காலூரு அம்பலம் விட்டத னாலது
கடுந டையடி வாலைப்பெண்ணே! 49

*(**உரை:**) வாலைப்பெண்ணே! தலைமேலுள்ள சிற்சபையென்னும் அம்பலமாம் கோட்டையை அடைவதற்கு உதவியாகவும் நல்வழியாகவும் அமைவது, சிறந்த தவநெறியில் கூறும் எட்டு வகைப்படிகளாகும். இந்த நெறியைப் படித்தாலும் காதால் கேட்டாலும் தவப்பயனை அடைதல் முடியாது. தவத்திலே மூலாதாரக் கனல்வழியேதான் சென்று அம்பலத்தை அடைய வேண்டும்; இம்முறையை விட்டுவிட்டு வேறு வழியில் சென்றால் கடுமையாவதோடு பயனற்றுப் போகும் என்பதை உணர்வாய், பெண்ணே!*

(புருவநடுவிடத்தில் நாடிகளான கொடிமரம் நடப்படும்!)

தொண்டையுள் முக்கோணக் கோட்டையி லேஇதில்
தொத்திக் கொடிமரம் நாட்டையிலே
சண்டைசெய்து உவந்தே ஓடிப்போனாள்கோட்டை
வெந்து தணலாச்சு வாலைப்பெண்ணே! 50

(**உரை:**) *வாலைப்பெண்ணே! தொண்டைக்குள்ளே உள்நாக்கு மேலே, ஆறாவது (மூன்றிதழ்த் தாமரை மலரென்று சொல்லப்படும்) இடமான முக்கோணக் கோட்டையிடத்திலே ஆன்மவுயிரானது ஒளியாக உள்ளது. இதிலே வந்து (இடக்கலை நாடி-வலக்கலை நாடி-சுழுமுனைநாடி மூன்றும் கூடிய நிலையில்) நாடிகள், கொடிகள் போல் பறந்தபடி மரம் என்னும் தோற்றத்தில் நடப்படும். இந்த நேரத்திலே, இங்கே சிவக்கடவுளோடிருந்த அருட்சத்தியானவள் விருப்பத்தோடே (கருத்து வேறுபட்டவள் போல) விலகிச் செல்கின்றாள். இதனால் ஆன்மாவாகிய அம்பலம் (கோட்டை) மிகுதியான சூடாகி நெருப்பைப் போல் தகதகத்தது. இது புருவநடுவிடத்தில் ஏற்பட்ட தவப்பயனாகும் என அறிக.*

(தவவெப்பத்தைப் பெற்றது அன்னையின் திருவடியைப் போற்றவேயாகும்.)

ஆசை வலைக்குள் அகப்பட்ட தும்வீட
அப்போதே வெந்தே அழிந்திட்டதும்
பாச வலைவந்து மூடிய தும்வாலை
பாதத்தைப் போற்றடி வாலைப்பெண்ணே! 51

(**உரை:**) *வாலைப்பெண்ணே! தவப்பயனை அடைய வேண்டுமென்ற ஆசையென்னும் வலைக்குள்ளே அகப்பட்டுக் கொண்டதும், அத்துடன், அப்போதே தவஞ்செய்ததால் ஏற்பட்ட நெற்றிச் சூட்டில் உயிர் துன்புற்றதும், தெய்வக்காதலென்னும் பாசவலை வந்து உயிரை மூடியதும் ஆக நான்பட்ட பாடெல்லாம் அருளன்னை பராசத்தியின் திருவடிகளைப் பணிந்து போற்றி இன்புறவேயாகும், அம்மா!*

(தவக்காட்சியில் சிவ-சத்தியைக் காணலாம்.)

அன்னம் இருக்குது மண்டபத் தில்விளை
யாடித் திரிந்ததே ஆண்புலியும்
இன்னம் இருக்குமே அஞ்சுகி ளியவை
எட்டிப் பிடிக்குமே மூன்றுகிளி. 52

(**உரை:**) *வாலைப்பெண்ணே! தவக்காட்சியில் சிவசத்தியைக் கண்டு இன்புறலாம்: தலைநடுவிலுள்ள அறிவம்பலமான மண்ட பத்திலே அன்னப்பறவை போன்ற அருட்சத்தி வீற்றிருக்கிறாள்; அவளைக்கண்டு புலித்தோலுடுத்திய சிவக்கடவுள் மகிழ்ந்து விளையாடித் திரிகிறார். இந்தக் காட்சியை ஐந்து அறிவுப் புலன்களான கிளிகள் காண்கின்றன; இப்போது மனம்-அறிவு-எண்ணம் ஆகிய மூன்று கிளிகளும் எட்டிச்சென்று அந்தக் காட்சியைப் பிடித்துப் பற்றிக் கொள்ளும்! இது தவவெற்றியாகும்.*

(தலைக்குமேல் அம்பலத்தில் நாதவொலி கேட்கும்!)

தோப்பிலே மாங்குயில் கூப்பிடு தேபுது
மாப்பிள்ளை தான்வந்து சாப்பிடவும்
ஏய்க்கும் இப்படி அஞ்சாறு ஆந்தை
இருந்து விழிப்பது பாருங்கடி! 53

(**உரை:**) *வாலைப்பெண்களே! வியப்பைப் பாருங்கள். முற்றிய சிறந்த தவநிலையில், தலைமேலுள்ள தில்லை மரக்காடாகிய அறிவம்பலத்தில் இறையருளாகிய நாதவொலி (மாங்குயில்) ஒலித்துக் கொண்டிருக்கின்றது. தவஞ்செய்யும் புதுமாப்பிள்ளையான 'தவத்தோன்' இங்கே கடவுள் தரும் அருளமுதைச் சுவைக்கின்றான். இந்த அரிய காட்சியைப் பொருத்தமாக (ஏய்க்கும்) ஐந்து அறிவுப்பொறிகளும் ஆறு ஆதாரச் சக்கரங்களும் ஆகிய ஆந்தைப் பறவைகள், கண் விழித்திருந்து பார்க்கின்றன. இதை நீங்களும் பாருங்கள்; கும்மியடியுங்கள்.*

(தவத்திலே வாய்க்கும் அருளொளியும் அமுதத்தேனும்!)

மீனும் இருக்குது தூரணி யிலிதை
மேய்ந்து திரியும் கலசாவல்!
தேனும் இருக்குது போரையி லேயுண்ணத்
தெவிட்டு தில்லையே வாலைப்பெண்ணே! 54

(**உரை:**) *வாலைப் பெண்ணே! தவஞ்செய்வோனின் மனத் திலே (தூரணி) ஒளியாகிய மின்னல் மின்னிக் கொண்டிருக் கின்றது; இந்த ஒளியை ஆன்மாவாகிய ஓங்காரக் குடிலை யென்னும் பறவை (சாவல்) தின்று திரிகின்றது. இத்துடன், உயிரறிவென்னும் அம்பலத்திலே கடவுளொளியிலிருந்து அருள*

முதம் என்னும் தேனும் சொட்டச் சொட்டத் தெவிட்டாமல் இனித்துக் கொண்டே இருக்கின்றது; சுவையுங்கள்!

(சுழுமுனையின் ஒளியைத் தவஆற்றலால் அறியலாம்!)

காகம் இருக்குது கொம்பிலே தான்கத
சாவல் இருக்குது தெம்பி லேதான்
பார்க்க வெகுதூரம் இல்லையிது ஞானம்
பார்த்ததால் தெரியுமே வாலைப்பெண்ணே! 55

*(**உரை:**)* *வாலைப்பெண்ணே! தவமுதிர்ச்சியில், மூலாதாரத்திலிருந்து புறப்படும் கொம்பு போன்ற சுழுமுனை நாடியில் கனலொளி மிகவும் திறனோடு தலையின் துளைக்கு (பிரமரந்திரம்)ச் செல்லும். அவ்வொளி, குண்டலினிப் பாம்பின் (சுதம்) தெம்போடும் செஞ்சாவலின் நிறத்தோடும் தகதகவென்று செல்லும். இது பார்க்கக் கடினமாய் இராது; தவ அறிவோடு பார்த்தாலே நன்கு தெரியும், அம்மா!*

(பிறக்கும் கருஊரை ஆராய்ந்து பார்க்க வேண்டும்.)

கும்பிக் குளத்திலே அம்பல மாமந்தக்
குளக்க ருவூரில் சேறும் மெத்த;
தெம்பில் இடைக்காட்டுப் பாதைக ளாய்வந்து
சேர்ந்தா ராய்ந்துபார் வாலைப்பெண்ணே! 56

*(**உரை:**)* *வாலைப்பெண்ணே! நீர்நிலை இடமான வயிற்று உந்திச்சுழி என்னும் குளம் வெளிப்படையானது; இந்த அரங்கமான இடத்திலே காக்கும் திருமால் உள்ளார்; இந்தக் குளமான கருப்பையிலே (கருவூர்) தான் மனிதன் பிறக்கிறான்; இப்பையிலே ஐம்பூதக் கலவையான ஆணின் வெண்பாலும் (விந்து) பெண்ணின் செம்பாலும் (சுரோணிதம்) சேறாகத் தோன்றிக் கருவாகியும் உருவாகியும் வெளிவருகின்றான். இந்தக் கருவூர் மூலாதாரம், கருவாய் (சுவாதிட்டானம்) முதலியவற்றால் தான் உருவாயிற்று. இவ்வூரைத் தெரிந்து கொள்ள, அறிவுத் தெம்போடு பல நெறிகளையும் துறைகளையும் கற்றுக் கொண்டு தெளிவடைய வேண்டும்.*

(ஆணும் பெண்ணுமான குழந்தைகள்
கருவறையிலேயே சாவது உண்டு.)

பண்டுமே ஆழக் கிணற்றுக்குள் ளேரண்டு
கெண்டை யிருந்து பகட்டுதடி!
கண்டிருந் துமந்தக் காக்கையு மேயஞ்சி
கழுகு கொன்றது பாருங்கடி! 57

*(**உரை:**) வாலைப்பெண்களே! வழிவழியாகப் பெண்ணின் கருப்பையான ஆழமான கிணற்றுக்குள்ளே, இரண்டாகிய ஆணும் பெண்ணுமான ஒளிசிறந்த குழந்தையென்னும் கெண்டைமீன்கள் மின்னிப் பொலிந்து துள்ளிக் குதித்தன! எனினும் என்ன? இதைக் கண்டிருந்த காக்கும் கடமையுள்ள கரிய (காக்கை) திருமால் காக்க முடியாமல் அஞ்சியிருக்கவும், அழித்தற்கடமையுள்ள உருத்திரனாகிய கழுகு அக்குழந்தைகளைக் கொன்றது. இதுதான் நிலையாமையென்னும் வாழ்க்கை! உணருங்கள்.*

(விதிவழி வாழவேண்டிய மனிதன் தப்பமுடியாது!)

ஆற்றிலே அஞ்சு முதலைய டிஅரும்
புற்றிலே ரண்டு கரடியடி;
கூற்றனும் மூன்று குருடன டிபாசம்
கொண்டு பிடிக்கிறான் வாலைப்பெண்ணே! 58

*(**உரை:**) வாலைப்பெண்ணே! வாழ்வியலை உணர்ந்து வாழ வேண்டும். வாழ்க்கைப் பாதையிலே செல்லும்போது அழிவுதரும் (கொலை-களவு-பொய்-காமம்-கள் என்னும் கொடுமைகள்) முதலைகளைக் காணநேரும்; மேலும், மறைந்திருக்கும் புற்றிலிருந்து பிறப்பு-இறப்பு என்னும் கரடிகள் இரண்டு வந்து அச்சுறுத்தும். இவற்றிலிருந்து பிழைத்தாலும், இறுதி வரும்போது தப்பமுடியாமல், விதிவழியே கண்ணை மூடிக்கொண்டு குருடனைப் போல் வருகின்ற எமன்-காலன்-தூதன் என்னும் மூவரும் பாசக்கயிற்றால் உயிரைப் பிடித்துச் சென்று விடுவர்.*

இக்கருத்தோடு, பெருஞ்சித்தரான திருமூலர் சொன்ன நிலையாமைச் சிந்தனையை ஒப்பிடுக:-

"ஆற்றில் கிடந்த முதலைகண்டு அஞ்சிப்போய்
ஈற்றுக் கரடிக்கு எதிர்ப்பட்ட வாறே."

என்பது அவர் திருமந்திரம்.

(இட வல மூச்சுக் காற்றுக்கள் ஆறு சக்கரங்களில் அடங்கும்.)

முட்டை இடுகுது ஒருபற வைமுட்டை
மோசம் பண்ணுது ஒருபறவை;
வட்டமிட் டார்ஊர் கண்ணியில் இரண்டு
மானும் தவிக்குது வாலைப்பெண்ணே! 59

(உரை:) வாலைப்பெண்ணே! தவத்தில் மூச்சுப்பயிற்சி செய்யும்பொழுது, மூக்கின் இடப்பக்க நாடியென்னும் பறவை மூச்சுக்காற்றை உள்ளே இழுத்தலாகிய முட்டையை இடவும், அதை வலப்பக்கநாடி வழியே விடுவதால் வலப்பக்கப் பறவை அம்முட்டையை அழித்து விடுவதாகவும் அமைகின்றது; இதுதான் பிராணாயாமம். இந்தக் காற்று என்னும் இரண்டு மான்களும், உடம்பாகிய ஆறு ஆதாரச் சக்கரமுள்ள ஊரார் வீசிய வட்டமான வலையில் (கண்ணியில்) அகப்பட்டுத் தவிக்கின்றன என அறிய வேண்டும்.

(உடம்பாகிய தலைமேல் இரண்டு நிலா நிற்கின்றன.)

அட்டமா வின்வட்டம் பொட்டலி லேரண்டு
அம்புலி நிற்குது தேர்மேலே;
திட்டமாய் வந்து அடிக்குதில் லைதேகம்
செந்தணல் ஆனதே வாலைப்பெண்ணே! 60

(உரை:) வாலைப்பெண்ணே! தவம்செய்யும் ஒருவனின் தலையாகிய தேர்மேலே, அருகில் வட்டமான பேரொளிப் பொட்டலில் (கடவுட்காட்சியில்), அன்னையின் அருளாகிய முழுநிலவும் தவஞ்செய்வோனின் உயிராகிய நிலவும் என இரண்டும் தெரிகின்றன. என்றாலும், அன்னையின் அருள் நிலா அமுதம் சுரந்து, உயிருக்கு வாய்க்கவில்லை. இதனால் தவமிருக்கும் உடம்பு வெப்பத்தால் வெந்து போகின்றது. தவவெற்றி கிட்டவில்லை என அறிக.

(மூலாதாரச் சக்கரத்தில் அன்னை பராசத்தி அமர்ந்திருக்கிறாள்)

முக்கோண வட்டக் கிணற்றுக்குள் ளேமூல
மண்டல வாசிப் பழக்கத்திலே
அக்கோண வட்டச் சக்கரத் தில்வாலை
அமர்ந்தி ருக்கிறாள் வாலைப்பெண்ணே! 61

(உரை:) வாலைப்பெண்ணே! மூலாதாரக் கனல் மண்டலத்தில் மூச்சுத்தவப் பயிற்சியாலே தங்கும் குண்டலினி

ஆற்றல், தலைநெற்றி நடுவான முக்கோண வட்டமென்னும் கிணற்று வரை செல்லும். மூலமண்டலமான நாற்கோண மலர் வட்டச் சக்கரத்திலே அருட்சத்தியான வாலை வீற்றிருந்து அருள்புரிகின்றாளென அறிவாயாக.

(தவத்தால் தலைக்குமேல் ஒளிக்கோபுரம் காணலாம்.)

இரண்டு காலாலொரு கோபுர மாம்நெடு
நாளாய் இருந்தே அமிழ்ந்து போகும்;
கண்டபோ துகோபு ரமிருக் கும்வாலை
காணவும் எட்டாள் நிலைக்கவொட்டாள். 62

(உரை:) *வாலைப்பெண்ணே! இடநாடி-வலநாடி என்னும் இரண்டு காற்றின் காலால் எழுப்பிய ஒரு கோபுரமாகிய கடவுட் பேரொளியைத் தலைக்குமேலே ஏழாம் நிலையான (நிராதாரத்தில்) இடத்திலே காண முடியும். இந்தக் கோபுரம் தவமிருப்பவனின் வாழ்நாள் வரையிருந்து ஒளியின்பம்தந்து மறைந்து போய்விடும். தவவொழுக்கத்தால் நேரே கண்டபோதே கோபுரவொளி தெரியும்; இதில், ஒழுக்கம் தவறியவர் அருளன்னையான வாலையைக் காண முடியாது; நம்பிக்கை இழந்தவரைத் தவத்திலே நிலைத்திருக்க அருள் செய்ய மாட்டாள் என அறிக.*

(அருட்சத்தியே வாழ்வைக் கொடுத்துப் பறித்துக் கொள்கிறாள்.)

அஞ்சு பூதத்தை உண்டுபண் ணிக்கூட்டில்
ஆறா தாரத்தை உண்டுபண்ணிக்
கொஞ்ச பெண்ணாசை உண்டுபண் ணிவாலை
கூட்டுகிறாள் காலனை மாட்டுகிறாள். 63

(உரை:) *வாலைப்பெண்ணே! அருள்வடிவான பராசத்தியே ஐந்து இயற்கையான பூதங்களைப் படைத்து, அவற்றாலே இந்த மனிதனின் உடம்பில் மூலாதாரம் முதலான ஆறு ஆதாரச் சக்கரங்களையும் நிறுவினாள். பின்னர், இல்லற வாழ்வு நடத்தவே சிறிதளவு (கொஞ்சிக்களிக்கவும்) பெண்ணாசையையும் கொடுத்தாள்; இறுதியில் வாழ்வை முடிக்கவே காலத்தை வரையறை செய்யும் காலனான எமனையும் விடுத்தாள். எல்லாம் அன்னையின் அருளே என அறிக.*

(சிவமே அருட்சத்தியென உணர வேண்டும்.)

காலனைக் காலால் உதைத்தவ ளாம்வாலை
ஆலகா லவிடம் உண்டவளாம்
மாளாச் செகத்தைப் படைத்தவ ளாமிந்த
மானுடன் கோட்டை இடித்தவளாம். 64

(உரை:) *வாலைப்பெண்ணே! சிவமே வாலையான அருட்சத்தியாவாள்; எனவே, அவளே திருக்கடையூரில் எமனைக் காலால் உதைத்தழித்தாள், மார்க்கண்டேயனைக் காத்தற்காக; அவளே ஊழியில், பாற்கடலைக் கடைந்தபோது, தோன்றிய கொடியநஞ்சைத் தேவர்களைக் காக்கும் பொருட்டு உண்டாள். அவளே அழியாமலிருக்கும் அண்டகோள்களையும் உலகையும் படைத்தவள்; இந்த மனிதப்பிறவியென்னும் கோட்டையை அழித்தவளும் அவளேயாவாள் என அறிவாயாக.*

(மனிதனுக்குப் பராசத்தியே அனைத்து உறவுகளும்!)

மாதாவாய் வந்தே அமுதந்தந் தாள்மனை
யாட்டியாய் வந்து சுகங்கொடுத்தாள்
ஆதர வாகிய தங்கையா னாள்நமக்கு
ஆசைக் கொழுந்தியும் மாமியானாள். 65

(உரை:) *வாலைப்பெண்ணே! புரிந்து கொள்ளடி! வாலைவான அருட்சத்தியே மனிதப்பிறவிக்கு (ஒருவனுக்கு) ஒரு தாயாகத் தோன்றி மனைவியாக உறவாடி இன்பம் தந்தாள்; உதவி செய்யும் தங்கையாயும் அன்புள்ள கொழுந்தியாயும் மூத்த மாமியாயும் உறவாகிப் பெயர் சொல்ல வைத்தாள். ஆக எல்லாவுறவுகளும் பராசத்தியே என அறிவாயாக!*

(பராசத்தியே அழித்தல் தொழில்களைச் செய்கின்றாள்.)

சிரித்து மெல்லப் புரமெரித் தாள்வாலை
செங்காட்டுச் செட்டியைத் தானுதைத்தாள்;
ஒருத்தி யாகவே சூர்த்த மைவென்றாள்
ஒற்றையாய்க் கஞ்சனைக் கொன்றுவிட்டாள். 66

(உரை:) *வாலைப்பெண்ணே! அருட்சத்தியான பராசத்தியே மெல்லச் சிரித்த சிரிப்பாலேயே அரக்கர்களின் (தங்கம்-வெள்ளி-இரும்பு என்னும் கோட்டைகளை) மூன்று புரங்களையும் எரித்தாள்; செங்காடாகிய சுடுகாட்டுக்கு எல்லோரையும்*

விடுக்கின்ற வணிகனைப் போன்ற எமனைக் காலால் உதைத்தாள்; தனியொருத்தியாகவே நின்று (கொற்றவையாக) சூழ்ச்சிவல்ல அரக்கர்களை வெற்றி கண்டாள்; அவளே திருமாலாய்க் கண்ணனாய்த் தோன்றிக் கம்சனைக் கொன்றாள்.

(சத்தியின் தொழில்களைப் பழிப்பது போலப் புகழ்ந்தது.)

இப்படி யல்லோ இவள்தொழி லாமிந்த
ஈனா மலடி கொடுஞ்சூலி;
மைப்படும் கண்ணியர் கேளுங்கடி அந்த
வயது வாலை திரிசூலி! 67

(உரை:) மைதீட்டிய கண்களையுடைய பெண்களே! பராசத்தியின் தொழில்கள் இப்படிப்பட்டவையே என்பதைக் கேட்டறியுங்கள். இவளோ ஒரு குழந்தையும் பெறாத மலடியாவாள்; கொடுமை செய்யும் படையைக் கையிலே கொண்டவள்; அந்தப் பருவ மங்கையான வடிவுடைய அன்னையவள் அச்சம் தரும்படி திருக்கையிலே முத்தலைச் சூலத்தை வைத்திருக்கிறாள்.

> இப்பாடல் வஞ்சப்புகழ்ச்சி அணியில் அமைந்துள்ளது.

(சத்தி பெரிதா? சிவம் பெரிதா?)

கத்தி பெரியதோ உறைபெரி தோஇவள்
கண்ணு பெரிதோ முகம்பெரிதோ?
சத்தி பெரிதோ சிவம்பெரி தோநீதான்
சற்றே சொல்லடி வாலைப்பெண்ணே! 68

(உரை:) வாலைப்பெண்ணே! என் வினாவுக்கு விடை சொல்லடி! கத்தியாகிய கருவிக்கு மதிப்பா? அதை மூடிவைத்திருக்கும் உறைக்கு மதிப்பா? அருளன்னையின் கண் பயன் தருமா? அவளது முகம் பயன்தருமா? இவைபோல அருட்சத்தியானவள் பெருமைக்கு உரியவளா? சிவமே பெருமைக்கு உரியவனா? பெண்ணே! இதற்குச் சிந்தித்து நீ விடை சொல்லடி.

இதற்கு விடை, கத்தியும் கண்ணும் போல் பயன்தருகின்ற (நேரிடையாக) அருட்சத்தியே பெருமைக்குரியவளாவாள்!

(பொன்னைப்போல் சத்தியும் பெருமைக்குரியவள்!)

அன்னம் பெரிதல்லால் தண்ணீர் பெரிதல்ல;
அப்படி வாலை பெரிதானால்
பொன்னு பெரிதல்லால் வெள்ளி பெரிதல்ல;
பொய்யாது சொல்கிறேன் கேளுங்கடி! 69

(உரை:) *வாலைப் பெண்களே! தெரிந்து கொள்ளுங்கள்: குளத்துநீருக்கு, அன்னப் பறவையே அழகு தருவதால் நீரைவிட அன்னமே பெரிதாய் மதிக்கப்படுகின்றது; அதே இயற்கையில் தான் அருட்சத்தியான வாலை உயிர்களனைத்துக்கும் படியளப் பதால்-பயன் தருவதால் அவளே பெருமைக்குரியவளாய்ப் போற்றப்படுகின்றாள். உலகியல் பார்வையில் பொன்னே மதிப்புயர்ந்தது; வெள்ளியோ மதிப்பில் குறைந்ததே. இந்த உண்மையை நான் பொய்க்காமல் சொல்கின்றேன்; கேட்டுணர்வீராக!*

> *சிவத்திலிருந்தே சத்தி தோன்றியது என்பதே உண்மையியலின் கருத்து. எனினும், சத்தியே அருள்கொடுக்கும் பொறுப்பைப் பெற்றிருப்பதால் அவளே பெரிதாய்ப் போற்றப்படுகிறாள் என்று தெரிய வேண்டும்.*

(தசையும் எலும்பும் போலவே சிவமும் சத்தியும்.)

மாமிசம் ஆனால் எலும்புமுண் டுசதை
வாங்கி ஓடுக ழன்றுவிடும்
ஆமிசம் இப்படிச் சத்தியென் றேவிளை
யாடிக் கும்மி அடியுங்கடி. 70

(உரை:) *வாலைப் பெண்களே! மாமிசம் என்றாலே அதனோடு ஒட்டிய எலும்பும் உடம்பிலுண்டு என்று அறிவோம்; சதையை எடுத்துவிட்டால் எலும்பாகிய ஓடு தனியாகிவிடும். இப் படியேதான் இங்கே பேசப்படும் அருட்சத்தியின் கொள்கையும் (இசம்) அமையுமென்று (சிவமும் சத்தியும் பிரிக்க முடியாத ஒன்று என்று) சொல்லியே விளையாடிக் கும்மியடியுங்கள் அம்மா!*

(உமி இல்லாமல் அரிசி மட்டும் முளைக்காது! சிவமில்லையேல் சத்தி தெரியாது.)

பண்டு முளைப்பது அரிசியே ஆனாலும்
விண்டுமி போனால் விளையாதென்று

கண்டுகொண் டுமுன்னே'அவ்வை'சொன் னாளது
உண்டோ? இல்லையோ? வாலைப்பெண்ணே! 71

(உரை:) *வாலைப்பெண்ணே! சிவமில்லையேல் சத்தி யில்லை. இதை உணர்வாய். மரபு வழியே, ஒரு நெல்லின் உள்ளீடான அரிசியே முளைத்துப் பயிராகும்; மேலே மூடியிருக்கும் உமியானது விரிந்து போய்விட்டால் அரிசி முளைப்பதுமில்லை; பயன் தருவதுமில்லை. இந்த அறிவியலுண் மையை அன்றே அவ்வைப்பிராட்டியார் உணர்ந்து சொன்னார். இதைப் போன்றே இயற்கையில் காக்கும் சிவக்கடவுளில்லையேல் அருளான சத்தி இல்லையென்றே உணரமுடியும் என்பதை ஓர்க,*

(உலகப் படைப்பிலே பெண்ணில்லாமல் ஆணில்லை.)

மண்ணுமில் லாமலே விண்ணுமில் லைகொஞ்சம்
வாசமில் லாமலே பூவுமில்லை
பெண்ணுமில் லாமலே ஆணுமில் லைஇது
பேணிப் பாரடி வாலைப்பெண்ணே! 72

(உரை:) *வாலைப்பெண்ணே! இயற்கைப் படைப்பை உற்று நோக்குக! மண்ணுலகம் இல்லாமல் விண்ணுலகமில்லை; இரண்டுக்கும் வாழ்வியல் உறவு உண்டு. எந்த ஒரு மலருக்கும் கொஞ்சமாவது மணம் இருக்கும்; மணத்தைப் பிரிக்க முடியாது. இது போன்றே உயிர்களின் படைப்பிலே பெண்பிறவி இல்லாமல் ஆண் பிறக்க முடியாது. இந்த அடிப்படையில்தான் அருட் சத்தியின் சிறப்பு போற்றப்படுகின்றது.*

(அருட்சத்தியை வழிபட, முற்பிறவியில் வழிபட்ட தொடர்பு வந்து துணை செய்யும்.)

நந்த வனத்திலே சோதியுண் டுநிலம்
நித்திய பேருக்கு நெல்லுமுண்டு;
விந்தையாய் வாலையைப் பூசிக்க முன்னாளில்
விட்ட குறைவேணும் வாலைப்பெண்ணே! 73

(உரை:) *வாலைப்பெண்ணே! பூந்தோட்டத்திலே காணும் பூக்களை உயர்ந்த சிந்தையில் பார்க்கின்ற அன்பருக்கு அப்பூக் களில் கடவுளொளி தெரியும்; நிலத்திலே தங்கிப் பாடுபடுகின்ற உழவர்களுக்கு நெல்விளைச்சல் உண்டு. அதுபோலவே அன்போடும் ஆர்வத்தோடும் அருட்சத்தியை வழிபாடு*

செய்தற்கு, முற்பிறவியில் இந்த வழிபாட்டு ஆர்வம் கொண் டிருந்தால் அதன் தொடர்ச்சியாக இப்போது வாய்க்கும் என அறிவாயாக.

(வழிபாட்டுக்குத் தக்கபடி அருள் கிடைக்கும்.)

வாலையைப் பூசிக்கச் சித்தரா னார்வாலைக்கு
ஒத்தாசை யாய்ச்சிவ கர்த்தரானார்!
வேலையைப் பார்த்தல்லோ கூலிவைத் தாரிந்த
விதம்தெ ரியுமோ வாலைப்பெண்ணே! 74

(உரை:) வாலைப்பெண்ணே! கடவுளே, அருட்சத்தியை வழிபாடு செய்தற்காகவே அறிவுவடிவான சித்தர்கோலம் காட்டினார்; சிவனே அருட்சத்திக்கு உதவி செய்தற்காகத் தலைவரானார். இந்த முறையிலேதான் உலகிலே தொழில் செய்து பாடுபடுவோர்க்கெல்லாம் அவரவர் செய்யும் வேலைக்கேற்பவே கூலியையும் வரையறை செய்தார். இந்த நெறிமுறை தெரியுமா? பெண்ணே!

(வாலைக்கும்மிப் பாட்டுக்குமேல் சிறந்த ஒரு பாட்டு இல்லை)

வாலைக்கு மேலான தெய்வமில் லைமானம்
காப்பது சேலைக்கு மேலுமில்லை
பாலுக்கு மேலான பாக்கியமில் லைவாலைக்
கும்மிக்கு மேலான பாடலில்லை. 75

(உரை:) பெண்களே! தெரிந்து கொள்ளுங்கள். உலகை யெல்லாம் படைத்து - அளித்து - அழித்துவரும் அருளம்மையான வாலைக்குமேலே மற்றொரு தெய்வத்தைக் காணமுடியாது. மக்களின் மானத்தைக் காப்பதிலே ஆடைகளுக்குமேல் வேறொரு கவசம் இல்லை. உலகில் எல்லாவுயிர்களுக்கும், பிறந்த அடிப்படையில் உணவாகும் பாலமுதைவிட மேலான இன்பப் பேறு வேறு இல்லை. இந்த உயர்வுகளுக்கு ஏற்பவே இந்த வாலைக் கும்மிப் பாடலுக்கு மேலான பாடல் இல்லை என்று போற்றுவாயாக!

(அகஒளியை அகக்கண்ணால் கண்டால் நெற்றிவாசல் திறக்கும்.)

நாட்டத்தைக் கண்டால் அறியலா குமந்த
நாலாறு வாசல் கடக்கலாகும்;

பூட்டைக் கதவைத் திறக்கலா கும்இது
பொய்யல்ல மெய்யடி வாலைப்பெண்ணே! 76

(**உரை:**) *வாலைப்பெண்ணே! அகவொளியான கடவுளை, அகக்கண்ணால் காணும் திறத்தைப் பெற்றுக் கொண்டால் காணமுடியும். திறத்தைப் பெறும் தகுதியாக ஐந்து அறிவுப்பொறி-புலன்களையும் மனம்-அறிவு-எண்ணம்-செருக்கு-ஆன்மா ஆகிய உள்ளூறுப்புக்களையும் அடக்கி வெல்ல வேண்டும். இந்த உயரிய நிலையடையும்போது, அறிவுமன்றின் (சிற்சபை) வாயிலான புருவநடுவின் கதவு திறக்கும்; இங்கே கடவுட்பேரொளியைக் காண முடியும்! இது பொய்யன்று; தவத்தின் மெய்நிலையாகும் என அறிக.*

*நாலாறு வாசல் = **4X6=24**. இவை தத்துவம் **36**-இல் ஆன்ம தத்துவம் எனப்படும்.*

(ஆணும் பெண்ணும் கலப்பதால்தான் வேற்றமையற்ற பொதுநிலையில், ஒரு கரு உருவாகிறது.)

ஆணும்பெண் ணும்கூடி யானதனால் பிள்ளை
ஆச்சுதென் றேநீரும் பேசுகின்றீர்;
ஆணும்பெண் ணுங்கூடி யானதல் லோபேதம்
அற்றொரு வித்தாச்சு வாலைப்பெண்ணே! 77

(**உரை:**) *வாலைப்பெண்ணே! ஓர் ஆணும் ஒரு பெண்ணும் மணமாகிக் கலந்துகூடியதால்தான் ஒரு பிள்ளை பிறக்கின்றது என்ற செய்தியை நீங்களும் அறிந்தே பேசுகிறீர்கள். அப்படி இருபாலும் கலந்துகூடி ஆனதுதானே ஒரு கருவாகிய வித்து! இந்த வித்து வேற்றுமையற்ற பொதுவான இயல்பாகுமன்றோ! இதில் சாதி முதலான வேற்றுமைகள் இல்லையே; இதை அறநோக்கிலே உணர்வாய் பெண்ணே!*

(வாழ்க்கையென்பது எழுதியபடியே நடக்கின்றது.)

இன்றைக்கு இருப்பதும் பொய்யல்ல வேவீடே
என்வாழ்க்கை யென்பதும் பொய்யல்லவே;
அன்றைக்கு எழுத்தின் படிமுடி யும்வாலை
ஆத்தாளைப் போற்றடி வாலைப்பெண்ணே! 78

(**உரை:**) *வாலைப்பெண்ணே! நான் குடியிருக்கும் வீடு இன்றைக்கு இருப்பதும் பொய்யன்று; உண்மை! வாழ்ந்து*

கொண்டிருக்கும் என் வாழ்க்கையென்பதும் உண்மையே. ஆனாலும், நாளை நடப்பது தெரியாது. எல்லாம் அன்றைக்குப் படைத்தவன் எழுதி வைத்த ஓலை எழுத்தின்படியே நடந்து முடியும். ஆகவே, இனிதே வாழவேண்டி, அருட்சத்தியான வாலை ஆத்தாளைப் போற்றிக் கும்மியடியுங்கடி!

(அன்னையைக் கண்டுகொண்டால் வானுலகையும் ஆள முடியும்.)

வீணாசை கொண்டு திரியா தேஇது
மெய்யல்ல பொய்வாழ்வு வாய்க்கூடு
காணாத வாலையைக் கண்டுகொண் டாற்காட்சி
காணலாம் ஆகாயம் ஆளலாமே. 79

(உரை:) *வாலைப்பெண்ணே! இந்த வாழ்வு மெய்யன்று; பொய்யேயாகும். இந்த உடம்பும் பொய்க்கூடே; அழிந்துவிடும். ஆதலால், நீ எப்பொருளிலும் வீணாக ஆசை கொண்டு அலைந்து திரியாமல் இரு! நீ இதுவரைக் காணாத வாலையான அருளன்னையைக் கண்டு கொண்டால் (தவத்திலே) அருட்காட்சி காணலாம்; விண்ணுலகையும் ஆளலாம். இதைப்புரிந்து கொள்க.*

(உறவுகள் யாவும் பொய்யாய்ப் போய்விடும்!)

பெண்டாட்டி யாவதும் பொய்யல்ல வோபெற்ற
பிள்ளைகள் ஆவதும் பொய்யல்லவோ!
கொண்டாட்ட மான தகப்பன்பொய் யேமுலை
கொடுத்த தாயும் நிசமாமோ? 80

(உரை:) *வாலைப்பெண்ணே! ஒருவனுக்கு ஒருத்தியாய்ப் பெண்டாட்டியாய் வாழ்ந்தாலும் அவள் ஒருநாள் செத்துப் போகிறாள்; அவள் பெற்ற குழந்தைகளும், அப்படியே ஒவ்வொருவராய்ப் பொய்த்தே போய் விடுகின்றனர். அவர்களோடு கூடிக் குலாவிக் கொண்டாடிய தந்தையும் போய்விடுகின்றான். முலைப்பால் ஊட்டிய அன்புத்தாயும் இல்லாமல் ஐயோ வென்று அழுமாறு போய்விடுகிறாளே. இதுதானே பொய் வாழ்க்கை என்பது!*

(தாயும் மனைவியும் அறநெறியில் ஒருவரே;
செயலில் தான் சற்று வேறுபாடு.)

தாயும்பெண் டாட்டியும் தான்சரி யேதன்யம்
தாமே இருவரும் தாம்கொடுத்தார்;

காயும் பழமும் சரியா மோஉன்தன்
கருத்தைப் பார்த்துக்கொள் வாலைப்பெண்ணே! 81

(உரை:) வாலைப்பெண்ணே! இல்லறம் நடத்தும் நெறிமுறையில் பெற்றதாயும் வந்த மனைவியும் சரிநிகரான மதிப்புடையவரேயாவர். எனினும், காயும் கனியும் நிகராகாது; காய்தான் கனியாகிறது என்றாலும் காட்சியில் வேறுபாடு உண்டு; மனைவியும் நாளையே பிள்ளைகளுக்குத் தாயாகி விடுகிறாளே. இருவரும் பெண்ணாக இருந்தாலும் கடமைச் செயல்களிலே வேறுபடுவர். எனவே, உரியமுறையில் எண்ணியே இருவருக்கும் மதிப்பளிக்க வேண்டும்.

(உயிரோடு செல்வது அறப்பயன் ஒன்றே!)

பெண்டாட்டி மந்தைமட் டும்வரு வாள்பெற்ற
பிள்ளை மசானக் கரையின் மட்டும்;
தெண்டாட்டுத் தர்மம் நடுவி லேவந்து
சேர்ந்து பரகதி தான்கொடுக்கும். 82

(உரை:) வாலைப்பெண்ணே! புரிந்துகொள்! குடும்பத் தலைவன் இறந்தநாளில், உடலை எடுக்கும் நிலையில் அழுகின்ற மனைவியோ, வீட்டின் முன்வாசல் (மாடுகட்டியிருக்குமிடம்) வரையே உடன்வருவாள்; உரிய பிள்ளைகளோ சுடுகாட்டு எல்லைவரை மட்டும் வருவர்; அதற்குமேல் மனிதர்கள் வரவியலாது. ஆனால், இறந்தவன் வாழ்நாளில் தெளிவாய்ப் போற்றிச் செய்த அறக் கொடைகளே உடன்வந்து (உயிரோடு சென்று) மேலுலகில் வீடுபேற்றையளிக்கும்.

(வரும் செல்வத்தை அறப்பணிகளுக்குச் செலவிட வேண்டும்.)

பாக்கிய மும்மகள் போக்கிய மும்ராச
போக்கிய மும்வந்த தானாக்கால்
சீக்கிரம் தருமம் செய்யவேண் டும் கொஞ்சத்
திருப்பணி கள்மு டிக்கவேண்டும். 83

(உரை:) வாலைப்பெண்ணே! ஈட்டிவைத்த செல்வத்துடன் மகளுக்கு (மகட்கொடையாக-மாப்பிள்ளை வீட்டார் கொடுக்கும் செல்வம்)க் கொடையாக வந்த செல்வத்தையும், அரசுத் துறையிலே வேலையின் பொருட்டு வந்த செல்வத்தையும் தங்களுக்காக மட்டும் சேர்த்து வைக்காமல்-காலம் கடத்தாமல்

விரைவாகவே அறச்செயல்களுக்கும் கோயில் முதலியவற்றின் திருப்பணிகளுக்கும் செலவிட வேண்டும்; இதுவே வாழ்வின் இன்பம்!

(திருப்பணிகளை முடித்துப் புகழ்பெற்றவர் சாகாதவரே!)

திருப்ப ணிகளை முடித்தோ ரும்செத்தும்
சாகாத பேரில் ஒருவரென்றும்
அருட்பொ லிந்திடும் வேதத்தி லேஅவை
அறிந்து சொன்னாளே வாலைப்பெண்ணே! 84

(உரை:) *வாலைப்பெண்ணே! பொதுமக்கள் வழிபாட்டுக்காகக் கட்டப்படும் கோயில் திருப்பணிகளைச் செய்து முடித்து இறையருள் பெற்றவர்கள் செத்தாலும், அவர் சாகாத பேரிலே ஒருவரென்று புகழ்ந்து போற்றப்படுவரென்று, அருள் நிறைந்த மறை நூலில் சொல்லப்பட்டுள்ளதாக அருளன்னையே சொன்னதாக நீங்கள் அறிந்து கொள்ளுங்கள்.*

(நாம் எங்கே எப்படி இருந்தாலும்
எமன் வந்து கொண்டுபோய் விடுவான்.)

மெத்தை தனிலே படுத்திருந் துநாமும்
மெல்லிய ரோடுசி ரிக்கும்போது
யுத்தகா லன்வந்து தான்பிடித் தால்நாமும்
செத்த சவமடி வாலைப்பெண்ணே! 85

(உரை:) *வாலைப்பெண்ணே! நாம் பஞ்சுமெத்தையில் இன்பமாக மெல்லிய பெண்ணுடன் படுத்திருந்தாலும் சிரித்துக் களித்திருந்தாலும் அப்போதே போரிடும் இயல்புள்ள காலன்வந்து பிடித்துக் கொண்டால் நாம் செத்த பிணமாகி விடுவோமே! இதையும் பெண்ணே நீ அறிவாயடி!*

(ஏழை முதலியோர்க்கு உணவு கொடுக்க வேண்டும்.)

ஏழை பனாதிகள் இல்லையென் றாலவர்க்கு
இருந்தால் அன்னம் கொடுக்கவேண்டும்
நாளையென் றுசொல்லல் ஆகா தேஎன்று
நான்மறை வேதம் முழங்குதடி. 86

(உரை:) *வாலைப்பெண்ணே! வறுமையுள்ளவர், ஊமை, செவிடு, முடவர் முதலிய பல்வகை (பானதிகள்)யினர் இல்லையென்று பசித்து வந்தால், அவர்களுக்கு மனமிரங்கி*

(உணவிருந்தால்) சோறு கொடுக்க வேண்டும்; 'இன்றில்லை நாளை வா' என்று சொல்லுதல் கூடாதென்று நான்மறை நூல்கள் வலியுறுத்துவதை உணர்ந்து அறம் செய்ய வேண்டுமடி, அம்மா!

(யார்க்கும் வஞ்சனை செய்து கெடுக்கக்கூடாது.)

பஞ்சை பனாதி அடியா தேஅந்தப்
பாவம் தொலைய முடியாதே;
தஞ்சம் என் றோரைக் கெடுக்கா தேயார்க்கும்
வஞ்சனை செய்ய நினையாதே. 87

(**உரை:**) வாலைப்பெண்களே! ஏழைபாழைகளைக் கண்டு இரங்க வேண்டுமே தவிர அவர்களை அடித்துத் துன்புறுத்தக் கூடாது; துன்புறுத்தினால் அந்தத் தீவினையானது ஒழியாமல் திரும்பி வந்து மனத்தைக் குத்தும். உன்னிடம் அடைக்கலமென்று வந்தவரைக் கெடுக்காமல் நன்மையே செய்க! எத்தகையவருக்கும் கரவுநெஞ்சால் தீமைசெய்ய நினைத்தலும் தீவினையே என்று கருதி அதை ஒழித்துத் தூய்மையாகவே இரு!

(இல்லறத்தை அடக்கமாய் நடத்துக!)

கண்டதும் கேட்டதும் சொல்லாதே கண்ணில்
காணாத உத்தரம் விள்ளாதே;
பெண்டாட்டிக்கு உற்றது சொல்லாதே பெற்ற
பிள்ளைக்கு இளப்பம் கொடுக்காதே. 88

(**உரை:**) வாலைப்பெண்ணே! தந்தை எப்படியெல்லாம் நடந்துகொள்ள வேண்டும்? தெரியுமா? தீமைதரும் காட்சிகளைக் கண்டாலும் தீய செய்திகளைக் கேள்விப்பட்டாலும் அவற்றைப் பிறரிடம் சொல்லாமல் இரு! கண்ணிலே நேராகக் காணாத காட்சிக் கருத்துக்களை (பிறரிடமிருந்து வாங்கி) எவரிடமும் விரிவாய்ச் சொல்லாதே; மனைவிக்கு ஏற்பட்ட துன்பத்தைப் பிறரிடம் எடுத்துரைக்கக் கூடாது; தான் பெற்ற பிள்ளைகளுக்குச் செல்லங்கொடுத்துத் தவறுகளைக் கண்டிக்காமல் விட்டுவிட்டால், அவர்கள் திருந்தாமல் கெட்டுப் போவார்கள் என்பதையும் உணர வேண்டும்.

(நல்லவர் மனத்தை நோகச் செய்யாதே!)

சிவன்தன் அடியாரை வேதிய ரைச்சில
சீர்புல ஞானப் பெரியோரை

மவுன மாகவும் வையா தேஅவர்
மனத்தை நோகவும் செய்யாதே. 89

*(**உரை:**) வாலைப்பெண்ணே! முழுமுதற் கடவுளான சிவனுக்கு அடிமைப்பட்ட அன்பர்களையும், மறை ஓதுகின்ற பார்ப்பனர்களையும், சீரும் சிறப்பும் மிக்க அறிவுப்புலமுடைய பேரறிஞர்களையும் வாய்க்குள்ளும் இகழ்ந்து பேசக்கூடாது; வெளியிலும் வாய்விட்டு வைதல் கூடாது; எந்த நிலையிலும் அவரது மனத்தை வருந்தி நோகும்படி செய்யக்கூடாது. இதுவே பண்பாடெனக் கருதுக.*

(கற்புடைய மகளிர்மேல் ஆசை கொள்ளக்கூடாது.)

வழக்க ழிவுகள் சொல்லா தேகற்பு
மங்கையர் மேல்மனம் வையாதே
பழக்க வாசியைப் பார்த்துக்கொண் டுவாலை
பாதத்தைப் போற்றடி வாலைப்பெண்ணே! 90

*(**உரை:**) வாலைப்பெண்ணே! பயனற்ற பேச்சுக்களையும் வல்லடியான வழக்குடைய பேச்சுக்களையும் பேசிக் காலத்தைப் போக்காமல் இரு! வணங்கத்தக்க கற்புடைய பெண்களின்மேல் ஆசை வைக்காமல் வணங்குக! பழக்கமான மூச்சுப் பயிற்சித் தவத்தைத் தவறாமல் செய்து கொண்டு, அருளன்னையான வாலையின் திருவடிகளைப் போற்றி வணங்கி வாழ்க!*

(தீமைகளை ஒழிப்பதே அறிவுடைமை!)

கூடிய பொய்களைச் சொல்லாதே பொல்லாக்
கொலைக ளவுகள் செய்யாதே
ஆடிய பாம்பை அடியா தேஇது
அறிவு தானடி வாலைப்பெண்ணே! 91

*(**உரை:**) வாலைப்பெண்ணே! மனத்திலே இருளாகச் சூழ்கின்ற பொய்களை யாரிடமும் சொல்லக் கூடாது; துன்பந்தரும் கொடுமையான ஆருயிர்க் கொலைகளையும் களவு-கொள்ளைகளையும் செய்யக்கூடாது. படமெடுத்து ஆடும் பாம்பை அடித்து உன்னைக் கடிக்க வழி செய்யாதே. இப்படி நல்லொழுக்கத்துடன் வாழ்வதுதான் சிறந்த அறிவாகும், பெண்ணே!*

**(ஒருநாள் சாகப்போகும் மனிதன்
ஏன் பிறருக்குத் துன்பம் தரவேண்டும்?)**

காரியன் ஆகினும் வீரியம் பேசவும்
காணாது என்றவ்வை சொன்னாளே;
பாரினில் வம்புகள் செய்யா தேபுளிப்
பழம்போல் உதிர்ந்து விழுந்தானே. 92

*(**உரை:**) வாலைப்பெண்ணே! தமிழன்னை ஔவையார் சொன்ன அமுதவுரையைக் கேளடி!*

"செயல்திறமையுள்ள ஒருவனாயினும் செயலை முடிப்ப திலேதான் கண்ணும் கருத்துமாயிருக்க வேண்டும்; வீண் வாய்த் திறனான பேச்சு பயன் தாராது" -இப்படிச் சொன்ன அவ்வையாரின் அறிவுரையைப் போற்ற வேண்டும். எனவே, உலகில் பிறந்த மனிதர்கள் புளியம்பழம் உதிர்வது போலச் செத்து விடுகிறார்களே, அந்தோ! சாகும் முன்னே மனிதன் வம்புகள் பேசி வீணாக்காமல் நல்லவனாக வாழ வேண்டுமே!

(கொடியவரோடு பழகக் கூடாது.)

காசார் கள்பகை செய்யா தேநடுக்
காட்டுப் புலிமுன்னே நில்லாதே
தேசாந்த ரங்களும் செல்லா தேமாய்கைத்
தேவடி யாள்தனம் பண்ணாதே. 93

*(**உரை:**) வாலைப்பெண்ணே! வாழ்வைக் காத்துக் கொள்ள வேண்டும். காட்டில் வாழும் கொடிய புலிக்கு முன்னே எப்படி ஒருவன் சென்று மாட்டிக் கொள்ளக் கூடாதோ அதுபோன்றே குற்றம் (காசு) நிறைந்தவரிடம் சென்று பழகியும் பகைத்தும் கெட்டுப் போய்விடக் கூடாது. வேடிக்கை பார்க்கிற நிலையில் பல நாடுகளுக்கும் நகரங்களுக்கும் சென்று அலைந்து வருதலும் வேண்டாம்; ஆடி மயக்கும் தேவடியாளின் ஒழுக்கமற்ற தன்மையும் ஒருவருக்கு இருக்கக் கூடாது என்பதையும் அறிக.*

(வாழ்வியல் நுட்பம் மனிதனிடமே உள்ளதே!)

தன்வீடு இருக்க அசல்வீடு போகாதே;
தாயார் தகப்பனை வையாதே;
உன்வீட்டுக் குள்ளேயே யூகம் இருக்கையில்
ஓடித் திரிகிறாய் வாலைப்பெண்ணே! 94

*(**உரை:**) வாலைப்பெண்ணே! அறநெறியை அறிக! தனது வீட்டிலே அழகான உரிய மனைவியிருக்கும் இயல்பிலே அதையுணராமல், வேலி தாண்டியநிலையில் அயல்வீட்டுப் பெண்ணை நினைந்து அங்கே செல்லாதே. குடும்பத்திலே தாயார் தந்தையாரைச் சினங்கொண்டு கொடிய சொற்களால் சுடாமல் இரு! மேலும், உன் வீட்டுப் பண்பாட்டுச் சூழ்நிலையும், உன் உடம்பாகிய வீட்டில் வாழ்வியல் நுட்பமாகிய அறிவும் இருக்கும்போது, வெளியே ஓடித்திரிந்து எதனைக் கற்றுக் கொள்ளப் போகிறாய்?*

(தெய்வம் ஒன்றே வேற்றுமை இல்லை.)

சாதி பேதங்கள் சொல்லுகி றீர்தெய்வம்
தான்என்று ஒருவுடல் பேதமுண்டோ?
ஓதிய பாலதில் ஒன்றாகி அதிலே
உற்பத்தி நெய்தயிர் மோராச்சு! 95

*(**உரை:**) வாலைப்பெண்ணே! மக்கள் குலத்தைப் பிரித்து வேறுபடுத்திச் 'சாதி' என்னும் பெயரிலே பல சொல்லுகின்றீர். தெய்வமோ ஒன்றுதான்; ஓர் உருவந்தான். இதிலே வேறுபாடு இல்லையே! இதைப் போல்தானே மக்கள் ஒரேகுலம்! இதை உணர வேண்டும். பாலென்று போற்றப்படும் ஒன்றுதான் தயிராகியும் மோராகியும் நெய்யாகியும் பயன் தருகின்றது; இந்த உண்மையிலே பார்த்தால் மக்கள் பல பழக்க வழக்கங்களிலும் வேறுபாடு காட்டினாலும் ஒரே குலமே ஒரே பிறவியே என்று கொள்ள வேண்டும். கடவுளைப் பல கற்பனை உருவங்களில் படைத்திருந்தாலும் ஒரே கடவுள்தான் என்று போற்ற வேண்டும்.*

**(பாலுணவை ஆராயாமல் உண்ணும் பூனைபோல்
கடவுளை ஆராயாமலே வழிபட வேண்டும்.)**

பாலோடு உண்டிடு பூனையும் உண்டது
மேலாகக் காணவும் காண்பதில்லை;
மேலந்த ஆசையைத் தள்ளிவிட்டு உள்ளத்தில்
வேண்டிப் பூசையைச் செய்திடுங்கள். 96

*(**உரை:**) வாலைப்பெண்ணே! கடவுள் வழிபாட்டுக்கு அன்பே வேண்டும்; ஆராய்ச்சி வேண்டாம்! பால்கலந்த உணவை உண்ணும் பழக்கமுடைய பூனை, பாலின் நிறத்தையும்*

மணத்தையும் கண்டவுடனே அதை உண்ணும்; உள்ளே ஆராய்ந்து பார்க்காது. அதுபோலவே அன்பர்கள் கடவுளை வணங்க வேண்டுமென்ற பொதுவுணர்வு கொண்டு, பல தெய்வ வேறுபாட்டு ஆசைகளைப் புறந்தள்ளிவிட்டு, ஒரே கடவுள் நினைவிலே வழிபாட்டைச் செய்து அருள்பெற வேண்டும்; குழப்பம் வேண்டாம்!

(ஓங்காரமான மந்திரம் வாய் வெளியே பேசாது என்பதால் அது ஊமை மந்திரமாகும்.)

கோழிக்கு அறுகாலுண்டு என்றுசொன் னேன்கிழக்
கூனிக்கு மூன்றுகால் என்றுசொன்னேன்
கூனிக்கு இரண்டெழுத்து என்றுசொன் னேன்முழுப்
பானைக்கு வாயில்லை என்றுசொன்னேன். 97

(உரை:) வாலைப்பெண்ணே! புரிந்து கொள்க. காற்றுவழி ஓசையால் நாதமெனப்படும் ஓங்கார ஒலி, உடல் முழுதும் ஆறு சக்கரங்களிலும் பரவிச் செல்கின்றது; இதனால் இந்த நாத மென்னும் கோழிக்கு ஆறுகால் உண்டு என்றேன்; மூலக்கனலால் மூத்து வளைந்த கூனியான குண்டலினி சத்திக்கு (இடக்கலை நாடி, வலக்கலை நாடி, சுழுமுனை நாடியென்னும்) மூன்று கால் உண்டு என்று சொன்னேன்; அந்தக் கூனி உள்ளே எடுத்துச் செல்லும் நாதமாகிய (ஒளிக்காற்று) ஓங்காரத்துக்கு (ஓம் என்னும்) இரண்டு ஒலி எழுத்து என்று சொன்னேன்; ஆக, ஓங்கார மென்னும் குடிலைக்கு (முழுப்பானைக்கு) வாயில்லை; அது வாயைவிட்டு வெளியே ஒலிக்காமல் உள்ளேயே மெல்ல முணுமுணுப்பதால் (ஊமை எழுத்து) வாயில்லை என்று சொன்னேன். இதை நன்கு புரிக.

> வாய்க்குள்ளேயே ஓங்காரத்தை ஒலிக்க வேண்டும் என்னும் திருமூலர், "மறிப்பது மந்திரம்" என்று இலக்கணம் போலவே சொன்னார். ஆனால், இக்காலத்தில் 'ஓம்' மந்திரத்தை வெளியே கத்தி ஒலிக்கும்படி, ஒலிபெருக்கி வைத்து ஓதுகின்றனர். மந்திரம் ஓதும் மரபை மறந்ததால் அதன் பயனும் கிட்டாமல் போய் விட்டது.

(ஓங்காரத்திலிருந்து பிரிந்து தோன்றிய உயிருக்கு வேறு காலில்லை.)

ஆட்டுக்கு இரண்டுகால் என்றுசொன் னேன்நம்
மானைக்குப் பானைக்கு நிற்குமேல்சூல்
மாட்டுக்குக் காலில்லை என்றுசொன் னேன்கதை
வகையைச் சொல்லடி வாலைப்பெண்ணே! 98

(உரை:) *வாலைப்பெண்ணே! சிவக்கடவுள் அறிவு வெளியிலே ஐம்பெருங்கூத்து ஆடிய ஆடலுக்கு இரண்டு கால்தான் உண்டு; நம் பெருமான் ஆடியபோது கையில் ஒலித்த துடியின் ஓசையே ஓங்கார நாதமென்னும் குடிலை (பானை)யாகும்; இந்த ஓங்காரக் குடிலையிலிருந்து (சூல் கொண்டு) தோன்றியதே ஆவாகிய (மாடு) ஆன்மவுயிர் ஆகும்; இந்த உயிருக்கு ஒரு காலும் இல்லை. இந்த உயிரின் வரலாற்றை எல்லோருக்கும் சொல்லடி, பெண்ணே!*

(தவ வலிமையால் எமனையும் வெல்லலாம்.)

கோயிலும் மாடும் பறித்தவ னும்கன்றிக்
கூற்று மேகற்று இருந்தவனும்
வாயில்லாக் குதிரை கண்டவ னும்மாட்டு
வகைதெரியுமோ வாலைப்பெண்ணே! 99

(உரை:) *வாலைப்பெண்ணே! தவமிருந்து எட்டுவகையான தவப்படிகளின் வலிமையில் வெற்றி கண்ட தவத்தோன் எச்செயலிலும் வெற்றி காண்பான். கோயிலாகிய மனித உடலையும் அதில் வாழும் ஆ (மாடு)வாகிய உயிரையும் தனியாகப் பிரித்துச் சித்து ஆடல் புரிவான்; சினந்து உயிரைப் பிடிக்கவரும் கூற்றுவனை வென்று அவனுக்குப் பாடம் புகட்டுவான்; மூச்சுக்காற்றாகிய வாய் இல்லாத குதிரையை அடக்கி வசப்படுத்துவான். இவ்வாறு உயிரின் (மாடு) திறனைக் காட்டுபவன் தவத்தோனேயாவன்.*

(இயல்நூல்களைக் கற்றவர் செத்தாலும் விண்ணில் தேவரோடு சேரவேண்டுமே!)

இத்தனை சாத்திரம் தாம்படித் தோர்செத்தார்
என்றால் உலகத்தோர் தாம்சிரிப்பார்;
செத்துப் போய்க்கூடக் கலக்கவேண்டுமவர்
தேவர்க ளுடனே சேரவேண்டும். 100

*(**உரை:**) வாலைப்பெண்ணே! இவ்வுலகிலே பிறந்து, இறையியல் நூல்களையும் இயற்கை உண்மையியல் நூல்களையும் அன்பியல் நூல்களையும் முற்றக்கற்றுத் தெளிந்த ஆன்றோர் மண்ணில் நிலைத்திருக்காமல் செத்துப் போனார் என்று சொன்னால், "ஐயோ இத்தகையவரும் இறந்து போனாரா?" என்றுதான் உலகமக்கள் சிரிப்பார்கள். ஆகவே, இவர்கள் செத்துப் போனாலும்கூட விண்ணுலகம் சென்று தேவர்களுடன் சேரவேண்டும்; இறைவனோடு கலக்க வேண்டும். இது நம் வேண்டுதல், அம்மா!*

(முடிவில் நடக்கக்கூடிய உண்மையைச் சொல்பவனே குருவாவான்.)

உற்றது சொன்னக்கால் அற்றது பொருந்தும்
உண்டோ உலகத்தில் அவ்வைசொன்னாள்:
அற்றது பொருந்தும்; உற்றது சொன்னவன்
அவனே குருவடி! வாலைப்பெண்ணே. 101

*(**உரை:**) வாலைப்பெண்ணே! உலகிலே நன்மையும் தீமையும், உயர்வும் தாழ்வும் நடந்து கொண்டுதான் இருக்கும். தற்பொழுது நடந்ததைச் சொல்லக் கேட்கையில், கேட்பவனுக்கு, முன்னே தன்னை விட்டு நழுவிய பொருளே இதைவிடச் சிறந்தது என்றும் பொருத்தமானதென்றும் கருதத் தோன்றும். இப்படித்தான் மனித எண்ணமும் வாழ்வும் அமையும் என்று ஔவைப்பிராட்டி சொன்னாள். இதுதான் உண்மை. நடக்கும் உண்மையையும் நடக்கப் போகும் உண்மையையும் சொன்னவனே குரு ஆவான். இதை நீ உணர்வாயாக.*

(இறைவனின் இயற்கையை அறியாதவனே பொய் சொல்வான்.)

பூரணம் நிற்கும் நிலையறி யான்வெகு
பொய்சொல் வான்கோடி மந்திரஞ்சொல்வான்;
காரண குருஅ வனுமல் லஇவன்
காரிய குருபொ ருள்பறிப்பான். 102

*(**உரை:**) வாலைப்பெண்ணே! முழுமுதலான கடவுளின் இயற்கை நிலையையும் வாய்மையொளியையும் அறியும் அறிவில்லாதவன் இறைவனைப் பற்றிப் பொய்யான கற்பனைகளைச் சொல்வான்; படித்த எண்ணற்ற மந்திரங்களை*

ஓதுவான்; இத்தகையவன், அடிப்படையாகப் போற்றத்தக்க குரு ஆக மாட்டான்; வெறும் தன்னலப் பகட்டுக் குருவாக இருந்து அன்பர்களிடம் பொருள்களைப் பறிப்பான். இந்த உண்மையைத் தெரிந்துகொள், பெண்ணே!

(போலி அறிஞர்களைத் தெரிந்துகொள்க!)

எல்லாம் அறிந்தவர் என்றுசொல் லஇந்தப்
பூமியி லேமுழு ஞானியென்று
உல்லாச மாக வயிறு பிழைக்கவே
ஓடித் திரிகிறார் வாலைப்பெண்ணே! 103

(உரை:) வாலைப்பெண்ணே! விழித்துப்பாரடி: இந்த மண்ணிலே "இவர் எல்லா நூல்களையும் உலக வழக்கையும் அறிந்தவர்" என்று சொல்லும் படியாகப் 'பெரிய அறிவாளி' என்று மகிழ்ந்து பகட்டாக வயிறு பிழைக்கவே ஓடியாடித் திரிகின்றார் என்பதைக் கண்டு கொள்க!

(ஆற்றலாகிய சத்திகளைவிடச் சிவமே பெரிய கடவுள்.)

ஆதிவா லைபெரி தானா லும்அவள்
அக்காள் பெரிதோ சிவன்பெரிதோ?
நாதிவா லைபெரி தானா லும்அவள்
நாயகன் அல்ல சிவம்பெரிது. 104

(உரை:) வாலைப்பெண்ணே! இறையாற்றல் வகைகளைத் தெரிந்து கொள்ளுங்கள்: முதல்சத்தியான 'சிற்சத்தி' பெரிதானாலும் அவளுடைய தமக்கையான 'பராசத்தி'யின் ஆற்றல் பெரிதா? சிவன் ஆற்றல் பெரிதா? என்று வினவினால் சிவனே பெரிதென்போம். சத்தியின் உறவான (நாதி-ஞாதி) பல சத்திகள் பெரிதானாலும் அவர்களின் தலைவர்கள் பெரியவரல்லர்; சிவனே எல்லோருக்கும் பெரியவரென்று உணரவேண்டும்.

> போற்றப்படும் 42 வகையான சத்திகளிலே 5 சத்திகள் சிறப்பாம்; அவை சிற்சத்தி, பராசத்தி, இச்சாசத்தி, ஞானசத்தி, கிரியாசத்தியாகும். இந்த ஐந்தில் பராசத்தியே மேலாகும். இதற்கு மேல் சிவமாகும். இறைவனான சிவத்தின் அருளாற்றலையே வாழ்வின் தேவைக்கேற்ப இப்படிச் சமயச் சான்றோர் படைத்தனர்.

(பராசத்தியின் பேரைச் சொன்னால் துயரங்கள் ஓடிவிடும்.)

ஆயுசு கொடுப்பாள் நீரிழி வுமுதல்
அண்டாது மற்ற வியாதியெல்லாம்
பேயும் பறந்திடும் பில்லி வினாடியில்
பத்தினி வாலைப்பெண் பேரைச்சொன்னால். 105

(உரை:) *பெண்களே! அருட்சத்தியின் பேரைச் சொல்லி எல்லோரும் அருள்பெறுங்கள். வணங்கத்தக்க அருட்சத்தியான வாலையின் திருப்பேரை அன்புடன் ஓதிவந்தால் அவள் முழு வாழ்நாளைக் கொடுப்பாள்; நீரிழிவு முதலிய அனைத்து நோய்களும் வந்து அண்டா; பேய் வராமல் பறந்து போய்விடும்; பில்லி முதலான மந்திர தீய சத்திகளும் அணுகாமல் உடனே ஓடிவிடும். இதை நம்புங்கள்; வாலையின் பெயரைக் கவசமாகக் கொள்ளுங்கள்.*

(அன்னை வாலை எமனையும் உதைத்து ஓடச் செய்வாள்.)

நித்திரை தன்னிலும் வீற்றிருப் பாளெந்த
நேரத்தி லும்வாலை முன்னிருப்பாள்;
சத்துரு வந்தாலும் தள்ளிவைப் பாள்வாலை
உற்றகா லனையும் தானுதைப்பாள். 106

(உரை:) *பெண்களே! ஆர்வங்கொள்ளுங்கள். நம் வாலை யான அன்னை பராசத்தி, மக்கள் உறங்கும் போதும் வந்திருந்து காப்பாள்; எந்த நேரத்திலும் வந்து அருள்செய்து முன்னே இருப்பாள்; பகைவர் வந்தாலும் அவரை ஓடும்படித் தள்ளி விடுவாள்; எமன் வந்தாலும் அவனை உதைத்து ஓடவிடுவாள். ஆகவே, அன்னையை மறக்காதீர்கள்.*

(அருள்வாலை எள்ளுக்குள் எண்ணெய் போலிருந்து காப்பாள்!)

பல்லாயி ரங்கோடி அண்டமு தல்பதி
னான்கு புவனமும் மூர்த்திமுதல்
எல்லாம் தானாய்ப் படைத்தவ ளாம்வாலை
எள்ளுக்குள் எண்ணெய்போல் நின்றவளாம். 107

(உரை:) *பெண்களே! தூய ஒளிவடிவான அருளம்மையாம் வாலை, எள்ளுக்குள் எண்ணெயைப்போல் மறைந்திருப்பவள்; அவளே செம்பொருட் சிவக்கடவுளின் அருளாணையாலே பல்லாயிரங்கோடி அண்டகோள்களையும், மேல் உலகம் ஏழும்*

கீழ்உலகம் ஏழும் என பதினான்கு உலகங்களையும் படைத்தவள்; படைத்தல்-காத்தல்-அழித்தல்-மறைத்தல்-அருளல் என்னும் ஐந்து தொழில்களையும் செய்யும் தெய்வத் தலைவர்களையும் படைத்தவள். ஆக, எல்லாம் அன்னையே என அறிக.

> மேலுலகம் ஏழாவன:- பூலோகம், புவலோகம், சுவலோகம், சனலோகம், தபோலோகம், மகாலோகம், சத்தியலோகம்.

கீழுலகம் ஏழாவன:- அதலம், விதலம், சுதலம், தராதலம், மகாதலம், இரசாதலம், பாதாளம்.

(இந்தக் கும்மி நூலைப் படைக்க எனக்கு அருள்தந்தவள் அன்னை வாலையே.)

தேசம் புகழ்ந்திடும் வாலைக்கும் மித்தமிழ்
செய்ய எனக்குப தேசம்செய்தாள்;
நேசவான் வீரப் பெருமாள் குருசாமி
நீள்பதம் போற்றிக்கொண் டாடுங்கடி. 108

(உரை:) பெண்களே! இந்த நாட்டிலுள்ள பொதுமக்களும் ஆன்றோர்களும் சான்றோர்களும் போற்றிப் புகழ்கின்ற இந்த அருள்நிறைந்த 'வாலைக் கும்மித்தமிழ்' நூலைப் படைக்குமாறு எனக்கு அருளுரை செய்த அன்னையைப் போற்றுகின்றேன்; மேலும், என் குருசாமியான அன்பே வடிவான 'வீரப்பெரு மாளின்' ஒளிவீசும் திருவடிகளை நீங்களும் போற்றிக் கொண்டாடிக் கும்மி கொட்டுங்கள்.

(வலவேந்தரன் வாழக் கும்மியடியுங்கள்.)

ஆறு படைப்புகள் வீடு கடைசூத்ர
அஞ்செழுத் துக்கும் வகையறிந்து
கூறும் உயர்வல வேந்தரன் துரைவள்ளல்
கொற்றவன் வாழக்கொண் டாடுங்கடி. 109

(உரை:) வாலைப்பெண்களே! ஆறு ஆதாரச் சக்கரங்களோடு படைக்கப்பட்ட உடம்பாகிய வீட்டுக்கும், இதனோடு தொடர்புடைய உயிரான (சூத்திர) மந்திரமாகிய 'நமசிவாய' என்னும் ஐந்தெழுத்துக்கும் உண்மையியல் அறிந்து விளக்கமும் விரிவுரையும் கூறவல்ல, உயர்பண்புடையவனாகிய 'வலவேந்தரன், என்னும் வள்ளலாம் மன்னன் வாழ்க என்று வாழ்த்திக் கொண்டாடியே கும்மி கொட்டுங்கள்.

(கொங்கணரின் தமிழைப் போற்றிக் கும்மி கொட்டுங்கள்.)

ஆடுங்கள் பெண்டுகள் எல்லோ ருமந்த
அன்பான கொங்கணர் சொன்னதமிழ்
பாடுங்கள் சித்தர்கள் எல்லோ ரும்வாலை
பரத்தைப் போற்றிக்கொண் டாடுங்கடி. 110

(உரை:) *அன்பு வடிவான பெண்களெல்லோரும் கிளர்ச்சி கொண்டு குதித்து ஆடுங்கள்; அன்பு நிறைந்த அந்தக் கொங்கணர் படைத்த செந்தமிழ்க் கும்மிப்பாடல்களைச் சித்தர்களும் சேர்ந்து இன்புற்றுப் பாடுங்கள்; வாலையான அருளம்மை பராசத்தியை எந்நாளும் போற்றிக் கொண்டாடி கும்மிகொட்டி வாழுங்கள்!*

(குருவான பாரதி-கலைமகள் வாழ்கவாழ்க!)

சித்தர்கள் வாழி சிவன்வா ழிமுனி
தேவர்கள் வாழி ரிஷி வாழி
பத்தர்கள் வாழி பதம்வா ழிகுரு
பாரதி வாலைப்பெண் வாழியவே. 111

(உரை:) *சிறந்த அறிவுநோக்கில் வாழும் சித்தர்களெல் லோரும் வாழ்க; முழுமுதல்கடவுளான சிவன் வாழ்க; ஆசைகளை வெறுத்தவரான முனிவர்கள் வாழ்க; விண்ணகத் தேவர்கள் வாழ்க; காட்டிலும் மலையடிவாரங்களிலும் தவமிருக்கும் தவத்தோர் (இருடிகள்) வாழ்க; இறையன்பர்கள் வாழ்க; அன்பர் பெறுகின்ற இன்பப்பேறுகள் (பதம்) வாழ்க; அறிவுக்குருவான கலைமகளாம் பாரதித் தாயாம் வாலைப்பெண் வாழ்க வாழ்கவே.*

11. சட்டைமுனிச் சித்தர் பாடல்கள்

இறையியல் உண்மைகளையும் இயற்கைப் படைப்பின் மாண்புகளையும் அன்பின் வேட்டலையும் மக்களுக்குக் கொண்டு செல்லவிழையும் அருள்நூல் படைப்பாளிகள் தம் கவிதைப் படைப்புக்களை எளிய சொற்களாலேயே படைக்க வேண்டும். அப்படிப் படைத்தாலே படிப்போர்க்கு (புதிய தலைமுறையினருக்குப்) புரிவு ஏற்படும்; அதனால் பரிவும் ஓர் உந்துதலும் ஓங்கும்.

பெருஞ்சித்தரான திருமூலர் தாம் படைத்த இறையியல் முழுமுதல் நூலான திருமந்திரத்தில், எத்தனையோ உண்மையியற் கருத்துக்களை உருவகம் செய்தும் உள்ளுறை வைத்தும் படைத்த போதிலும், எளிய சொற்களையே ஆட்சி செய்தார். அந்த நூற்படைப்பின் நோக்கத்தைச் சொல்லும் அவர்,

"என்னை நன்றாக இறைவன் படைத்தனன்
தன்னை நன்றாகத் தமிழ்ச்செய்யு மாறே."

எனப் பெருமிதங்கொண்டு சொன்னார்.

இங்கே குறிப்பிடும் சட்டைமுனிச் சித்தர் தாம் படைத்த பல இயல்நூல்களை மக்களுக்குப் புரியுமாறே படைத்தார்; எளிய சொற்களைக் கையாண்டார்; உள்ளுறையான கருத்துக்களையும் மறைபொருள் தரும் சொற்களையும் ஏனைய சித்தர்கள் போல் இவர் கையாளவில்லையென்று அன்பர்கள் கூறுகின்றனர்.

இவர் வெள்ளிப்பனி மலையான கயிலையில் வீற்றிருக்கும் கடவுட்சிவத்தை வழிபடப் பலமுறை சென்று வந்தாரென்றும், அங்கே பனிக்குளிர் உறுத்தியதால் கம்பளிச் சட்டையணிந்திருந்தா ரென்றும் தெரிகிறது; மற்றைய சித்தர்கள் சட்டை அணிந்தவரல்லர்.

உழவுத் தொழில் செய்த குடியில் பிறந்த சட்டைமுனி இளமையில் வறுமையிலே வாடினார்; பெற்றோரைக் காப்பாற்ற வேண்டிக் கோயில் பலவற்றிற்குச் சென்று, அங்கே வழிபாட்டுக்கு வரும் அன்பர்களிடம் தட்டு ஏந்தி இரந்து சில காசுகளைப் பெற்று வந்திருக்கின்றார். இவரது முழுமையான வரலாறு இல்லை. இவர் போகருடைய மாணவர் என்பர்; இவருக்குக் கொங்கணரும் கருவூராரும் நண்பர்கள் எனக் கூறுவாரும் உண்டு.

இறுதி நிலையில் திருவரங்கப் பெருமானிடம் மாளாத காதல் கொண்டிருந்தார்; ஒருநாள் அரங்கநாதனைச் சேவிக்க வந்தார்;அப்போது பெருமானின் கருவறைக் கதவம் மூடப்பட்டிருந்தது. காட்சியைக் காண முடியவில்லையே என்ற கவலையில் அழுது விக்கிப்போய் 'அரங்கா அரங்கா!' என்று அரற்றி ஓலமிட்டார். உடனே கதவு 'படீர்' எனத் திறந்தது; அரங்கனின் திருக்கோலம் கண்டார்; எல்லையில்லாத இன்பம் பெற்ற சட்டைமுனியை அப்பொழுது அரங்கப் பெருமானே தன்னோடு அழைத்துக் கொண்டான் என்பர்.

இவ்வாறு அருள்பெற்ற சட்டைமுனி, 'பாட்டில் அகரமுதலி' என்னும் நிகண்டு ஒன்றைப் (சட்டைமுனி நிகண்டு) படைத் துள்ளாரென்றும் கூறுவர்; ஆனால், அந்நூல் இருப்பதாகத் தெரியவில்லை.

இங்கே கிடைத்திருக்கும் அவருடைய 'முன்ஞானம் நூறு பின்ஞானம் நூறு' என்னும் நூலில் அமைந்துள்ள இருநூற்று மூன்று பாடல்களுக்கே உரை காணப்போகிறோம்.

பாடல்களில் சொல்லாட்சி சுவைதருகின்றது-பாடல் யாவும் எண்சீர் ஆசிரியவிருத்த யாப்பிலே படைக்கப்பட்டுள்ளன; அனைத்துப் பாடல்களும் 'அந்தாதித் தொடையில்' அமைந் திருப்பதும் படிப்போருக்கு விறுவிறுப்பைத் தருவதுடன் பாராட்டையும் உவந்து அளிக்கின்றது. பதச்சோறு பார்த்தல் போல் கருத்துச் சிறப்பும் உவமைநயமும் செறிந்த ஒரு பாடலை மட்டும் இங்கே காட்டுகின்றேன்:

தீக்குள்ளே வெந்துநின்ற பற்பம் போலச்
செகசால முதற்கொண்டு காலம் போகும்;
தீக்குள்ளே விழுந்தெழுந்த நெய்யைப் போலச்
சிறப்பான ஞானமது திரண்டே யேறும்!

தீக்குள்ளே காட்டமொடு கோலும் கூடித்
திரண்டாற்போல் கருவியெல்லாம் கணத்தில்மாளும்;
தீக்குள்ளே பராபரந்தான் இருந்த தாயின்
செகமெல்லாம் வித்தையென்று தெளிந்துபோமே. (பாடல் 21.)

(நூல்)

'முன்ஞானம் நூறு பின்ஞானம் நூறு'

முன் ஞானம் நூறு:

(தெய்வங்களின் திருவடியொளியே உயிர்களுக்குப் பாதுகாப்பு)

அகண்டபரி பூரணமாய் உமையாள் பாதம்
அப்புறத்தே நின்றதோர் ஐயர் பாதம்
புகன்றுநின்ற கணேசனொடு நாதாள் பாதம்
புகழ்பெரிய வாக்குடைய வாணி பாதம்
நிகன்றெனவே எனையாண்ட குருவின் பாதம்
நிறைநிறையாய்ச் சொரூபத்தில் நின்றோர் பாதம்
முகன்றெனையீன் றெடுத்தசின் மயத்தின் பாதம்
மூவுலகும் மெச்சுதற்குக் காப்புத் தானே. 1

(உரை:) *குறைவில்லாத நிறைவாய் உலக-அண்டமெல்லாம் விரிந்து பரந்த அருளொளியாய்த் திகழும் உமையம்மையின் திருவடியொளியும், அப்பாலுக்கு அப்பாலாய் விளங்கி நிற்கும் உயிர்த்தலைவராம் சிவக்கடவுளின் திருவடியொளியும், அன்பரெல்லாம் போற்றிப் புகழ்ந்திருக்கும் கணேசனோடு உறையும் 'வல்லபை' என்னும் தலைவியின் திருவடியொளியும், உலகம் புகழும் பேரறிவைத் தருகின்ற சொல்லின் தெய்வமான கலைமகளின் திருவடியொளியும், நிகர் நிலையில் அருளால் என்னையாண்டு கொண்ட குருவின் திருவடியொளியும், கலையின் நிறைவடிவாய்த் திகழும் தெய்வ உருவங்களின் திருவடியொளியும் உச்சி முகர்ந்து என்னைப் பெற்றெடுத்த இயற்கையறிவின்தாயான பேரொளியாம் திருவடியும் (மேல்-நடு-கீழ் என்னும்) மூன்றுலகங்களும் பாராட்டும்படி ஆருயிர்களையும் இந்த அன்பு நூலையும் பாதுகாத்து அருளும்.*

(பேசாத நிலைபெறும் மனிதன்
நால்வகை நெறியையும் அறிவான்)

தாங்கிநின்ற சரியையிலே நின்றுசடம் வீழில்
தப்பாது கிரியையுள்ளே சாரப் பண்ணும்
வாங்கிநின்ற கிரியைவிட்டு விழுந்த தானால்
மகத்தான உடலெடுத்து யோகம் பண்ணும்
ஓங்கிநின்ற கிரியைவிட்டு விழுந்த தானால்
உத்தமனே! உயர்ந்துநின்ற ஞானம் தோற்றும்
பாங்கில்நின்ற அச்சென்மம் மவுன முத்தி
பரிவாக வாய்ந்தவர்கள் அறிந்து கொள்ளே. 2

*(**உரை:**) பண்பாட்டு ஒழுக்கத்தைப் போற்றி வாழும் பிறவிபெற்ற மனிதர்கள், புலன்களொடுங்கி வாய்பேசாத உயர்நிலைப் பேற்றை (முத்தியை)ப் பெறுவார்கள். அத்தகைய வாய்ப்பைப் பெற்றுள்ள நீங்களும் நான்கூறும் நான்கு நெறிகள் பற்றி அறிந்து கொள்ளுங்கள்:*

மனித உயிரானது, தாங்கியிருக்கும் உடலைக்கொண்டு அன்புநெறியான சரியையைப் போற்றும்; உடம்போ வீழ்ந்து மண்ணிலேபடுமானால், தவறாமல் அடுத்தநிலையில் செயற் பணியான கிரியை நெறியில் சேரும்படி ஆர்வங்கொள்ளச் செய்யும்; ஏற்றுக்கொண்ட அந்தச் செயற்பணியும் தளர்ந்து போனால், அடுத்த நிலையான தவமுயற்சியில் உடலைக் கொண்டு ஈடுபட்டுச் செயல்புரியும்; அந்தத் தவப்பயிற்சியும் வீழ்ந்து வெற்றி பெறாமற் போனால், முதல் மூன்றைவிடச் சிறந்த நெறியான அறிவு (ஞானம்) நெறியில் நாட்டம் செல்லும்; இவ்வாறு நான்கு நெறிகளிலும் அருள்பெறும் வாய்ப்பு மனிதனுக்கே உண்டு!

(நால்வகை நெறியைப் போற்றாதவர் துயரமே அடைவர்.)

அறிந்திருந்த நான்குக்கும் விக்கினம் உண்டாம்
அப்பனே! ஆகாமியம் சித்தி னோடே
மறிந்துநின்ற பிராரத்தம் தோயத் தோடு
மகத்தான நாலுக்கும் விக்கினம் ஆச்சு;
பிரிந்துநின்ற நூலினால் செய்வ தென்ன?
பேரான வறுமையொடு கிலேசம் துக்கம்
செறிந்துநின்ற பெண்பொன்னால் மண்ணி னாலே
சேத்துமத்தில் ஈப்போலத் தியங்கு வாரே. 3

(உரை:) அப்பனே! அறிவாயாக. அறிவாளர்கள் அறிந்திருந்த (சரியை-கிரியை-யோகம்-ஞானம் என்னும்) நால்வகையான நெறிகளுக்கும் தடையாக அவனவன் செய்த தீவினைகள் அமையும். ஆதலால் அந்த நான்குக்கும் கேடு உண்டாகும். எவ்வாறு என்று எண்ணிப்பார்!

ஒருவன் நிகழ்காலத்திலே தீவினைகளைச் செய்து அடுத்த பிறவிக்கும் அவற்றைக் கொண்டு செல்வான்; இதுவே 'ஆகாமியம்' ஆகும். அடுத்து, முற்பிறவியில் செய்த தீவினைகளை (ஊழ்வினை)யும் அவற்றிற்குரிய தண்டனையான துயரத்தையும் இப்பிறவியில் நுகர வேண்டும்; இது பிராரத்தம் எனப்படும். ஆக, இந்த இரண்டாலும் மனிதன் நால்வகை நெறிகளைக் கடைப்பிடிக்க முடியாமல் கெட்டுப் போகின்றான். மேலும், வினைப்பயனென்பது, வறுமை, மனவருத்தம், துயரம் ஆகிய வற்றைத் தருவதோடு பெண்-பொன்-மண் என்னும் மூன்றாசை களால் சளியில் மொய்க்கும் ஈக்கள்போல மனிதர்களைப் படியவைத்துக் கெடுத்துவிடும்.

(மனிதன் சாவதற்குள் ஏதாவது ஒரு நெறியைக் கடைப்பிடிக்க வேண்டும்.)

தியங்கினால் கொர்ச்சித்துத் துரத்துச் சண்ணும்
சீறியர் மிலேச்சரையே சகத்தி னுள்ளே;
மயங்கினார் நாலுபா தத்தி னுள்ளும்
மனம்செவ்வை யாவதெப்போது அறிவ தெப்போ?
தயங்கினார் உலகத்தில் கோடிப் பேர்கள்;
சாவதும் பிறப்பதும்கா வடிபோல் ஆச்சு;
துயங்கினார் துயரத்தால் ஞானம் போச்சு
சுடுகாட்டில் அறிவதுபோல் சுத்தப் பாழே. 4

(உரை:) நன்மக்களே! தெரிந்து கொள்ளுங்கள்:- உலகத் தினுள்ளே மக்கள் துயரத்திலே துவண்டுபோனால் ஊழ்வினை யானது, சிறுமையுடையவரையும் ஒழுக்கங்கெட்டவரையும் அச்சுறுத்திக் கர்ச்சித்துத் துரத்தவும் செய்யும்! மக்கள் தெளிவு கொள்ளாமல் அறிவு மயங்கியிருந்தால் மேலே குறிப்பிட்டவரால் வகை நெறியையும் எப்போது அறிவது? மனம் செம்மைப்பட்டு விளங்குவதும் எந்த நாள்? இப்படித்தான் தயங்கிக் கெட்டவர்கள் உலகத்திலே கோடிப்பேர்கள் உண்டு. இவர்கள் பிறப்பதும்

இறப்பதுமாகக் காவடிபோல் வளைந்து வட்டமாகச் சுழன்று கொண்டே இருப்பர். மேலும், மக்கள் துயரத்தால் மனம் நைந்து கெட்டுப் போனால் மெய்யறிவென்னும் ஞானமும் போய்விடுமே! எனவே வாழ்வும் சுடுகாட்டில் உணரும் நிலையாமையாகி ஒன்றுமில்லாமல் பாழாகி விடுமே!

(கடவுளான வேரை உற்று நோக்குக!)

பாழான மாய்கைசென் றொழிவது எப்போ?
பரந்தமனம் செவ்வையாய் வருவ தெப்போ?
வாளான விழியுடைய பெண்ணைச் சேரும்
மயக்கமற்று நிற்பதெப்போ? மனமே! ஐயோ
காழான உலகமதன் ஆசை யெல்லாம்
கருவறுத்து நிற்பதெப்போ? கருதி, நின்ற
கோளான கருவிவிட்டு மேலே நோக்கிக்
கூடுவதும் ஏதென்றால் மூலம் பாரே! 5

(உரை:) நெஞ்சே! கவனி! உன்னைப் பிடித்திருக்கும் பாழென்னும் மாயை உன்னைவிட்டு ஒழிவதும் எப்போது? விரிந்துபரந்த மனம் செம்மையாய் (நேர்மை) அடைவது எப்போது? ஒளிவீசும் விழியுடைய இளம்பெண்ணைத் தழுவும் ஆசையற்று நிலைத்திருப்பதும் எப்போது? ஐயோ! இந்த உலக ஆசைகளென்னும் விதையான (காழ்) கருவை அடியோடு அறுத்தொழித்து நிற்பதும் எப்போது? இறையருளைப் பெறவேண்டுமென்று கருதியிருந்த அதைப்பெற, அன்பென்னும் கருவியை இறையை நோக்கிச் செலுத்தி அவனோடு கூடியின் புறும் முடிவான பேற்றை அடைய மனமே! நீ அக்கடவுளான வேரை உள்நாடி உள்ளே பார்ப்பாயாக!

(துவத்திலே உயிரொளி தலைக்குமேல் சென்று இறைவியின் அருளொளி காணுதல்.)

மூலமதில் ஆறுதலம் கீழே தள்ளி
முதிர்ந்துநின்ற மேலாறும் எடுத்து நோக்கிக்
கோலமுடன் உன்மனையைத் தாண்டி யேறிக்
கொடியதொரு ஞானசக்திக் குள்ளே மைந்தா!
பாலமென்ற கேசரியாம் மவுனத்து ஊன்றிப்
பராபரமாய் மந்திரத்தில் ஞானம் முற்றிக்
காலமொடு பிறப்பிறப்பும் கடந்து போகும்
கைவிட்ட சூத்திரம்போல் சடமும் ஓங்கே. 6

(**உரை:**) மைந்தனே! தவமிருக்கும் நிலையில், உயிரொளியும் மூலக்கனலும் சேர்ந்து, உடம்பிலுள்ள ஆறு ஆதாரங்களிலும் பரவிச் சென்று ஒளிமுதிர்ந்த நிலையில், தலைக்கு மேலுள்ள ஆறு ஆதாரங்களையும் நோக்கிச் செல்லும்; அங்கே (6+6=12) பன்னிரண்டாமிடத்துக்கு மேலே மின்னல்கொடி போன்ற அறிவாற்றலான ஞானசத்தி அழகுடன் வீற்றிருப்பாள். அவளை அடையப் பாலமாக அமையும் 'கேசரியோகம்' என்னும் அரிய தவத்தை அடங்கியொடுங்கி அமைதியொடு செய்யும் பொழுது, 'பராபரம்' ஆகிய கடவுளின் மந்திரத்தை உயிரொளியில் வைத்து உள்ளேயே ஓதவேண்டும்; அதன் பயனாகத் தவத்தோன் வாழ்நாளையும் கடந்து, இறவாத இன்பப் பெருவாழ்வைப் பெறுவான்; உடலும் ஒளிமயமாகிவிடும்; கைவிடப்பட்ட நூலும் பட்டமும் எங்கோ சென்றதுபோல உடம்பும் மறைந்து விடும்.

> உடம்பில் (கீழ்) ஆதாரச்சக்கரம் ஆறு:-

எருவாயிடம், கருவாயிடம், உந்திச்சுழியிடம், நெஞ்சகஇடம், கழுத்திடம், புருவநடுவிடம்.

தலைக்குமேல் (ஆதாரமில்லாத இடம்) ஆறு:-

1. படிகமேடை, 2. ஆயிரத்தெட்டு இதழ்த் தாமரைமலர், 3. ஓங்கார பீடம், 4. குண்டலி வட்டம், 5. ஒளித்தூண், 6. ஒளிநடனம்.

கேசரியோகம்:- சிங்கத்தின் இருக்கையமைப்பில் அமர்ந்து தவஞ்செய்தல். இது கருவாயின்கீழ் உயிரிடத்தில் பாட்டை வைத்திட, முழங்கையை முழந்தாளில் வைத்துக் கைவிரல் களை விரித்து, மூக்கின் முனையைப் பார்த்திருத்தலாகும்.

(ஆணவ இருள் ஒழிந்தாலே ஓங்காரப் பொருளை உணரலாம்.)

ஓங்காரம் முதற்கொண்டைந் தெழுத்தோடு ஆறும்
உற்றுநின்ற பஞ்சகர்த்தாள் இருந்திடு ஆறும்,
ஆங்காரம் ஆணவம்நான் எனலும் போனால்
அப்பவலோ அகாரமுதல் உகாரம் காணும்
பாங்கான மகாரமொடு விந்து நாதம்
பரவியதன் மேல்நிற்கும் பராப ரந்தான்
வாங்கான மவுனத்தைப் பற்றி யேறு
மருவிநின்ற லகிரியைத்தான் ஒத்துக் காணே. 7

(**உரை:**) மனிதரிடமுள்ள அகப்பற்றான 'நான்' என்பதும், உயிரைப் பற்றியுள்ள ஆணவமாசு என்பதும், ஆங்காரம் ஆகிய செருக்கிய சினம் என்பதும் அறவே ஒழிந்து போனாலே, ஓங்காரத்தின் பொருளையும், நமசிவாயத்தின் பொருளையும், ஆறு ஆதாரச் சக்கரங்களில் வீற்றிருக்கும் (பராசத்தி, நான்முகன், திருமால், உருத்திரன், மகேசுரன், சதாசிவம்) அறுவரின் பொருளையும் உணர முடியும். மேலும், ஓம் என்பதில் அமைந்திருக்கும் (அகரம்+உ+ம+விந்து+நாதம் என்னும் ஐந்தின்) இயற்பொருளான கடவுள்-உயிர்-மாயையாம் சத்தியொளி-ஒளி-ஓசை ஆகிய ஐந்தையும் அறியமுடியும். இதற்குமேல் தவமிருப்போன் பராபரத்தை உயிரில் வைத்து ஒளியின்பத்தில் மயங்கி மூழ்குவதையும் காணலாம்.

(மறைநூலோர் நிலையாமையை வலியுறுத்துவர்.)

ஒத்துநின்ற ஓங்காரம் மண்ணை உண்ணும்
உருவியந்த மண்சென்று சலத்தை உண்ணும்
பத்திநின்ற சலமதுதான் தீயை உண்ணும்.
பாங்கான தீச்சென்று காலை உண்ணும்
வெத்திநின்ற கால்சென்று விண்ணை உண்ணும்
விழுந்ததப்பா! சடமெனவே தாந்தப் பேச்சு!
முத்திகண்டு கூடுவதும் எந்தக் காலம்?
மூடரே! மதுவையுண்டு மேல்பா ரீரே. 8

(**உரை:**) மனிதன் இறக்கும் நிலையில், ஐந்து பூதங்களும் ஒவ்வொன்றாய் உடலைவிட்டு ஒழிந்து போகும்; உடலோடு ஒன்றியிருந்த ஓங்கார நாதம் என்னும் உயிர், மண்ணை (உடல் ஊனை) உண்டுவிடும்; அந்த மண்ணே உடம்பிலுள்ள (குருதியான) நீரைவற்ற வைத்து விடும்; வரிசையான அந்த நீர்தான் உடம்பிலுள்ள வெப்பத்தீயை வாங்கிவிடும்; அந்தத் தீயும் முறையே சென்று உயிர்க்காற்றை உண்டுவிடும்; வெறுவெளியி லுள்ள காற்றும் மேலே சென்று விண்ணையடைந்து மறையும். இவ்வாறே ஐந்து பூதங்களும் போனவுடன் உடம்பு வெறுமையாகி பிணமென்று சொல்லும்படி வீழ்ந்துவிடும்; இதுதானே மனிதவாழ்வு? என்று இகழ்ந்து கூறுவர், மறைக்கோட்பாட்டு வேதாந்திகள்; ஆனால், இப்படி இவர் கூறுவது மூடர் செயலேயாகும். இந்தப் பிறவியில்தான் இறைவனருளும் அருளமுதான தேறலை (மதுவை) உண்டு பிறவியற்று விடுதலை

பெறமுடியுமென்பதை இவர்கள் உணரவில்லை; இனி இவர்கள் எந்தக் காலத்திலே விடுதலை பெறப் போகிறார்கள்? அந்தோ!

(பரம்பொருளான கடவுளை எண்ணிப் பார்!)

பாரப்பா அகாரமுதல் உகாரம் கொள்ளும்;
பாங்கான உகாரமது மகாரம் கொள்ளும்;
நேரப்பா மகாரமது விந்து கொள்ளும்;
நேரான விந்துவது நாதம் கொள்ளும்;
சேரப்பா நாதமுற்றுச் சத்தி கொள்ளும்;
சேர்ந்துநின்ற சத்தியல்லோ சிவத்தைக் கொள்ளும்;
ஆரப்பா சிவந்தன்னைப் பரந்தான் கொள்ளும்;
அப்பரத்தைக் கொண்டஇடம் அறிந்தே உன்னே! 9

(உரை:) *அன்பனே! இறையியல் உண்மையை ஆராய்ந்து பார். ஓங்காரத்திலுள்ள அகர எழுத்து உணர்த்தும் கடவுளை உகாரமாகிய மனித உயிர் ஏற்று வணங்கும்; பண்புடைய அந்த உகார உயிரானது, மகார எழுத்து உணர்த்தும் ஆணவம் முதலான மாசுகளை இயல்பாகவே கொள்ளும்; அப்பனே! நேர்ந்து பார்க்கும்பொழுது, அந்த மகாரமானது (ஆணவம் கொள்ளுதலன்றி), இயற்கையான ஒளியை (விந்து)க் கொண்டிருக்கும்; அந்த ஒளியானது நெறியோடு ஓசையென்னும் நாதத்தைக் கொண்டிருக்கும்; இவற்றைச் சேர்த்துப் பார்க்கையில், ஓசையாம் நாதத்தை முழுமையான பராசத்தியம்மை கொள்வாள்; இணைந்திருக்கும் அவளே சிவத்தைத் தலைவனாகக் கொள்வாள்; அந்தச் சிவக்கடவுளைப் பரமான ஆன்மவுயிர் கொண்டிருக்கும். இவ்வாறு ஆராய்ந்து நீ பார்க்கும்போது, எல்லாம் வெட்ட வெளியான ஒளி வெள்ளத்தில் சென்று முடியும் என உணர்வாய், அப்பா!*

(பராசத்தியின் இடத்தைக் கண்டவனே மெய்யறிவோன்.)

உன்னிநின்ற மூலம்முதல் ஆறும் பார்த்தே
உருகிநின்ற சுழுமுனையை அறிந்த பின்பு
மன்னிநின்ற மதிமேல்சாம் பவியைக் கண்டு
மருவிநின்ற மனமுறைந்து தேர்ந்த பின்பு,
பன்னிநின்ற இவ்வளவும் யோக மார்க்கம்;
பகலிரவும் அற்றவிடம் ஞான மார்க்கம்
கன்னிநின்ற இடம்கண்டால் அவனே ஞானி
காட்டுவான் கேசரியைக் காட்டு வானே. 10

*(**உரை:**) கருதியிருந்த மூலாதாரம் முதல் ஆறிடங்களும் கண்டு, அங்கிருந்து தோன்றும் உருகி விரும்பிய சுழுமுனை நாடியை அறிந்த பின்பு, நிலைத்திருக்கும் முழுமதித் தோற்றத்தில் 'சாம்பவி' என்னும் சத்தியைக் கண்டு அவளோடு தழுவி நின்று மனத்தில் நிறைய வைத்துத் தெளிவு பெற்றபின் இப்படியெல்லாம் பழகி நிற்கும் இயல்பானது, தவத்தில் பெறுகின்ற உண்மை நெறியாகும். பகலும் இரவும் இல்லாத நிலையில் இறை யொளியைக் கண்டுகொண்டிருப்பதே அறிவு நெறியாகும். அவளிருக்கும் இடத்தை எவன் காண்கிறானோ அவனே மெய்யறிவாளி! அவனே கேசரித் தவத்தையும் காட்டுவான்.*

(பராசத்தியே அறிவு அமுதம் தருவாள்!)

காட்டுவான் கிரிஉன்னை மேலே ஏற்றிக்;
கைவிட்டால் கிரியைத்தான் கீழே தள்வாள்;
மூட்டுவாள் குளிகைவிட்டால் கணத்துக் குள்ளே
மூதண்ட புவிகடந்து தெளிவும் காணும்
ஆட்டுவாள் அண்டாண்ட மாலை பூண்டாள்
ஆதிவத்து அனாதிவத்து இரண்டும் ஒன்றே
ஊட்டுவாள் நிர்க்குணத்தின் அமிர்த வல்லி
உயர்ந்துநின்ற ஞானசத்தி உறவு தானே. 11

*(**உரை:**) அறிவுச்சத்தியின் உறவு எத்தகையது தெரியுமா? மெய்யறிவாளியானவன், மலைப்பாவையான உமையம்மையை (பராசத்தியை) தன் அறிவுநிலைக்கேற்ப மேலே ஏற்றி ஒளிவடிவாய்க் காட்டுவான்; அவன் அறிவிழந்து அவளைக் (கிரியை) கைவிட்டால் அவனை அவள் கீழே விழ வைப்பாள். அவளே குளிகையாகிய மணியொளியைச் சுடரவிட்டால் கணப்பொழுதிலே அப்பேரொளியில் பெரியபெரிய அண்டங்களும் நிலவுலகமும் தெளிவாய்க் காண முடியும்; இத்தகைய பராசத்தி அண்டங்களையெல்லாம் மாலையாக அணிந்தவள்; அவளே உலகையெல்லாம் ஆட்டிப் படைப்பவள்! அவளே உலகத்தின் முதற்பொருள்; அதற்கு முந்தைய பொருளும் அவளே; இருபொருளும் ஒரு பொருளே! உலகை ஊட்டி வளர்ப்பவளும் அவளே! ஒருநிறமும் ஒரு வடிவுமில்லாதவள்; உலக அறிவிலே உயர்ந்து நிற்பவளும் அந்த அறிவு ஆற்றலான சத்தியே; அவள் உறவே என்றும் எவருக்கும் வேண்டும்!*

(சிவத்தவத்தோனுக்கு 'வாமை' மெய்யறிவு அருள்வாள்)

உறவென்னத்து ஆறைவிட உறவும் உண்டோ?
உலுத்தர் ஐயோ! வாமத்தைத் தூடிப் பார்கள்:
குறைவென்ன திரோதாயி சமயம் தோறும்
கூடியல்லோ மாயவலை கூட்டி யாட்டி
மறவென்ன ஞானமென்ன மங்கித் தள்ளி
மகத்தான சமுசார வலையில் போட்டாள்
நிறவென்ன வாமத்தால் ஞானம் ஆச்சு
நின்றவனே சிவயோகி வாசி யாரே! 12

(**உரை:**) தவம் செய்வோனுக்கு உறவென்று சொல்லத்தக்க சத்திகள் ஆறைவிட வேறு சொல்ல முடியாது. ஆறில் ஒன்றுதான் 'வாமசத்தி'! இதன் பெருமை தெரியாத சிறுமையுள்ளவரே வாமையை இகழ்வார். உண்மையிலே குறைவென்று சொல்லும் படியான சத்தி, மறைப்பாற்றல் என்னும் "திரோதாயி" ஆவாள். இவள் ஒவ்வொரு சமயத்திலும் கூடியிருந்து, மாயையான வலையை வீசி அறிவைக் கெடுத்தும் தீய ஒழுக்கத்திற்கு ஆளாக்கியும் வாழ்வை வீணாக்குவாள்; மெய்யறிவையே மறக்கச் செய்து, சிற்றின்பம் தரும் இல்லற வாழ்வில் ஈடுபடச் செய்து துன்பம் தருவாள். ஆனால், உண்மையில் நிறைவான மெய்யறிவு வாழ்வைத் தருபவள் 'வாமை'யான சத்தியே ஆவள். இந்த அன்னையைப் போற்றி நிற்பவனே சிவத்தவத்திலே வல்லவன் ஆவான்.

(மாசற்ற நிலையில் மனத்தில் சக்தியை வைத்துத் தவம் செய்யவேண்டும்.)

வாசியென்றும் மவுனமென்றும் இரண்டும் வித்தை;
மகத்தான 'சாம்பவிக்கே' சரியும் ரண்டு
தேசி யென்றால் யோகத்துக்கு ஆதி வித்தை
திறமான மவுனமென்றால் ஞான வித்தை;
மாசி யென்ற மனமுடைத்தால் இரண்டும் ஆகா;
மருவு நின்றே அறிவறிந்தால் இரண்டும் ஆகும்;
தூசியென்ற வெளியல்லோ அண்ட வீதி
சொக்காமல் கிரிகொண்டே ஆக்கி ஏறே! 13

(**உரை:**) மூச்சுப் பயிற்சியால் தவம் செய்தலும் புலன்கள் அடங்கி அமைதியாயிருத்தலுமாகிய இரண்டுமே பயிற்சியால் (வித்தையால்) வருபவையே. இந்த இரண்டும், சிறந்த 'சாம்பவி'

என்னும் சத்தியை அறிவில் வைத்துத் தவஞ்செய்யும் போது ஒடுங்கி ஒளியே தெரியும். தவத்தில் முதற்பயிற்சி (வித்தை), ஒருவன் தன்னை ஒளியுடையவனாய் (தேசி) ஆக்கிக் கொள்வதே யாகும்; திறமுடைய (வாய்பேசாத) அமைதியான புலனொடுக்கப் பயிற்சியென்பது அறிவுப் பயிற்சியாகும. ஒருவனது மனம் மாசுடையதாய் இருக்குமானால் இரண்டு பயிற்சியும் கைகூடாமல் போகும்; இந்த இரண்டும் மாசற்ற அறிவில் ஒன்றிச் செய்தாலே வெற்றி வாய்க்கும். ஆகவே, ஒருவன் தவஞ்செய்யும் போது, தூசியுள்ள அண்டவெளியை நோக்காமல் உயிரொளி யிலே 'கிரி'யான பராசத்தியாம் 'சாம்பவி'யை வைத்து, மேலே ஏறித் தவத்தைப் பெருக்க வேண்டும்.

(ஐம்பொறிகள் வாயிலாக மனம் சிக்கிப் பாழாகின்றது.)

ஆக்கிநின்ற பரிசத்தால் கொசுவி றந்த(து)
ஆச்சரியம் ரூபத்தில் வண்டி றந்த;
பாக்கிநின்ற மணியொலியால் மானி றந்த;
பாழான உரிசையினால் மீனி றந்த(து)
ஆக்கி நின்ற கெந்தியினால் எறும்பு சென்று
சாதகமாய் மாண்டதிந்த ஐந்தும் பாரு!
பாக்கிநின்ற இந்திரிய விடயத் துள்ளே
பாழான மனம்சிக்கிப் படுகு வாரே. 14

(உரை:) ஐம்பொறிகளில் ஒன்றான உடலிலுள்ள தோலின் தொடு உணர்வால் கொசு தாக்கப்பட்டு இறந்ததும், உருவ நிறத்தால் வண்டிறந்ததும் வியப்பேயாகும்; மணியின் ஓசையைக் கேட்டு மான் இறக்கிறது; சுவைக்கு (உரிசை) அடிமையானதால் மீன் இறக்கின்றது; விசிறப்பட்ட கெந்தக உப்பில் ஊர்ந்து சென்றதால் எறும்பு மாண்டு போனது. இப்படியாக ஐந்து உயிர்களும் ஒரு தொடு உணர்வாலே துன்புற்று இறந்தன என்பதை மனிதா! எண்ணிப் பார்! இப்படித்தான் மற்ற அறிவுப் பொறிகள் நான்காலும் ஏற்படுகின்ற தாக்கத்தால்-அவற்றின் பொருள்களால் மனித மனம் சிக்கித் தவித்துப் படாத பாடுபடு கின்றார்கள், மக்கள் என்பதை உணர்க.

(சிவ இன்பம் பெற சிவத்தவம் கூடுக!)

வாரான உலகத்தில் மனிதர் கோடி
மருவி நின்றே உண்டுடுத்துச் சையோ கித்துத்

தாரான கசதுரக ரதங்கள் ஏறிச்
சகலரத்ன பூடணங்கள் தரித்து விம்மி
மாரான வாழ்வடைந்தோர் இறந்தார் ஐயா!
மாண்டவர்கள் வெகுகோடி மாய வாழ்க்கை!
கூரான சிவபோக ஞானம் வந்தால்
கூடழிந்து போகாது; கூடு கூடே! 15

(உரை:) *மகனே! உலக வாழ்வைக் கூர்ந்து கவனி! நீண்ட பெரிய உலகத்திலே மனிதர்கள் கோடிகோடியாகக் கலந்திருந்து, உண்டும் உடைகள் உடுத்தியும் உறங்கியும் வாழ்கின்றனர்; அவர்களிலே அரசர்கள் படையான வகுப்பில் யானைப்படை, குதிரைப்படை, தேர்ப்படை எனப் பலவற்றிலும் ஏறிப், பலவகை யான ஒளிசிறந்த கற்கள் பதித்த அணிகலன்களை அணிந்தும் மகிழ்ச்சியில் விம்மி மன்மதனைப் போல வாழ்ந்தார்கள். அப்படி வாழ்ந்தவரும் முடிவில் இறந்தே போயினர். பிறந்தும் இறந்தும் போனவர்கள் எண்ணற்ற கோடியினரே. எனவே, இது மாய வாழ்க்கைதானே. இதைவிட்டு விட்டுக், கூர்மையான சிவஇன்பம் நுகரும் மெய்யறிவு பெற்றால் இந்த உடம்பு அழிந்துபோகாது. ஆகவே, மனிதா! சிவத் தவத்திலே உடனே கூடுவாயாக!*

(இறைவனைப் பற்றிய தெளிவு இருந்தாலே அவனைக் கூட முடியும்)

கூடுவதம் பரமோகே சரமோ என்னில்
கூர்மையுள்ள வானோவ தீதமோ என்னில்
ஆடுவதாச் சரியநின் மலமோ என்னில்
அருமையுள்ள நிர்க்குணமோ நிரஞ்சனமோ என்னில்
பாடுவது பதங்கடந்த பூரணமோ என்னில்
பகலிரவும் அற்றிடமோ பராபரமோ என்னில்
ஊடுவதெங் கேபின்னை எங்கும் இல்லை
உம்மென்றால் ஊமவெள்ளம் மோகம் காணே! 16

(உரை:) *மனமே! ஐயப்பாடு கூடாது. இறைவனை எங்கே கூடுவது? எப்படி அடைவதென்று குழம்பவும் கூடாது.*

இறைவனைக் கூடுவது வான்வெளியிலா? கேசரித் தவத்திலா? என்று வினவிக்கொண்டு, அறிவுக்கூர்மையுள்ளவன் நோவின்றி அடைய முடியுமே என்று சொல்லிக் கொண்டும், இறைவன் ஆடல்புரிவது வியக்கக்கூடிய தூயவெளியே என்றும்,

இறைவனது பண்பானது வெறுமையானதும் நிறைவானதுமாகு மென்றும், புகழ்ந்து பாடுவதும் எல்லையற்ற நிறைவான பேரொளியோ? என்றும், அந்தப் பேரொளி இருப்பது பகலிரவற்ற 'இடமோ? அது இயங்கும் பொருளாகவும் இயங்காத பொருளாகவும் இருக்கும் நிலையோ? என்றும் சொல்லி மனம் குழம்பி உறுதிப் படாமல் போனால் அந்த இறைவனோடு அன்போடு பேசவும் முடியாது; அவனை நோக்கி வருந்தவும் கூடாது. எனவே, அவனிடம் எவ்வளவு ஆசை வைத்தாலும், ஊமையாகப் பேசாமலே 'உம்' என்று இருக்க வேண்டியதுதான்!

(ஐம்பொறிகள் அடங்கவில்லையானால்
மெய்யறிவாலும் தடுக்கமுடியாது.)

மோகமென்ற உரலுக்குள் மனந்தான் சிக்கி
முசியாமல் இடிப்பதற்குஐம் பொறியும் கோல்தான்;
பாகமென்ற கோபம்வந்தே உருவாய் நின்று
பதையாமல் சண்ணிச்சே உலக மெல்லாம்
தாகமென்ற ஞானம்வந்து என்ன செய்யும்?
சண்டாள இந்திரியச் சார்பி னாலே;
வேகமென்ற மனலகரி யைத்தான் கொண்டு
விண்ணுக்கு ளேநிற்க வெளியாய்ப் போமே. 17

(உரை:) ஐம்பொறிகள் (மெய்-வாய்-கண்-மூக்கு-செவி) என்னும் உலக்கை (கோல்) இடிக்கவும், ஆசை (மோகம்) என்னும் உரலிலே மனம் சிக்கிக் கொள்கின்றது; இந்த நிலையில் சினம் உருவெடுத்து வந்து சீறுகின்றது; ஆசையை நிறைவேற்ற வெண்ணிப் பதைக்காமல் செயல்படுகின்றது. இந்த மனத்தை விடுவிக்க, உலக அறிவென்னும் வேட்கை எவ்வளவு முயன்றா லும், தீமை வழிப்பட்ட ஐம்பொறிகள் அடிமைப்பட்டதாலே, முடியவில்லை. ஆகவே, மனத்திலே அருள் வேட்கையைத் தூண்டும் அருளன்னையைத் தேறல் (தேன்) உண்ட களிப்பிலே விண்வெளிக்கும் சென்று நின்று வழிபட்டு உறவாடலாம்!

(வானத்தை ஒத்துப் பார்த்தால் இறையொளி தெரியும்.)

வெளியேது வெளிக்குள்ளே வெளியங்கு ஏது?
வேதாந்த வெளிகடந்த ஒளியங்கு ஏது?
அளியேதவ் வளிகடந்த அண்டம் ஏது?
அப்புறத்தே தோற்றுகின்ற சோதி ஏது?

நெளியேது நினைவேதுநிர்க் குணந்தான் ஏது?
நேரான பூரணத்தின் நாதம் ஏது?
சுழியேது சுழியடக்கும் சூட்சம் ஏது?
தோற்றுமப்பா வானத்தை ஒத்துப் பாரே! 18

(உரை:) *அன்பனே எல்லாவற்றையும் ஆராய்ந்து உற்றுப் பாரடா! கடவுளொளி எங்கும் தெரியும்.*

அகத்துக்குப் புறமான வெளி எதுவோ? அந்த வெளிக்குள்ளே தெரியும் அறிவுவெளி எதுவோ? மறைநூல்களின் முடிந்த கொள்கையான அறிவுவெளி கடந்த ஒளி எதுவோ இடைக் குறையான சாளரமென்னும் அளி எதுவோ? அந்த அளி கடந்த மேல்நிலையான அண்டக்கோள் எதுவோ? அதற்கு அப்பாலே தெரிகின்ற பேரொளிதான் எதுவோ? அறிவின் நெளிவான மறப்பு எதுவோ? நினைவில் வருவது எதுவோ? ஒருநிறமும் உருவமும் அற்றது எதுவோ? ஒரே ஒரு முழு முதலான கடவுளின் ஓசையென்னும் நாதம் எதுவோ? ஒளிந்து கொண்டிருப்பதான சுழி எதுவோ? அந்த மறைவிலே அடங்கியிருக்கும் உண்மையான நுட்பம் எதுவோ? அந்த வகையான அனைத்தையும் ஒன்றோடு ஒன்று ஒப்பிட்டு ஆராய்ந்து பார்த்தால் உயரிய வானிடத்தில் தெய்வம் தோற்றமளிப்பதைக் காண்பாய்?

(மெய்யறிவு நெறியை அடைந்தவருக்கு மூன்று வகை வினையும் இல்லை.)

ஒத்துநின்ற சரியையொடு கிரியை ரண்டும்
உறவாதி செய்தவப்பா! நன்றாய்க் கேளு:
பத்திநின்ற யோகம்முதல் ஞானம் ரண்டும்
பாங்காகச் சித்தருக்கே அடுத்த வாறே;
அந்திநின்ற ஆகாம்யசஞ் சிதபிரா ரத்வம்
ஆருக்கும் அடுக்குமென்றால் யோகம் எய்தி
முத்திநின்ற ஞானத்தில் புகுந்தோர்க்கு ஐயா!
மூன்றுமில்லை பிரபஞ்சம் முழுதும் போச்சே! 19

(உரை:) *அப்பனே! ஐயனே! கேட்பாயாக: வாழ்க்கையோடு பொருந்தி நின்ற அன்புநெறியும் தொண்டுநெறியும் உறவாயின என்பதை நீயும் விளக்கமாகக் கேள்! வரிசையாய் அன்போடு தொடர்ந்து வரும் தவநெறியும் அறிவுநெறியுமாகிய இரண்டும் முறையாகச் சித்தர்களுக்கே பொருத்தமாய் அமைந்தன; வாழ்வில் முடிவாய் நிற்கும் நிகழ்வினையான ஆகாமியம்,*

எஞ்சிவரும் வினையான சஞ்சிதம், நுகரும் ஊழ்வினையான பிராரர்த்தம் ஆகிய மூன்றும் எல்லோரையும் வந்தடையும். ஆனால், தவம் முதிர்ந்து வெற்றி பெற்ற அறிவுநெறியில் புகுந்தவருக்கோ முன்னே குறிப்பிட்ட ஆகாமியம் முதலிய மூன்றும் இல்லை; இந்த உலகம் முழுதையும் வென்றவர் இவரே!

(காலத்தையும் வென்றவர்கள் மெய்யறிவாளிகளே!)

போச்சென்பர் முக்காலம்; பிறகே நின்று
புரிமுறுக்குப் போலேறிப் புணர்ந்து கொல்லும்
ஆச்சப்பா கால மென்ன? என்று சொல்லி
அவரவர்கள் சபம்செய்வார் அறிந்த மட்டும்;
நீச்சப்பா அகாலவெள்ளம் கடப்பார் என்றால்
நேரான ஞானியல்லோ கடந்து நின்றார்!
மூச்சப்பா அற்றிடத்தைப் பாரு பாரு!
மூட்டுவிக்கும் முகிடம்தான் ஞானத் தீயே. 20

(உரை:) *அப்பனே! கேள்: பொதுமக்களான எளியவர்கள் (இறப்பு-நிகழ்வு-எதிர்வு ஆகிய) மூன்று காலங்களும் வீணே கழிந்தன என்பர்; பின்னர், காலமும் உடம்பும் வாழ்வும் முறுக்கேறிய கயிறுபோலாகித் தேய்ந்து கொல்லுமே என்று வருந்துவர்; "எனக்கு எத்தனைக் காலம் (வயது) ஆகிவிட்டது?" என்று சொல்லி ஒவ்வொருவரும் "செபம்" செய்தல் போல் அவரவர் அறிவிற்கேற்ப புலம்புவர்! இந்த உலகில் காலமென்னும் வெள்ளத்தைக் கடந்தவர் உண்டென்றால், அவர் உண்மையான மெய்யறிவாளரே ஆவர். எனவே, அவரே மூச்சுப்பயிற்சியில் வென்று இறையொளி கண்டவரென்பதை உணர்ந்து நீயும் உற்றுப் பார்! உனது பிடரிக்குமேல் முகுளம் என்னும் இடத்திலே அறிவென்னும் தீ விளக்கைப்போல் எரிவதையும் அறிந்துகொள்க!*

(தீக்குள்ளே கடவுளிருக்கிறானென்று உணரும்போது உலகமெல்லாம் கல்வியென்று தெளியும்!)

தீக்குள்ளே வெந்துநின்ற பற்பம் போலச்
செகசால முதற்கொண்டு காலம் போகும்;
தீக்குள்ளே விழுந்தெழுந்த நெய்யைப் போலச்
சிறப்பான ஞானமது திரண்டே யேறும்;
தீக்குள்ளே காட்டமொடு கோலும் கூடித்
திரண்டாற்போல் கருவியெல்லாம் கணத்தில் மாளும்
தீக்குள்ளே பராபரம்தான் இருந்த தாயின்
செகமெல்லாம் வித்தையென்று தெளிந்து போமே. 21

(**உரை:**) தீக்குள்ளே பட்ட பொருள்களெல்லாம் வெந்து வெண்ணீறு (சாம்பல்) ஆவதுபோல் உலகம் அழிந்து சாம்பலான ஊழிக்காலம் முதற்கொண்டு இன்றுவரை, காலமென்பது கடந்து போய்க் கொண்டே இருக்கின்றது! இது இயற்கையாகும். தீக்குள்ளே விடப்பட்ட நெய்யானது சுடர்விட்டு மிகுதியாய் எரிதல் போல் மனிதனிடம் மெய்யறிவென்பது ஓங்கி ஒளிவீசும்; வெப்பத்திறன்மிக்க தீயில் இடப்பட்ட இரும்புக்கம்பிகள் உருகி ஒன்று திரண்டு உருவாவது போல் அறிவென்னும் தீயிலே, அறிவுப்புலனாகிய ஐந்து கருவிகளும் ஒடுங்கி ஒன்றாகி ஒருமைப்பட்டுச் செயல்புரிந்து வெற்றிபெறும். இத்தீயின் இயற்கையிலே கடவுள் இருக்கிறானென்ற உண்மையை உணரும்போது உலக உயிர்களெல்லாம் கல்வியைக் கற்ற தெளிவைப் பெற்றுவிடும்.

(மகார ஒளியாலே அருட்சத்தியை ஓர்ந்து எண்ணிப் பார்!)

தெளிந்தவிடம் கண்டாரார்? சித்தர் யோகி
செகமெல்லாம் நரனென்பார் திருட்டு ஞானம்
ஒளிந்துவிட முனைந்ததால்கே சரிக்குள் நிற்பாள்;
உற்றுப்பார் மகாரம்வைத்தே யூகி ஊதே!
அளிந்தவிடம் நிர்க்குணம்தான் அதிலே கேளு!
ஆச்சரியம் மகாரமென்ற துண்டு உண்டு;
களிந்தவிடம் நிராகாரம் ஒன்று மில்லை
காட்டுந்தா ரறிவுகொண்டே உற்றுக் காணே. 22

(**உரை:**) கடவுளிருக்கும் தெளிவான இடத்தைக் கண்டவர் உலகிலே யார்? சித்தரும் தவமிருப்போரும் மற்றவுலகத்தாரும் மனிதரென்று சொல்லக்கூடியவரோ, கள்ளம் செய்யும் அறிவில் ஒளிந்து கொள்ள முனைந்ததால் அருளன்னை 'கேசரி' என்னும் தவத்துக்குள்ளே இருப்பாள்! எனவே, அவளை மகாரமான ஒளியைக்கொண்டு உற்றுப் பார்த்து, ஆழ்ந்து எண்ணி மூச்சினால் (ஊதி) தவஞ்செய்து பார்! அந்த அருட்சத்தியானவள் பாழிடமான வெட்டவெளிதான். அதையும் கேட்டறிக! ஆனால், அவள் மகாரமான (பராசத்தி) ஒளியே என்றது உண்மையே! வேறு களிப்புத் தருமிடமோ ஆதாரமற்ற இடமோ ஒன்றுமில்லை. இதனை அறிவுகொண்டு எடுத்துக்காட்டோடு உற்றுப்பார்; அவளைக் காணலாம்.

(ஆறு சமயங்களைப் போற்றுபவர்,
அன்னையருளமுதைப் பெற முயல மாட்டார்.)

உற்றுநின்றே உலகத்தோர் ஞானம் பார்த்தே
ஊனுக்குக் கிடையாமல் புரட்டுப் பேசிப்
பற்றுகின்ற மோகத்தாற் பெண்ணைக் கூடிப்
பரந்துநின்ற 'திரோதாயி' தலையிற்சிக்கிக்
கொத்துகின்ற விடங்காண்பார் கண்ணைமூடிக்
கும்மென்றே இருளாகும் அறிவும் பொய்யாம்!
மற்றுநின்ற லகரியினால் கொண்டே ஏற
மாட்டார்கள் அறுசமய மாடு தானே. 23

(உரை:) அருள்-சமயத்துறையிலே பேசப்படும் ஆறுவகைச் சமயத்தவரான ஆன்மவுயிர்கள் (மாடு), அருட்சத்தியின் கொள்கையில் ஈடுபட்டு அவளுடைய அருளமுதை உண்டு மயங்காதவரே உலகியல் வாழ்வில் துன்புற்றுக் கெட்டுப் போகின்றனர்.

இவருடைய உலகியல் பார்வையான அறிவால் உணவுக்கே வழியின்றிப் பொய்யும் புரட்டும் பேசித் திரிவர்; ஆசைப் பற்றாலே பெண்ணோடு கூடிச் சிற்றின்பம் கொள்வர்; உலக உண்மையாக (தத்துவமாக) இருக்கின்ற 'மறைப்பாற்றலென்னும் திரோதாயி' யிடம் சிக்கிக், கொத்துகின்ற நஞ்சு போன்ற துயரை அடைவர்; இவருடைய கண்மூடித் தன்மையான செறிந்த இருள்போன்ற அறிவும் பொய்யாகவே போய் மாண்டுவிடும் என்பதை உணர்க.

> ஆணவம்-கன்மம்-மாயை-மாயேயம்-திரோதாயி என்னும் ஐந்து மாசு (மலம்)களில் ஒன்றே திரோதாயி என்பது.

(அருளைப் போற்றாமல் விட்டதாலே வெறும் சமயத்தோர்கள்
மெய்யறிவையே கைவிட்டனர்.)

சமயமெல்லாம் சக்தியுண்டு சிவமும் உண்டு;
சண்டாளர் பிரித்தல்லோ தள்ளி னார்கள்!
சமயமெல்லாம் வேதாந்தசித் தாந்தம் உண்டு;
சாதகத்தைப் பாராமல் தயங்கி னார்கள்;
சமயமெல்லாம் நாதமுண்டு விந்தும் உண்டு;
காக்காமல் கெட்டார்கள் உலகத் தோர்கள்
சமயமெல்லாம் அம்பரமாம் ஞானம் உண்டு!
தாயைவிட்ட பாவத்தால் தவறிப் போச்சே. 24

(உரை:) ஒவ்வோர் அருட்சமயத்திலும், அருளென்னும் சத்தியும் பொருளென்னும் சிவமும் ஆகிய இரண்டு உண்மையியல் உண்டு. இதைத் தீயவொழுக்கமுடையவர் பிரித்துச் சத்தியைப் போற்றாமல் தள்ளிவிட்டனர்; சமயம் யாவிலும் மறைநூல் முடிவான கொள்கையும் அறிவு முடிவான கொள்கையும் உண்டு; இவற்றின் பயன்பாட்டைக் காணாமல்-இரண்டையும் போற்றாமல் கைவிட்டனர்; சமயக் கொள்கை அனைத்திலும் ஓசையான நாத உண்மையும் ஒளியான விந்தின் உண்மையும் போற்றப்படும்; என்றாலும், அறிவில்லாத உலகத்தவர் இக்கொள்கையின் அடிப்படையை உணராமல் கெட்டே போனார்கள். ஒவ்வொரு சமயத்திலும் எழிலான கடவுள்பேரொளி பற்றிய மெய்யறிவு உண்டு. ஆனால், அருளென்னும் தாயைப் போற்றாமல் ஒதுக்கிய தீவினையால் இந்த மெய்யறிவு (ஞானம்) தவறிக் காணாமல் போய்விட்டது.

> புத்தம்-சமணம்-பைரவம்-காளாமுகம்-உலோகாயதம்-சூனியவாதம் என்னும் ஆறும் புறச்சமயங்கள். இவையே அருட்சத்தியைப் போற்ற மாட்டாதவையாம்.

(புறச்சமயமான அறுசமயக் கொள்கை பயன்தரவில்லை!)

போச்சப்பா ஆறானும் பானத் தாலே
புத்தியுள்ளோர் பானத்தால் கண்டார் ஐயா!
ஆச்சப்பா வாமமென்ன நிசிதம் என்பார்
அதன்குணமோ திரோதாயி அனுட்டா னந்தான்
ஒச்சப்பா நாதாக்கள் ரிடிகள் சித்தர்
உயர்ந்தவரைக் கண்டவர்பா னத்தா லன்றோ!
காய்ச்சமரம் பட்டதென்ன வேரற் றாற்போல்
கசடரென்ற அறுசமயம் கேட்டே பாங்கே. 25

(உரை:) புறச்சமயங்கள் ஆறும் அகச்சமயங்கள் ஆறும் கற்ற அறிவாளிகள் கள் முதலான (மது) குடிநீர் குடித்ததாலே அச்சமயக் கொள்கை மதிப்பை இழந்தது. ஆனால், அறிவுடையவர்களில் சிலர் விழித்துக் கொண்டதால், கள் குடித்தும் அறிவு கெடாமல் சமய உண்மை கண்டார்கள்; 'வாமம்' என்னும் சத்தியின் கொள்கையைச் சொல்லும்போது, அது இகழ்ச்சிக் குரியது (நிசிதம்) என்பர்; அதன் இயல்பென்பது, மறைப்பாற்றலான திரோதாயி போல் மாசுபடுத்தி அறிவையே அழித்து விடுமென்பர். உலகிலே அருள் தலைவர்கள், முனிவர்கள்,

சித்தர்கள், உயர்ந்தவர்கள் ஆகியோரைக் கண்டவரெல்லாம் கள் முதலியவற்றைக் குடித்தவரேயன்றோ! ஆக, அறியாமையிரு ளுடைய ஆறு சமயக் கோட்பாடுகளையும் நன்கு கேட்டுப் புரிந்தாலும் அவை இந்நாளில் பயன்தாராமல், பயன்தந்து பட்டுப்போன மரம்போல் ஆகிவிட்டன என்றே கூறவேண்டும்.

> 'ஆறாறு' என்பதை (6x6=36) முப்பத்தாறு தத்துவங்கள் என்று பொருள் கொண்டால் பொருந்தா.

(ஆறிடத்துத் தெய்வம் கண்ட அறிவோனே, மூன்று மாசைப் போக்கும் தவத்தோன் ஆவன்.)

பாங்கான குண்டலிக்குள் மூலம் ஒன்று
பாரப்பா கண்டத்தில் மூலம் ஒன்று
போங்கான புருவமைய மூலம் ஒன்று
புகழான விந்துவிலே மூலம் ஒன்று
வாங்கான சத்தியிலே மூலம் ஒன்று
மருவிநின்ற பராபரத்தில் மூலம் ஒன்று
தேங்காமல் இவையாறும் கண்ட ஞானி
சேர்ந்துநின்ற மும்மூல யோகி யாமே. 26

(உரை:) மூலாதார இடத்தில் தோன்றும் குண்டலி ஆற்றலுக்குள் இருக்கும் தெய்வம் பராசத்தி; கழுத்திடத்தில் மூச்சாயிருக்கும் தெய்வம் மகேச்சுரன்; சுழுமுனை போய்ச் சேரும் இடமான புருவநடுவுக்குள் அமையும் தெய்வம் சதாசிவம்; புகழப்படும் ஒளியான விந்துவிலே வேராக இருப்பது ஓசையாகிய நாதம்; அருள்தரும் சத்தியில் அடிப்படையாக இருப்பது சிவம் ஆகும்; எல்லாப் பொருள்களிலும் கலந்திருக்கின்ற (உயிரிலும் உயிரற்றதிலும்) பராபரத்தில் வேராக இருப்பது சிவத்தீயான முதற்பொருள் (அருட்பெருஞ்சோதி) ஆகும்! இவை ஆறையும் தெளிவாகக் கண்ட மெய்யறிவாளனே உயிரில் சேர்ந்து வரும் மூன்று மாசுகளான ஆணவம்-கன்மம்-மாயை என்பவற்றை வென்ற தவத்தோன் ஆவன்.

(தவத்திற்கு வேராய் அமைந்தது 'நமசிவாய' மந்திரம்.)

ஆமப்பா நகாரமுதல் யகாரம் நிற்கும்
அவ்வளவும் யோகத்தின் மூலம் ஆச்சு;
தாமப்பா அகாரமுதல் உகாரம் தொட்டுச்
சாதகமாய் மகாரம்வரை ஞான மூலம்,

ஓமப்பா திசைநாத மவுனத்திற் காணும்
உற்றேற உற்றேற அகண்ட வீதி
காமப்பால் உண்டக்கால் யோக சித்தி
கடுங்கானல் பாலுண்ட ஞானம் ஆச்சே. 27

*(**உரை:**)* தவஞ்செய்ய அடிப்படை வேராக அமைந்திருப்பது, நகாரம் முதல் யகாரம் வரை அமைந்த ஒலியான 'நமசிவாய' என்னும் மந்திரம் ஆகும்; இந்த ஐந்து எழுத்துக்கும் அடிப்படை மந்திரமாயிருப்பதும் அறிவின் வேராயிருப்பதும் ஓங்காரத்திலமைந்த அகாரம்+உகாரம்+மகாரம் என்னும் மூன்று எழுத்தொலிகளாகும். இந்த ஓங்கார (ஓம்) ஓசையானது, நான்கு திசைகளை நோக்கித் தவமிருக்கும் ஒருவனது அகவுயிரில் ஒடுங்கி ஒலித்து அமைதியாய், ஒளியை மூட்டும்; இந்த விந்தானது உள்ளே ஏற ஏற ஒளிவிரிந்து வீதியாய் விரிவடையும்; இங்கே இப்போது இந்தக் கடவுளொளிமேல் ஆசைக்காதல் கொண்டு அருட்பாலை உண்பதால் தவம் வெற்றி (சித்தி) பெறும்; இதற்கு அடிப்படையாய் அமைவது கடவுள் வெளியான ஒளிவெள்ளத்தில் உண்ணும் அறிவுப் பாலேயாகும்.

(உலகியல் ஆசிரியன் மந்திரநெறி அறியமாட்டான்.)

ஆச்சிந்த வரிசைவிட்டே உலக ஆசான்
ஆதியந்தம் ஒன்றுரவி மதிதான் என்பான்;
மூச்சற்ற இடங்காட்டத் தெரியா நின்று
முன்னேது பின்னேது? சாங்கம் என்பான்;
வாச்சிந்த மயக்கத்தால் உலகோர் கேட்டார்
மதுவைவிட்டே றியல்லோசை யத்தோர் கேட்டார்
ஓச்சிந்த விதமறிந்தோன் யோக ஞானி
உம்மென்று ஆகுமென்ற நாதம் ஆமே. 28

*(**உரை:**)* உலகியலின் வாழ்க்கையைக் கற்பிக்கும் ஆசிரியன் முறையாக ஓதவேண்டிய நமசிவாயத்தையும் ஓங்காரத்தையும் நாடாமல் விட்டுவிட்டு, முதலும் முடிவுமான ஒரு கடவுள் வான்சுடரான ஞாயிறும் திங்களுமே என்று கூறுவான்; தவத்திலே மூச்சானது சென்று ஒடுங்கும் கடவுளிடம் சொல்லத் தெரியாமல், மூச்சுக்கு முன் எது? பின் எது? மூச்சென்பது சங்கின் ஒலியா? என்று வினவுவான்; இவ்வாறு அறிவுமயங்கிய ஆசிரியனிடம் உலகத்தவர் திரும்பக்கேட்டனர்: "மது மயக்கத்தை ஒழித்தாலே மந்திரமான ஓசையின் இயல்பு விளங்கும்" என்றனர். இவ்வாறு

போற்றியாளும் (ஓச்சும்) மந்திரத்தின் பொருளறிந்தோனே தவம்வல்ல மெய்யறிவோன் ஆவான்; உம் என்பதும் ஓம் என்பதும் நாதம் (ஓசை) ஆகும் என அறிக.

(ஓசையென்னும் நாதம் ஐந்து திறமாகச் செயல்படும்.)

நாதமப்பா யோகத்தில் ஐந்து நாதம்;
நலமான மவுனத்தில் ஐந்து நாதம்;
வேதமப்பா கடந்திடத்தே சுத்த நாதம்,
வெட்டவெளிக் குள்ளேயொரு நாதம் உண்டு.
போதமப்பா கடந்திடத்தே அந்த நாதம்
புகழாகச் சேவித்து நிற்கும் என்றும்
காதமப்பா தூரமல்ல அந்தோ அந்தோ!
கண்ணிமைக்குள் விண்ணுக்குள் கலந்து காணே. 29

*(**உரை:**) அப்பனே! அறிக.*

ஓங்கார ஓசையென்னும் நாதத்திலே ஐந்து திறமான பொருள்கள் கூடி (யோகம்) உள்ளன. அவை அகரம் (=கடவுள்); உகரம் (-உயிர்); மகரம் (-உலகம்); ஓசையாகிய நாதம்; ஒளியாகிய விந்து என்பனவாகும். அந்த ஐந்தும் அடக்கமாகவும் மறைவாகவும் (பேசாத நிலைபோல்) இருந்து செயல்படுகின்றன.

எப்படியெனில்? அந்தத் தூய ஓங்கார ஓசைதான் மறைநூல் களாக வடிவெடுத்தது; அதுவே வெட்டவெளியென்னும் கடவுள்வெளியில் ஒளியான நாதமாயிற்று; அதுவே கடந்த நிலையில், அறிவு (போதம்) ஆக விளங்குகின்றது; அதுவே புகழ்மிக்க இசைப்பண்ணாகிக் கடவுளைப் போற்றி வழிபடும் பாடல் ஆகின்றது; அதுவே 'அந்தோ அந்தோ!' வென்று சொல்லி வியக்கும் நிலையில், உயிராகிக் கண்மணிக்குள்ளும் விண்வெளிக் குள்ளும் இருந்து வாழவைக்கின்றது. இந்த நுட்பத்தைக் காண்க!

(கேசரி யோகத்தில் புலனறிவற்றுக் கடவுளோடு கலந்திருத்தல்)

விண்ணேது வெளியேது வொளியங்(கு) ஏது?
விரைந்திந்த மூன்றும்கே சரிதான் ஆச்சு;
கண்ணேது காதேது மூக்கங் கேது?
கண்டிப்பாய்க் கண்டவெல்லாம் அழிந்து போச்சே!
ஒண்ணிரண்(டு) ஏதுசம ரசம்தான் ஏது?
உற்றுப்பார் வெட்டவெளி ஒன்றும் இல்லை;
எண்ணேது நினைவேதிங்(கு) அறிவும் ஏது?
ஏகமாய்க் கலந்துத்தி இடத்தைக் காணே! 30

(**உரை:**) தவத்தோன் ‘கேசரி’ யோகத்தில் மூழ்கியிருக்கும் நிலையில், விண்ணும் வெளியும் ஒளியும் என மூன்றுமே, ஐம்புலன் அறிவற்றிருப்பதால் தெரியாமல் போய்விடும்; இப்பொழுது, கண்ணும் காதும் மூக்கும் அறவே செயலிழந்து போய்விடும்; நன்மையென்ப தொன்றும் தீமையென்பதொன்றும் நடுவுநிலை (சமரசம்) என்பதொன்றும் ஆக எதுவுமே மனத்திலே இல்லாமல் அற்றுப்போகும். மேலும், உற்றுப் பார்த்தாலும், கடவுள் வெளியான வெட்டவெளியும் தெரிவதில்லை; மனத்திலே இயல்பான எந்த எண்ணமும், நினைவும் தோன்றுவதில்லை; அறிவற்றே இருக்கின்றான். இப்போது, இவனது உயிரொளி யானது ஒருமை நிலையில் கடவுளொளியோடு கலந்திருக்கின்றது என்பதே உண்மை! இந்த மேல்நிலையிடத்தை நுட்பமாய் உற்றுப் பார்ப்பாயாக.

> இந்த வலிமைமிக்க ‘கேசரி’ யோகம் இருப்பவர் இறக்க மாட்டார் என்பதைத் திருமூலர் குறிப்பிடும்போது,

“உறக்கத்தை நீக்கி உணரவல் லார்கட்கு
இறக்கவும் வேண்டாம்; இருக்கலும் ஆமே.” (திருமந்திரம்-801.)

என்றதை இங்கே நாம் ஒப்பிடலாம்.

(தவத்தில் சேர்ந்தும் அதை உணராதவர் கள்வர் ஆவர்!)

உத்திகொண்டு ஞானநூல் பார்த்துப் பார்த்தே
உலகத்தோர் ஞானமெல்லாம் வந்த தென்று
பத்திகொண்டே அலைவார்கள்;விண்ணைப் பாரார்
பாழான மனத்தையங்கே நிறுத்த மாட்டார்
முத்திகண்ட விடமெங்கே யென்று காணார்
மூச்சற்று நின்றிடத்தை நோக்கிப் பாரார்
சித்திகண்டால் சித்திகொண்டு செய்ய மாட்டார்
சேர்ந்துமதாய் இருக்கறியார் திருடர் தானே! 31

(**உரை:**) தவநெறிக்கு வந்தவர்களில் சிலர், அந்த நெறியில் உறுதியாய் நிற்காமல், இடையிலேயே விடுபட்டுப் போகிறார்கள். அந்தச் சிலர், அறிவுகொண்டு மெய்யறிவு நூல்களைப் படித்துப் படித்தே (செயல்பாட்டுக்கு வாராமல்), உலகிலுள்ளவரின் அறிவெல்லாம் தமக்கு வந்துவிட்டதென்று அகம் மகிழ்ந்து அலைவார்கள்;

ஆனால், இவர்கள் விண்ணகத்தின் இயற்கை நுட்பங்களை ஆராய்ந்து பார்க்க மாட்டார்கள்; வெறுமையான அவரது மனத்தை அங்கே செலுத்தி உண்மையறிய மாட்டார்கள்; இவ்வுலக விடுதலை பெற்று, மேலேயுள்ள அந்த ஆண்டவனுலகம் எப்படியிருக்கின்றது என்று எண்ணவும் மாட்டார்கள்; தமது மூச்சுப் (பயிற்சியில்) போய் முடிகின்ற பொருளான கடவுளை நோக்கிப் பார்க்கமாட்டார்கள்; நினைத்த செயல் முடிகின்ற வெற்றியான சித்தியைக் கண்டறிந்தாலும் அந்த நம்பிக்கை கொண்டு செயலில் இறங்க மாட்டார்கள். தவநெறியில் சேர்ந்தும் இவர்கள் அந்நெறியிலே ஒன்றிக்கலந்து அதுவாகவே ஆகத் தெரிய மாட்டார்கள். இதனால் இவர்கள், நடிக்கும் 'நடிப்புக் கள்வரே' ஆவர்!

(மனம் அடங்கி ஒளிபெற்றால் எல்லாம் வந்து சேரும்!)

தானென்ற ஆணவத்தை நீக்க மாட்டார்
சண்டாளக் கோபத்தைத் தள்ள மாட்டார்
ஊனென்ற சுகபோகம் ஒழிக்க மாட்டார்
உற்றுநின்ற சையோகம் விடுக்க மாட்டார்
பானென்ற ஞானவெள்ளம் உண்ண மாட்டார்
பதறாமல் மவுனத்தே இருக்க மாட்டார்
வானென்ற பொருளென்ன எளிதோ? மைந்தா!
மகத்தான மனமடங்க எய்யும் காணே. 32

(**உரை:**) மைந்தனே! தவஞ்செய்ய முனைவோர் முதலிலே மனத்தை அடங்குமாறு செய்ய வேண்டும். பலர் எப்படி இருக்கின்றார்கள் தெரியுமா?

தானென்றும் நானென்றும் காட்டிக் கொள்ளும் உயிரோடு பிறந்த இருளான ஆணவத்தை நீக்கித் தூய்மையாக இருக்க மாட்டார்; கேடுகள் செய்யும் சினஉணர்ச்சியைத் தள்ளிவிட மாட்டார்; ஊனாலான உடம்பு விரும்புகின்ற இன்ப நுகர்வை ஒழிக்க மாட்டார்; பொருந்திப் பழகிய புணர்ச்சிப் பழக்கங்களைக் கைவிடமாட்டார்; தேனும் பாலும் போன்ற அறிவான அமுதை உண்ண மாட்டார்; எதைக் கண்டும் மனம் பதறிப் போகாமல் மனத்திட்பத்துடன் புலனொடுங்கிப் பேசாமல் அமைதியாய் இருக்க மாட்டார்; இத்தகையவருக்கு, மிகவுயர்ந்த மெய்ப்பொருளென்னும் கடவுளென்பது (கையில் வரக்கூடிய)

எளிமையான பொருளாகுமா? ஆகாது! எனவே, மிகச்சிறந்த மனம் என்பது அடங்கி ஒடுங்கி, ஒளியானாலே எல்லாப் பொருள்களும் வந்து சேரும்; நீயும் காண்பாய்!

(வாழ்க்கையென்னும் கூத்துக்களைப் படைத்தவன் கடவுள்)

காணிந்த உலகத்தில் மாயக் கூத்தும்
கண்மூக்குச் செவியோடிந் திரியக் கூத்தும்
பூணிந்த வாசியினால் வறுமைக் கூத்தும்
புகழான செனனமொடு மானக் கூத்தும்
ஆணிந்த அண்டமெல்லாம் படைத்த கூத்தும்
ஆங்காரம் மனம்புத்தி யான கூத்தும்
தோணிந்தப் படிபடைத்த பரமே ஐயா!
சொற்பெரிய பூரணமே என்று கூவே. 33

(உரை:) *ஐயனே! என் அப்பனே! நன்கு தெரிந்து கொள். உலகக் கூத்துக்களைக் கடவுள் எப்படியெல்லாம் நடத்துகின்றானென்பதைக் கண்டு கொள்க!*

இந்த உலகத்தில், வாழ்க்கையில் மக்கள் செய்யும் (பொய்த்துப் போகும்) மாயக் கூத்தாகிய விளையாட்டையும், கண்-மூக்கு-காது முதலிய அறிவுப் பொறிகள் செய்கின்ற ஆசைக் கூத்தையும், மூச்சுக்காற்றுத் தவத்தை மேற்கொள்வதால் ஏற்படும் வெறுமை நிலையென்னும் தூய்மையான கூத்தையும், பிறவியால் புகழடைவதும் மானநிலையில் செம்மாந்திருக்கும் வாழ்வைப் பெறுதலுமாகிய கூத்தையும், அண்டகோள்களையெல்லாம் படைத்துக் காத்து ஆளுகின்ற (ஆண்) கூத்தையும், உயிர்கள் பெற்றிருக்கும் மனம்-அறிவு-செருக்கு ஆகிய உட்கருவிகளால் ஏற்படும் கூத்தையும் விளங்கித் தோன்றுமாறு இப்படியெல்லாம் படைத்த ஒருவன் மேலான கடவுளே என்றும், புகழில் பெரிய முழுமுதற் கடவுளே என்றும் மனிதா! நீ கூவுவாயாக.

> தோன்று>தோன் என்ற சொல்லே எதுகை இலக்கணம் நோக்கித் 'தோண்' என்று ஆக்கப்பட்டது.

(அருளன்னை உன்னை எடுத்தணைத்துக் காப்பாள்!)

கூவையிலே, ஆத்தாளைத் தொழுது கூவக்,
குறையாத கருணையினால், திரும்பிப் பார்த்துத்
தாவையிலே மதலையைத்தான் தாய்தான் சென்று
சார்வாக எடுத்துப்போய் உன்னை மைந்தா!

தேவையிலே எடுத்தணைத்தே உயிரை வைப்பாள்;
செகசாலம் ஆடுகின்ற திருட்டுத் தாய்தான்
பாவையிலே மனம்சென்று பரவா விட்டால்,
பாராது போலிருப்பாள் பாரு பாரே. 34

(உரை:) *மைந்தனே! அருள்புரியும் அன்னை பராசத்தியின் அருமை பெருமைகளை உணர்ந்து பார்ப்பாயாக!*

நீ, துன்பப்பட்டு அம்மா அம்மா! என்று கத்தியழும்போது, ஆத்தாளான பராசத்தியைத் தொழுது கூவியதால் குறையாத அருளாலே உன்னைத் திரும்பிப் பார்ப்பாள்; மனிதத் தாய் போலத், தாவிவரும் குழந்தையைச் சென்றெடுத்துத் தன்னோடு அணைத்துக் கொள்வாள்; உன்மீது உயிரையே வைப்பாள்!

நீ இந்த உலகிலே மாயையென்னும் கள்ளமுடைய தாயைக் கவனித்துப் பார்! இவள் வித்தையும் வேடிக்கையும் காட்டி ஏமாற்றியிருப்பாள்; கண்பார்வை வழியே மனம் சென்று பரவாவிட்டால் உன்னைப் பாராததுபோல் இருந்து விடுவாள். ஆகவே, உண்மையானதாய் அருளம்மையே என அறிக!

(பராசத்தி இல்லாமல் உலகம் இல்லை!)

பாரப்பா செகமனைத்தும் அண்ட மெல்லாம்
பாங்கான சூழ்ச்சியில்வைத்(து)இருந்த கன்னி
நேரப்பா! இவளைவிட்டு யோகம் பார்த்தே
நேராக அண்டத்தில் ஞானம் பார்த்தேன்;
சேரப்பா சுத்தவிழல் மனமோ பேயாம்
செகசாலக் கூத்தைவிட்டுத் தெளிய மாட்டார்;
ஆரப்பா அவளைவிட்டு ஞானம் கண்டோர்?
அலைக்கழிக்கும் ஆசையென்ற பாம்பு தானே. 35

(உரை:) *அன்பனே! நன்றாகப் பார்ப்பாயாக! அனைத்து உலகங்களையும் அனைத்து அண்டகோள்களையும் நெறி முறையிலே அறிவு நுட்பத்தில் படைத்து வைத்துக் காத்துக் கொண்டிருக்கின்ற இயற்கை மாயையென்னும் கன்னியாகிய பராசத்தியை நேரே காண முயல்க! நான் இவளைத் தவமிருந்து அவ்வொளியில் கண்டேன்; அண்ட கோள்களிலே (ஞாயிறு, திங்கள், விண்மீன்களில்) இவளை மெய்யறிவொளியாகவும் கண்டேன். எனவே, நீயும் அவ்வாறே இவளைச் சேர்வாயாக! மனமோ, வெறுவெளியாகவும் தூய்மையாகவும் இருந்தாலும்,*

பேயான உலகியல் வாழ்வாகிய புரட்டு உருட்டுக்களிலும் பித்துக் கூத்துக்களிலுமிருந்து விலகிச்செல்ல மாட்டாது.

இந்த உலகிலே, அன்னை பராசத்தியை விட்டுவிட்டு, மெய்யறிவு கண்டவரை யாரும் காண முடியுமா? மனத்தையோ ஆசையென்னும் பாம்பு தான் அலைக்கழித்துக் கெடுக்கின்றதே! ஆகவே, நீ உன்னைக் காத்துக் கொள்ள அன்னையை அடைக!

(குண்டலினிப் பாம்பை இறைவன் பலவகையிலும் பயன்படுத்தினான்.)

பாம்பையல்லோ ஆபரணம் பூண்ட ஈசன்
பரிவாக மதியோடு கொன்றை சூடிப்
பாம்பையல்லோ முந்நூலாய்ப் போட்ட கூத்தன்
பாங்கான கரியுரித்த பாணி பாணி
பாம்பையல்லோ கங்கணமாய்த் தரித்துக் கொண்டு
பரியுழுவைத் தோலுடுத்துப் பாதம் தூக்கிப்
பாம்பையல்லோ மனைக்குமோ திரமாய்ப் போட்டு
பாரென்றே அகண்டத்தில் ஆடி னாரே. 36

(**உரை:**) மனிதா! இது தெரியுமா உனக்கு? முழுமுதற் கடவுளான சிவன், குண்டலியென்னும் பாம்பினையன்றோ தனக்கு அணிகலனாய்ப் பூண்டு கொண்டார்; அன்புடன் தலையிலே பிறைமதியையும் கொன்றைப்பூ மாலையையும் சூடி மகிழ்ந்தாரே! அந்தப் பாம்பையே திருமேனியில் முப்புரிநூலாய் அணிந்துகொண்ட அந்தக் கூத்தனான சிவன்தான் காட்டிலே (பாணி) யானையின் தோலையுரித்துக் கண்ட கையில் (பாணி), பாம்பைக் கங்கணமென்னும் அணியாக அணிந்து கொண்டான்:

மேலும், அக்கடவுளே ஓடும் புலியின் தோலை இடையில் உடுத்திக் கொண்டும், பாம்பையே உடம்பாகிய மனைக்கு மோதிரமாய்ப் போட்டுக் கொண்டும், திருவடிகளைத் தூக்கி நின்று, பார்! என்று காட்டி உலகமெல்லாம் காணும்படிக் கூத்து ஆடி மகிழ்ந்தான்!

(இறைவனும் இறைவியும் ஒன்றே என்று உணர்க!)

ஆடினதோர் கூத்தெல்லாம் ஆத்தாள் மெச்சி
அண்டையிலே அழைத்தானை இருத்திக் கொண்டாள்
நாடினதோர் அவளருகில் அரனும் எய்வான்;
நாமறியோம் அவனவளும் ஒன்றே ஒன்றே!

ஊடினதோர் இடமெங்கே? ஒலிகேட்(பு) எங்கே?
ஒன்றாகக் காணுகிற நடனம் எங்கே?
கூடினதோர் அகண்டத்தின் சோதி எங்கே?
கூசாமல் மவுனத்திற் கூடிக் காணே! 37

*(**உரை:**) அன்பனே! நீ பேசாத நிலையிலிருந்த எல்லா வற்றையும் கண்டுணர்க.*

இறைவன் ஆடிய ஐம்பெரும் (படைத்தல் முதலியன) கூத்துக்களையும் ஆத்தாளான இறைவி புகழ்த்து போற்றினாள்; தம்மிடம் அண்டையில் வரும்படி அழைத்த இறைவனைத் தன்னோடு இருத்தி ஒன்றாக்கிக் கொண்டாள்; இறைவனும் அவளது விருப்பம் போல் ஒன்றாகக் கலந்திருந்தான்; அவனும் அவ்ளும் கலந்த ஒருவரே என்னும் உண்மையை நாம் அறியமாட்டாமல் இருக்கின்றோம். அறிக!

அத்தகைய ஒன்றானவர், கருத்து வேறுபட்ட (ஊடியநிலை) இடம் எங்கு? என்று தெரியாது; அவர்கள் பேசிய ஒலி கேட்டல் (நாத உண்மை) எங்கு? அவர்கள் ஒன்றாக ஆடக் காணும் கூத்து எங்கு? அவர்கள் கூடி ஒன்றாய் உலகமெல்லாம் காட்டும் பேரொளியான சோதி எங்குத் தெரியும்? இந்த உண்மைகளை, உன் அறிவு கூசிக் குறையாமல் பேசாத நிலையான தவம் கூடியிருந்து காண்பாயாக!

மெய்யறிவான குரு

இருளற்ற ஒளியறிவே ஞானமென்னும் அறிவாகும்; இது, மெய்ப்பொருளான கடவுளை உணர்ந்து கொள்ளக் கருவியா யிருப்பதால் மெய்யறிவு எனப்படுகின்றது. இப்பெரிய ஒளியறிவு வடிவானவரே குரு (செவ்வொளி) ஆவர்.

(மகாரம் என்னும் நாதம் பேரொளியாகும்;
அது கண்ணால் காணக்கூடியது அன்று.)

காணப்பா மகாரவரை நாத ஓசை
கன்னிக்குப் பீடமடா! மவுன ஞானம்
ஊணப்பா ஊணப்பா; நாதத் தோடே
ஒருமுனையாய் ஒருவழியாய் ஒன்றாய் ஓடும்

தோணப்பா தோற்றுவதங்(கு) ஒன்றும் இல்லை;
சுத்தவெளி ரவிகோடி சூழ வன்னி
ஆணப்பா மாகோடி கண்கொள் ளாதே!
ஆச்சரியம் அதிகமென்ற மகாரம் காணே! 38

(உரை:) *அன்பனே! கடவுளொளியைக் கண்டுகொள்க!*

ஓங்காரத்தின் (அ+உ+ம) மூன்றாம் எழுத்தான மகர ஓசை, நாத உண்மையை உணர்த்தும்; இந்த ஓசையே கன்னியான அன்னை பராசத்திக்கு ஒளிவீசும் இருக்கை (பீடம்) ஆகும் என்பதைக் காண்க! பேசாத நிலையான மெய்யறிவென்டது தவமிருப்பனுக்குச் சிறந்த உணவாகும்; ஓங்கார ஓசையோடு, கூர்மையாயும் ஒரு வழியாயும் ஒன்றாயும் ஓடித் தெரிவது வேறொன்றுமில்லை; அது பேரொளியே ஆகும். அது பாழென்னும் பரவெளியாகும்; அது கதிரவன் கோடிக்கணக்கிலே வந்து கதிரொளி பாய்ச்சியது போலிருக்கும்; அதுவே “சாகாத்தலை” எனப்படும் சிவக்கடவுளான நெருப்பு (வன்னி) ஆகும்; அது கோடியளவான பேரொளிச் சுடரானதால் அதைக் கண்கொள்ள முடியாது. அது ஒரு பெரிய வியப்பே என்பதால் அந்த மகார ஒளியைக் காண முயல்க!

> *ஓங்காரத்தில் அமைந்த மகார எழுத்து பேரொளியை உணர்த்துவதோடு, உலக ஆணவ மாசுகளையும் இருளையும் உணர்த்தும்; இடம் நோக்கிப் பொருள் கொள்ள வேண்டும்.*

(மகாரம் என்பது ஆசான் சுட்டிக்காட்டும் சிறந்த ஒளியறிவாகும்.)

மகாரமல் லோமுந்தி ஆசான் சுட்டி
வழிகாட்டு முறைமையது; ஞான மார்க்கம்;
மகாரமல்லோ அடங்கியந்த நாதம் தாண்டி
மருவிநின்ற இடமல்லோ கேசரி மைந்தா!
மகாரமென்ன மெல்லெழுத்தே என்பார் மாண்பார்
மாட்டுவதை மூன்றெழுத்த(து) என்று காணார்
மகாரமென்ன மகாரவித்தை அதீத வித்தை;
வாய்திறந்து பேசாதே மௌனம் ஆகும். 39

(உரை:) *‘கேசரித் தவமுடைய மைந்தனே! கேள்! மகார எழுத்தே, மெய்ப்பொருளாசான் முதன்முதலில் சுட்டிக்காட்டி உணர்த்தும் வழிகாட்டு முறையாகும; அதுவே அறிவு நெறியும் ஆகும்; அந்த மகார எழுத்தே ஓங்காரத்தில் அடங்கியிருக்கும்*

ஓசை உண்மையாகும்; அது நாதத்தையும் தாண்டித் தழுவிநின்ற இடமான கடவுளொளி இடம் ஆகும்.

மகாரம் என்னும் எழுத்து ஒரு மென்மையான எழுத்து என்றே மொழி நூலறிஞர் கூறுவர். ஆனால், அவ்வெழுத்து, ஓங்காரத்திலமைந்த மூன்றெழுத்தில் மூன்றாமெழுத்து என்பதை அவர் காண மாட்டார். மகாரம் எத்தகைய சிறப்புடையது தெரியுமா? இது ஒரு கலையாகும்; ஆம்; இது கடந்த நிலையுள்ள ஒளிக் கலையாகும்; மேலும், இது வாய் திறந்து சொல்லமுடியாத பெருஞ்சிறப்புடையதாகும்.

(மகாரக் கலையை ஆசான் காட்டினால் ஓசை கேட்கலாம்)

மௌனவித்தை யாதெனில்மூன் றெழுத்தே என்பார்
மாட்டுகிற இனம்காணார் மார்க்கங் காணார்
மௌனவித்தை யாவதுஎன்? வாய்மூடல் என்பார்
மாடுமுதல் குதிரையினால் ஆவது என்ன?
மௌனவித்தை கேட்டார்கூட் டுறவு காணார்
வாய்மூடி வழியோடே நாதம் கேளார்
மௌனவித்தை ஆசான்தான் தூண்டிக் காட்டில்
மணிமுதலாய்த் திசைநாதம் கேட்கும் தானே. 40

(**உரை:**) மகனே! கேட்பாயாக. 'வாய்பேசாத (மந்திரமான) கலை' என்பது யாதென்று வினவினால் ஓங்காரத்திலுள்ள மூன்று எழுத்தே என்பர்; இவர் இந்த மூன்றெழுத்தின் பொருளியை பையும் வகையையும் உணரமாட்டார்; ஓங்கார ஒளிநெறியையும் கண்டுகொள்ள அறியார்; பேசாதிருக்கும் கலை யாதென்றால், அதற்குப் பொருள் "வாய் மூடல்" என்பர்; இவர்கள் மாடு, குதிரை போன்ற பொருள் உணரத் தெரியாதவரேயாவர். உண்மையில், பேசாதிருக்கும் கலையைக் கேட்டு விளக்க மடைந்தவரோ யாரிடமும் கூடிப்பழகவோ உறவாடவோ மாட்டார்; வாயைமூடி முறையோடு ஓசையெதுவும் கேட்க மாட்டார்; இந்த வாய் பேசாத கலையை, உணர்த்தவல்ல ஆசான் தூண்டிக்காட்டி உணர்த்தும் போதே, மணி ஓசை முதல் மற்ற ஓசைகள் அனைத்தையும் செவியால் கேட்க முடியும் என்பதை அறிவாயாக!

(நாத ஓசை கேட்கும் தகுதியில் மதியமுதம் பெறலாம்.)

கேட்கையிலே மதியினிடம் அமுதம் சிந்தும்
கெடியான(து) உவா அமுதம் கடந்து தோன்றும்
வாழ்க்கையிலே ஆசையறும் நினைவும் போகும்
வாரிதிபோல் அண்ணாக்கில் அமுதம் ஓடும்
தாக்கையிலே ரவிகோடி காந்தி காணும்
சச்சிதா னந்தவொளி தானே தோன்றும்
மூட்கையிலே மேலமிர்த லகரி மீறும்
மூன்றுகமும் கணமாகும் மூட்டிப் பாரே. 41

(உரை:) *அன்பனே! முனைந்து பார்! நாத ஓசையை (இறைவன் உணர்த்தும் ஓசை) நீ கேட்கும் தகுதியைப் பெறும் நிலையில், உனக்கு வான முழுமதியிலிருந்து அமுதம் சிந்தும்; உண்ணலாம்; அந்தப் புகழ்மிக்க (கெடி) உவா (மதி) அமுதமானது அறிவைக் கடந்து தோன்றும்; அதன் பயனால், வாழ்க்கையிலே ஆசையறும் நினைவும் ஒழியும்; அண்ணாக் கென்னும் உள்நாக்கில் கடல்போல் அமுதம் ஓடிப்பெருகும்! ஞாயிறான கதிரவன் தோன்றித் தாக்கும்போது, அந்தச் சுடரொளியின் வெப்பம் கோடி மடங்காகத் தெரியும். இதிலே (சத்து + சித்து + ஆனந்தம் ஆகிய) சச்சிதானந்தம் என்னும் கடவுளொளியும் தானே தோன்றித் தெரியும்; இத்தனையும் தோன்றும் நிலையில், வானத்து அமுதமென்னும் கள்ளின் (உண்ட) மயக்கம் (லகரி) ஏற்படும்! மூன்று ஊழிக் காலமும் ஒன்று கூடினாற்போல் இருக்கும். ஆதலால், நீயும் இதைப் பெறுதற்கு முயற்சியில் முனைக!*

(பராசத்தி வந்து நாத ஒளியைக் காப்பாள்!)

மூட்டையிலே உலககிரி கொண்டு மூட்டு
முதிர்ந்தபின்பு விண்ணுள்கிரி வந்து காக்கும்!
கூட்டையிலே மகாரத்தை அறிந்து கூட்டும்
கும்மென்ற நாதத்தில் கூட ஏறும்
மாட்டையிலே அறிவோடு மனத்தை மாட்டும்;
மறுகாலும் நாதத்தைக் கூர்ந்து கேளே!
ஓட்டையிலே ஒருவழியாய் ஓடிற் றானால்
உத்தமனே! அச்சின்னம் முத்தி ஐயா! 42

(உரை:) *தூயவனே! நீ நாத ஒளியை மூட்டும்போது மண்ணிலுள்ள உமையம்மையை வணங்கிக் கொண்டு மூட்டுக.*

அந்த ஒளி முதிர்ந்த பிறகு, விண்ணிலுள்ள அருளம்மை பராசத்தி (கிரி-கிரிசை) வந்து ஒளியைக் காப்பாள்; ஓங்கார நாதத்தில் மகார ஒளியை அறிந்தே கூட்டுவாள்; வளரும் நாத ஒளியில் கலந்து மேலே ஏறித் திகழ்வாள்! உன் மனத்தை நாத ஒளியிலே அறிவோடு ஓசை வருவதைக் கூர்ந்து கேள்! நாத ஓசை உயிரில் தங்காமல், ஐம்பொறிகள் வழியே (ஓட்டையில்) ஓடிப் போனாலும் அந்த ஓசை தங்கிய அளவுக்கு பிறவி விடுதலை (முத்தி)யினைத் தரும், ஐயனே!

ஏறுகிற துறை

இதில், குருவோடு மாணவன் உரையாடுகிற நிலையில் வெளியிடும் கருத்துக்களை அறிகிறோம்:

(குருவே! நான் அடைய வேண்டியதை விளக்கமாய்ச் சொல்வீர்)

ஐயனே! குருவான அகண்ட மூர்த்தி!
அதிதமென்ற ஞானமெல்லாம் அருளிச் செய்தாய்
மெய்யனே! ஏறுகிற சாத கஞ்சொல்
வேதாந்த லட்சியத்தை விளங்கச் சொல்லு
துய்யனே! நிலைதோறும் எழுத்தைச் சொல்லு
சொற்பெரிய பிராணாய சூட்சம் சொல்லு
தையனே! தையமென்ற நிர்த்தம் சொல்லு
சாதகமாய் லட்சயத்தைச் சாற்றி டாயே. 43

(உரை:) *தலைவனே! எனக்கு மெய்ப்பொருள் உணர்த்தும் ஆசானாய் வாய்த்த தெய்வமே! எனக்கும் மிகவுயர்ந்த மெய்யறிவையெல்லாம் கூறியருளினாய்; மெய்ப்பொருளானவனே! மூச்சுத் தவத்தில் பயிற்சி செய்யும்போது, அம்மூச்சு மேலே ஏறுகிற திறத்தையெல்லாம் எனக்குச் சொல்ல வேண்டும்;*

மறை நூலின் முடிவான கோட்பாட்டின் குறிக்கோளையும் எனக்கு விளங்குமாறு சொல்ல வேண்டும்; செம்மையான திறமுடைய குருவே! திருவைந்தெழுத்துக்களில் ஒவ்வொன்றின் பொருளுண்மையைச் சொல்ல வேண்டும்; பெரிய பொருளடங்கிய சொல்லான ஓங்காரத்தின் நுட்பமான பொருளையும் மூச்சு ஏறியிறங்கும் முறையையும் சொல்ல வேண்டும்;

'தைத்தை'யென்று ஆடுகின்ற ஆடவல்ல இறைவனே! 'தையம்' என்று தாளத்தோடு ஆடுகின்ற நடனத்தின் உண்மைப் பொருளை யும் சொல்ல வேண்டும்; இறைவா! நான் அடையவேண்டிய குறிக்கோளையும் விளக்கிச் சொல்லுமாறு வேண்டுகின்றேன்.

(மாணவனுக்குக் குரு விளக்கமாய்ச் சொல்லுதல்:)

சாற்றிடென்று கேட்டமா ணாக்க னேகேள்:
சந்தோட மாச்சுதிப்போ சார்பு சொல்வேன்;
ஏற்றமென்ற மூலத்தில் வாசி வைத்தே
எளிதாகப் பிராணாயம் பண்ணித் தேறி
ஆற்றுமென்ற குண்டலிக்குள் நடனங் கண்டால்
ஆதித்தன் கோடியைப்போல் காந்தி காணும்
மாற்றுமென்ற கண்டத்தி லங்கென்(று) ஊணு
வாய்திறக்க வொட்டாது வழிசெய் வாயே. 44

*(**உரை:**)* விளக்கமாய்ச் சொல்லும்படி வேண்டிய மாணவனே! கேட்பாயாக: இப்போது எனக்கு நல்ல மகிழ்ச்சியே யாகும்; விடையை விளக்குகின்றேன். வாழ்வுக்கே சிறந்த அடிப்படையான மூலாதாரச் சக்கரத்தில், இழுக்கும் மூச்சுக் காற்றை (வாசி) இருக்கும் படிவைத்து, மூச்சுப்பயிற்சியை எளிதாகவே பண்ண வேண்டும்; அதிலே நன்கு தெளிவு பெற்று, அங்கே மூலாதார இடத்திலே, ஆற்றலுடைய குண்டலிப் பாம்பின் இயக்கும் வலிமையால் நடனம் காண முடியும்; அப்படிக்கண்டால் அந்த ஆடலின் பேரொளியானது, கதிரவனின் கோடிமடங்கு கதிர்வீச்சைப் போன்ற ஒளியாய் இருக்கக் காணலாம்.

மேலும், அந்த மூச்சுக்காற்றை இழுத்துக் கழுத்தில் வைத்து, மூலாதார இடத்துக்குக் கொண்டு செல்ல வேண்டும்; உணவுக்கு வாய் திறப்பதைத் தவிர, மூச்சை வாய்வழியே விட்டுவிடுதல் கூடாது என அறிக!

(மூச்சுக்காற்றால் புருவநடுவில்
அன்னை சத்தியைக் கண்டுகொள்க!)

வழியோடே நின்றுரைத்துப் பழக்க மாகி
மனோன்மணியாம் புருவமையத் தூடே சென்றே
ஒளியோடே மவுனத்தை யோட்டி ஊதாய்!
உத்தமனே! சாம்பவியைக் கண்டு கொள்வாய்

நெளிவோபோய் இவ்வளவும் யோக மார்க்கம்
நின்றவனே சிவயோகி நினைவாய்க்கேளு!
தெளிவோடே விந்துவென்ற குருப தத்தில்
தேக்கப்பா மவுனத்தைத் தாரை யாமே 45

(**உரை:**) *தூயவனே! நீ மூச்சுப்பயிற்சியில் வழிமுறையோடு ஈடுபட்டுப் பழகி, புருவநடுவிடத்தில் வீற்றிருக்கும் அன்னை மனோன்மணியைச் சென்று காணல் வேண்டும்; அங்கே ஒளியோடு மனமொடுங்கி அமைதியில் இருந்து கடைப்பிடித்து, மூச்சுப் பயிற்சியினை ஓட்ட வேண்டும்; அங்கே இருக்கும் 'சாம்பவி' என்னும் சத்தியன்னையைக் கண்டு கொள்க! இவ்வளவும் குழைவோடு செய்யும் தவங்கூடும் நெறியாகும். இந்த நெறியில் நின்று கடைப்பிடிக்கும் ஒருவனே 'சிவயோகி' என்று கருதி, நினைவில் கொள்வாயாக! அறிவுத்தெளிவோடு தனது விந்தை அடக்கி வென்ற மெய்யாசானின் திருவடிகளை மனத்திலே வைத்துக் கொண்டு, வாய்பேசாத நிலையில் நெறிமுறையோடு (தாரையோடு) இருப்பாயாக!*

(அன்னையின் அறிவுப்பாலை உண்டவர்
ஓங்கார ஒளியைக் காண்பர்.)

ஆமப்பா விந்துரவி மதியோர் கூடி
ஆச்சரியம் கண்கூசி மயக்க மாகி
ஓமப்பா நாதத்தில் செவிடு பட்டே
ஊமையென்ற எழுத்துடைய உருவம் காணும்;
தாமப்பா சத்தியிலே வன்னி யோடு
சதகோடி ரவிமதியும் ஒவ்வா ஒவ்வா!
வாமப்பால் உண்டவர்க்குஇத் தனையும் காணும்
வாய்பேசா ஞானிக்கு மாயந் தானே. 46

(**உரை:**) *அப்பனே! உண்மையை அறிக! அறிவுடையோரும் செஞ்சுடரான கதிரவனைக் காணும் போது, வியப்படைந்து கண்ணொளி கூசி மயக்கமாகி விடுவர்; ஓம் என்னும் ஓசையான நாதத்தைக் கேட்டுக் கேட்டு செவி அடைபட்டுப் போவர்; அவர், ஊமை எழுத்தென்னும் 'ம'கர மெய்யெழுத்துச் சேர்ந்த 'ஓம்' உருவத்தைக் காண்பர். ஓங்காரத்தில் வெளிப்படும் விந்துவான ஒளிவடிவுடைய அன்னை அருட்சத்திக்கு, நெருப்பும், ஞாயிறாகிய கதிரும், முழுமதித் திங்களொளியும் நூறுகோடி சேர்ந்தாலும் ஒப்புமை ஆகா என்பதே உண்மை. இந்த உண்மைகளை*

யெல்லாம் காணக்கூடியவர், இடப்பாகத்து அருளம்மை தரும் அறிவுப்பாலை உண்டவரேயாவர்! ஆனால் இந்தக் காட்சி யெல்லாம், வாய்பேசாத நிலையுடைய மெய்யறிவொளிக்கு வெறுமையாய்-மாயமாய்த் தெரியும்.

(அகரம்+உகரம்+மகரம் ஆகிய மூன்றும் பேரொளி இடமான முப்பாழாகும்.)

தானென்ற சிவத்துக்குள் மௌனம் சென்றால்
சதகோடி நவகோடி வன்னிரவி சோமன்;
பானென்ற பரத்தின்கீழ் முப்பாழ் உண்டு;
பார்மகனே! அகாரமொன்(று) உகாரம் ஒன்று
வானென்ற மகாரமொன்று முப்பா ழாக
வழங்கிற்றே; அதனொளியைச் சொல்லப் போகா;
தேனென்ற மொழியுடையன் நமனாம் தந்தைத்
தேவிபதம் என்றகே சரிதான் காணே! 47

(உரை:) அன்பு மகனே! கேள்! தானே தானாகி, விளங்கும் சிவக்கடவுளுக்குள்ளே உனது (வாய்மூடிய) பேசாத பெரிய நிலை புகுமானால், அது உனக்கு நூறு கோடி-ஒன்பது கோடி தீ, ஞாயிறு, திங்கள் ஆகிய மூன்றும் ஒளிவீசியது போல் தெரியும். மேலும் தெரிந்து கொள்! பாலமுதம் போன்ற தூய பரமான கடவுளின் கீழே முப்பாழென்னும் வெறுவெளி உண்டு; அந்தக் கடவுள் ஒளிதான், அகாரம் ஒன்று; உகாரம் ஒன்று; உயர்வான மகாரம் ஒன்று என மூன்று பாழாக வழங்குகின்றது. அதன் ஒளிப் பெருமையை யாராலும் சொல்ல முடியாது.

நம் கடவுளான தேனினும் இனியமொழியருளும் சிவத்தின் தேவியான கிளிபோன்ற அன்னை 'கேசரி'யின் திருவடியைக் கேசரித் தவத்தின்போது காண்பாயாக.

(கேசரத்தின் அன்னையின் பேரொளி கண்கொள்ளாது!)

காணிந்தக் கேசரத்தின் தாயின் காந்தி
கண்கொள்ளா விண்கொள்ளா கரையும் கொள்ளா!
ஆணிந்தப் பரையென்பார் அம்பரந்தான் என்பார்
அவளுக்குள் மவுனமுண்டு அறிவாய் பாராய்!
ஊணிந்த மவுனத்தை நிட்களமாய்ப் போவாய்
ஓகோகோ அம்பரத்தில் ஏதோ ஏதோ!
தோணிந்தப் படியிருந்தால் லயத்தின் நேர்மை
சொல்லரிதாம்; அப்புறத்தே சோதி தானே! 48

(உரை:) *மகனே! அறிக! காண்க!*

இந்தக் கேசரி யோகத்தில் வந்து வீற்றிருக்கும் அருளன்னையின் பேரொளியைக் காண்க! இப்பேரொளியானது கரைகடந்தது; விண்கொள்ளாதது; கண்கொள்ளாதது. இந்தப் பேரொளியே உலகையாளும் பராசத்தி (பரை) என்று சொல்வார்கள்; இதை அம்பரவெளியாம் அறிவுவெளியென்றும் கூறுவர். அத்தகையவளுக்குள்ளே மவுனமான பேசாத அமைதி நிலையுண்டு; இந்த நுட்பத்தை மகனே! நீ அறிந்து காண்க! மேலும், உட்கொண்டிருக்கும் இந்த அமைதியான மவுனத்தை, நீ தூய உருவமற்ற நிலையில் சென்று காண்பாய்! நீ விண்ணில் அறிவுவெளியில் பார்க்கும்போது, ஏதேதோ! ஓகோகோ! என்று வியந்து போவாய். தோன்றுகின்ற இந்தக் கேசரத் தேவியின் காட்சியில் ஒன்றிய (லயத்தில்)ப் பொருள் நிலையைச் சொல்லாலே சொல்லுதல் முடியாது; இதன் புறவெளியெல்லாம் பேரொளியே தெரியும்!

(குளிகை-வேதியிலே வரையறை அளவு கண்டவர் சித்தர்!)

சோதியென்று பராபரத்தில் அறுவரை உண்டு;
சொல்லையிலே கேட்டிருப்போம்; சொல்லிக் காணோம்
ஆதியென்ற மூலகுரு பேரால், மைந்தா!
ஆண்பிள்ளைச் சிங்கமென்ற கொங்க ணர்கேள்:
வாதியென்றால் அவர்வாதி ஞான வாதி
மகத்தான குளிகையிட்ட சித்தன் வாதி
பேதியென்றால் மேருப்போ லேயும் பண்ணும்
பெருவாதி ரசவாதி பேருள் ளோனே! 49

(உரை:) *மைந்தனே! ஆண்பிள்ளைச் சிங்கமென்று பலரால் போற்றப்படும் கொங்கணரே! நான் கூறுவதைக் கேட்பாயாக:*

வேதியில்-குளிகை (ரசவாதம்) செய்யப் பயன்படும் பேரொளி வெப்பத்தில் அளவு வரையறை உண்டு. இதைப் பற்றிச் சொல்லும்போது கேட்டிருப்போம்; ஆனால், எப்போதும் எல்லோராலும் சொல்லக் கேட்கவில்லை. இந்தச் (சித்த மருத்துவ வேதிமுறை), பண்டைக்காலம் முதல் இறைவனாகிய முதற்குருவாலே அவர் பேரால் வழங்கி வருகின்றது.

வளியாகிய வாதத்தைக் கண்டறிந்து மருந்து கொடுப்பவர் 'வாதி' ஆவர்; இங்கே வாதி என்றால் அவர் 'கொங்கணரே'

ஆவார்; அவர் வேதி இயலில் அறிவுமிக்கவர் (ஞானி); மிகச் சிறந்த குளிகையிட்டு மருந்து செய்வதில் அவர் சித்தனாம் வாதி; அவர் (ஒரு பொருளை-இரும்பைப் பொன்னாக மாற்றும் வேதிச் செயலில் வல்லவர் ஆதலால் அவர் 'பேதி' (பேதம்-வேறு படுத்துதல்) எனப்படுவார்; அவர் மேருமலை போன்ற பொருளையும் மாற்றம் பண்ணுவார். எனவே, அவர் பெரிய வாதி என்றும் இரசவாதி என்றும் பேர் பெற்றவரேயாவர்.

(குளிகை வேதியில் வரையறையளவு கண்டவர் கொங்கணரே ஆவர்.)

பேருள்ள கொங்கணர்தாம் குளிகை யிட்டுப்
பேரான பூரணத்தில் அறுவரை கண்டார்;
ஆருள்ளார் உலகத்தில் வரைகுரு சொல்ல
ஆச்சரியம் சித்தருக்குக் கீர்த்தி வைத்தார்;
நேருள்ள ரிடிகளோடு முனிவர் ஐயா!
நேராகச் சமாதியிலே கண்டோர் உண்டு
தாருள்ள சலத்தோடும் சென்றார் இல்லை;
சமர்த்தான மனத்தினிடச் சத்தி தானே. 50

(உரை:) பேரும் புகழும் பெற்ற கொங்கணர் என்னும் சித்தரே, வேதியியல் முறையில் குளிகை (புடம் போடுதல்) செய்து, பெயர்பெற்ற முழுமையான நிலையில் வரையறையளவு கண்டார். (இங்கு வரையறுத்தல் என்பதே 'அறுவரை' என்று சொல்லப்பட்டது.) உலகத்தில் "வரையறை செய்த குரு" என்று சொல்ல இவரைத் தவிர வேறு யார்? இருக்கிறார்? இது ஒரு வியப்பேயாகும; இவரே வழி வழிச் சித்தருக்கெல்லாம் பெரும் புகழைப் படைத்தவர். இவரை நேரிலே கண்ட முனிவர்கள், சிறந்த முனிவரென்று இவர் தவத்தில் (சமாதி நிலையில்) அமர்ந்திருக்கும்போது கண்டு போற்றுவார்கள். கொங்கணர் மற்ற முனிவர்களைப் போன்று ஆற்றிலோடும் வெள்ளத்திலே (சல சமாதியென்பர்) சென்றவர் இல்லை. இவரோ அறிவொளியோடு தமது மனத்திலே அன்னை பராசத்தியை வைத்துக் கொண்டு வழிபட்டவர்!

(புலனடக்கம் வாய்த்தால் குருடனும் அறிவுநெறியைப் பெற முடியும்!)

சத்தியுள்ள வாசனையாம் குரங்கு கேளு!
தாண்டியல்லோ இந்திரியக் கொம்புக் குள்ளே

பத்தியுள்ள அலைத்தடித்துப் பேய்க்கூத் தாக்கிப்
பாங்கான மனத்தையல்லோ சின்னம் பண்ணி
முத்தியுள்ள வாசலுக்கே ஏறொட் டாது
முழுமோசச் சனியனப்பா ஞானத் துக்குக்
கொத்தியுள்ள வாசனையை அடக்கிப் பார்த்தால்
குருடனுக்கும் ஞானவழி கூடும் காணே! 51

*(**உரை:**) வலிமையான பழக்க (வாசனை)மென்னும் வழக்கமுடைய மனக்குரங்கே! நான் சொல்வதைக் கேட்பாயாக! உன் மனத்தையும் தாண்டியே ஐம்பொறிகளான நீண்ட ஓட்டை (கொம்பு)க்குள், ஆசையென்னும் பேய்கள், வரிசையாக (பத்தி) விரும்பி நின்று, கூத்தாடியும், அலைத்தடித்தும், சிதறடித்தும் நல்லமனத்தைக் கெடுக்கின்றனவே, அந்தோ! இந்தக் குரங்கு மெய்யறிவு பெறுதற்கு எதிரி! பிறவி விடுதலையென்னும் முத்தி நெறியில் முன்னேறவொட்டாமல் முழுக்கேடு செய்யும் கருப்பன் (சனி!) இதை நீ உணர்க. பழகிய திறந்த ஐம்பொறிகளையும் அடக்கியொடுக்கிக் கொண்டால், ஒரு குருடனுக்கும் மெய்யறிவு நெறி வாய்க்கும் என்பதை நீ காண்பாய்.*

(மனக்குரங்கை ஒழிக்க மாணவன் குருவிடம் வழி கேட்டல்.)

கூடுவதும் எப்படியோ? ஞான மூர்த்தி!
குரங்கைவிட்டே அகலுகிற வழியைச் சொல்க!
நாடுவதும் உலகத்து வாதம் வந்தால்
நன்மனமுண் டானால்சாத் திரத்தில் சொல்வார்
ஊடுவது சாதுசங்கம் வேதாந் தம்பார்
உத்தமனே! வாசனையாம் குரங்கு போகும்;
ஆடுவது தொய்தவா சனையில் ஏற்றும்
அப்படியே உலகத்தில் அனேகம் பேரே. 52

*(**உரை:**) "மெய்யறிவே வடிவான குருவே! நான் அறிவுநெறியில் கூடுவது எப்படியோ? தெரியவில்லையே; மனக்குரங்கை விட்டொழித்து நலத்துடன் வாழும் வழியை எனக்குச் சொல்லுதல் வேண்டும்" என மாணவன் வேண்டவும், குருவானவர் கூறியது:*

"தூயவனே! கேள்! உலகத்திலே ஏதேனும் பேசும் நிலை வந்தால் அறிஞரை நாடி வினவலாம்; அப்போது அவருக்கு நல்ல மனமிருக்குமானால் கடவுளியல் நூல்களிலிருந்து நற்கருத்துக்களை எடுத்துரைப்பார்; அவர்கள், துறவியர் கூடியிருக்கும் சங்கத்திலே

தான் மறைநூல்களின் நூற்கருத்துக்களில் வேறுபட்டுப் (ஊடல் கொண்டு) பிணங்கிப் பேசுவர்; எல்லாம் பழக்கவாசனையால் பேசுதலேயாகும். நல்ல அறிவுரையால் மனக்குரங்கு ஓடிவிடும்; மனத்தை அதன் போக்கிலே ஆடவிட்டால் அந்தப் பழக்க வாசனையால் மேலும் தீமையே ஏறும். அப்படித்தான் உலகத்தில் பலர் இருக்கின்றனர். இதை நீ புரிக!"

(பேசாநிலையில் இருந்த இடத்திலே
மெய்யறிவே இலிங்கமாகத் தோன்றும்.)

பேரான உலகத்தில் ஞான முற்றும்
பேசாமல் அருகிருந்த இடத்தில் மைந்தா!
வாரான மோதத்தில் லிங்க மாகும்;
வாதிக்கும் மேருவுக்கும் நடுவே கோடி
காரான காமத்தால் பாண்டி லிங்கம்
கைவிட்ட சமாதியினால் சுந்தர லிங்கம்
தாரான மலைதோறும் பூமி தோறும்
சாற்றரிது சாற்றரிது சார்ந்து பாரே! 53

*(**உரை:**)* மைந்தனே! உற்றுப் பார்ப்பாயாக. சிறந்த பேருடைய உலகத்திலே, மெய்யறிவென்னும் ஞானமெல்லாம் ஒன்றாகக் கூடித் திரண்டு, பேசாத பெருநிலையில் தவமிருந்தவரின் இடத்துக்கு அருகில் தவத்தோரின் நீண்ட விருப்பத்திற்கு (மோதம்) ஏற்பச் சிவக்குறி என்னும் லிங்கமாகும். மேலும் பலவகையில், தவமிருப்பவனுக்கும் அவனிருக்கும் இருக்கையான பீடத்துக்கும் (மேரு) நடுவே, வாள்போன்ற (கோடி) புதுமையான பாண்டிலிங்கம் அவனது விருப்பம்போல் அமையும்; கைவிடப்பட்ட தவம் கூடியிருந்த 'சமாதி' இடத்திலே நிறமான அழகுவாய்ந்த 'சுந்தரலிங்கம்' தோன்றும்; இவ்வாறு நீண்டு வளைந்த மாலை போன்ற மலை இடங்களிலும் நிலத்தரைகளிலும் இலிங்கம் தோன்றுவதைச் சொல்லுதல் அரிதேயாகும்; எனவே, எங்கணும் சிவ அடையாளங்களே உண்டு; இவற்றை நீ சார்ந்து பார்ப்பாயாக!

(நஞ்சுண்ட கண்டனின் அருளால்தான் 'ஞானசித்தி' பெறமுடியும்.)

பாரப்பா சுயம்பில்வந்து பிட்சை யேற்றால்
பலித்ததப்பா ஞானசித்தி மவுன சித்தி;
நேரப்பா ஒன்பதுபேர் இவருள் ஆறு
நிகராகப் பெலிகொண்டோர் நீடு மூவர்

காரப்பா விண்ணையென்றால் சாவார் கர்த்தார்
காத்தாலே ஞானசித்தி கலந்து கூடும்;
ஊரப்பா வாதியைப்போல் நீங்கள் கெட்ட
உலுத்தரென்பார்; சித்தர்கள்தாம் உரைத்தி டீரே! 54

(உரை:) *அப்பனே! இவ்வுண்மையைக் காண்க. இறைவனான சிவன் தானே தானாக (சுயம்பிலே) வந்து, கையிலே ஓட்டையேந்தி உணவை ஏற்றதால்தான், அறிவு வெற்றி (ஞானசித்தி)யும் ஒடுக்க நிலையான அமைதி வெற்றியும் (மவுனசித்தி) வாய்த்தன. கடவுள் நிலையில் (நான்முகன்-திருமால்-அரன்-மகேசுரன்-சதாசிவம்-முழுமுதற்சிவம்-சத்தி-நாதம்-விந்து என) ஒன்பது பேர் உண்டு; இவருள் (நான்முகன், திருமால், அரன், மகேசுரன், சதாசிவம், சிவம் என்னும்) ஆறுபேர் (பலி) உணவு பெற்று உண்டவர். இவ்வறுவருள் (சிவம், சதாசிவம், உருத்திரன் ஆகிய) மூவரும் நீடிய கடவுள் நிலை உடையவர்கள். இவருள் முழுமுதற் கடவுளான சிவன், விண்ணிற்கும் தலைவர் (விண்+ஐ= விண்ணையென்றால்). இவரே தேவரைக் காக்க விரும்பிக், கார் நிறமான நஞ்சையுண்டு கழுத்திலே அடக்கி, என்றென்றும் சாவாமலிருப்பவர்; இவரே தலைவர்! இவர் அருள்காத்தாலே அறிவுவெற்றி பெறமுடியும். நீங்கள் கெட்ட உலுத்தரென்றும் வீண்பேச்சுரைக்கும் வீணரென்றும் ஊரிலுள்ளவர்கள் கூறுவார்களே. இதன் உண்மையைச் சித்தர்களே! உரைப்பீராக!*

(தென்முகக் கடவுளாகி மெய்ப்பொருள் உணர்த்தியவன்.)

உரைக்கவல்லோ ராசயோகம் வைத்தான் ஈசன்
உண்டுடுத்துத் திரிவதற்கோ சொன்னான் ஐயன்
மறைக்கவா சனைலகிரி கொள்ளும் என்றான்
மகத்தான தெட்சணா மூர்த்தி ஆசான்
நிறைக்கவல்லோ யோகம்முதல் ஞானம் சொன்னான்
நிற்கவிடம் அற்றநிர் மலமாம் சோதி
இறைக்கவல்லோ ஊறினதோர் கேணி யைப்போல்
எடுக்கெடுக்க எழும்பும்வா சனைதான் காணே! 55

(உரை:) *அன்பனே! காண்க.*

கடவுள் (பத்து வகையான தவங்களில் ஒன்றான) 'இராசயோகத்தைப்' படைத்தது உலகம் போற்றிப் புகழ்ந்துரைக்க

வன்றோ! அக்கடவுள், மனிதனை வீணே உண்டும் உடுத்தும் திரிவதற்காகவா சொன்னான்? இல்லையே! மேலும், தவ முதிர்ச்சியிலே நறுமணத்தை முகர்தலிலும் (கற்பூர மணம் கமழ்தல்போல்), அமுதத் தேறலுண்டு மயங்குதலிலும் அடக்கமாய்க் கொள் ளுங்கள் என்றானே!

முழுமுதற் கடவுளான சிவன் தென்முகக் கடவுளாய்க் கல்லால மரத்தின் கீழமர்ந்து ஆசானாகி, நிறைவான வாழ்வருளத் தவயோக நெறியையும் மெய்யறிவு நெறியையும் முனிவர்க்குச் சொல்லி உணர்த்தினானே; அவன் நிற்கும் அளவிற்குக் கூட இடமில்லாத, மாசற்ற தூய பெருஞ்சுடரானவன் அன்றோ! எனவே, மணற்கேணி இறைக்க இறைக்க நீர் ஊறிப்பெருகுவது போல எடுக்க எடுக்க எழுகின்ற கடவுள் தரும் அருள்மணத்தை மகனே! நீ கண்டு இன்புறுவாயாக!

(புலனறிவை எழும்பாமல் அடக்கிவிட்டால் தூயவெளி தெரியும்.)

எழும்பாமல் வாசனையைக் கொன்றோன் ஞானி;
    ஏகாமல் வாசனையை அடித்தோன் சித்தன்;
எழும்பாமல் கருவிகளை இருக்கச் சாடி
    இருத்தினவன் சிவயோகி வாத யோகி;
எழும்பாமல் அடிப்பதற்குச் சூட்சம் சொல்வேன்
    என்மக்காள்! மவுனத்தே இருந்தாற் போகும்;
எழும்பாமல் வாசனைதான் போச்சு தானால்
    ஏதுமில்லை சுத்தவெளி இருளும் போச்சே. 56

(**உரை:**) என் அருமை மக்களே தெரிந்து கொள்ளுங்கள்: மனத்தைச் சார்ந்திருக்கின்ற ஐம்பொறிகளின் புலன் அறிவுகள் எழுந்து தோன்றாமல் அடக்கியொழித்தவனே மெய்யறிவாளி; புலனறிவு வெளியில் செல்லாமல், பழக்கவாசனையை அடித்து முடித்தவனே சித்தன்; மனம்-அறிவு-எண்ணம் ஆகிய கருவிகளை எழும்பாமல் ஒடுங்கியிருக்கும்படிச் சாடி அடக்கியவன் சிவத் தவத்தோன்; மூச்சுப் பயிற்சியில் (வாசியோகம்) வென்றவன். இனி, புலன்களும் உட்கருவிகளும் எழுந்து வினை செய்யாமல் அடிப்பதற்கும் ஒடுக்குதற்கும் நுட்பத்தைச் சொல்வேன்; கேட்பாய்!

எல்லாவற்றிற்கும் பேசாத மவுனநிலையைக் கடைப் பிடித்தால் மேற்சொன்ன புலனறிவுகளும் மனம் முதலான

கருவிகளும் அடிபட்டுப் போகும். இவை எழும்பாமல் பழக்கவாசனை ஒழியுமானால், வேறு குறையில்லை. தூய பாழான ஒளிவெளி தோன்றும்; இருள் இல்லாமல் ஒழியும்!

(உடம்பிலே ஆறு ஆதாரங்களையும் முறையே பொருந்தியிருப்பவனே சித்தன்.)

போச்சென்றே இருக்கிறதோர் ஞானத் துக்குப்
புகழான வல்லமைதான் என்ன மைந்தா!
வாச்சென்ற அகண்டத்துள் வரைகள் ஆறு
மருவினால் சடத்தோடே அவனே சித்தன்;
நீச்சென்ற வரைப்பார்த்து வாரேன் மக்காள்!
நில்லுங்கோள் குகையினுள்ளே என்று சொல்லித்
தோச்சென்ற பூரணத்தில் சொக்கி நின்ற
சுந்தரா னந்தன்வந்து தொழுதிட் டானே. 57

(உரை:) *குருவானவர் மாணவனிடம், "மைந்தனே! கரைந்து போய்விட்டது என்று சொல்லும் நிலையிலிருக்கிற ஒப்பற்ற மெய்யறிவுக்குப், புகழ்பெறும் வல்லமைதான் என்ன உண்டு? வாய்த்தது என்று சொல்லத்தக்க இந்த அகண்டமான உடம்புக்குள்ளே, ஓங்கி ஒளிரும் மலைபோன்ற மூலக்கனல் சார்ந்த ஆறு ஆதாரச் சக்கரங்களையும் பொருந்தியிருக்க வாழும் இயல்புடைய வெறும் உடம்போடு கூடிய ஒருவனே சித்தன் ஆவான்" என்றார்.*

'நீந்திக் குளிக்கச் செல்லலாம் வருக' என்ற மாணவர்களைப் பார்த்து, சுந்தரானந்தன் என்பவன், "மக்களே இதோ வருகிறேன்; குகையினுள் நில்லுங்கள்" என்று சொல்லிவிட்டு, முழுமையான தவவொளியில் தோய்ந்து சொக்கிப் போயிருந்த அவன் வந்து எல்லோரையும் வணங்கினான்.

> *'வாரேன்' என்னும் வினைமுற்று இங்கே 'வருவேன்' என்னும் உடன்பாட்டுப் பொருளைத் தந்தது.*

(நான் தலைக்குமேல் இறையொளியில் ஒன்றியிருப்பேன்!)

தொழுதுகொண்டு பதம்பிடித்த அகண்டத் துள்ளே
சொக்குகிறோம் என்றுசொன்ன சுந்தரமே பையா!
விழுதுகொண்ட ஆலைப்போல் நெட்டிட்(டு) ஏறி
வெளிகடந்தே ஆறுகலம் கண்டு வாரேன்;

முழுதுகண்டான் என்பிள்ளை என்று கீர்த்தி
மூட்டிவைப்பேன் சித்தத்தில் கோபம் வேண்டா!
பழுதுகொண்டு வருகிறேன் திரும்பா விட்டால்
பராபரத்தில் லயிச்சிடுவேன் பண்பு பாரே! 58

(உரை:) *குருவின் திருவடியொளியைத் தொழுது கொண்டு இந்த உடம்போடு இன்பத்தில் சொக்குகிறோமென்று சொல்லும் சுந்தரமே! அன்புப் பையனே!*

விழுதுவிட்ட உயரமான ஆலமரத்தில் கிளைகளைப் படிகளாய்க் கொண்டு அதில் ஏறுவதுபோல் தலைக்கு மேலுள்ள 'நிராதாரம்' என்னும் ஆறுபடிகளையும் கடந்து ஏறிக் கடவுட் பேரொளியைக் கண்டு வருகிறேன்; என்னை என்குரு, "இறையொளியை என்பிள்ளை முழுதுமே கண்டான்" என்று சொல்லிப் பெருமைப்படும் புகழை நான் நிலைநாட்டுவேன். ஆகவே, மனத்தில் வேறு சினம் கொள்ளத் தேவையில்லை; மேலும், கடவுள் ஒளியைக் காண்பதில் குறையோடு வருகிறேனென்று எண்ண வேண்டாம்; நான் இறையொளியில் ஒன்றி நிலைத்திருப்பேன் என்பதே உறுதி! இப்பண்பைப் பார்ப்பாயாக!

> *தலைக்குமேல் ஆதாரமற்ற ஆறுபடிகளில் சென்றே கடவுளொளியின் ஆடலைக் காணல் வேண்டும். அந்த ஆறாவன: -*

1. படிகமேடை; 2. ஆயிரத்தெட்டு இதழுடைய தாமரை மலர்; 3. ஓங்கார பீடம்; 4. குண்டலி வட்டம்; 5. பேரொளித்தூண்; 6. ஒளிநடனம்.

(வெட்டவெளி என்பது கோடிக்கணக்கான சுடர்ஒளியைக் கடந்தது.)

பாரப்பா அகண்டவெளி சுத்தக் கானல்
பார்ப்பதற்கோ அங்கொன்றும் இடமே இல்லை
நேரப்பா ரவிகோடி வன்னி கோடி
நேரான மதிகோடி கண்ணோ கூசும்
ஆரப்பா அளவிட்டோர்? கண்டோர்? வீதி
அதற்குள்ளே செல்லரிது மைந்தா! போபோ!
காரப்பா குகையொன்று பட்டம் கட்டிக்
கடுங்குளிகைச் சோடிட்டுக் கலத்திட் டேனே. 59

*(**உரை:**) மைந்தனே! மாணவனே! கேள்! விரிந்துபரந்த வெளியான ஒளிப்பொட்டலை எண்ணிப் பார்! இது ஒரு தூய வெண்ணிறமான கானல்! அங்கே வேறு பார்ப்பதற்கு ஒரு இடமும் இல்லை; இவ்வொளிக் காட்டுக்கு ஒப்பாகக் கோடியளவு தீ, கோடியளவு கதிரவன், கோடியளவு முழுமதி என்று சொல்லலாம். பார்க்க முடியாத நிலையில் கண்கள் கூசும்; இப்பெரிய ஒளித்திடலை அளந்து கண்டவர் யாரே? கண்ணால் கண்டவர் யாரே? அந்த வெளியில் செல்வதற்கு வீதி ஒன்றும் இல்லை; செல்லவும் இயலாது. எனவே, மைந்தா! போபோ! இது மனித அறிவுக்கு அடங்காது! நானோ இருட்டுக் குகைக்குள்ளே பட்டங்கட்டி உரிமையுடையவனைப் போல கடுங்குளிகைக் கவசம் பூண்டு கலந்து கிடக்கின்றேன்.*

(எங்கும் காணும் இயற்கையொளியில் கலந்து வந்தேன்!)

கலந்திட்டேன் ஒருவரையில் நாத ஓசை
        கண்கொள்ளா வெளிக்குள்ளே கலக்கம் ஆச்சு;
சலந்திட்டேன் மறுவரையில் இடியோ கோடி
        கண்கெட்டேன் மதிக்கெட்டேன் காதும் கெட்டேன்
....
        ....
கலந்திட்டேன் மூவரையில் காந்திக் குள்ளே
        கடுகவந்தேன் கொங்கணரை அழைத்திட் டீரே. 60

*(**உரை:**) மாணவன் ஒருவன் கூறியது;-*

நான் ஒரு மலையிடத்தில் வந்தபோது நாத ஓசை கேட்டது; அதிலே கலந்தேன். அப்போது அந்த ஓசையேயெங்கும் ஒளி வெளியாகத் தெரிந்தது; அது கண்கொள்ள முடியாத பெரிய வெளியாயிருந்ததால் என் அறிவு கலக்கம் அடைந்தது. மற்றொரு இடத்தில் வரும்போது, இடியோ கோடியளவு இடித்தது; அதனால் நான் கேடு (சலம்) அடைந்தேன்; கண்ணும் கெட்டது; அறிவும் கெட்டது; காதும் கெட்டது. நான் என்ன செய்வேன்?

இந்த நிலையில், மூன்று இயற்கையான இடங்களில் கண்ட பேரொளிக்குள்ளே நான் கலந்து விரைவாகவே வந்தேன். இப்பொழுது, நீர் கொங்கணரை அழைத்திட்டீர்.

> *இப்பாடலில் மூன்றாம் அடி கிடைக்கவில்லை.*

(கொங்கணரை அழைத்து வரும்படி, மாணவரைச் சட்டை முனிச்சித்தர் ஏவுதல்:)

அழையுமென்ற சொற்கேட்டுச் சுந்த ரானந்
தன்கணத்தில் கொங்கணரை அதிசீக் கிரத்தில்
விழைவுடனே ஓடிவந்து தெண்ட னிட்டு
விரைவுடனே கொங்கணர்தான் இக்க ணத்தில்
அழையுமென்றார் எங்களையர் உங்க ளைத்தான்
ஆச்சரியம் சொல்லுதற்கே அடியேன் வந்தேன்;
அழையுமென்ற சீடனுக்குப் பின்னே வந்த
அடியேன்தான் வந்ததென்று பணிந்திட் டாரே. 61

(உரை:) *சட்டைமுனிச் சித்தர், 'கொங்கணரை அழையுங்கள்' என்று சொன்ன சொல்லைச் சுந்தரானந்தன் என்னும் மாணவன் கேட்டு, அப்பொழுதே மிக விரைவில் விருப்பத்துடன் ஓடிவந்து, கொங்கணரைக் கண்டு தெண்டனிட்டு வணங்கி, எங்கள் தலைவரான குரு, "இப்பொழுதே விரைவாகச் சென்று கொங்கணரை அழைத்து வாருங்கள் என்றார்; நானும் உங்களுக்கு வியப்பான செய்தி சொல்லுதற்காகவே வந்தேன்;" என்று சொன்னவுடன், அவனுக்குப் பின்வந்த ஒருவனும், 'அடியேன், உடன்பின்னே வந்தவன்" என்று சொல்லிக் கொங்கணரைப் பணிந்தார்கள்.*

(மாணவன் கொங்கணரைப் போற்றி வணங்குதல்:)

பணிந்திட்ட கொங்கணரை, வாரி மோந்து
பராபரமே நிர்க்குணமே பண்புள் ளோனே!
அணிந்திட்ட அறுவரையில் சொக்கிச் சென்ற
ஆதியென்ற பராபரமே ஐயா ஐயா!
மணியிட்ட சிலம்பொலியைக் கேட்ட மூர்த்தி
மார்க்கத்தை எப்படித்தான் ஏறி னீரோ?
கணியிட்ட நிர்மலா மனத்தி னாலே
கைலாய தேகமென்ன தங்கம் ஆச்சு? 62

(உரை:) *சுந்தரானந்தன் என்னும் மாணவன் பணிந்து இறைஞ்சியவுடன், கொங்கணரைத் தழுவிக் கொண்டு தலை முகர்ந்து பலவாறு புகழ்ந்து போற்றினான்; 'தெய்வமே! தூய ஒளியே! இனிய பண்புடையவனே! நெஞ்சிலே எழிலாய் அணிந்து கொண்ட ஆறுபடை வீடுகளென்னும் ஆறுமலைகளிலும் விரும்பித் தங்கியிருந்த முதல்வனாம் முருகனைப் போன்ற*

அருட்குருவே! தலைவனே! ஐயா! ஒளிசுடரும் மணிக்கற்கள் பதித்த சிலம்பணிந்து ஆடும் இறைவனின் திருவடியொலியைச் செவியாற் கேட்ட குருமூர்த்தியின் (சட்டைமுனியின்) அன்பு நெறியை எப்படித்தான் முன்னேறி அடைந்தீரோ? ஆராய்ந்து கணித்துக்கண்ட மாசற்ற மனத்தாலே எப்படிக் கைலாயமென்னும் உடம்பு தங்கமாய் மாறியது? வியப்பன்றோ!' என்றெல்லாம் புகழ்ந்தான்.

(உலகில் பிறந்த உடம்பு கைலாயம்போல் பொன்னிறம் பெற்றது.)

ஆச்சப்பா அப்படியே அரணும் என்றே
ஆசைகொண்டே இருக்கஅழைப்பு அனுப்பு வித்தீர்;
வாச்சப்பா மனுவொன்ற அடியே னுக்கு
மைந்தன்மேல் கடாட்சத்தால் சொல்ல வேணும்
ஓச்சப்பா கொங்கணரே உபசாரம் என்ன?
ஓங்கினதை உரைக்கின்றேன் கேளு கேளு;
காச்சப்பா உலகத்தில் எடுத்த தேகம்
கைலாயச் சட்டையாம் கருவைச் சொல்லே. 63

*(**உரை:**) என் அழகுடம்பும் பொன்மயமாய் ஆனதை யெண்ணி அப்படியே மகிழ்ந்திருக்கையில், எனக்கு அழைப்பு விடுத்தீர். அது என் மனம் ஒன்ற மகிழ்வளித்தது; எனக்கு மகனாகிய உன்மேல் அருள்பார்வையும் ஏற்பட்டது; அதனால் சொல்கின்றேன், கொங்கணரான நான். இதை முகமனுரையாகச் சொல்லாமல் உள்ளத்தில் உள்ளதை இயல்பாகவே உரைக் கின்றேன். இதைக் கேட்பாயாக! இந்த உலகிலே பிறந்த உடம்பு காய்த்து விளைந்தே கைலாயச் சட்டை (போர்வை)யான பொன் போல் ஆயிற்று! இதன் அடிப்படைக் (கருவான) உண்மையையும் சொல்வேன், கேள்!*

(ஆதாரமற்ற அறிவு வெற்றியே பொன்னுடம்பாகும்!)

கருவென்ன? ஒன்றுமில்லை மேரு; நேரே
காணப்பா ஈசானம் கைலாய மாச்சே!
உருவென்ன? எடுத்துக்கை லாய தேகம்
உத்தமனே! நிராகார ஞான சித்தி!
குருவென்ன? நிர்க்குணத்தின் மவுனத் துள்ளே
குவிந்துரைத்த பெருமையின்கை லாயம் ஆச்சே!
அருவென்ன? மகாரவித்தை முட்டிக் கொண்டு
ஆதிவிர்த்த கற்பமது உண்டு பாரே! 64

(**உரை:**) அன்பனே! பொன்னுடம்பு எப்படி? கேட்பாயாக. 'கைலாய மேருமலை' பொன்மயம் ஆவதற்கு வேறு கரு என்ன இருக்கின்றது? ஒன்றும் இல்லை. நீ நேரே எண்ணிப்பார்! சிவக் கடவுளின் ஐந்து திருமுகங்களில் ஒன்றான 'ஈசானம்' என்னும் பொன்னொளி முகமே கைலாயமலை ஆயிற்று என அறிக; தூய மாணவனே! பிறப்பெடுத்த மனித உடம்பு எப்படிப் பொன்னுடம்பாகிறது தெரியுமா? இது கைலாயமலை பொன்மலையானது போல் ஆதாரமில்லாத அறிவுநிலையடைந்த உடம்பு (ஒளிமயமாகி) ஞானசித்தி பெற்றுப் பொன்னுடம்பாய் மாறும்! குருவின் நிலை எப்படி? ஒரு நிறமும் பண்புமின்றி மனம் ஒரே ஒளியறிவாய்ப் பேசாத நிலையடைந்து, மிகச்சிறந்த பெருமைபெறும் போதே கைலாயச் சட்டைபோல் ஆகும்! உடம்பு அருவநிலை அடையும்போது, மகாரக் கலையான ஒளியைப் பெற்று மறைவான நிலையைப் பெற்றுவிடும். இவற்றையெல்லாம் நீ பெற வேண்டினால் "ஆதிவிர்த்தகற்பம்" என்னும் மருந்தை அருந்தி அதன் பயனைக் காண்க!

(பிறவியை வீணாக்கினான் என்ற கெட்ட பெயர் வாங்குமுன்னே கைலாயத்தைக் காண்க!)

பாரப்பா சூதமுண்டு; மவுனம் தாக்கப்
பளிச்சென்ற ஏழுசட்டை பண்ணாய்ப் போதும்
நேரப்பா அச்சடங்கை; லாய தேகம்
நிமிடத்தே சித்தியாமுன் நினைவுக்(கு) ஐயா!
ஆரப்பா உனைப்போல நினைத்த பண்ணல்
அரிதரிது! கூடாகி மூடர் பேரால்
சேரப்பா சொல்லிவிட்டேன் என்ற பேச்சுச்
செப்புமுன்னே கைலாயம் உற்றுப் பாரே! 65

(**உரை:**) மகனே! பாரப்பா! வாழ்க்கையில் எதிலும் சூதும் மறைப்பும் உண்டென்பதை அறிவாய். பேசாதிருக்கும் அமைதித் தவத்தின் தாக்கத்தால் ஏற்பட்ட நலத்தால், புகழொளிக்குரிய ஏழு பிறவிகளுக்கும் வேண்டிய அறப்பணிகளான (உயிர்களுக்கு வரும் வருத்தம் தவிர்த்தல், கொடையளித்தல், நோன்பு செய்தல், தோழமை கொள்ளுதல், சுவைமிக்க உணவளித்தல், களிப்புத் தருதல், பொறுமை கொள்ளுதல் என்னும்) ஏழு செயல்களைப் பண்ணினால் போதும்; எனவே, அச்சடங்குகளைச் செய்க!

ஐயனே! இந்தக் கூடமான (லாயம்) உடம்பு ஒரு மணித் துளியிலே அழிந்துபோகும்; இவ்வுண்மையை நீ நினைப்பாயே! உன்னைப் போல் நினைத்ததைச் செய்து முடிக்கும் திறமை வேறு யாருக்கு உண்டு? அரிது அரிதேயாகும்! 'இந்த உடம்பை வெறும் கூடாகக் கருதி மூடர்போல் செயல்படாமல் நன்கு பயன்படுத்துக' என்று அறிவுடையோர் சொல்வதற்கு முன்னே நீ உடம்பைப் பயனாக்கிக், கைலாயத்தை உற்றுப் பார்ப்பாயாக!

**(மெய்யறிவால் பெறும் மேன்மையைப் பிறருக்கு
நீ உரைப்பாயாக!)**

உற்றுநின்ற பலநூலைப் பார்த்துப் பார்த்தே
உரையாவே தாந்தசித் தாந்தம் என்று
பற்றிநின்ற பரவசத்தான் என்றே உன்னிப்
பாராமல் அலைந்துகெட்டார் அனந்த கோடி!
முற்றிநின்ற இடமெங்கே ஞானம் எங்கே?
....
கொற்றிநின்ற மேல்மூலத் துரியம் எங்கே?
கூடுவார் மெய்ஞ்ஞானக் குரைவி தாமே. 66

(உரை:) *அன்பனே! கேள்!*

இந்த அறிவுலகிலே, பல துறை நூல்களையும் ஆர்வத்துடன் படித்துப் படித்தும் அவற்றின் நுட்பத்தையெல்லாம் பிறருக்கு எடுத்துச் சொல்லாமலும், 'மறைமுடிவான கருத்துக்களையும் அறிவு முடிவான கொள்கைகளையும் வாழ்வில் பற்றி நின்ற பாங்கையும் அவற்றாலேற்பட்ட களிப்பையும் எண்ணிப் பாராமலும் வீணே அலைந்து கெட்டவர்கள் பல கோடிப் பேர் ஆவர். இதை எண்ணிப் பார்ப்பாயாக.

மனித அறிவு முற்றிக்கனிந்து சென்றடையும் இடம் எது? மெய்யறிவென்பது என்ன செய்யவல்லது? கதித்து எழுந்து, மனித ஆன்ம உயிரிலே தெரிகின்ற வேரான கடவுளொளியை வாங்கி நிற்கும் பேரொளியான 'துரியம்' பற்றிய காட்சி நுகர்வும் எங்கே? இவற்றையெல்லாம் கற்றுக் கூடுகின்ற மெய்யறிவோர் கூறா விட்டாலும் நீ உரைப்பாயாக! (குரைவி = சொல்லுவிப் பாயாக!)

> *(இப்பாடலில் மூன்றாம் அடியின் இறுதியில் நான்குசீர்கள் கிடைக்கவில்லை.)*

(குடும்பத்தில் ஆழ்ந்து போகும் ஆடவனுக்கு மெய்யறிவு வாய்ப்பதில்லை!)

குறைவேது? வாசனையாம் தொய்தத் தோடு
கூடவல்லோ மெய்ஞ்ஞானம் புனைந்து நிற்கும்
மறைவேது? மறையதனின் அந்தம் ஏது?
மறைவற்று நின்றதொரு வெளியங் கேது?
துறையேது துறைக்குள்ளே சோதி ஏது?
சூட்டியிருந்த விவரமெல்லாம் ஞானம் தோற்றும்
அறையேது? அல்லவென்று சமுசா ரத்துள்
அழுத்துமப்பா! தொய்தத்தின் ஆண்மை தானே. 67

(உரை:) ஆண்மகனொருவன் தனது ஆண்மையைக் குடும்ப மென்னும் கடலிலே தோய்ந்து களிப்பில் ஆழ்ந்து போவானாயின், அவனுக்கு மெய்யறிவோ மெய்யின்பமோ வாய்க்காது. ஆதலால் அப்படி மூழ்கிவிடாமல் அருள்வாழ்வுக்கு முன்னேற வேண்டும்.

ஒருவன் அருள்வாழ்வின் பழக்கவாசனையில் தோய்ந்து களித்து இன்புறும் நிலை அடையும் போது அவனுக்கு மெய்யறிவு மேலும் மேலும் வளர்ந்து ஓங்கும்; குறைவேதும் வாராது.

மறைநூலை ஓதிக்கற்க அதன் முடிவு தெரிவதில்லை; அதிலே மறைவான செய்தி ஏதும் இல்லை; அங்கே மறைவற்று நின்ற கடவுளான வெளியைக் காணல் அரிதே! மெய்யறிவுத் துறையை மெய்யறிவில்லாதவன் அறிய முடியுமா? அத்துறைக்குள்ளே பேரொளியான கடவுளைக் காண முடியுமா? ஆன்மவுயிரிலே சூட்டியிருந்த விளக்க அறிவினை மெய்யறிவு உணர்த்தினாலும் அதனை அறைந்து வெளியே சொல்ல இயலுமா? இத்தகு அறிவையும் அருள்வாழ்வையும் ஒருவன் பெறுவது தானே குறிக்கோள்!

(சினம் தோன்றுதல் மாண்பை அழிக்கும் செயல்!)

ஆண்மையென்றால் தொய்தத்தின் ஆண்மை அல்லோ
அகண்டமுதல் அண்டமெல்லாம் ஞானம் தோற்றும்
மாண்மையென்றால் வாய்ப்பேச்சாம் ஞானி வாயில்
மண்ணையள்ளிக் கூறுகொண்டு மலங்கப் பார்த்துக்
கேண்மைகொண்டே உலகமெல்லாம் கெடுத்தே ஆட்டிக்
கெடியான பெண்ணுபொன் ஆணி னாலே
தான்மையென்ற பிறப்பிறப்பை மீறப் பாய்ந்து
சண்டாளக் கோபத்தைத் தள்ளு தள்ளு! 68

(உரை:) *அன்பனே! உணர்ந்து செயல்படுக! ஆண்மையென்றால் ஒரு செயலைப் பொருந்திச் செய்து முடிக்கும் ஆளுமைத் திறமன்றோ! மெய்யறிவு, ஒளியாக மண்ணுலகிலும் விண்ணுலகிலும் விளங்கித் தெரிகின்றது. இந்த நிலையில், மனிதனின் மாண்பு எப்படி வெளிப்பட வேண்டும் தெரியுமா? மெய்யறிவாளியின் வாயில் ஆக்கமான இனிய சொற்களன்றோ வரவேண்டும்! அன்றி, வாயிலே மண்ணையள்ளிக் கூறுகூறாய்ப் போட்டுக் கொண்டு, இன்னாத சொற்களைப் பேசியும், போலியான நட்புக்கொண்டும் காலம்காலமாக உலகை ஆட்டிப் படைத்தும் மக்களைக் கெடுக்கலாமா? புகழ்ந்து பேசும் பெண்ணும் செல்வனான ஆணும் இணைந்து இயல்பாகப் படைக்கின்ற பிறப்பும் இறப்புமென்னும் வாழ்விலே ஒருவனிடம் சீறிப்பாயும் கேடு செய்யும் தீய வெகுளியான கோபம் தோன்றலாமா? இக்கொடிய பண்பை உடனே தள்ளி ஒழித்து விடுக!*

(மூச்சுப்பயிற்சியான தவஞ்செய்தால் சினம் வாராது.)

தள்ளுகின்ற உறுப்புவந்தால் கருவைக் கேளு!
சாதகமாய்க் குண்டலிக்குள் வாசி வைத்துத்
தெள்ளுகிற பிராணாயம் பண்ணித் தீரும்!
திரண்டொலியும் சிலம்பொலியும் காணும் காணும்
நள்ளுகிற கண்டத்தே அங்கென்று ஊணும்
நலம்பெரிய புருவமையம் திறந்து போகும்
அள்ளுகிற கனிபோலே அமுதம் வீழும்
அப்பொழுது காயசித்தி அறிந்து கொள்ளே! 69

(உரை:) *அன்பனே! புறம் தள்ளவேண்டிய சினம் அல்லது வெகுளியென்னும் உறுப்பு உன்னிடம் தோன்றினால், அதை எப்படித் தவிர்க்கலாமென்பதற்கு அடைப்படையாகச் செய்ய வேண்டிய கருவைக் கேட்டுத் தெரிந்து கொள்க!*

நன்மை வேண்டிய எண்ணத்தில், முதலில் மூச்சை உள்ளே இழுத்துப் பயிற்சி செய்து, அதை மூலாதார இடத்திலுள்ள குண்டலிக்குள் கொண்டு செல்ல வேண்டும்; இப்படித் தெளிவான உயிர்வளிக் காற்றை உள்ளே இழுப்பதால் சினம் அழிந்து தீர்ந்துவிடும்; மேலும், பல நன்மை உண்டு. திரண்டு வந்து தலைமுகட்டில் ஒலிக்கும் நாத ஒலியும், இறைவனது ஆடலில் தோன்றும் சிலம்பின் ஒலியும் கேட்கக் காணமுடியும்; இந்தக் காற்று, கழுத்தில் உணவுக் குழலில் உணவு செல்வது

போன்று மூச்சுக்குழல் வழியே சென்று, பெரிய நலம் புரியும் புருவநடுவிடமான (ஆக்ஞை) மன்ற வாசலைத் திறந்து கொண்டு அறிவம்பலமான தலைநடுவிலுள்ள சிற்றம்பலத்துக்குச் செல்லும். இதன் பயனாக, வாய்ப்பாய் அள்ளுகின்ற இன்பக் கனிபோல அவ்வம்பலத்திநின்று அமிழ்தம் பொழியும்! அதை உண்பதாலே உடம்பானது ஒளியாகிப் பொன்னுடம்பாக மாறும்; இதுவே காயசித்தி என அறிந்து கொள்க!

(அறிவுத் தவத்தில் பேரொளியான தூணைக் காண்க!)

அறிந்திருந்த மதியான விந்து விட்டும்
    அப்பனே! யோகமிதே அறிந்து கொள்ளு;
பரிந்திந்த விந்துமுதல் நாதம் சித்தி
    பாங்கான சிவத்தோடு பரந்தான் கேளு!
அறிந்திந்தப் பராபரத்தோடு ஆறு கேளு!
    அப்பனே! மவுனத்தைத் தூக்கிக் கொண்டால்
செறிந்துநின்ற ஞானத்தின் யோகம் ஆச்சு;
    செயல்தம்ப மவுனத்தைச் சென்று காணே! 70

(உரை:) *அன்பு மகனே! தவத்திலே மதியொளியின் அமுதை உண்டுவிட்டாலும், ஞானயோகமான முடிவான அறிவுத் தவத்தைப் பற்றி அறிந்து கொள்க!*

விருப்பத்தோடு இந்த விந்து (ஒளி) நாத (ஓசை) வெற்றி (சித்தி)களை நீ பெற்றபோதிலும், நெறிமுறையோடு சிவப் பேரொளியின் உயர்நிலை பற்றியும் கேட்டறிக! மேலும், பராபரமான கடவுளொளியைக் காணும் நெறி (ஆறு)யையும் நீ கேட்டுக் கொள்க! பேசாத நிலையான அமைதித் தவத்துக்கு மேலே, அறிவொளித் தவநிலைக்கு உயர்த்திக் கொண்டால், அதுவே செறிந்த அருளொளியான 'ஞானயோகம்' ஆகும். அந்த யோகத்திலே தான் 'ஒளித்தூண்' எனப்படும் அருட்பேரொளியாம் கடவுளைக் காணமுடியும்; அதனை நீ முயன்று காண்க! தம்பம் = ஒளித்தூண்.

(ஒளியான கடவுளை உயிரில் அணிந்து கொள்!)

காணப்பா! பராபரத்தின் மேலே ஆறு;
    கைவிட்ட அகண்டமுநிர்க் குணத்தான் ஒன்று
பூணப்பா! நிர்க்குணந்தான் நிராகா ரந்தான்
    புகழான நிர்மலந்தான் போதத்(து) அந்தம்

தோணப்பா! இவையாறும் காணப் போகச்
சொல்லுகிற வார்த்தையென்றால் கேட்டி ருப்போம்;
ஊணப்பா சடம்விட்டே அறிவு விட்டே
உற்றுநின்ற அண்டத்தே அறிந்து கொள்ளே! 71

*(**உரை:**)* *அன்பனே! கடவுளின் மேலிடமான விண்ணகத் திலே இருக்கின்ற ஓசையாம் நாதவெளி, ஒளியாம் விந்துவெளி, பரவெளி, பரைவெளி, அருள்வெளி, அருவமான சிவவெளி யென்னும் ஆறு வெளிகளையும் நீ காண முயலவேண்டும்; பலர் இயலாதென்று கைவிட்ட மிக விரிந்து பரந்த உலகம் முழுதும், எந்த ஒரு நிறமும் உருவமுமில்லாத ஒரே கடவுள், ஒளியாகக் கலந்திருக்கின்றான். அவனை நீ உயிரில் அணிந்து கொள்ள வேண்டும். அதற்குத் தகுதியாக நீ, மாசற்ற தூய பண்பினனாயும் பற்றுக்கோடு எதுவுமில்லாதவனாயும், புகழுடைய இருளற்ற தூய அறிவுடையவனாயும் ஆற்றல் மிக்கவனாயும் திகழ வேண்டும். மேலே குறிப்பிட்ட கடவுள் வெளி ஆறையும் நீ காண வேண்டு மெனச் சொல்லுதற்கேற்பவே உணவாலான உடலையும் அறிவையும் மறந்த நிலையில் அண்டத்தில் அனைத்தையும் அறிந்து கொள்க!*

(உடம்பிலுள்ள அறிவை அறிந்து கொள்க!)

அறிந்துகொள்ளு மதியளவு பிண்டத் துள்ளே;
அப்பனே! ஆறுதலம் அறிந்து காணும்;
அறிந்துகொள்ளு விந்துவின்மேல் பரத்தின் மட்டும்
அறிவுக்குள் சக்கரந்தான் அப்பா கேளு;
அறிந்துகொள்ளு பரத்தின்மேல் போதம் மட்டும்
ஆதார நிர்மலத்தின் வரைகள் ஆறும்
அறிந்துகொள்ளு; மேலாறும் காணப் போகா
ஆச்சரியம் கொங்கணரை விட்டுக் காணே! 72

*(**உரை:**)* *அப்பனே! அப்பா! உன் உடலுக்குள்ளே அமைந்திருக்கும் மதியின் (அறிவின்) அளவையும் திறனையும் தெரிந்து கொள்க! அந்த அறிவுத் திறனே ஆறு இடமான ஆறு சக்கரங்களையும் அறிந்து கண்டு கொள்ளும். அறிவுக்குள்ளே சக்கரங்கள் இயங்குவதாலே ஒளிமண்டலத்தின் மேலுள்ள கடவுளொளியான பரத்தை அறிந்து கொள்ள முடியும்.*

அந்த மேலான பரத்தை மெய்யறிவென்னும் போதத்தால் மட்டுமே காண்பதோடு, ஆறு மலைகளென்னும் மாசற்ற

தூயவொளித் தூண்களை (கந்தழி என்று கூறுவர்)யும் கண்டு வணங்கலாம். ஆனால், அண்டங்கள் கடந்த மேலான ஆறுவெளிகளை (நாதவெளி முதல் சிவவெளி வரை)யும் காணுதல் இயலாது; இது ஒரு வியப்பே! ஆகவே, சித்தரான கொங் கணரைத் துணையாய்க் கொண்டே காண்க!

(ஆசான் வழிகாட்டப் பேசாத தவத்தில் ஊன்றி இரு!)

காணப்பா தசதீட்சை கடந்த பின்பு
கைவிட்ட சூத்திரத்தை ஆசான் காட்ட
ஊணப்பா! அதுமவுனம்; மற்றது எல்லாம்
உரவார்த்தை அகாரமுதல் உகாரம் என்பார்;
வீணப்பா சிரமேல்வே தாந்தக் காட்சி;
விரைந்ததிலே உம்மென்றே ஊணென் பார்கள்;
பூணப்பா! உம்மென்ற நாதம் ஆமோ?
போக்கறியான் சொல்லுகிற ஞானம் தானே. 73

(**உரை:**) *அப்பனே! கேட்டறிக:*

மெய்ப்பொருளாசானிடம், சமய ஒழுக்கம் முதலிய பத்து வகையான அடையாளப் பயிற்சி (தீட்சை) பெற்று முடித்தபிறகு, அதற்கு மேலே கடைப்பிடிக்க வேண்டிய மந்திர (சூத்திரம்)ப் பொருளை அவர் விளக்கிச், செயல்முறைக்கு வழிகாட்டுவார்.

அந்த வழியிலே, பேசாத நிலைத் தவத்தில் நீ ஊன்றிச் செம்மையாக இருக்க வேண்டும்; பின்னர், அவர் ஓதியருளிய மந்திரச் சொல்லான பொருள் சிறந்த ஓங்கார மொழியைப் பகுத்து ஆய்ந்து பொருள் கொள்ள வேண்டும்; ஓங்காரத்தைப் பிரித்து (அ+உ+ம) அகாரம் என்றும் உகாரம் என்றும் கூறுவர். மேலும், இதுவே தலைக்குமேலே மறைநூலின் மெய்ப்பொருட்காட்சி என்பர்; அம்மந்திரத்தை 'உம்' என்று ஒலித்து ஊன்றுக என்பர். இப்படி 'உம்' என்று ஒலித்தால் அது எப்படி நாத உண்மை ஆகும்? இதைத் தெரிந்துகொள்! இப்படிக் கூறுதல் 'உண்மை யறியாதவன் சொல்லும் அறிவாகும்!

> *தீட்சை பத்து என்பது, கடவுள் கொள்கையைப் பின்பற்ற வேண்டிய சமய மாணாக்கனுக்குக் குரு செய்விக்கும் சடங்கு ஆகும். உடலில் தோள்களில் சமய அடையாளங்களைப் பதியுமாறு பொறித்தல், மந்திரங்களை ஓதுவித்தல், கடவுளைப்*

பற்றிய மெய்யியலைக் கற்பித்தல், உலக உண்மையியலான தத்துவத்தை உணர்வித்தல், இறையன்பு வழிபாட்டைக் கடைப்பிடிக்கச் செய்தல், அறநூல் நெறிப்படி நல்லொழுக்கத்தைக் கடைப்பிடிக்குமாறு அறிவுறுத்தல் முதலியவாகும்.

(குருவின் பணி, உரைத்தலும் செயல்படத் தூண்டலும் ஆகும்.)

தானென்ற இடம்காட்டி நாதம் காட்டிச்
சாற்றுகிற மவுனத்தின் சார்பு காட்டி
வானென்ற வெளியோடறு தலமும் காட்டி
வாய்மூடின் ஆதிக்க வகையும் காட்டி
ஊனென்ற உடம்பைவிட்டுக் கேசரியும் காட்டி
ஊமைநின்ற இடம்காட்டி உரைக்கப் பண்ணிக்
கோனென்ற குருவெனும்வாய் பேச லாமோ?
குறும்பரே! குருசொல்ல இரண்டும் ஆமே. 74

(உரை:) *அன்பரே! ஆன்ம உயிரானது இருக்கும் இடமான தலைநடுவைச் சுட்டிக் காட்டியும், ஓசையென்னும் நாதமே உலகப்படைப்புக்கெல்லாம் அடிப்படை என்பதை உணர்த்தியும், புகழ்ந்து கூறுகின்ற பேசாத அமைதித் தவத்தின் பயனைக் காட்டியும், வான்வெளிகளைக் காட்டியதோடு உடலிலுள்ள ஆறு வகையான சக்கரச் செயல்களின் பயனை விளக்கியும், வாய்மூடிப் பேசாமலிருக்கும் தவத்தால் பெறுகின்ற கடவுளொளியைக் காணும் பயன்பற்றி எடுத்துரைத்தும், உடம்பையே மறந்து கேசரி யோகம் இருப்பதால் அடையும் நன்மையைக் கூறியும், ஓங்காரத்தில் ஊமையெழுத்து (ஒலிக்கப்படாத நிலையில்) எனப்படும் மகர மெய் நிற்கும் இடத்தைக் காட்டி விளக்கியும் அறிவுப் பணி செய்யும் தலைவரான குரு, அமைதித்தவம் செய்யாமல், இப்படியெல்லாம் வாய் பேசலாமா? என்று கூறும் குறும்புடையவரே! புரிந்து கொள்ளுங்கள். அவர் வாய்மூடினால் நீங்கள் என்ன ஆவீர்கள்? ஆகவே, அவருடைய பணி பேசுதலும் செயல்படத் தூண்டலுமே என அறிக!*

(அறிவொளி காட்டிய தவத்தில் சிவம் தோன்றும் காட்சி!)

ஆமிந்த உலகத்தோர் ஞான வீதி
அறிந்தேறிக் கூடுவதும் அரிது; மெத்த
ஓமிந்தக் குண்டலியைத் தொட்ட ரற்ற
ஊதுவது கடினம்மெத்த யோக மார்க்கம்

வாமிந்த வாமத்தே நின்று கொண்டு
மகத்தான பானமுன்னை வாய்க்கும்! ரண்டும்
சோமிந்தச் சடைவைத்துச் சின்மயம் காட்டும்
சொற்பெரிய பூரணந்தான் சொன்ன வாறே! 75

(உரை:) *அன்பனே! அறிக:*

இவ்வுலகிலே பிறந்த உலகியல் மாந்தரெல்லாம் அறிவென்னும் வீதியில் சென்று உலகைக் கற்று முன்னேறக் கூடுமென்பது அரிதே! தவம் செய்யும் தவநெறி என்பது கடினமே; இது மூச்சை இழுத்து, உள்ளே ஓங்கார நாதத்தை (காற்றை)க் கொண்டு மூலாதார இடம் சென்று, அங்குள்ள குண்டலி யென்னும் ஆற்றலுடைய பாம்பைத் தொட்டு ஓசையெழுப்ப (அரற்ற)ச் செய்தல் என்பது கடினமேயாகும்.

அருளம்மையான பரையாம் சத்தி, சிவத்தின் அழகிய இடப்பாகத்தில் நின்று கொண்டு, மிகச்சிறந்த ஆற்றலுடைய அமுதத்தை ஊட்டுவதால் அவ்வமுதம் தவஞ்செய்வோருக்கு வாய்க்கின்றது! வலப்பாகமுடைய சிவச்செம்பொருளோ தன் செஞ்சடையிலே பிறை நிலவைச் சூடிக்கொண்டு அறிவுமயமான தோற்றத்தைக் காட்டுகின்றான். இந்தப் பெரிய முழுமுதற் கடவுளும் அருளம்மையும் ஆகிய இருவரும் தவவொளியில் காட்சி தருவது தவப் பயனாகும்.

(இறைவனான குரு இரந்துண்ணும் நிலை!)

வாறான குருவினுடை வாழ்க்கை கேளு;
மகத்தான சடையின்மேல் மதியும் சூட்டித்
தாறான நெற்றியிலே தீயை வைத்துச்
சர்ப்பமல்லோ ஆபரண மாகப் பூண்டு
வீறான கரித்துகிலை மேலே போர்த்து
விளக்கியதோர் புலித்தோலை இடையிற் கட்டிக்
கூறான சுடுகாட்டில் குடியு மாகிக்
கொள்கின்றார் பலியெடுக்கக் கொள்கின் றாரே. 76

(உரை:) *அன்பனே! கடவுளே இயற்கைநிலையில் குருவான கோலத்தில் வந்த வாழ்க்கையைக் கூறுகின்றேன்; கேட்பாயாக.*

பெரிய செஞ்சடையின்மேல் பிறைமதியைச் சூட்டியும், கிளை விட்டுச் சுடரும் நெற்றியின் நடுவில் தீக்கண்ணை வைத்தும்,

மேனியிலே படப்பாம்புகளை அணிகலனாகப் பூண்டும், வீறுகொண்ட யானையின் தோலை உரித்து, அதையே மேலே போர்வையாய்ப் போர்த்தியும், புலியின் தோலை இடையில் திகழும்படிக் கட்டியும், (மனித வாழ்வின்) ஒரு கூறான உடலையெரிக்கும் சுடுகாட்டிலே குடியிருந்து கொண்டும், கையிலே மண்டையோட்டை ஏந்தியபடி வீடுதோறும் சென்று இரந்து உணவு உண்டு வாழும் இறைக்குருவின் வாழ்க்கையை எங்ஙனம் கூறி மகிழ்வேன்!

**(இறைவியின் திருவடிக்காட்சி காணத்
தேவரும் சித்தரும் கூடிவந்தனர்.)**

பலியெடுத்த குருவினிட வாம பாகம்
பகிர்ந்துநின்ற என்தாயின் பரிசு கேளு:
பொலிவெடுத்த அட்டமா சித்தி நிற்கப்
புகழ்பெரிய ரத்னவகை யாரம் பூண்டு
நலிவில்லா யோகாப்பி யாசம் செய்து
நண்ணுமிரு பதச்சேவை காண்ப தற்கே
ஒலியெடுத்த நவகோடி தேவர் சித்தர்
ஒன்றாகக் கணநாதர் போற்று வாரே! 77

(உரை:) *அன்பனே! அருள்வழங்கும் தாயின் இயல்பினைக் கேட்பாயாக!*

இரந்து உண்டு வாழும் இறைக்குருவின் அழகிய இடப்பாகத்தை வாங்கி நிற்கும் என் வணக்கத்திற்குரிய தாயான பரையின் இயல்பான அருளின் பரிசை உணர்வாயாக. இவள் அழகுபொலியும் எட்டுவகையான பெரிய ஆற்றலுடைய வெற்றி (சித்தி)யுடையவள்; உலகம் புகழும் பெரிய சுடர்விடும் ஒன்பது வகையான மணிக்கற்கள் பதித்த மாலைகளை அணிந்திருப்பவள்; வருத்தப்படாமல் தவம் இயற்றி இறைவனைக் காண்பவள்!

இப்பெரிய தாயின் திருவடிக் காட்சியைக் கண்டு இறைஞ்சுதற்காக, வாழ்த்தொலி எழுப்பிக் கொண்டு, ஒன்பது கோடித் தேவர்களும் அரிய சித்தர்களும் பூதகணங்களும் அவர்களின் தலைவரும் ஒன்றாகக் கூடி வந்து நின்று போற்றி செய்வார்கள்.

> எட்டுவகைப் பேராற்றலின் வெற்றி (சித்தி:)

1. பொருளை நுண்மையாக்கிக் கொள்ளல் (அணிமா);

2. பொருளை மென்மையாக்கிக் கொள்ளல் (இலகிமா);

3. பொருளையோ உடம்பையோ பருமையாக்கிக் கொள்ளுதல் (மகிமா.)

4. விரும்பியதைப் பெறுதல் (பிராத்தி);

5. விண்ணகம் வரையும் அனைத்தையும் அறிதல் (கரிமா)

6. இறைவனின் ஒளிவை அறிதல் (பிராகாமியம்);

7. இறைமைநிலை அடைதல் (ஈசத்துவம்);

8. எப்பொருளையும் தன்வயமாக்குதல் (வசித்துவம்)

(அருளன்னையை வழிபட்டால் அனைத்தும் ஈவாள்!)

அறிந்துகொள் என்தாயே துரைப்பெண் அப்பா!
அப்பனோ எருதேறும் ஏழை ஏழை!
அறிந்துகொள் இவளைமுன்னே ஐயா வைத்தே
ஆதரித்துக் கேட்டதெல்லாம் அருளிச் செய்வாள்
அறிந்துகொள் அகண்டத்தே ஞான சக்தி
ஆத்தாளைப் பூசித்தால் அறுபது ஈவாள்
அறிந்துகொள் சடமெல்லாம் அவளே ஆச்சு
அப்பனுக்கும் எலும்போடு நரம்பி ரண்டே! 78

(உரை:) அப்பனே! ஐயா! தெரிந்து கொள்:

என் தாயானவளோ மிகவுயர்ந்த செல்வப் பெண்; தந்தையானவனோ மிகவும் ஏழை; எருதாகிய காளைமாட்டின்மேல் ஏறிச் செல்பவர்! இருப்பினும் அறிந்து கொள்க! இத்தாயை முன்னே வைத்து (எழுந்தருளச் செய்து) வழிபட்டால் விரும்பிக் கேட்டவையெல்லாம் அருளால் தருவாள். மேலும், தெரிந்து கொள்; இந்த விரிந்த உலகில் அவளே அறிவுக்கெல்லாம் ஆற்றல்தரும் தலைவி! அத்தாயைப் பூசனை செய்து வழிபட்டால், வேண்டிய அறுபது (அறுபத்து நான்கு) கலைச்செல்வங்களையும் அள்ளித் தருவாள். இன்னும் தெரிந்துகொள்; இவளே உலக உடம்பெல்லாம் வீற்றிருந்து படைத்துக் காக்கின்றாள்; அப்பனான இறைவனும் உடம்பெல்லாம் எலும்பாகவும் நரம்பாகவும் இரண்டாய் இருக்கிறான்.

(தவத்தில் சிவனும் சத்தியும் உயிர்வளி போன்றவர்.)

இரண்டான வாயுவினில் ஒன்று சத்தி
ஈராகச் சிவமேது பிராண வாயு;
ஒன்றாக நாடிநின்றால் சுழுமுனை ஆச்சு
யோகமுமாம் ஞானமுமாம் உற்றே ஏறு
தண்டான சுழுமுனைதான் நடுவில் நிற்கும்
சாதகமாய் இதற்குள்முக் கிரந்தி உண்டு;
நன்றான சுழுமுனையில் பிராணன் நேரில்
நாதாந்த யோகமிது நாடிக் காணே! 79

(உரை:) *அன்பனே! ஓசை முடிவான தவத்தை இங்கே அறிக! பத்து வகையான காற்றுகளில் தலையாயது உயிர்வளியான பிராணவாயு. இதில் சிவமும் அருட்சத்தியுமான இருவரும் ஒன்றாகக் கலந்துள்ளனர். இவர் ஒன்றாக நாடியிலே நிற்பதால் தான் நடுநாடியான சுழுமுனை உருவாயிற்று. இந்த வலிமையான நாடியில்தான் தவ ஆற்றலும் மெய்யறிவும் பொருந்தியுள்ளது. இந்தச் சுழுமுனை ஒரு தண்டாக மேலே தலைக்கு ஏறுகின்றது; இந்தச் சுழுமுனை இடநாடி, வலநாடி ஆகியவற்றின் நடுவில் உள்ளது; இந்த மூன்றும் சேர்ந்து முடிச்சு (கிரந்தி)ப் போட்டது போலிருக்கும். இவ்வாறு சுழுமுனையில் நன்கு உயிர்வளியான பிராணன் (உயிர்) பொருந்தித் தவத்தில் இயங்குவதே "நாதாந்த யோகம்" (ஓசை முடிவான தவம்) என அறிவாயாக!*

(அறிவுத் தவத்தால் பொன்னுடம்பு பெற்றார்கள்!)

காணப்பா நெஞ்சினுள்ளே பிராண யோகம்
கண்டுகொள்ளு! தாமரையில் நூல்போல் ஆடும்;
ஊணப்பா அதிலிரட்டி அபான வாயு
உற்றுநின்று இரண்டையும் நீ கண்டா யானால்
பூணப்பா இதற்குள்ளே 'ஞான யோகம்'
புசுண்டருக்குச் சித்திகை லாய தேகம்
தோணப்பா நவகோடி மானா கண்டார்;
சுகயோக மாவதுஇந்தத் துறையும் ஆமே. 80

(உரை:) *அன்பனே! அப்பா! அறிவுத் தவத்தின் பயனைப் பெறமுயல்க.*

உன் நெஞ்சுக்குள்ளே உயிர்த்தவம் என்னும் பிராண யோகத்தைக் கண்டு கொள்வாயாக. இத்தவமானது, தாமரைத்

தண்டின் மெல்லிய (பாலாவி போன்ற) நூல்போல் உள்ளே இயங்கும். இந்த உயிர்க்காற்றான பிராண வாயுவோடு, கரிவளியான காமக்காற்றும் (அபான வாயு) பொருந்தி, இரண்டும் ஒன்றாக நீ காண்பாயானால், அப்பொழுது அறிவுத் தவமான ஞானயோகம் அந்த இரண்டுக்குள்ளும் கூடும்! இவ்வாறு தவமிருந்து பொன்னுடம்பான கைலாயதேகம் பெற்றவருள் சிறந்தவர் 'புசுண்டர்' ஆவார். இவரைப் போல் உயர்ந்த நிலையில் (மானா) வெற்றி (சித்தி) பெற்றவர் நவ கோடிப் பேர் ஆவர். இப்படி இறவாத இன்பப்பேற்றைப் பெறுகின்ற துறை இந்த அறிவுத்தவமாகும்.

(ஆசையே நல்வினைக்கும் தீவினைக்கும் கருவாகி விடும்!)

ஆமப்பா ஆசைவிடக் கருவைச் சொல்வேன்
அழிந்துகொண்டே அறிவாலே நின்று பாரு;
சேமப்பா திரோதாயி யாரென் றக்கால்
செகமெல்லாம் பெண்ணான உருத்தான்அப்பா!
ஓமப்பா! பொன்மண்வா சனையின் ஆசை
ஒற்றிநின்ற இந்திரிய மயக்கத்து ஆசை
நாமப்பா என்றுசொன்ன ஆண்மை ஆசை
நல்வினைக்கும் தீவினைக்கும் வித்தும் ஆச்சே. 81

(**உரை:**) அப்பனே! அறிவாயாக.

இப்போது உனக்கு, ஆசையை விட்டொழிப்பதற்கு அடிப்படையான கருவைச் சொல்கின்றேன்; கேள்! இதைப் புரிந்து கொண்டே அறிவாலே எண்ணிப் பார்ப்பாயாக. உயிரை வந்து சேரும் மறைப்பாற்றல் என்னும் 'திரோதாயி' யார்? என்று எண்ணும்போது, அந்த ஆற்றலான சத்தி, உலகமெல்லாம் சொல்லும் பெண்வடிவம் கொண்டவளே ஆவாள். அவளே ஆசையென்னும் இருளால் உயிரின் ஒளியை மறைப்பவள்; ஓமென்னும் நாதக்காற்றால் பொன்னாசை, மண்ணாசைகளைத் தூண்டிவிட்டு, ஐந்து பொறி வழியே ஐந்து புலன்களையும் மயங்க வைப்பவள்; அவளே மாயையாகி, நம் ஆண்-பெண் பாலியல் ஆசைகளை விளைவிப்பவள் ஆவள். ஆகவே, இவ்வாறே ஆசையென்னும் வித்தே மனிதன் செய்யும் நல்வினைக்கும் தீவினைக்கும் தூண்டலாகி விடுகின்றது! என உணர்க.

(தீவினை செய்யாமல் நீங்கியவனே மெய்யறிவுத் தலைவன்.)

வித்துக்குள் பாவமென்ன? புண்யம் என்ன?
வெகுகோடி புண்ணியத்தால் புருட சன்மம்;
புத்துக்குள் வெகுகோடி பாவ புண்யம்
பாழான பெண்செனனம் எடுத்த வாறு
கொத்துக்குள் இவையறிந்து பாவ மான
குழிக்குள்ளே வீழ்ந்தாரே கோடி ஐயோ!
எத்துக்குள் இவையறிந்து வேறாய் நின்றே
இகழ்ந்தவனே மெய்ஞ்ஞான ஈசன் ஆமே. 82

(உரை:) *அன்பனே! எண்ணி ஆராய்க! உண்மையிலே ஒருவித்துக்குள்ளே தீவினை என்றும் நல்வினை என்றும் கருவைத்துப் படைப்பதில்லையே! அறக்கொடையின் நல்வினைப் பயனால்தான் பல கோடிப்பேர் ஆண் பிறவியெடுத்துள்ளனர். இது இவர்களின் சொந்த முயற்சியால் ஏற்பட்ட பிறவியே! விதையால் அன்று. பலகோடித் தீவினை-நல்வினைகள் புற்றுக்குள், தாம் செய்து சேர்த்ததால்தான் இப்பிறவியிலே துன்பமான பெண்பிறவி அமைய நேர்ந்தது.*

கொத்தித் தோண்டிய தீவினையான குழிக்குள்ளே, இவை யறிந்தும் கூட கோடிக் கணக்கானோர் தமது வினையாலேயே வீழ்ந்து துயரப்படுகிறார்கள் ஐயோ! இவற்றையறிந்து, இப்படி ஏன் மனிதர்கள் துயரப்பட வேண்டும்? என்று கருதி, இந்த வாழ்வை இகழ்ந்து, தீவினையிலிருந்து வேறாய் விலகி, நன்னெறியில் வாழ்பவனே மெய்யறிவு பெற்ற தலைமைப் பண்புடையவனாவான்.

(ஆசைவிட்டவனுக்கு மூன்றுலகும் திறந்திருக்கும்!)

பூரணமே அகண்டமே அகத்தின் அந்தம்
பொங்கிநின்ற நிர்க்குணமே என்னை யீன்ற
காரணமே அலகிற்பெண் ணாசை போலக்
கலந்துநின்ற சுகமில்லை கருதிக் கொண்டேன்
ஆரணமே ஆதீதத்தில் சுகம்தான் என்ன
அப்பனே! சொல்லுகிறேன் அறிந்து கொள்ளு!
காரணமாம் குவிமுலையாள் ஆசை விட்டால்
மகத்தான மூவுலகும் விடுக்கும் நேரே. 83

(உரை:) *பொய்யை மெய்யென்று கருதியது என் அறியாமை யன்றோ! கடவுளை முழுமையான நிறைபொருளென்றும்,*

உலகமெலாம் விரிந்து நிற்கும் எல்லையற்ற பொருளென்றும், அகத்தின் எல்லையிலே பொங்கிப் பெருகிநின்ற வெறுமையான ஒளி வெளியென்றும், என்னை ஈன்ற அடிப்படையான தெய்வமென்றும் போற்றிப் புகழ்ந்த புகழ்ச்சியெல்லாம்-அளவற்ற பெண்களிடம் ஆசை கொண்டு அவரிடம் கலந்து பெற்ற இன்பத்திற்கு ஒப்பாகாது என்று நான் முதலில் கருதியிருந்தேன். அப்பனே! இது என் அறியாமையே என்று இப்போது உணர்கின்றேன்! இதை நீயும் தெரிந்து கொள்க! ஆசைக்கெல்லாம் அடிப்படையான குவிந்த கொங்கையுள்ள பெண்களின் ஆசையை அறவே விட்டொழித்தால் மூன்று (மேல்-கீழ்-நடு ஆகிய மூன்று) உலகமும் திறந்திருந்து போற்றி வரவேற்கும்!

(பெண்ணாசை ஒழிந்தால் மறைப்பாற்றலும் நீங்கும்.)

நேரான பெண்ணாசை நீங்கிற் றானால்,
நிலையான திரோதாயி மாய்கை போச்சு!
தூரான வேதாந்த வெளியில் சொல்வார்
சும்மென்ற சகஞ்சொல்வார் யோகி இல்லை;
வாராய்நீ என்மகனே! பெண்ணாற் சிக்கி
மகத்தான ரிடிகள்சித்தர் கோடி கெட்டார்;
தாரான சித்தரொடு பஞ்ச கர்த்தாள்
தயங்கிநின்று படும்பாடு சாற்று வேனே. 84

*(**உரை:**)* என் மகனே! வருக! சொல்வதைப் புரிக! ஒருவனுக்குத் தொடரான பெண்ணாசை ஒழியுமேயானால் நிலைத்திருக்கக்கூடிய மறைப்பாற்றலென்னும் திரோதாயியின் மாயையும் (காமத்தூண்டல்) ஒழிந்துபோகும். அடிப்படையான மறைநூல் முடிவைப் பேசி வாழ்வோரும், சும்மா உலகியல் வாழ்வைப் பேசும் அறிவுடையோரும் தவத்தில் தோய்ந்தவர் இல்லை; இவ்வுலகிலே பெரிய பெரிய முனிவர்களும் சித்தர்களும் கோடிக்கணக்கில் பெண்களின் வலையிற்சிக்கிக் கெட்டுப் போயிருக்கிறார்கள். மேலும், நீண்ட புகழுக்குரிய சித்தர்களும், (படைத்தல்-காத்தல்-அழித்தல்-மறைத்தல்-அருளல் என்னும்) ஐந்து தொழில்களைச் செய்யும் தலைவர்களும் பெண்களால் படும்பாட்டைச் சொல்லி முடியாது. எனவே, மாயையின் வலிமை மிகப்பெரியதே.

(பொல்லாத காமம் என்பது தீப்பொறியில் விட்ட நெய்போலப் பற்றிப் பொங்கும்!)

சாற்றுவேன் வீதிபடு குழிதான் உண்டு
தன்மேலே புல்லோடு செடியும் மூடி
மாற்றுவேன் வீதியிலே நடந்தோன் வீழ்ந்த
வாறெங்கும் பெண்ணான மாயக் கூபம்
ஆற்றுவேன் என்றாலும் மாற்றப் போகா!
'அரகரா' பெண்ணரவு கடித்த தானால்
போற்றுவேன் என்றாலும் பொல்லாக் காமம்
பொறிவிட்ட நெய்போலப் பொங்கும் பாரே! 85

*(**உரை:**) அன்பனே! சொல்கிறேன், கேள்!*

வீதியிலே தோன்றிய குழியில் புற்களும் செடிகளும் முளைத்து அதை மூடியிருக்கவும், அது தெரியாமல் வீதி வழிவந்த ஒருவன் அதில் கால்வைத்ததும் வீழ்ந்து விடுவான்; அதுபோலவே, பெண்ணாசையென்பது ஒரு கிணறு (கூபம்) என்று உணராமல் அதிலே வீழ்ந்து விடுகின்றனர், பலர்.

என்னைப் பொருத்த அளவில் அந்தக் கிணற்றில் விழாமல் காப்பேனென்றாலும் பிறரை மாற்றுவதென்பது அரிதேயாகும்! ஐயோ! அரகரா சிவசிவா! பெண்ணென்னும் பாம்பு கடித்ததா னால் அதைப் பொறுப்பேன்; ஆனால், அதனால் செத்து விடமாட் டேன்; இந்தப் பொல்லாத காமம் என்பது, தீப்பொறிகளில் விட்ட நெய்யைப் போலவே பொங்கி ஓங்கி விடும்! இதை நீ உணர்வாயாக!

(காமம், ஆசை, மோகம் என்பவற்றால் உலகம் அழிவதும் கடவுள் படைத்த மாயையால்தான்!)

பொங்குகின்ற காமமென்ன? சிவத்தின் கூறு;
பொல்லாத ஆசையென்ன? மாலின் கூறு;
மங்குகின்ற மோகமென்ன? மகேசன் கூறு;
மருவியந்த மூன்றாலும் உலகம் பாழாய்த்
தங்குகின்ற யோகம்போய் ஞானம் பாழாய்ச்
சமாதியெல்லாம் இந்திரியச் சாரம் மூடித்
தொங்குகின்ற மோட்சத்தின் தரைபோல் ஆகச்
சூனியமாய் ஞானமெல்லாம் தோற்று மாறே! 86

(**உரை:**) அன்பனே! ஆழமாய்ப் புரிந்து கொள்க. தீப்பொறிபோல் பொங்குகின்ற காமம் என்பது என்ன? தெரியுமா? சிவக்கடவுள் படைத்த மாயையென்னும் தாயாகிய கூறாகும்; தீமை செய்யும் பொல்லாத ஆசையென்பது என்ன? அதுதான் அளவற்ற வேட்கையால், 'மோகினி அவதாரம்' எடுத்து இறைவனைக் காதல்கொண்டு மயங்கிய திருமாலின் கூறாகும்! மங்கிக் குறையும் மோகம் என்பதுதான் என்ன? அது மறைப்பாற்றலால் ஆசை முதலான மாசுகளை வெளிவர வொட்டாமல் மறைத்து வைக்கின்ற தெய்வமான (கழுத்திலிருக்கும்) மகேசன் கூறாகும்.

இப்படி மனிதனைத் தழுவிக் கொண்ட (காமம், ஆசை, மோகமான) மூன்றாலுமே உலகம் பாழ்பட்டுப் போயிற்று. தங்கியிருக்க வேண்டிய தவமும் போயிற்று; ஒளியறிவான ஞானமும் கெட்டு விட்டது; இறையொளியோடு ஆன்மவொளி கூடுகின்ற 'சமாதி' என்பதும், ஐம்பொறி-புலன்களின் தாக்கத்தால் மூடிமறைந்தது; வெளிகடந்த கடவுளின் அழியாத வீடும், மண்ணுலகம் போல ஆயிற்று. ஆக முடிவிலே வெட்ட வெளியான பாழாயும் மெய்யறிவென்னும் ஞானமாயும் எஞ்சித் தெரிகின்றது. எல்லாமே இறைவனின் ஐந்து பெரிய கூத்தால் நிகழ்வனவேயாகும்.

(பேசாத நிலைபெற்ற தவத்தோரே விந்துவை வென்றவர்.)

மாறான பெண்ணாசை விட்டேன் என்பார்
        மருவியவள் தனிப்பட்டால் சரணம் செய்வார்!
தாறான சயனத்தில் பெண்தான் சொல்லில்
        சதாசிவனால் முடியாது; மற்றோர் ஏது?
கூறான விந்துவிடக் கோபம் மோகம்
        குறியழிக்கும் நினைவழிக்கும் கூட்டைக் கொல்லும்
வீறான விந்துவுக்கு மேலே நின்று
        விருதுபெற்ற மௌனியல்லோ வெட்டி னாரே! 87

(**உரை:**) அன்பனே! விந்து வெற்றியினர் பற்றி அறிக: சிலர் ஒழுக்கத்துக்கு மாறான பெண்ணிடம் சேரும் ஆசையை விட்டோம் என்பர்; ஆனால், பழகிய (தழுவிக் கொண்ட) பெண்ணொருத்தியைத் தனியாகக் காண நேர்கையில் அவளது காலடியில் விழுவார்கள். படுக்கையில் தனியாகப் (தாறாக) படுத்திருக்கும்போது, பெண்தான் விரும்பிச் சொன்னால் அதற்கு

உடனே இசைந்து விடுவர். இந்தக் காமஆசையை ஒழிக்கச் சதாசிவனாலும் முடியாது! எனவே, மற்றவர்தான் இதற்கு அடிமையாகி விடுவரே! தன்னிடமிருந்து பிரிந்து ஓடும் விந்துவான ஆணின்பாலை எண்ணிக் காம நோக்கிலே சினமே வரும்; இந்தச் சிற்றின்பச் சினமானது அழிவையேதரும்; வாழ்வின் உயர்ந்த குறிக்கோளை அழிக்கும்; நினைவைக் கெடுக்கும்; உடம்பாகிய கூட்டையும்கூட அழித்துவிடும்.

ஆனால் உண்மையிலே விந்துவைத் திடமாக்கி இறுக்கி மேலே ஒளியாகக் கொண்டு செல்வோரே பாராட்டத்தக்க விருதுபெறும் பேசாத நிலைபெற்ற பெருந்தவத்தினராவர்; இவரே காமப் பாம்பை வெட்டி வீழ்த்தியவரும் ஆவர்!

(விந்துவென்னும் பாம்பைவெட்டி வீழ்த்தியவர்.)

வெட்டினார் மௌனியந்த விந்துப் பாம்பை
வேதாந்தம் என்றதொரு வாளி னாலே;
தட்டினார் மாய்கையைத்தான் சண்ணிக் கீழே
சச்சிதா னந்தவெள்ளச் சார்பி னாலே;
ஒட்டினார் ஒட்டினநிர்க் குணத்தின் மட்டும்
உத்தமனே! அதுவல்லோ ஞான வீதி!
தெட்டினார் தெட்டினார் சகல ரெல்லாம்
செகசால வித்தையென்று தெளிந்து பாரே! 88

(உரை:) *தூயவனே! கேட்பாயாக!*

பேசாத நிலை பெற்ற உயர்ந்த தவத்தோர் மறைமுடிவுக் கொள்கையென்னும் வாட்கருவியைக் கொண்டு, காமத்தால் கழியும் விந்து என்னும் பாம்பை வெட்டி வீழ்த்தி விட்டார்; மேலும், சத்து-சித்து-ஆனந்தமென்னும் கடவுளின் அருள் வெள்ளம் பெற்றதாலே காதல் உணர்ச்சியூட்டுகிற மாயை என்னும் மங்கையைத் தட்டி ஒடுக்கிவிட்டார்; தம் ஒட்டிய மாசற்ற தூய பண்பினாலே தூயவருடன் நட்புக்கொண்டார்; இது அன்றோ அவர் பெற்றிருக்கும் மெய்யறிவென்னும் நீண்ட நெஞ்சுக்குப் பொருத்தமாகும்! இன்னும், வஞ்சித்து ஏமாற்று பவரையெல்லாம் மெய்யறிவாலே சூழ்ச்சி செய்து மாற்றி நன்மையே செய்தார். இவற்றையெல்லாம் நீ அறிவோடு தெளிந்து, உலகியலில் காட்டும் வேடிக்கை வித்தையெனக் காண்க!

(உலகிலே காமத்தால் அழிந்தவர் கோடிப் பேர்!)

தெளிவதுதான் எளிதல்ல வாய்ப்பேச் சல்ல;
சிங்காரப் பெண்கண்டால் ஞானம் போச்சு!
அழிவதுதான் சடலத்துக்கே அடுத்த கூறாம்;
அதரமுண்டு கூடுவது போகம் என்பார்;
கழிவதுதான் காலேது? வாசி யேது?
கைவிட்ட மைதுனத்தில்கலப்பது ஏது?
ஒழிவதுதான் எந்நாளோ? என்று லோகர்
ஒருகோடி மாண்டார்கள் ஊன்றிக் காணே! 89

(உரை:) *அப்பனே! காம உலகைத் தெரிந்து கொள்வாயாக. ஒரு கருத்தையும் பொருளையும் கண்ட பொழுதிலே தெளிவதென்பது எளிதன்று; வாயிலிருந்து வரும் பேச்சும் உறுதியன்று. ஒரு மனிதன் அழகான ஒரு பெண்ணைக் கண்டாலே மனம் கெடுகிறான்; அறிவும் அழிந்து போகிறது. இதனால், அவனது உடம்புக்கே அழிவு நேர்ந்து விடுகின்றது. இப்படி யிருக்கவும் உலகத்தார், பெண்ணின் இதழமுதம் உண்டு கூடி முயங்குவதே கலவியின்பம் என்பர்.*

மனிதனுக்குக் கழிவது காற்றா? மூச்சுக்காற்றா? காலமா? கைவிட்ட இருவரின் புணர்ச்சியில் கலப்பதுதான் எதுவோ? இவையெல்லாம் ஒழிவதுதான் எந்த நாளோ? என்று புலம்பி வருந்தும் உலகத்தோர் கோடிக்கணக்கிலே மாண்டுள்ளார்கள். இவற்றையும் நீ நன்றாகக் கவனத்தில் கொண்டு காண்க!

(மனிதா! உலகத்தில் திரியாமல் விண்ணிலே ஆடுக.)

காணப்பா பிறப்பிறப்புப் பெண்ணால் ஆச்சு:
கைகடந்த மாயமெல்லாம் பெண்ணால் ஆச்சு;
பூணப்பா இந்திரியம் பெண்ணால் ஆச்சு
புகழ்பெரிய வாசனையும் பெண்ணால் ஆச்சு
தோணப்பா மனம்புத்தி ஆங்கா ரத்தில்
சொக்கிச்சுப் பெண்ணாலே சூட்டிப் பாரு!
ஊணப்பா ஊணப்பா உரைக்கச் சொன்னேன்;
உலகத்தில் திரியாதே விண்ணில் ஆடே! 90

(உரை:) *அன்பனே! தெரிந்து கொள்க; உலகில் பெண் ணால்தான் பிறப்பென்பதும் இறப்பென்பதும் நிகழ்கின்ற தென்பதை நீ காண்பாயாக; பெண்ணால்தான் அறிவுக்கு அப்பாற் பட்ட மாயமான செயல்களெல்லாம் நடக்கின்றன என்பதையும்*

அறிக; அறிவுப் பொறிகளின் புலனறிவு நுகர்ச்சியெல்லாம் தாயின் வழியே அறியப்படுகின்றன என்பதையும் மனத்திலே பூணுக! புகழத்தக்க பெரிய வழிவழியான மரபுப் பழக்கங்களெல்லாம் ஒரு தாயின் அறிவாலேதான் காக்கப்படுகின்றன; மனம், அறிவு செருக்கென்னும் உட்கருவிகளுக்கும் இன்பத்தில் சொக்கிக் களிக்கும்படித் தோன்றுவது பெண்மையின் உள்ளத்தால்தான்; ஆக, இவற்றையெல்லாம் மனத்தில் ஊன்றுவதோடு நீ பிறருக்கும் உரைக்கும்படியே சொன்னேன். நீ உலக வாழ்வில் இவ்வாறு உழன்று சுற்றித் திரியாமல், நிலையான வாழ்வுக்கு விண்ணை ஆராய்ந்து அங்கே சென்று ஆடுக!

(விண்ணுக்குள் சித்தரும் முனிவரும் சென்று ஆடுகிறார்கள்.)

ஆடையிலே விண்ணுக்குள் சித்தர் கோடி
அந்தந்த மலைகளினால் தாக்க ஓடி
ஊடையிலே அண்டத்தில் முனிவர் கோடி
உற்றுநின்ற பதமளவும் ரிடிகள் கோடி
தேடையிலே சதாநித்தம் வேதம் பாரு;
சேர்ந்துநின்ற ஓசையிலே தெளியச் சொல்வார்
நாடையிலே எந்நேரம் மவுனம் நாடு
நரகமாம் வாசனைதான் நன்றாய்க் கேளு! 91

(உரை:) *மகனே! கேள்! விண்ணுக்குள் வந்து வியந்து களித்து ஆடுவோர் பலர்; அவருள் சித்தர்கள் கோடிப்பேர் இருப்பர்; மண்ணிலே மலைகளினால் தாக்கப்பட்டு அண்டத்துக்கு ஓடிவந்த முனிவர் கோடிப்பேர்; பதப்பேறு பெற்று இங்கே வந்து தங்கியுள்ளவர் ரிடிகள் (ரிஷிகள்) கோடிப்பேர்; விருப்பமும் ஆர்வமும் வரும்போது நாளும் எப்போதும் மறைநூல்களை எடுத்துப் படி! இம்முனிவரெல்லாம் எந்த ஓசை கேட்டாலும் அதைப் பொருட்படுத்தாமல், வினாக்களுக்குத் தெளிவாய் விடை சொல்வார். நாட்டம் ஏற்படும் போதெல்லாம் பேசாதிருக்கும் மவுனத்தை நாடுக; துன்பம்தரும் நரகத்தின் இயல்பு பற்றி நன்றாகவே கேட்டறிக; அவர்கள் விளக்கம் சொல்வார்கள்.*

(உலகியல் அறிவாளியின் பிதற்றல்.)

கேளப்பா இதைவிட்டே, உலக ஞானி
கேட்டதெல்லாம் சொல்லுகிறேன் மக்காள் மக்காள்!
நாளப்பா செகமெல்லாம் சாங்கம் என்பான்
நலமான நூல்பாரான் தீட்சை யாவான்

காளப்பா மவுனமென்பான் விண்ணைப் பார்ப்பான்
காதகத்தை விட்டுச்சீ வனத்திற் செல்வான்
நாளப்பா தினந்தோறும் தர்க்கம் பேசி
நலமான பெண்ணோடு மயங்கு வானே. 92

(உரை:) *மக்களே! உலகியல் அறிவாளி நரகத்தைப் பற்றிக் கேட்டபிறகு, மற்றவற்றைக் கேட்டவாறு சொல்கின்றேன், கேள்!*

'நாள்தோறும் உலகமெல்லாம் சங்கொலி கேட்கிறதே' என்பான்; அறிவுநலம் தரும் நூல்களைப் படிக்காமல், குருவிடம் சென்று சமய முத்திரையை உடம்பிலே பொறித்து வருவான்; எங்கும் கருமையாகவும் (இருள்) அமைதியாகவும் இருக்கிறது என்பான்; மேல்நோக்கி விண்ணைப் பார்ப்பான்; குற்றச்செயல் களை விட்டுவிட்டு, பிழைத்து வாழ வேறு வேலைக்குச் செல்வான்; நாள்தோறும் நேரிய முறையில் பேசிப் பின் அழகான பெண்ணைக் கண்டதும் அவளோடு பேசி மயங்குவான; இப்படியெல்லாம் நிலையான ஒழுக்க அறிவின்றித் திரிபவனே உலகியல் அறிவாளி!

(பொய்யும் புரட்டும் பேசும் அறிவாளி!)

மயங்குவான் பொன்தேடப் புரட்டும் பேசி
மகத்தான ஞானமெல்லாம் வந்தது என்பான்;
தயங்குவான் மண்ணாலே சார்பு காணான்
சாதகமா யோகத்தில் சார்ந்தேன் என்பான்;
தியங்குவான் நோய்வரில்பூ ரணமே என்பான்;
செகநாத திரோதாயி சிரிப்பாள் பார்த்து;
முயங்குவான் சமாதிவிட்டேன் ஐயோ என்பான்
மூடமொற்ற ஞானமெல்லாம் உலகில் பாரே! 93

(உரை:) *மகனே! உலகிலே மூடம் நிறைந்த அறிவாளியின் செயல்களைப் பார்ப்பாயாக!*

பொய்பேசியும் புரட்டுச் செய்தும் திரிகின்ற போலி அறிவாளி, அறிவு மயங்கிய நிலையில், "பொன் செய்யப் போகின்றேன்; அதற்கான பெரிய அறிவையெல்லாம் பெற்று விட்டேன்" என்று சொல்வான்; மண்ணாலே ஒரு சிறிய சுவரை எழுப்ப முடியாதவன், "தவஞ்செய்வதில் வெற்றி பெற்றேன்" என்பான்;

நோய்வாய்ப்பட்டுத் தவிக்கும் அவன், "நான் இப்போது முழுமையும் நலமாகி விட்டேன்" எனப் பொய்யுரைப்பான்; இப்படிப்பட்டவனைப் பார்த்த மாயையென்னும் திரோதாயி சிரித்து நகையாடுவாள். மேலும், இவன் தவத்தில் மூழ்கியது போல் நடித்து, "ஐயோ! தவத்தை இடையில் கைவிட்டேனே" என்பான். மகனே! இந்தப் போலியானவர்களைப் புரிந்துகொள்க!

(பாடுபட்டாலே பயன்பெற முடியும்!)

பாரப்பா சரீரமிது சமாதிக் காக!
 பாழான தூலமிது என்பார் கோடி;
நேரப்பா வாதம்வந்தால் ஞானம் என்று
 நேரப்பா அலைந்தவர்கள் கோடா கோடி;
ஆரப்பா உலகத்தில் ஞானி உண்டோ?
 ஆராய்ந்து நான்கண்டேன் என்பார் கோடி;
ஏரப்பா அமுதலோவெள் ளாமை யாகும்!
 ஏரில்லான் அறுத்தடித்த கதையும் ஆச்சே! 94

(உரை:) மகனே! நன்கு அறிக!

இந்த நிலையையும் பார்! இந்த உடம்பை மனிதன் பெற்றது, கடவுளொளியோடு உயிரொளி கூடித்தவமிருந்து (சமாதி) அடையவே என்பதை உணராதவர், இந்த உடம்பை வெறும் பூதஉடலென்று பழிப்பர்; இத்தகையவர் கோடிப் பேர். சிலர் தமக்கு வாதநோய் வந்தால் இதைத் தவறாகக் கொண்டு, இது 'நாதக்காற்று' என்று சொல்லி அலைபவர் உண்டு; இவரும் கோடானுகோடிப் பேரே! வேறு சிலர், "இவ்வுலகத்தில் நான் ஆராய்ந்து கண்டுவிட்டேன்; மெய்யறிவாளி (ஞானி) என்று யாருமே இல்லை!" என்பர். உழவன் ஏர் பிடித்து உழுது பயிரிட்டு வேளாண்மை செய்தாலே உணவாகிய சோற்றமுது வாய்க்கும்; ஏரில்லாமல்-பாடுபடாமல் நெல்லை அறுவடை செய்ய முடியுமா? முடியாதே! இதைப் போல்தான் எல்லா முயற்சிகளும் பயன்களும்! இதை உணரவேண்டும். ஒருவன் ஏமாற்றவும் கூடாது; ஒருவன் ஏமாறவும் கூடாது! இதுவே அறவாழ்வு!

(பொய்களைச் சுட்டழிப்பவன் உண்மையான மெய்ஞ்ஞானியே!)

கதையாச்சே உலகத்தில் ஞானம் வாதம்
 கைகண்டால் சொல்வாரே கல்போல் நெஞ்சே!

அதையாச்சே இதையாச்சே என்று சொன்னால்
அவன்கையில் ஒன்றுமில்லை அறிந்து கொள்ளே!
உதையாச்சே அரனுடனே தொழிலே நித்தம்
உதுவான வன்வாதி! உண்மை கேளு:
கதையாச்சே ஆனாலும் பொங்கி யுள்ளம்
சுடுவான்பார் ரசயோகி ஞானி தானே. 95

*(**உரை:**) மகனே! நீ நடு (உது) நிலையான நேர்மையுடையவனன்றோ! நான் சொல்லும் உண்மையைக் கேட்பாயாக! உலகத்திலே நிகழ்பவையெல்லாம் கதைபோல் ஆச்சு; கல்போன்ற உறுதியான நெஞ்சுடையவனே! உலகில் மெய்யறிவும் பேச்சுத்திறனும் வல்லவர்கள் மெய்யே சொல்லி வலியுறுத்துவர். ஒருவன் தன்னால் அது நடந்தது இது நடந்தது என்று சொல்வதில் உண்மையில்லை! எதுவும் அவன் கையால் நடப்பதில்லை; எல்லாம் விதிமுறைப்படி இறைவனால் நடப்பவையேயாகும். இந்த உண்மையைச் சிவபெருமான் காலனைக் காலால் உதைத்ததைக் கொண்டு தெரியலாம்; இத்தொழில் நாளும் நடந்து கொண்டுதான் இருக்கிறது. கதையாக இருந்தாலும் உண்மையாய் இருந்தாலும், வேதியியல் ஆற்றலுடைய தவத்தோரான ரசயோகியும் மெய்யறிவுடையோரும், உள்ளம் சினத்தால் பொங்கும்போது, அவற்றை நிலைநாட்டவே சுட்டுவிடுவார்கள் என்பதை நீ காண்பாயாக!*

(ஒழுக்கம் கெட்டவனுக்கு இப்பிறவி தீமைதரும் நரகமே!)

தானென்ற வாதியிலே இருவர் உண்டு;
சண்டாள வாதியென்றால் உண்டு டுத்து
வானென்ற ஞானமென்ன வேதை பின்பு
மகத்தான பெண்ணோடே கூடி யாடிக்
கானென்ற ராககே ளிக்கை பார்த்துக்
கண்டபெண்ணைத் தாய்போலக் கருதிச் சென்றே
'ஊனென்ற உடம்பெடுத்துப் போக' என்பான்
உலுத்தனுக்குச் செனனமென்ற நரகம் தானே! 96

*(**உரை:**) அன்பனே! மெய்யறிவாளியிலே உலுத்தனும் உண்டென்பதைத் தெரிக:*

தன்னைத் தானே பெருமையாய் நினைத்துக் கொள்பவனில் இருவகையினர் உண்டு. அவருள்ளே, கீழ்மைப் பண்புள்ள

வனென்றால், அவன் எல்லோரையும்போல் உண்டும் உடுத்தியும், உயர்ந்த அறிவு பெற்றும் மறைநூல் ஓதியும் வாழ்வான்; ஆனால், அவன், மறையோதும் (வேதை) சிறந்த பெண்ணோடே கூடியும் ஆடியும் இசைப்பாடல்களை (கான்)ப் பண்ணோடு பாடிக் கேளிக்கை பார்ப்பான்; கண்ட பெண்ணைத் தாய்போலக் கருதிச்சென்று, "இவள் ஊனாலான அழகுடலைப் பெற்றுப் போக வேண்டும்" என்று ஒரு மயக்கத்திலே சொல்வான். இப்படி உள்ளொன்று வைத்துப் புறமொன்று பேசுகிற பண்பில்லாத உலுத்தனுக்குப் பிறவியென்பது துன்பந்தரும் நரகமாகவே இருக்கும் என்று அறிக!

(உள்ளொன்று வைத்துப் புறமொன்று செய்யாதே!)

நரகமென்ற பெண்மேலே ஆசை விட்டு
நாதாந்த வேதாந்த சித்தாந் தம்பார்!
நரகமென்ன உலகமெலாம் மனத்தில் வைத்து
நலமான தேவிகிரி யையிலே நின்று
நரகமென்ன சடமுதல்நாம் அல்ல வென்று
நாட்டினுள்ளே தசதீட்சை கடந்த பின்பு
நரகமென்ற சிவசொத்தை வறுமை தின்று
நாமறியோம் வாதமென்றே இருப்பார் காணே! 97

(உரை:) *அன்பனே! துயரம்தரும் உலகமென்று சொல்லப் படும் நரகமாகிய பெண்மேலே கொள்ளும் ஆசையைவிட்டு, நீ ஓசை முடிவென்னும் நாதாந்த உண்மையையும் மறைமுடி வென்னும் கொள்கையையும் அறிவு முடிவென்னும் சித்தாந்தப் பாடத்தையும் உணர்ந்து படிப்பாயாக!*

நரகமென்று சொல்லப்படும் உலக வாழ்வையெல்லாம் மனத்திலே பதியவைத்துக் கொண்டும், நலமருளும் அன்னை சத்தியின் வழிபாட்டு நெறியிலே கடைப்பிடித்தும் வாழ்கின்றாய்; நரகமென்று பழிக்கப்படும் ஊனாலான உடம்பு நாம் அன்று; (நாம் ஆன்ம உயிரே) என்று சொல்லிக் கொண்டும், நாட்டிலே பேசப்படும் பத்துவகையான தீட்சை முறைகளைப் பெற்றுக் கொண்டும் வாழ்கின்றாய். ஆனால், தின்றால் துயரம் தரும் சிவனின் சொத்தை வறுமையால் தின்றழித்து விட்டு, "நமக்குத் தெரியாது" என்று உரத்த குரலில் பேசும் (வாதமிடும்) மாந்தரை நீ காண்பாயாக! அவருக்கு அறிவுறுத்துவாயாக!

(உலகியலார் பொருள் தேடுவதெல்லாம் வறுமைக்கே என்பார்.)

இருக்கையிலே சதகோடித் தொழிலைச் செய்வார்;
இத்தனைக்கும் பொருளெதிவன் வறுமைக் கென்பார்;
இருக்கையிலே செயநீர்செந் தூரம் சுண்ணம்
எடுத்தெடுத்தே அடுக்கிவைப்பார் அநேகம் கோடி;
இருக்கையிலே தொழிலெடுப்பார் யார்க்கும் காட்டார்;
இல்லையென்பார் உண்டென்பார் அநேகம் பேர்கள்
இருக்கையிலே சதாநித்தம் அறிவால் ஊட்டி
இருப்பார்கள் மவுனமுத்த வாதி யாமே. 98

(உரை:) *அன்பனே! உலகவரின் வாழ்க்கையைப் பார்! எண்ணற்ற மக்கள் உயிரோடு வாழும்போது வாழ்க்கைக்கு வேண்டிய பலவகையான தொழில்களைச் செய்வார்கள்; இப்படிச் செய்வதெல்லாம் பொருளீட்டி வறுமையைப் போக்கி வளம்பெறத்தான்! பலர் (எண்ணற்றவர்கள்) வாழ்க்கை முறையிலே பழக்கத்தால், மங்கலத்துக்காகவும் பகட்டுக்காகவும் மஞ்சள் நீர், குங்குமம், மணச்சுண்ணம் முதலான பொருள்களை வாங்கி வாழ்விடத்திலே மணம் கமழும்படி அடுக்கி வைத்திருப் பார்கள்; ஒரு சாரார் வாழ்நாளில், (சித்தர்கள், மருத்துவர்கள்) ரசமணி செயல், வேதியால் இரும்பைப் பொன்னாக்கல் முதலான சிறப்புச் செயல்களை மறைவாகவே செய்வர்; வேறு எவருக்கும் தொழிலைச் சொல்லிக் கொடுக்க மாட்டார்.*

வேறு பலர், தம்மிடம் வருவோருக்குப் பொருள்களை இல்லை என்பதும் உண்டென்பதும் உண்டு. வேறு உயர்நிலையி லுள்ளவர் சிலர், பிறர் நலம் கருதி எப்பொழுதும் பலருக்கு அறிவால் பல நல்லுரைகளை ஊட்டுவார்கள்; இத்தகையோர் பற்றற்றவராகவும் பேசாதநிலை பெற்ற தவநிலையுடையவராகவும் இருப்பார் என அறிக!

(பிறரை மயக்காத மெய்யறிவாளரிடம் சித்தர்கள் செல்வார்கள்.)

வாதியென்றால் அவன்வாதி மவுன வாதி!
மகத்தான பிரபஞ்சத்து இருந்தால் என்ன?
வாதியென்றால் ரசவாதி ஞான வாதி
வாங்காமல் சமாதியிலே இருந்த வாதி;
வாதியென்றால் நிசவாதி நிர்மல வாதி;
வாய்திறக்க அண்டத்தே வாழ்ந்த வாதி;
வாதியென்றால் அவரிடத்தே சித்தர் செல்வார்
மயக்குகின்ற செனனமில்லை முத்தி தானே! 99

(உரை:) *அன்பனே! அறிவுடையோரின் சொற்கள் தரும் பயன்களை அறிக!*

உண்மையிலே கற்றடங்கிய அறிவுத்திறனுடைய ஒருவனென்றால் அவன் பேசாதநிலை பெற்ற தவத்தோனே ஆவன்; இத்தகையோன் இந்த மாபெரும் உலகிலே இருப்பதால், நன்மையா தீமையா? யாருக்கு என்ன பயன்? எண்ணிப் பார்க்க வேண்டும். இன்னும் எத்தனையோ திறனாளிகள் உண்டு; இவரில் இரும்பைப் பொன்னாக்கும் 'ரசவாதி' உண்டு; மெய்யறிவால் நலம் செய்யும் 'ஞானவாதி' உண்டு; எதையும் உள்வாங்காமல் அமைதியுடன் ஒடுங்கி, இறையொளியோடு தன் ஆன்ம ஒளி கூடியிருக்கும் 'சமாதி' நிலை பெற்றவனும் உண்டு; மேலும், வாய்மை நிலையை உரைக்கும் 'நிசவாதி'யும், மாசற்ற தூய அறிவுடைய 'நிர்மலவாதி'யும் உண்டு; விண்ணக மதியிலிருந்து அமுதம் வர அதை வாங்கி வாய்திறந்துண்ணும் இறவாத வாதியும் உண்டு. இத்தகு பெரிய ஆற்றல் வாய்ந்தவரிடமே சித்தர்கள் சென்று நட்பாடுவார்கள். இத்தகையோருக்கு உலகியல் மயக்க ஆசையுள்ள பிறவி என்பது இல்லை; விடுதலை (முத்தி)யே உண்டு என அறிக!

(வீணே வாழ்ந்து வீழ்வார் பலர்!)

முத்தியிந்த வாதிக்கு வருகும் என்று
மூச்சுமுதல் சிவன்சொன்னார் என்று சொல்லிப்
பத்தியிந்த சிவசொத்தைப் பெண்ணுக்கு ஈந்து
பாழான விடயமெல்லாம் பண்ணிப் பண்ணி
அத்தியென்ற பஞ்சகத்தைப் பண்ணிப் பாவி
ஆங்காரத் தால்திரிந்தும் வேதை போட்டு
மற்றுநின்றே அலைந்தவர்க்கு நரகம் எய்தி
மாளுவார் கோடிசென்மம் மருளு வாரே. 100

(உரை:) *அன்பனே! அறிவியலாரைத் தெரிந்து கொள்:*

"இந்த அறிவோனுக்குப் பிறவி விடுதலை கிடைக்கும்" என்று மூச்சுக்காற்றில் உணரும்படி சிவனே சொன்னார் என்று உயர்வாகச் சொல்லிவிட்டு, அந்தச் சிவனுடைய அன்பால் வந்த சொத்தையெடுத்து ஒரு பெண்ணுக்குக் கொடுத்துவிட்டான் ஒருவன்; மேலும் தீவினையில் இறங்கி, பாழான எண்ணங்களிலும் செயல்களிலும் ஈடுபட்டான்; எலும்பாலான ஐந்து பூதங்களால்

உருவான திமிரான உடலை வளர்த்தான்; ஆணவச் செருக்கால், அலைந்து, வேதனையை உருவாக்கிக் கொண்டும் பிறருக்கு வேதனையைக் கொடுத்தும் உழன்றான். இப்படியே பலரும் அலைந்து துயரமான நரகத்தையடைந்து சாவார்கள். மேலும், பல பிறவிகள் மருள் வாழ்வில் உழன்று சாவார்கள்.

(ஒளிமேல் ஐயப்பட்டால் அது இருளாகிவிடும்.)

மருளாமல் இருக்கவல்லோ வாதம் சொன்னார்!
மாண்டிறந்து மாண்டிறந்து பிறக்கை நன்றோ?
வெருளாமல் மனம்பிடித்த வாதி யானால்
வெகுசுளுக்கே ஏறுதற்கு ஞான வீதி;
அருளாமோ பொருளாமோ என்றே எண்ணி
அலையாமல் நின்றவனே ஆதி யோகி
இருளாமோ வெளியாமோ என்றே எண்ணி
ஏகவெளி சுத்தஇருள் ஆகிப் போமே. 101

(உரை:) மகனே! உண்மையைக் கேள்! கடவுளானவன், மனிதன் அறிவு மயங்காமல் தெளிவோடு வாழ அறிவுரை சொன்னான். ஆனால் மனித உலகம் இதை உணராமல், பொருளாசையில் மயங்கி இறந்து இறந்து பிறக்கின்றதே; இது நன்றில்லையே! ஒருவன் அஞ்சாமலும் அறிவு கலங்காமலும் உயர்நோக்கிலே மனம் பற்று வைப்பானேயானால் அவனது மெய்யறிவு விரிவடைந்து முறுக்கேறும் (சுளுக்கு).

எனவே, ஒருவன், கிடைக்கப் போவது அருளா? பொருளா? என்று மனம் அலையாமல் ஒருமையுற்று நின்றவனே முதன்மைத் தவத்தோன் ஆவன்! வாழ்வு இருளாகுமோ? ஒளியாகுமோ? என்று 'குழம்பி ஐயப்படுவானாயின், ஒரே அடியாய் மனம் செறிந்த இருளாகியே போகும்; பின்னர், ஒளிபெறுதல் இயலாது! என உணர்க!

(இறைக் குருவின் அருளால் நான் சொன்ன பாடல்களை வல்லோர் பார்த்துப் பயன் பெறுக!)

ஆகஅப்பா! விருப்பத்தோடு அஞ்சு நூறும்
அறைந்திட்டேன் வாதத்தை அறிந்து கொள்ளு!
ஆகவப்பா! இதற்குள்ளே ஞானம் நூறு
அப்புறத்தே சொன்னதொரு ஞானம் நூறு;

ஆகவப்பா! இருபத்தோடு எழுநூ றும்தான்
அறிந்தமட்டும் சொல்லிவந்தேன் வல்லோர் உண்டோ
ஆகவப்பா! பார்த்தேஇக பரமும் சித்தி;
ஆதியென்ற குருவருளால் சொன்ன முற்றே! 102

(**உரை:**) *அன்பர்களே! எனது எண்ணத்தைக் கேளுங்கள்: ஆக என் விருப்போடு கருத்துக்களை ஐந்நூறு விருத்தப்பாக் களிலே வெளியிட்டேன்; நான் கிளர்ந்து கூறிய சிந்தனைகளை அறிந்து கொள்வீராக!*

குறிப்பிட்ட இந்த ஐந்நூறு பாடல்களுக்குள்ளே 'முதல் ஞானம்' நூறாகும்; பின் சொன்னதும் 'இரண்டாம் ஞானம்' நூறாகும். மேலும், நான் அறிந்த அளவிலே 'எழுநூற்று இருபது' பாடல்களைப் படைத்துச் சொல்லியிருக்கின்றேன். யாவற்றையும் வல்லமையுள்ள சான்றோர்கள் படித்துணர்ந்து, இம்மை வாழ்விலும் மறுமை வாழ்விலும் வெற்றி (சித்தி) பெறவேண்டும். இதுவே என் அவா! யான் சொன்ன முழுமைக் கருத்துக்கள், மக்களின் நல்வாழ்வுக்கு இறைக் குருவின் இனிய அருளால் சொன்னவையே என உணர்வீராக!

பின் ஞானம் நூறு

மெய்யறிவின் உலக உண்மைகளை நூறு பாடல்களில் பாடியவர், அதைத் தொடர்ந்து பின்னும் நூறு பாடல்களைப் பாடியுள்ளார். அவற்றை இனிப் பார்த்து உரை காண்போம். சென்ற (102ஆம்) பாடலில் குறிப்பிட்டிருக்கும் 'எழுநூற்று இருபது' பாடல்கள், 'பெரிய ஞானக்கோவை' என்னும் தொகுப்பு நூலில் இடம் பெறவில்லை. எனவே, அவற்றை நாம் காண முடியவில்லை.

(அம்மையப்பரின் திருவடியைத் தொழுது ஞான நெறியைச் சொல்வேன்:)

கைலாயப் பரம்பரத்தில் என்னை யாண்ட
கடவுளெனும் தெட்சணா மூர்த்தி பாதம்
கைலாயத் தெனையீன்ற ஆயி பாதம்
கருணையுடன் போற்றிநித்தம் ஞானம் சொல்வேன்;

கைலாய நிர்க்குணநிர் மலமே தேவர்
காட்டுகின்றீர் கேசரியின் மயமாய்க் கையில்
கைலாய பரம்பரையாய் வந்த போர்க்குக்
கடைப்பிள்ளை ஞானத்தைப் பாடு வேனே. 1

*(**உரை:**)* *பொன்மலையென்னும் கைலாயத்தின் மேலான இடத்தில், என்னை அடியனாய் ஆண்டுகொண்ட கடவுளாகிய தென்முகக் கடவுளின் திருவடிகளையும், அந்த மலையிலே அடியேனை ஈன்ற உமையம்மையான ஆயியின் திருவடிகளையும் அருள்நெஞ்சால் போற்றி வணங்கி நாள்தோறும் உலக மக்களுக்கான மெய்யறிவான பாடத்தைச் சொல்வேன். தெய்வநலமுடைய தேவரான நீங்கள், பொன்மலையின் வெண்ணிறமான இயற்பண்பையும் மாசற்ற மனத்தையும் காட்டுகின்றீர்கள்; அன்னை கேசரியின் தவப் பயனால், இப்பொன்மலையில் வழிவழியாய்த் தோன்றி வந்த மரபுடைய சித்தர்களிலே அடியேன் கடைப்பட்ட மகன்; இப்பொழுது மெய்யறிவான பொருள் குறித்துப் பாடுகின்றேன்.*

(இறைவன்-இறைவியைப் பாடுவதால் அறிவுக்கலை வெற்றிதரும்.)

பாடுகின்றேன் சரியையென்ன? தேவி தீட்சை;
பரிவாகக் கிரியையென்ன? தேவி பூசை;
பாடுகின்றேன் யோகமென்மா சற்ற அமுதம்;
பாங்கான ஞானமென்ன? மௌனத்து அந்தம்;
பாடுகின்றேன் திடத்திரனாய் ஈதோ கீதம்;
பாங்கான அஞ்சலிதான் மனமாம் தேகம்
பாடுகின்றேன் பரன்முனிவ ளுக்கே என்றால்
பரிவானால் ஞானவித்தை பலிக்கும் தானே! 2

*(**உரை:**)* *அன்பர்களே! கேளுங்கள்:*

அன்புநெறியென்னும் சரியையிலே, அன்னையைப் போற்றுதற்காக தீக்கையென்னும் சத்தியின் அடையாளங்களை உடம்பிலே பதித்துக் கொள்ளும் முறையில் பாடுகின்றேன்; தொண்டு-வழிபாடு என்னும் கிரியை, நெறியிலே அன்புகொண்டு இறைவியின் பூசைகளைப் பாடுகின்றேன்; தவநெறியான யோகமென்னும் முறையிலே அதிலே கிடைக்கும் மாசற்ற அமுதைப் பாடுகிறேன்; அறிவு என்னும் ஞானநெறியிலே பேசாத அமைதி பூண்டு அருள்பெறும் முடிவைப்பாடுகின்றேன்;

அன்புநிறைந்த மனவேட்கையால் இன்னிசையைப் பாடுகின்றேன்; என் உடலும் உள்ளமும் அன்பு பொங்கி வழிபட்டு இன்புறு கின்றன. இவ்வாறாக நான் அன்பும் பரிவுங்கொண்டு இறைவியைப் பாடுவதால் அறிவுக்கலை (ஞானவித்தை) வெற்றி தருமன்றோ!

(ஓசையும் ஒளியுமான நாதம் அண்டத்தில் பேரொளியாய்ச் சூழ்ந்திருப்பதால் கண்ணால் காண முடியாது.)

தானென்ற ஞானத்தின் பூமி கேளு:
　　சாதகமா யோகமென்ற அபர வீடு;
வானென்ற பூமியிலே வித்தை கேளு:
　　அறிவிற்கும் அறிவான உகார விந்து
வேனென்ற வெளியெல்லாம் படைத்து நின்று
　　வேதாந்த அண்டமென்ற மகாரம் ஆச்சு;
கோனென்ற நாதமங்கே குமுறி யாடும்;
　　கூப்பிட்டால் கேளாது; கண்ணும் போச்சு! 3

*(**உரை:**) அன்பனே! வியப்பைக் கேள்! தானென்னும் ஆன்மவுயிரின் அறிவு விளக்கமாகும் இடத்தைக் கேட்பாயாக: இந்த ஒளியைக் காண்பதற்கு உதவியாக தவம் (யோகம்) என்னும் (தாழ்நிலையுடைய) சிறிய வீடு உண்டு; அடுத்து, வானகமான இடத்திலே கலையொளியுண்டு; அதையும் கேட்டறிக. அதாவது, மனித அறிவுக்கும் மேலான அறிவென்னும் (உயிராகிய) உகார ஒளி (விந்து)யானது வியனகன்ற வெளியெல்லாம் பரவி நின்று, மறைமுடிவு கூறும் அண்டமென்னும் தலையில் மகார ஒளியாகியது.*

யாவற்றிற்கும் தலைமையான ஓசையாம் நாதம் அண்டத்தில் (தலையில்) மிகுதியாய் ஒலித்துக் குமுறி விளையாடும்; அப்பொழுது யாரும் கூப்பிட்டால் கேட்காது; ஒளியும் மிகுந்து கண்ணைக் கூசும்! ஆகவே, இவையெல்லாம் தவத்திலே நிகழும் என அறிக.

(சாகும்முன்னே வந்து அழிவுசெய்யும் மாயையை விரட்டு!)

போச்சப்பா தத்துவங்கள் அனித்தியப் பட்டுப்
　　புலன்கெட்டு நிலங்கெட்டுப் பொறியும் கெட்டே
ஆச்சப்பா மனவரையில் மயங்கி நின்றே
　　ஆடுவதோர் படம்போல அசைந்து தள்ளு;

நீச்சப்பா கடநீச்சுத் திரோதாயி வெள்ளம்;
நிலையேது கரையேது? தவணை ஏது?
மூச்சப்பா அடங்குமுன்னே மாயை வந்து
முற்றிமுதிர்ந்து அழிவுதள்ளு! மோசம் காணே! 4

(**உரை:**) *அப்பனே! மகனே! அறிந்துகொள்! வாழும் நாளில் உயிரையும் உடலையும் பற்றியிருக்கின்ற உண்மையியற் பொருள்களான தொண்ணூற்றாறு தத்துவங்களும் இறப்பு வரும் நிலையில் நிலையாமைப் பட்டு (அழிந்து)ப் போகும்; அப்போது, ஐந்து பொறிகளும் அவற்றின் ஐந்து அறிவுகளும், அவை சென்று நுகரும் இடங்களும் கெட்டுப் போகும்; அந்த நிலையில் மனத்தின் எல்லையில் அறிவு மயங்கி நின்று, பாம்பு படமெடுத்து ஆடுவதுபோல அசைந்து (வருந்தி) தள்ளுவாய்! இப்பொழுது, இயற்கையாய் உயிரைப் பற்றி மறைக்கின்ற ஆற்றலான "திரோதாயி" என்னும் மாயை வெள்ளமென வந்து இழுக்கும்; இது கரையில்லாதது; இடைவெளியில்லாதது; ஆழமும் தெரிய முடியாதது; இதிலே நீ நீச்சலடித்து நீச்சலடித்துக் கடக்க வேண்டும்!*

ஆகவே, அன்பனே! நீ மூச்சு (இறுதி) அடங்கும் முன்னமே, மாயை வந்து முதிர்ந்து தங்கித் தாக்குதற்கு முன்னே, அழிவு நேரும் முன்னரே இந்த மாயையைத் தள்ளிவிடுக! இல்லையேல் அழிவே ஏற்படுமென்பதை உணர்க!

(அறிவொளி என்பது கதிரொளியைப் போல் பல மடங்காகும்.)

காணப்பா மனவரையை மாறுக் குள்ளே
கடைத்தேறப் போகாது; கறக்க மெத்த;
ஊணப்பா என்றுசொன்னால் மனம்உ ணாதே
உற்றுமெள்ளப் பிடித்தாலும் மாயை கட்டும்;
வீணப்பா உலகத்தோர் ஞானம் எல்லாம்
வேதாந்த சித்தாந்தம் என்பார் கோடி;
தோணப்பா ஞானமென்ன? கண்டிப் பில்லைச்
சுடர்கோடி ஒளிபோலத் தோன்றும் தானே! 5

(**உரை:**) *அன்பனே! மாறுபடும் எண்ணங்களுள்ள மனத்தின் எல்லையை நீ காணப்பா! இந்த எண்ணங்களைப் போக்கி மாற்ற முனைந்தாலும் மனம் கடைத்தேற முடியவில்லை; மனத்தில் மெய்யறிவான நற்கருத்தை ஊன்று (ஊணு) என்று சொன்னால்*

மனம் ஊன்றுவதில்லை; இதற்கு என்ன முட்டுக்கட்டையென்றால் அதுதான் மாயையாகும்; இதை நன்கு உற்றுப்பார்த்து மெல்லத் தள்ளினாலும் இது கட்டுப்படாது.

உலக அறிவோர் மறைமுடிவான அறிவையும், அறிவுமுடிவான தெளிவையும் மெய்யறிவென்று கூறுவதெல்லாம் மாயையை வெல்லமுடியாத வீணறிவேயாகும்! எனவே, இந்த அறிவையெல்லாம் கடந்த வலிமையுள்ள அறிவே. மெய்யறி வென்னும் ஞானமென உணர வேண்டும். இந்த மெய்யறிவின் ஒளியானது, கதிரவனின் சுடரை விடப் பலமடங்கு (கோடி) அளவுடையதாகும். இதன் உண்மைத் தோற்றத்தை நீ உணர வேண்டும்.

(தூய மனத்தின் நன்மையைக் கேட்பாயாக!)

தானென்ற நிர்மலமா மனத்தின் வீதி
        தாண்டரிது; தாண்டினால் அறிவு போற்றும்;
கானென்ற மனத்தின்சா தகத்தைக் கேளு
        கற்பமுண்ண வந்துண்டால் வாசி தோறும்
பானென்ற பாணத்தின் பாதை நில்லு;
        பகலாலும் கேசரத்தில் மனந்தான் எட்டும்
வானென்ற வெட்டவெளி வடிவு காணும்
        மாச்சல்மெத்த மாச்சல்மெத்த மருவிக் கூடே! 6

(உரை:) மகனே! கேள்; கவனி!

தானென்னும் உயிரோடு உறவுள்ள மிகவும் தூய்மையான மனத்தின் அகலம் விரிந்தது என்பதால் இதைத் தாண்டிக் கடத்தல் அரிதாகும்; தாண்டிக் கடந்தால் இத்திறமையை அறிவுலகம் போற்றிப் புகழும்! பெரிய சோலை (காடு) போன்ற மனத்தின் பெரும் பயனை நீ கேட்பாயாக!

நீ செய்யும் மூச்சுத் (வாசி) தவத்தால் உண்டாகும் பயனான கற்பமருந்தாம் அமுதை உண்டு வந்தால், அது பால்போன்ற ஒளியான வழியில் அம்பு போன்ற கூர்மையான நெறியில் வாழ்ந்து நிற்க முடியும்! மேலும், பகலொளிபோல் கேசர அருட்சத்தியின் தவத்தில் ஈடுபட்டு மனம் உயர்ந்து எட்டும். இதனால் வான் போன்று பரந்துவிரிந்த கடவுள் வெளியான வெட்டவெளியின் தோற்றத்தை மனம் காணும்! இக்காட்சியில் நீ மருவிக்கலப்பதால் மாய்ச்சலான இன்ப மயக்கம் ஏற்படும் என அறிக!

(கடவுள் வெளியான ஒளி, மனத்தை உயரிய நிலைக்கு மாற்றும்!)

கூடுவது நிமைக்குமுன்னே குளிகை கூட்டும்;
கூப்பிட்டால் பூரணந்தான் கூடப் பேசும்;
ஆடுவது மனவரையில் மாயம் போக்கும்
அருவிலே சொக்கின்றி ஆட்டு விக்கும்;
நாடுவது பூரணத்தில் ஏற்றிக் காட்டும்
நலமான சாணையார் கெவுனம் சூதம்
தேடுவது, சித்தருக்குக் குளிகை கெட்டுச்
செகத்தோர்க்கு வாதமென்றே தேட்டுத் தானே. 7

(உரை:) *கடவுள் வெளியான வெட்டவெளியைக் காணும்பேறு வாய்த்தால், கண்ணிமைக்கும் நேரத்துக்கு முன்னே (இரும்பைப் பொன்னாக்கும் வேதியியல் அறிவைப் பெற்று) குளிகை செய்து வெற்றி (சித்தி) பெறமுடியும்; இறைவனை அழைத்தாற்கூட அவன் உடனே உரையாடுவான்; மன எல்லையில் மாயை ஆட்டிவைக்கும் ஆட்டத்தையெல்லாம் ஒழிக்கும்; உருவம் தெரியாத அருவிலேயே சொக்கி நிற்காமல் மனத்தை அருள்நிலையில் ஆட்டுவிக்கும்; நாடுகின்ற கடவுளைக் காண மேலே ஏற்றிக் காணுமாறு செய்யும். எனவே, சித்தர்கள் இந்த அருளாற்றலைப் பெறுவதாலே, வேறு சூழ்ச்சியான சாணைக்கல்லைத் தீட்டவோ, கவனம் கொள்ளவோ, சூதாடும் கருவிகளைத் தேடவோ வேண்டியதில்லை; இவர்கள் தகுதியில் தவறினால், அடிப்படை விருப்பமான குளிகைச் செய்கை கெட்டுவிடும்; இதனால் உலக மக்கள் தூற்றி (வாதம்)ப் பேசுவர்.*

(என்னைக் கைலாயத்து வரச்செய்த வியப்பை இறைக்குருவே செய்தது.)

தேட்டான வரைகடந்து மனமும் தாண்டித்
தெளிவான அறிவினுடை வரையும் தாண்டி
நீட்டான பூரணத்தின் வரைகாண் என்று
நேரான மூன்றுவரை ஏறிச் சொக்கிப்
பூட்டான பூட்டிறங்கி விட்டேன் மைந்தா!
புகழான வெறுவெளியில் ஏறப் போகா;
ஆட்டான கைலாயப் பரம்பரை வந்த
ஆச்சரிய மூலகுரு வாக்கும்; கேளே! 8

(உரை:) *மைந்தனே! தவச்சிறுவனே! கேள்:*

நான் தேடிய தேட்டான அருட்செல்வ எல்லையைக் கடந்து, மனத்தையும் தாண்டி, மேலே தெளிவான அறிவின் எல்லையும் தாண்டினேன்; பின், நீண்ட முழுமையான பெருஞ்சுடரென்னும் மலையைக் காண்க என்னும் ஆணைப்படி நேராய் (விருப்பம்-மனம்-அறிவு என்னும்) மூன்று மலைகளிலும் ஏறிப் பெரு வியப்பிலே சொக்கிப் போனேன்; அவற்றின் தொடர்ச்சியான புருவநடுவென்னும் பூட்டுக்குள்ளே இறங்கி விட்டேன். அதற்குமேல் சான்றோர் புகழ்ந்து போற்றும் வெறுவெளியான வெட்டவெளிக்கு முன்னேறிச் செல்ல முடியவில்லை!

நான் ஆடலும் பாடலும் நிறைந்த கைலாய மரபு வழி இடத்துக்கு வந்த வியப்பினை கடவுளான குருவே ஏற்படுத்தியது. இதையும் நீ அறிக!

(இறைவனுக்குப் பிள்ளைகள் சித்தர்களே!)

கேளப்பா மூலர்க்குகா லாங்கி பிள்ளை;
கெடியான காலாங்கி மைந்தர் போகர்;
நீளப்பா போகர்பிள்ளை கொங்க ணர்தான்;
நேராக நான்குமுறை பேர னாகித்
தாளப்பா மேருவிலே தவசு பண்ணிச்
சாதகமாய்க் கைலாய வர்க்க மானார்;
ஆளப்பா பிள்ளையென்றால் அவரே பிள்ளை!
ஆச்சரியம் இன்னமுண்டு சொல்லு வேனே. 9

(உரை:) அப்பனே! சித்தர்கள் வழிவழியாய் வந்த முறையைக் கேட்பாயாக:- நந்தி தேவரின் (கைலாயமலையில்) முதல் மாணவர் திருமூலர்; இவருக்குக் காலாங்கி என்பவர் மாணவப்பிள்ளை; இவருடைய புகழ் (கெடி) பெற்ற மாணவ மைந்தர் போகர்; நீளும் இவருடைய பிள்ளை கொங்கணர் ஆவர். இவ்வாறு வழிவழியாய் நான்குமுறையாகப் பேரனைப் போல் மரபாகி வந்தவரே இவர்கள்; கைலாய மலையின் அடியிலே (தாள்) இவர்கள் தவம் செய்து தவஞ்செய்து கைலாயச் சித்தரென மரபுப் பெயர் பெற்றனர். எனவே, இறைவனுக்கு அடிமையாய் வந்த பிள்ளைகள் என்றால் அவர்களே பிள்ளைகள் ஆவர்! இன்னமும் வியப்பான செய்தி உண்டு; சொல்லுவேன்.

(சித்தர்கள் புருவநடுவில் இறையொளி கண்டு சொக்கிப் போனார்கள்.)

சொல்லுகிறேன் சிங்கென்று முன்னே ஊன்றிச்
சோதிகண்ட பின்பதிலே மனத்தை யூன்றிச்
சொல்லுகிறேன் அங்கென்று பின்னே ஊன்றிச்
சோதியிலே அக்கரங்கள் தனமும் கண்டு
சொல்லுகிறேன் பின்பல்லோ மவுன முன்னித்
தொடர்ந்தேறித் தளமெல்லாம் பார்த்துக் கண்டு
சொல்லுகிறேன் புருவமை யத்தில் கூடித்
துரியமென்ற அறிவினுள்ளே சொக்கி னாரே! 10

(உரை:) சித்தர்கள் செய்யும் ஒளித்தவத்தைச் சொல்லு கிறேன், கேட்பாய்!

அவர்கள் முதலிலே புருவநடுவில், 'கடவுளொளியான விதையை'ச் 'சிங்'கென்று ஓசையேற்படும்படி ஊன்றி வைத்து, அதிலே பேரொளி தோன்றக் கண்டபின்பு, அதிலே மனத்தைச் செலுத்துவார்கள்; பின்னே 'அங்'கென்று நினைத்து, ஊன்றி, அதிலே பிறக்கும் பேரொளிச் சுடரில், ஓங்கார எழுத்துக்களான (அகர+உகர=மகரம் என்னும்) தெய்வவொளி எழுத்துக்களின் இயல்பினைக் கண்டுணர்வார்கள்; அதிலே முன்னேறியபின் பேசாத நிலையான மவுனப் பேற்றை அடைவார்கள்; அந்த நிலையில், உடம்பிலுள்ள ஆறு ஆதாரச் சக்கரங்களிலும் தொடர்ந்தேறி, அவற்றிலும் ஒளியைக் கண்டு, இறுதியாகப் புருவநடுவில் கடவுளொளி கூடியிருக்க, உயிரறிவிலே பேரொளியான இன்பங்கண்டு சொக்கிப் போனார்கள்.

(கடவுளான ஒளிவடிவைத் தவமுடிவில் (சமாதியில்) கண்டார்கள்!)

சொக்கியல்லோ அறிவைவிட்டே அகண்டம் ஏறித்
துயரறவே சமாதியுள்ளே கற்பம் உண்டு
சொக்கியல்லோ மூன்றுவரை சடத்தோடு ஒக்கச்
சுரூபவரைக் காணவென்று துணிந்து பொங்கிச்
சொக்கியல்லோ ஏறுவதற்கிவ் விதமாம் என்று
சோதித்துக் குளிகையெல்லாம் பார்த்துப் பார்த்துச்
சொக்கியல்லோ ஏற்றிவைக்கும் சுரூபமணி யென்று
சூட்சமாய் மூலருடைய நூல்பார்த் தாரே. 11

(உரை:) தவமிருக்கும் சித்தர் அறிவுநிலை கடந்து உடம்பும் உலகமும் அறிவொளியாகி, துன்பமற்றிருக்கும் நிலையில், தம்

உயிரொளியானது கடவுளொளியோடு கூடியிருந்து, (சித்தருண்ணும் மருந்தான) கற்பத்தை உண்டு மயங்கிச் சொக்கிப் போவார்கள்; பின்னர், உடலைப் போல, மூன்று எல்லையான விழைவு-மனம்-அறிவு என்னும் உட்கருவிகள் செத்தவைபோல் ஒத்தநிலையடையும். இந்த நிலையில்தான் ஒளிவடிவான (சூருபவர்) கடவுளைக் காணும் ஆர்வம் ஏற்பட்டு அதில் சொக்கி விடுவார்கள்! இந்த வகையிலேதான் குளிகை-வேதியியல் முறைகளை ஆராய்ந்து பார்த்து அவற்றிலே, வெற்றி கண்டு சொக்கி விடுவார்கள். இந்த நிலையில் கடவுள் ஒளியான வடிவத்தை நினைந்து, மிகவும் நுட்பமாய், திருமூலருடைய திருமந்திர நூலைப் படித்து ஒப்பிட்டு சிறந்த உணர்வைப் பெறுவார்கள்.

(திருமூலர் முதலானோர் கைலாயத்தில் தென்முகக் கடவுளிடம் அருள் பெற்றவர்களே!)

பார்த்தறிந்தார் இந்தமணி வாதம் என்று;
பரிவான கயிலாய தெட்சணா மூர்த்தி
சேர்ந்தறிந்த தம்முடைய வர்க்க மான
சீடரிலே திருமூலர் சண்டி கேசர்
மாத்தறிஞ்ச சனகாதி நால்வ ரோடு
மருவிநின்ற வியாக்ரபதஞ் சலியி னோடு
போக்கறிந்த அடியனொடொன் பதுபேர் பிள்ளை
புகழான பூரணத்தில் எழும்பென் றாரே. 12

(உரை:) சித்தரெல்லாம் 'இரசமணி' என்னும் அருளாற்றலுடைய மணியைப் பார்த்துப் போற்றினார்கள்; இம்மணியானது சித்தரால் செய்யப்படுவதாகும்.

அன்பால் வழிபடும் கைலாயமலையில் வீற்றிருக்கும் தென்முகக் கடவுளைத் தொழுது அருளறிவையும் ஆற்றலையும் பெறுகின்ற வழிவழியான சித்தர்களிலே, சீடரான குறிப்பிடத் தக்கவர் திருமூலர், சண்டிகேசுரர், அருட்பேரொளியின் தங்க மாற்றையறிந்தவரான (மாத்தறிஞ்ச) சனகர், சனக்குமாரர், சனந்தர், சனாதனர்- முதலான நால்வரோடு புலிக்கால் முனிவர், பாம்புக்கால் முனிவர் ஆகியோராவர். இவர் நெறியை அறிந்து வந்தவர்களில் அடியேனோடு (கம்பளிச்சட்டை முனிவர்) ஒன்பது பேர்கள் கடவுளின் பிள்ளைகளே ஆவோம்! எல்லோருமே

கடவுளொளியான நிறைவை அடைய வேண்டி எழுச்சி கொள்ள வேண்டும் என்றே உலகோர் கூறுவர்.

(பேசாத நிலையின் பயன் இறையொளியோடு கூடுதலாகும்)

எழும்பையிலே நிர்மலம்போல் சடமோ காணா
தேனென்றால் பூரணந்தான் எதுக்குப் பேசும்?
எழும்பையிலே குளிகைமுதல் காண்டில் பத்தே
ஏற்றியதோர் தீபத்தின் சுடர்போல் காணும்
எழும்பையிலே தேகமில்லை கோடா கோடி
எடுத்தசடம் சூட்சுமமாய் இருந்த தென்றால்
எழும்பையிலே மேலெழும்பி மௌனம் முற்றும்
இருந்துரைத்த சமாதியுடைப் பலம்தான் காணே! 13

(உரை:) *அன்பனே! காண்பாய்!*

உயிரிலே நிறையொளியான கடவுளொளி எழும்பொழுது உடம்பாகிய சடம் மாசற்ற ஒளியாகிவிடும்; அதனால் அது எதையும் காணாது; நிறையொளியான கடவுளொளியானது, தேனென்று சொல்லும் பொழுது வேறு எதுவும் சொல்லுதல் முடியாது; அந்த ஒளி எழும்போது, குளிகை முதலிய வேதியின் நெருப்புச் செய்கைகள், பத்து விளக்குகள் ஏற்றி வைத்ததுபோல் சுடர்விட்டுத் தெரியும்; அந்த ஒளி எழுச்சி கொண்டபோது உடம்பை மூடிவிடும்; உடம்பு தெரியாது; எடுத்த கோடிக்கணக் கான உடம்பெல்லாம் இப்படியே நுட்பமாய்த் தெரியாமலே இருக்கும்! எனவே, இப்படித் தோன்றிய ஒளிநிலையில் பேசாத உயரிய அருள்பெற்றது, இருக்கையில் அமர்ந்து கடவுளொளி யோடு ஒன்றித் தவமிருந்த பயனே என்பதைக் காண்பாயாக.

(தவத்திலே சத்தியானவள் அறிவமுதையும் அருளையும் காட்டி நிற்பாள்!)

காணப்பா சொரூபமொன்று கலிதான் ஒன்று
கையடங்காது அட்டமா சித்தி யொன்று
பூணப்பா கைகொடுசின் மயமாம் தேவர்
பொருளோடே அருளான போக்குக் காட்டித்
தோணப்பா தோன்றிநிற்கும் சும்மா அம்மா
சுபமாக இசைந்ததிலே சொக்கும் என்பார்;
வீணப்பா மற்றதென்சின் மயத்தைக் காட்டி
வேதாந்த மூலத்தை விளம்பென் றாரே. 14

*(**உரை:**) இறையொளியோடு கூடியிருக்கும் 'சமாதி' நிலையில், "ஒரு வடிவத்தையும், வளமான (கலி) காட்சி ஒன்றையும், எண்வகை சித்திகளி லொன்றான 'மகிமா' என்னும் பெரிய பொருள் ஒன்றையும் காண்பாயாக; கைகொடுக்கக் கூடிய தேவர் பொருளான அறிவமுதையும் அருளமுதையும் பெறுவாயாக; சும்மா அருட்சத்தியானவள் வந்து இன்பத்தோற்றம் காட்டி நிற்கும் இசையையும் சொக்கிக் காண்பாய்" என்றெல்லாம் அன்பர்கள் சொல்வார்கள்; இன்னும் சிலர், எனது அறிவான (சின்மயம்) வடிவைக் காட்டி நீ மறைநூலின் உட்பொருளான கடவுளைக் கண்டதாய்ச் சொல்லுக! என்பர். ஆனால், இப்படிச் சொல்வதெல்லாம் பயனற்றவையே என உணர்க.*

(எல்லோரும் சொன்னதுபோல் நானும்
இருநூறு ஞானம் சொன்னேன்.)

விளம்பினார் சனகாதி வேதம் கோடி;
　　விதத்தாரே மவுனத்தைச் சண்டி கேசர்
விளம்பினார் பதஞ்சலியும் அனந்தம் கோடி;
　　விரித்தல்லோ திருமூலர் அனேகம் சொன்னார்;
விளம்பினால் ஆவாதாம் என்று யானும்
　　விரியாமல் இருநூறு ஞானம் சொன்னேன்;
விளம்பினார் வெகுவாக என்நூல் கொஞ்சம்;
　　வேதாந்தம் இருநூறும் விரைந்து காணே! 15

*(**உரை:**) அன்பனே! அறிவாயாக:*

சனகமுனிவர் முதலானவர் எண்ணற்ற (கோடி)வர் மறைநூல்களைப் படைத்தார்; பேசாத பெருநிலையைப் பற்றிச் சிறப்பாக விதந்து சொன்னார், சண்டிகேசர், பதஞ்சலியான பாம்புக்கால் முனிவரும் பல நூல்களைப் படைத்துச் சொன்னார்; பல துறை நூல்களையும் விரிவாக எடுத்துரைத்தார் திருமூலர்; அவர்களைப் போற்றிவரும் நானும் நிறைய எடுத்துரைத்தால் ஆவாதாம் என்று கருதியே விரித்துரைக்காமல் (சுருக்கமாக) 'இருநூறு ஞானம்' மட்டும் சொன்னேன்; அதைப் போலவே என் நூலைப் பலர் கொஞ்சம் போற்றிச் சொன்னார். ஆகவே, அன்பனே! மறைநூல் தழுவிய எனது இருநூறு பாடல்களையும் நீ படித்து அறிவாயாக!

*3*ஆம் அடி, 'விளம்பினார் வாவாதாம்' என்பதை (ஆர்விளம்பின் ஆவாதாம்-நிறையச் சொன்னால் பயன்விளையா.) என்று பொருள் கொள்வதற்கு ஏற்பவே பிரித்துக் கூட்டிக் காண்க.

(அறுபத்து நான்கு கலைகளுக்குள்ளே சித்தர்கள் வர மாட்டார்கள்.)

காணப்பா மும்மணிகை லாய வர்க்கம்;
கழியாமல் பிள்ளைகட்கே; மற்றோர்க் கில்லை;
தோணப்பா இவை மூன்றும் சித்தர் சொல்வார்
சொற்பெரிய பூரணமே சொல்ல வேணும்;
வீணப்பா ஆராலும் சொல்லக் கூடா
வேதாந்த அந்தத்தில் வெளியிற் கூட்டும்
ஆணப்பா அறுபத்துநால் மரபுக் குள்ளே
ஆருமே இல்லையதை அறியார் காணே! 16

(உரை:) *அன்பனே! கண்டறிக: கயிலாய மரபிலிருந்து தோன்றிவந்த மரபுடையவர் காலாங்கி, போகர், கொங்கணர் என்னும் மூன்று மணிகளேயாவர். இவர்களுக்கே 'கயிலாயப் பிள்ளை' என்னும் பட்டப்பெயர் உண்டு; மற்றவருக்கு இல்லை-என்றே சித்தர்கள் மரபுவழியில் சொல்வார்கள். இதைப் பெரிய புகழுக்குரிய ஒளியுடையவரும் சொல்ல வேண்டும்.*

மறைநூல் முடிவின் வெளியில் மிகுதியாய்ப் பேசப்படும் அறுபத்து நான்கு கலைகளிலே இந்தச் சித்தர்கள் அடங்கமாட்டார்கள்; இதை யாராலும் சொல்ல முடியாது; முயல்வதும் வீணேயாகும். இவ்வுண்மையை யாரும் அறியமாட்டார்; இதை நீயும் அறிந்து பார்!

(சித்தர் கடவுளைக் காண்பேனென்று எவ்வுலகும் செல்வர்.)

அறியாத குளிகையுடன் சாரணையில் குத்து;
அதன்பெருமை காண்கனகொங் கணரைக் கேளு;
அறியாத அண்டம்முதல் புவனம் பார்த்து
அருவியதோர் பதம்பார்த்துத் திரிந்தே ஆடிக்
குறியாகக் கற்பமெல்லாம் ஏறிப் பார்த்துக்
கூறாத பூரணத்தைக் காண்பே னென்று
நெறியாக மனமுரைக்கக் குளிகை கட்டி
நேராக மனவரையில் ஏறி னாரே. 17

(உரை:) *அன்பனே! நீ அறியாமலிருக்கும் குளிகை மணி செய்யும் அறிவையும், வேதிமாற்றம் செய்து இரும்பை*

மென்சுண்ண மருந்தாக்கும் திறனறிவையும் குறிக்கோளாக நினைவில் குத்திக் கொள்க! இதன் பெருமையையும் காண்க; இதைப் பற்றிய விளக்கத்தைக் கொங்கணச் சித்தரிடம் கேட்டறிக!

முந்தைய சித்தரெல்லாம், யாராலும் உண்மையறிந்து கூற முடியாத முழுமுதலான பேரொளிக் கடவுளைக் காண்பேனென்று ஒவ்வொருவரும் எங்கும் தேடிப் புறப்பட்டனர்; அந்த உருவமற்ற அருவமான திருவடியொளியைக் காண முயன்றனர்; முன்னறியாத அண்டங்கள் முதல் மண்ணகம் வரைத் திரிந்து காண ஆசைப்பட்டனர்; கற்பங்களான தேவ உலகமெல்லாம் ஏறியும் பார்த்தனர்; மேலும், முழுமுதற் கடவுளைக் காணும் குறிக்கோள் கொண்டு, நெறியாக குளிகை மணியென்னும் இரசமணியை (வேண்டியவற்றைக் கொடுக்கும் அருளாற்றல் உடையது) உடம்பிலே கட்டிக்கொண்டு மனமென்னும் மலையில் ஏறினார்கள்!

(இறையொளியைக் காண ஆன்ம உயிர், ஆறு ஆதாரங்களையும் கடந்து மேலே சென்றது.)

ஏறினார் அறுவரையின் இயல்பும் கண்டே
 இதமாக அறிவுடைய வரையில் சென்று
தேறினார் மனமுரைத்தார் கண்டத்து ஏறச்
 சேர்ந்தேறச் சேர்ந்தேறி வரையில் தாண்டிக்
கூறினார் இவ்வளவும் ஒன்றோ என்றார்
 கூசாமல் மருவரையில் குதிரைப் போட்டார்
மாறினால் சென்றுமணம் பிடித்துச் சென்றார்
 வரைமூன்றும் கடக்கவொரு கற்பம் ஆச்சே! 18

(**உரை:**) தவஞ்செய்யும் முதிர்ச்சியிலே ஆறு ஆதாரங்களென்னும் மலைகளின் (எல்லைகளின்) இயல்புகளை உணர்ந்து அவற்றில் படிப்படியாய் ஏறினர்; நாலாம் ஆதாரமான நெஞ்சக அறிவிடத்திற் சென்று மனம்தெளிந்து பேசினர்; அதற்கு மேலுள்ள கழுத்தில் காற்றிடமான மகேசுர இடத்தையும் உயிரோடு சேர்ந்து கண்டு, அதையும் தாண்டிச் சென்று ஆறாம் இடமான புருவநடுவை அடைந்து இவ்வளவும் இறையொளியோவென்று வியந்தனர்;

அதற்கு மேலுள்ள ஏழாம் இடமான அறிவம்பலமாம் ஆயிரமிதழ்த் தாமரை மலர் மணக்கும் மலைபோன்ற ஒளியிடத்திலே, குதிர் போன்ற வடிவுள்ள ஓங்கார நாதத்தை

அமைத்துக் கண்டனர்; இங்கேதான் கடவுளின் அருள்மணத்தை நுகர்ந்து, அதற்கு மேலும் சென்றனர்; இப்படி நெஞ்சகம், கழுத்து, புருவநடு ஆகிய மூன்றையும் உணர்ந்து கடக்கவே ஒரு ஊழிக்காலம் ஆனது எனலாம்! இது தவத்தின் உயர்நிலையாகும்.

(தவத்தில் மனம் முதலிய கருவிகள் ஒடுங்கின.)

ஆச்சப்பா நாள்வரையில் ஏறும் போது
அரகரா வெகுகோடி இடிபோல் நாதம்;
மூச்சப்பா ஓடாது முன்பின் தோணா
முதிர்ந்த மன மாயையினால் பின்னும் சென்றார்
கூச்சப்பா ஐவரையில் போக்கி நின்று
குருகுரென மொழிந்ததிலே மனமும் தேறிப்
போச்சப்பா சடமொன்று நிராசை யாகிப்
புக்கினார் அறுவரையில் புக்கி னாரே. 19

*(**உரை:**) ஆறு ஆதார மலைகளில் ஏறும் போது ஒருநாள் ஆயிற்று, அப்பா! அப்பொழுது, அரகரா! நாதவோசையானது கோடிக் கணக்கிலே இடியிடித்ததுபோல் கேட்டது; இதனால் மூச்சே ஓடவில்லை; முன்னும் பின்னும் ஒன்றும் தெரியவில்லை. மனம் தெளிந்து முதிர்நிலை ஆனதும், மனமாயையின் தூண்டலால் மீண்டும் எழுச்சியோடு சென்றார். மூலக்கனலானது சற்று அடங்கிக் கூச்சத்தோடு மனம், அறிவு எண்ணம், செருக்கு, உயிராகிய ஐந்து எல்லையும் சென்று தங்கி, குருகுரென்னும் ஓசையும் கேட்டு மனமும் தெளிந்தார். முடிவில், ஆசை நிறைவேறாமல் உடம்பானது செயலற்றது. பின்னர், உயிரானது உடலிலுள்ள ஆறு சக்கரங்களிலும் புகுந்தது.*

(தவத்தில் சிலர் வெற்றி பெறாமல் தாழ்ந்து போயினர்)

புக்கியல்லோ சுழல்காற்றின் துரும்பு போலே
புலம்பினார் மூலருடைப் பேரன் பேரன்
மக்கியல்லோ மனம்போச்சுக் குளிகை போச்சு;
மாறாத மௌனமுன்னே மாண்டு போச்சு;
ஒக்கியல்லோ சிலம்பொலிதான் உள்ளே வாங்கி
ஓகோகோ குளிகையது கீழே வாங்கு
சொக்கியல்லோ என்செய்வேன் என்றே ஏங்கித்
துரியத்தை விட்டுமெள்ளக் கீழ்க்கொண் டாரே. 20

*(**உரை:**) தவத்தில் குறை நேர்ந்ததால் வெறும் உடலில் புகுந்திருந்த சித்தர் சிலர், சூறைக் காற்றில் சுழன்று பறக்கும்*

துரும்புபோல் மனம் சுழன்று புலம்பினார்கள்; இவர்கள் திருமூலரின் வழிவந்த பேரப் பிள்ளைகளான காலாங்கி முதலிய சித்தர்களேயாவர். இவர்கள் தவத்தில் வெற்றி பெறாமையால் மனம் மக்கிப் (நொந்து) போனார்கள்; வைத்திருந்த அருளாற்ற லுடைய குளிகையென்னும் இரசமணியையும் கைவிட்டனர்; என்றும் அமைதியாய்ப் பேசாமலிருக்கும் தவமும் கலைந்தது; தவத்திலே இறைவனருளும் திருவடிச் சிலம்பொலியும், ஓகோகோவென்று உள்ளே கேட்டு இன்புற்றது இப்போது இல்லாமற்போய்க் கீழ்நிலை அடைந்தது. இதனால் ஒவ்வொரு வரும் என்ன செய்வதென்று வருந்தி, (உயிரானது ஒளிநிலையி லிருந்து-) துரிய நிலையிலிருந்து கீழிறங்கிப் போனார்கள்!

(காகபுசுண்டர் தவத்தைவிட்டு அறிவுநெறிக்கு வருதல்.)

கீழ்க் கொண்டார் கீழ்க்கொண்ட 'கொடியாம் சித்தர்'
　　கேசரத்தை விட்டுமெள்ள அறிவில் நின்று,
நாட்கொண்ட பாடெல்லாம் நினைத்துக் கொண்டு
　　நான்பிழைத்தேன் நான்பிழைத்தேன் என்று சொல்லி,
ஆட்கொண்ட என்குருபூ ரணத்தில் நின்றீர்
　　ஆச்சரியம் எனையீன்றும் இவரை ஐயா!
வேட்கொண்டாய் என்றவத்தை யீந்தன் ஐயா
　　வெறுவெளியாம் சிலம்பொலியை மேவென் றாரே. 21

(உரை:) தவத்திலே கீழ்நிலை அடைந்த (கொடி=காகம்) காகபுசுண்டர் என்னும் சித்தர் கேசரத் தவத்தை விட்டுவிட்டு மெள்ள அறிவுநெறிக்கு வந்தார்; வந்ததும், கடந்த நாட்களில் தாம்பட்ட கடினமான தவச்செயல்களை நினைத்துக் கொண்டார்; 'நான் தவத்திலிருந்து பிழைத்தேன் பிழைத்தேனென்று ஆறுதலாகச் சொல்லிக் கொண்டார்; மேலும், மற்ற சித்தர்களைப் பார்த்து, "நீங்கள், என்னை ஆட்கொண்ட என்குருவின் அறிவு நெறியில் கடைப்பிடித்து நின்றீர்கள்; என்னை ஈன்ற இவரை விரும்பிக் கொண்டீர்கள்; இது உண்மையிலே வியப்பே ஆகும்; வெறும் வெளியான அருள்வெளியில் நீங்கள் இறைவனின் திருவடிச் சிலம்பொலியைப் பெறுங்கள்" என்று கூறி அவத்தையான கண்களிலே நீர் மல்கினார். (இவ்வாறு இப்பாட்டில் சொல்கிறார், கம்பளிச் சித்தர்.)

(போகர் முதன்மைக் குருவின் ஆற்றலை உரைத்தல்.)

மேவென்று சொல்லுமுன்மேற் கண்ட போகர்,
வேதாந்த சிரோமணியைப் பெறுதி மைந்தா!
கோனென்ற குருவுக்கும் அவரே சீடர்
கோடிலட்சத்து ஒருசீடர் உண்டோ? காணேன்;
பானென்ற வேதாந்தம் சித்தாந் தம்பார்
பறக்கிறதோர் குளிகைமுதல் வாதம் பார்த்துத்
தேனென்ற கைலாய வர்க்க மாகிச்
சித்தருக்குச் சித்தராய் ரிஷியா னாரே. 22

*(**உரை:**) சிலம்பொலியைப் பெறுக என்று காகபுசுண்டர் சொல்லுதற்கு முன்னே, முன்னே குறிப்பிட்ட 'போகர்' முனிவர் சொன்னார்,*

"மைந்தனே! நீ ஒரு மறைநூலின் முடிவான கோட்பாட்டைக் கற்ற பெரிய 'சிரோமணி'யைப் பெறுக; தலைவரான குருவுக்கும் அவரே மாணவர்; கோடிக் கணக்கான மாணவர்களிலே அவருக்கு ஒப்பானவர் மற்றொருவர் இல்லை! என்றே சொல் வேன்; இனிமை தரும் மறைமுடிவையும் அறிவு முடிவையும் கற்று உணர்க; பறக்கவும் பயன்படுகிற இரசமணியான குளிகை மணியையும் சொல்திறனான வாதத்தையும் நீ பயன்படுத்துக! தேன் போன்ற நலம்தரும் கைலாய மரபுவழிவந்த சித்தருக்கும் சித்தராய் முதல்வராய் இவர் ஆனாரென்பதை நீ தெரிந்து கொள்க.

(பெரிய முனிவரும் சிலம்பொலியைக் கண்டு கேட்டது உண்டோ?)

ரிஷியென்ன சிலம்பொலியைக் கண்டா ருண்டோ?
நேராக அதற்குள்ளே சேர்ந்தா ருண்டோ?
ரிஷியென்ன ரசவித்தை அறிந்தார் உண்டோ?
நிமிடத்தில் கவனமுற்றுத் திரிந்தா ருண்டோ?
ரிஷியென்ன அண்டமுதற் புவனம் தாண்டி
நின்றநிறை யாய்க்கண்டு வந்தா ருண்டோ?
ரிஷியென்ன மவுனமுற்றுச் சமாதிக் குள்ளே
நின்றதனால் திகைமையாய் நினைவாய்க் காணே! 23

*(**உரை:**) போகர் தொடர்ந்து சொன்னார்:- பெரிய முனிவரானால் என்ன? சிலம்பொலியைக் கண்டு கேட்டுவிட முடியுமோ? அப்படிக் கண்டவர் யார்? அந்தச் சிலம்பொலியைக் கேட்டு அதிலே கலந்தவர் உண்டோ? மேலும், அவர்களிலே*

இரசமணியான குளிகையைச் செய்து அதன் பயனை அடைந்தவர் உண்டோ? ஒரு மணித்துளி நேரத்தில், கவனமுற்று அந்த ரசமணி கொண்டு உலகமெல்லாம் சென்று வந்தவருண்டோ? இன்னும், விண் அண்டங்கள் முழுவதும், மண்ணுலகம் முழுவதும் தாண்டிக் கடந்து, அங்குள்ளவற்றை யெல்லாம் கண்டு வந்தவருண்டோ? இல்லையே! ஆகவே, நீ எத்துணைப் பெரிய முனிவரானாலும், பேசாத ஒடுங்கிய நிலைபெற்றுக் கடவுளொளியோடு உயிரொளியைக் கலந்திருக்கும் 'சமாதி' நிலையை அடைய வேண்டுமென்பதைத் திகைப்போடும் வியப்போடும் நினைவுற்றுக் காண்க!

**(சித்தாடலில் கொங்கணருக்கு நிகராய்
யாரையும் சொல்ல முடியாது.)**

காணப்பா ரிஷியாட்டும் சித்தர் ஆட்டும்
 காரணமாய் மவுனத்தே நின்றோர் ஆட்டும்
பூணப்பா பூரணத்தே நின்றோர் ஆட்டும்
 பொன்னாக மரமுதலாய்ப் புகழ்ந்தோர் ஆட்டும்
ஓணப்பா வாசியுடைக் குதிரை யாட்டும்
 ஒன்றுமற்றுத் தன்மயமாய் நின்றோர் ஆட்டும்
தோணப்பா இவையெல்லாம்கொங் கணர்க்கே யல்லால்
 சூழுலகில் சித்தருண்டோ? சொல்லி டீரே! 24

(உரை:) *அன்பனே! கண்டுகொள்க:*

வாழும் உலகிலே பெரிய முனிவர்கள் ஆடுகின்ற ஆளுமை யாகிய சித்தாடலும், சித்தர்களின் சித்தாடலும், பேசாத பெரு நிலையுடைய மெய்யறிவோரின் சித்தாடலும், நிறையருளு டையோரின் சித்தாடலும், மரம்-இரும்பு முதலான பொருட் களை வேதிமாற்றம் செய்து பொன்னாக்கும் புகழுடையோரின் சித்தாடலும், மூச்சுக்காற்றை அந்தநெறி (ஓண்) முறையில் குதிரை போல் செலுத்தித் தவஞ்செய்வோரின் ஆளுமையான ஆடலும், எப்பொருளையும் தன்வயப்படுத்தும் (வசித்துவம் என்னும் சித்தியுடையோரின்) ஆடலும் ஆகிய இவையெல்லாம் கொங்கணச் சித்தரால் தான் செய்ய இயலும்; வேறு எவராலும் செய்ய முடியாதென்பதைச் சொல்வீராக!

(கொங்கணர் பதினேழு பொருள்களும் வாய்த்தவர்.)

சொல்லிடமாய் ஞானமுண்டோ குளிகை யுண்டோ?
சூட்சித்த கற்பமுண்டோ வாசி யுண்டோ
மல்சுட்ட வாதமுண்டோ சுன்னம் உண்டோ
மகத்தான சித்தியுண்டோ செயநீர் உண்டோ
வெல்லிடீர் விடமுண்டோ சாரணை யுண்டோ?
வெவ்வேறே கூட்டுகிற குடோரி உண்டோ
அல்லிடீர் வேதைசகு வணம்தான் உண்டோ
அப்பனே! பதினேழும் அமைந்திட் டாரே. 25

(உரை:) *அன்பனே! கொங்கணருக்கு எல்லாமே தெரியும். உலகிலே எப்பொருளெல்லாம் உண்டோ அவையெல்லாம் கொங்கணர் கண்டறிந்தவையேயாம். சொல்லிப் பாராட்டும் மெய்யறிவான ஞானமும், இரசமணியான குளிகையும், மிகநுட்பமான நோய் தீர்க்கும் மருந்தும், காற்றாகிய மூச்சுத் தவமும், கல்லைச்சுட்டுப் பொடியாக்கும் வேதிச் செய்கையும், பலவகைப் பொருள்களை வேதிச்செயலால் சுண்ணமாக்கும் திறனும், பெரிய நாணமும் (சிக்கி), செயநீர் என்னும் தீர்த்தமும், வெல்வதற்குரிய நச்சுத்தன்மையான மருந்தும், தீட்டுதற்கான சாரணைக் கல்லும், வேறுவேறு மருந்துகளைச் செய்யக் கலக்கக் கூடிய வெண்காரமும் (குடோரி), இருள்போல் மயக்கந்தரும் துன்பமும் (வேதை), அத்துன்பத்தைப் போக்கும் வெள்ளையான அறிவுத் தெளிவும் (சகுவணம்)-ஆகப் பதினேழு வகையான திறன்களும் அமையப்பட்டவரே கொங்கணர் என அறிக.*

(கொங்கணர் படைத்த நூலுக்குத் தம் நூல்
ஒப்பாகாத சிறுமையுடையதே என்கிறார் கம்பளிச் சித்தர்.)

அமைத்தவர்முக் காண்டம்பா டியதோர் அங்கம்
வந்தித்த பிள்ளைக்கும் அறிவு தோன்றும்;
அமைத்தவர் பாடினபொற் கம்பி போல
அறிவுகெட்ட மிலேச்சருக்கும் வாத சித்தி;
அமைத்தவர் சுருவெட்ட வெளிய தாக
அங்கங்கள் மறையாமல் சொன்னார் சொன்னார்
அமைத்தவர்பாட் டுக்குநம் முடைய நூல்தான்
அருகாக மறைப்பென்றே அறைந்திட் டாரே. 26

(உரை:) *அன்பனே! அவரது நூலின் பெருமையைக் கேள்: பதினேழும் அமைத்த கொங்கணர், 'மூன்று காண்டம்' என்னும்*

நூலைப் படைத்தார்; அந்த நூலின் ஓர் பகுதி (அங்கம்)யை வணங்கிப் படித்த பிள்ளையான சித்தனுக்கு நல்லறிவு தோன்றும்; அவர் பாடின ஒவ்வோர் அடியும் தங்கக் கம்பி போன்று தகதகக்கும் ஆற்றலுடையது; அதைப் படிக்கும் ஒழுக்கம் குன்றியவனும் மனமாற்றம் அடைந்து (வேதிபோல) ஒழுக்கம் பெற்று வெற்றி (சித்தி) அடைவான்; அவர் இயற்றிய நூல்-ஏட்டுச் சுருட்டு (சுரு) வெளிப்படையாகவே பொருள்கள் மறையாமல் பகுதி பகுதியாய் (அங்கங்கள்) விளக்கப்பட்டுள்ளன. எனவே, நம்முடைய நூலை இதனோடு ஒப்பிட்டுப் பார்ப்பவர், இதனொளியானது நம் நூலை மறைத்து விடுமென்றே கூறுவர்!

(கொங்கணர் வாய் திறக்காமலே அனைத்துக் கலைகளையும் விளக்கினார்.)

அறைந்திட்டார் ஐந்நூறு பிள்ளை; வேண்டி
அப்ப்பால் வெகுதெளிவு சாத்தி ரந்தான்
நிறைந்திட்ட ஆரணம்போல் வெளிய தாக
நீங்காமல் துறந்துவிட்டார் அருளொடு பொருளும்
குறைந்திட்ட புத்தியல்நிட் களமாம் புத்தி
கூறாத பொருளையெல்லாம் கூறி விட்டார்
வறைந்திட்ட மவுனமெல்லாம் வெளிய தாக
வாய்திறக்கா வித்தையெல்லாம் விளக்கி னாரே. 27

(**உரை:**) வழிவழி வந்த ஐந்நூறு சித்தர்கள் (பிள்ளைகள்) கொங்கணருடைய நூல்களைப் போற்றிச் சொன்னார்கள். கொங்கணர் மேலும், அப்பாலே மிகவும் இறையியல், உலக உண்மையியல் நூல்களைப் பொருள் நிறைந்த மறைநூல் போலே வெளியிட்டு, அவை நீங்காமலிருக்கும்படிப் பாதுகாத்தார்; பொருள்களோடு அருளையும் துறந்துவிட்டார்; எதிலும் அவர் பற்றுவைக்கவில்லை; குறைந்த புதிய அறிவு கூறாத அருவமான (நிட்களம்) அறிவியல் பொருள்களையெல்லாம் நிறைவாகவே கூறிவிட்டார். மேலும், மிக உயரிய நிலையில், அசையாத எழுதி வைத்த ஓவியம் போலிருந்து, பேசாத பெரிய தவத்தாலே வாய்திறந்து கூறாமலே அனைத்துக் கல்வி-கலைகளையெல்லாம் விளக்கினார். இது இவரது தனிச்சிறப்பாகும்.

(திருமூலரின் வழிவந்தவருக்குக் கொங்கணரால்தான் பெருமை ஏற்பட்டது.)

விளங்கியதோர் கொங்கணரால் மூல வர்க்க
மகத்துவந்தான் உண்டாச்சு மக்காள் மக்காள்!
விளங்கியதோர் கீர்த்தியுண்டோ உங்க ளாலே?
வெட்டவெளிக்கு அப்புறத்தே செல்ல மாட்டார்;
முளங்கியதோர் குளிகையென்ன? காய சித்தி
மூச்சற்ற விடத்திலே நோக்கம் என்ன?
பிளங்கியதோர் சித்தருடன் வர்க்க மென்ன?
பேய்மக்காள்! மூவைந்து பேரில் தானே! 28

*(**உரை:**) சித்தர் மக்களே! சித்தர் மக்களே! சிந்தித்துப் பாருங்கள்; திருமூலரின் வழிவந்த சித்தர்களுக்குப் புகழொளி பெற்ற கொங்கணராலன்றோ பெருமை சேர்ந்தது! உங்களாலே இத்தகைய புகழுண்டா? இல்லையே! நீங்கள் கடவுளொளியான வெட்டவெளிக்கு அப்பாலே செல்ல மாட்டீர்கள்; உரக்கப் பேசுகின்ற இரசமணியான குளிகையின் வெற்றிப் பெருமையும், மூச்சு நின்ற இடமான கடவுளை நோக்கிய இடத்திலே உடம்பே கெடாத (அழியாத) ஒளியுடம்பாகும் பெருமையும், தனித்தனியே சிறந்த சித்தருடைய வழிவந்த பெருமையும் ஆக எல்லாமே எண்ணிப் பார்த்தால், பேய் மக்களே' (3x5=15) பதினைந்து சித்தர்களின் தவ ஆற்றலால் பெற்ற பெருமைதானே!*

(நான் வான்வெளிச் சென்று வருகிறேன்; என்னை விடைகொடுத்து வாழ்த்துங்கள்!)

தானென்று சொன்னதென்ன? என்னைப் பெற்ற
சச்சிதா னந்தவெள்ளத் தயவுள் ளாரே;
கோனென்ற முக்குளிகை நமக்குண்டு ஐயா
கொடியதொரு மவுனவித்தை நமக்குண்டு ஐயா
பானென்ற வாசிவித்தை நமக்குண்டு ஐயா
பாங்கான காயசித்தி நமக்குண்டு ஐயா
வானென்ற வெட்டவெளி ஏறி யாடி
வருகிறேன் விடைகொடுத்து வாழ்த்தி டீரே! 29

*(**உரை:**) சித்தராம் அன்பர்களே! கேளுங்கள்: 'தான்' என்று அறிவுலகம் சொன்ன பொருளென்ன? அதுதான் ஆன்மவொளியி லிருக்கும் உண்மை-அறிவு-இன்பம் எனப்படும் சச்சிதானந்த வெள்ளமாகிய இரக்கமுடைய கடவுளாவார்! அவரே எல்லா ஆற்றல்களையும் தருபவர்.*

முதன்மையான மூன்று இரசமணியாகிய குளிகைமணி நமக்கு உண்டு; அந்த ஆற்றலால் எதையும் செய்து கொள்ள முடியும். அந்த மூன்றாவன: - நமக்குள்ள கடினமான பேசாதநிலை பெற்ற கல்வி; இனிமைதரும் வாசித்தவமான கல்வி; முறையான உடம்பை அழியாமல் ஒளியுடம்பாய் வைத்துக் கொள்ளும் வெற்றி. இவை தவிர, நினைத்த பொருளைத் தன்வயமாக்குதல், நினைத்த இடத்திற்கு உடனே செல்லுதல், பருவுடலை நுண்ணுடலாக்கிக் கொள்ளுதல் முதலான ஆற்றல்களும் நமக்கு உண்டு. ஆதலால் நான் இப்போது வானிலே வெட்டவெளிக்கு ஏறிச் சென்று விளையாடி வரப்போகிறேன். எனவே, நீங்கள் எனக்கு விடைகொடுத்து வாழ்த்துங்கள்!

(வாய்ப்பை ஏசாதபடி எல்லை கடக்கும் நெறியே சிறந்தது.)

வாழ்த்தியுன்னை அனுப்பினால் பூர ணந்தான்
    வரைகடந்த ஆறுவரை ஏறு வாயோ?
வாழ்த்தியுன்னை அனுப்பினால் நரகத் துள்ளே
    மயங்காமல் சொல்லுவையோ? மைந்தா சொல்லு!
வாழ்த்தியுன்னை அனுப்பினால் இடியிற் குள்ளே
    மயங்காமல் தியங்காமல் மருவு வாயோ?
வாழ்த்தியுன்னை அனுப்பினால் என்ன? முன்னால்
    வாய்ப்பேச்சா வரைகடக்கும் மார்க்கம் தானே. 30

(உரை:) அன்பனே! முழு அருளால் உன்னை வாழ்த்தி விடை கொடுத்தனுப்பினாலும், நீ கீழான எல்லை (உடம்பிலுள்ள ஆறு சக்கரங்களையும்) கடந்து தலைக்கு மேலுள்ள ஆதாரமற்ற இடமான ஆறு மலைகளான (படிகமேடை, ஆயிரத்தெட்டு இதழுடைய தாமரைமலர், ஓங்கார பீடம், குண்டலிவட்டம், பெருஞ்சுடர்த்தூண், ஒளிநடனம் என்னும்) எல்லையைக் கடந்து ஏறுவாயோ? வாழ்த்தி அனுப்பினாலும் நீ துன்பந்தரும் நரகத்துள்ளே கிடந்து மயங்கிவிடாமல் உள்ள நிலையைச் சொல்ல முடியுமா? மைந்தனே, சொல்லுவாயாக!

வாழ்த்தி விடுத்தாலும், இடிஇடித்த போது நீ அதிலே அகப்பட்டு மயங்காமலும் தவிக்காமலும் இருப்பாயா? எப்படி வாழ்த்திவிடுத்தாலும், இடர்களைப் பொறுப்பதற்கும் கடந்து வெல்வதற்கும், யாரும் ஏசாத நெறியான அறிவு நெறியே துணைசெய்யும் என அறிக!

(அறிவுநெறிக்கு மறுமொழி தருகிறார், மற்றொரு சித்தர்.)

மார்க்கமென்ன எனையீன்கை லாய மூர்த்தி!
மகத்தான சமாதியுள்ளே கற்பம் வாழ்ந்தேன்
சேர்க்கமென்ன சிவாலயங்கள் பலியேற்று உண்டேன்
சிவமேது நீரன்றி வேறு காணேன்
ஆர்க்கமென்ன குளிகையிட்டுச் சென்று போறேன்
அங்கங்கே மனம்தேறிப் போறேன் போறேன்
தீர்க்கமென்ன சொக்கினால் சொக்கிப் போறேன்
திரும்பினால் சடத்தோடே திரும்பு வேனே. 31

(உரை:) *அன்பரே! என்னை ஈன்ற கயிலாயக் கடவுளிருக்கும் போது எனக்கு என்ன நெறி வேண்டும்? ஒன்றும் வேண்டாமே! நானோ இறையொளியோடு கூடிக் கலந்து சமாதி நிலையிலிருக்கும்போது ஓர் ஊழிக்காலம் வாழ்ந்தேன்; நான் எங்கேயும் சேர்ந்திருந்து உணவு உண்ணவில்லை; சிவன் கோயில்களிலே சென்று அமுதச்சோற்றைப் பெற்றே உண்டேன்; அன்பரே! நான் உம்மையே சிவமாகக் கருதுகின்றேனே தவிர வேறு கடவுளைக் காணவில்லை! நான் செல்லும்போது பொருத்தமாக (ஆர்க்கம்) நினைத்ததைத் தருகின்ற இரசமணியான குளிகையை எடுத்துச் செல்லுகின்றேன். அதனால், அங்கங்கே செல்லுமிடங்களில் மனம் தெளிந்தே தடையின்றிச் செல்லுகின்றேன்; மனம் முழுமையாக ஈடுபட்டுக் களித்துச் சொக்கிப் போகிறேன்; திரும்பினால் உடம்போடே திரும்புவேன்; இது உறுதி.*

(திரும்புவேன் என்றவர்க்குச் சித்தர் அறிவுரை கூறல்.)

திரும்புவையோ என்மகனே! திடந்தான் உண்டோ?
சிறுபிள்ளை புத்தியல்லோ செப்பு றாய்நீ;
வளர்பிறையோ தேய்பிறையோ ரவியின் உள்ளே
வருவதுபோல் அல்லஅது மாட்டி வாங்கும்
பரும்பிறையோ யோகமது? பிறவி கோடி
பாங்கான ஒளிக்குள்ளே கண்ணோ கூசும்!
அரும் பிறையோ மனம்தளுப்பு மே ஒட் டாதே;
அரகரா என்மகனே! அறிவாய் நீயே. 32

(உரை:) *என் மகனே! திரும்புவேன் என்று சொல்கிறாயே தவப்பேரொளியில் மூழ்கியபின் திரும்புதல் அவ்வளவு எளிது அன்று மகனே! உனக்கு அவ்வளவு மன வலிமையுண்டா? நீ கூறுவது சிறுபிள்ளையின் அறிவாகவன்றோ தெரிகின்றது;*

தவம் கூடிய நிலையில் அதிலே காணும் கடவுட் பேரொளியானது நீ நினைப்பதுபோல் வளர்பிறை நிலா ஒளியோ தேய்பிறை நிலா ஒளியோ அன்று; அது கதிரவனின் கடுமையான கதிரொளியும் அன்று! அவ்வொளி அறிவையே மாட்டிவாங்கும் பெரிய பேரொளியாகும்; இப்பெரிய ஒளியான கடவுளொளியைக் கோடிக்கணக்கான மனிதப் பிறவிகள் கண்டு இன்புற்றிருக்கின்றன. இந்த அருளொளியைக் காணும் கண்களோ கூசும்! அரும்பிறை ஒளியோ மனத்தில் எளிமையாய்த் தளும்பும்; ஒட்டி உறுத்தாது. அரகரா என் மகனே! தவ ஒளியை நீ ஆழமாகவே அறிவாயாக!

(அறிவுப் பொறிகளை அடக்கியவர் கொங்கணரே.)

அறியாத வரைபார்க்க நான்தான் ஏறி
அய்யனே! மூன்றுவரைக் குள்ளே சிக்கி
நெறியாக நால்வரையில் ஏறொட் டாமல்
நிமிடத்தில் அறிவினிலே வந்து நின்றே
மறிவானம் படைத்தகொங் கணரே சித்தர்;
மற்றோரை யான்காணேன் மைந்தா! சொல்லு;
பொறியான வழியடக்கிச் சூட்ச மாகிப்
போனவரார்? போகருடைப் பிள்ளை தானே. 33

(உரை:) *அன்பிற்குரிய ஐயனே!*

நான் அறிந்து கொள்ளாத பேரொளியாம் கடவுளான மலையைப் பார்க்க வேண்டி மேலே ஏறியபோது, (ஆறு சக்கரமாகிய மலையிலே முதல் மூன்றான) எருவாயிடம், கருவாயிடம், உந்திச்சுழியிடம் என்னும் மூன்று மலைக்குள்ளே சிக்கிக் கொண்டேன், ஆசை முதலியவற்றாலே. முறையாக நாலாம் வரையான நெஞ்சக அறிவு இடத்தில் அடைய ஏறும்பொழுது, அவ்வறிவிடத்தில் ஒரு மணித்துளி நேரத்தில் வந்து, மறிக்கும் அறிவாற்றலுடைய கொங்கணரைப் போன்ற அறிவு என்னைத் தடுத்து நின்றது. நான் இதற்குமேல் தவத்தில் மேலேற முடியவில்லை.

உண்மையில் கொங்கணரே பேரறிவுடைய சித்தராவர்; இவரைப்போல் மற்றோரை நான் கண்டதில்லை; மைந்தனே! நீ கண்டால் சொல்லு! ஐந்து அறிவுப் பொறிகளையும் அடக்கி நின்று மிகவும் நுட்பமாக இறைவனைக் கண்டவர் யார்

தெரியுமா? அவர்தான் போகரின் தவப்பிள்ளையான கொங்கணர் ஆவர்!

(திருமூலரிடம் போன மதிப்புடையவர் கொங்கணர்.)

பிள்ளையென்றால் அவரல்லோ போக ருக்குப்
புகழான ரிஷிகளெல்லாம் சித்தர் என்பார்;
தள்ளையென்றால் அவர்தாம்மூ லரிடம் போன
சச்சிதா னந்தஇன்ப மான பிள்ளை;
கொள்ளையென்றால் அவர்கொள்ளை ஞான வீதி
கொடிகான சிலம்பொலியைக் கேட்டு மீண்டார்
பிள்ளையென்று வந்ததனால் கீர்த்தி யாச்சு
வேதாந்த அந்தமெல்லாம் வெளியாய்ப் போச்சு! 34

(உரை:) *போகருக்குச் சித்தர் மரபிலே வந்தவர் கொங்கணர்; பிள்ளையென்றால் அவரே பிள்ளையாவர்! இப்பிள்ளையைப் பெரிய முனிவரெல்லோரும் 'சித்தர்' என்றே புகழ்வர். போகரைத் தாய் (தள்ளை) என்று போற்றிச் சொன்னாலும், கொங்கணர் திருமூலரிடம் போன 'சச்சிதானந்த'மான இன்பப் பிள்ளையாவர்; அவரிடம் யாரும் அறிவை மிகுதியாய்க் (கொள்ளை) பெற எண்ணிச் சென்றாலும் அவ்வாறே பெறமுடியும்! அவரே அறிவென்னும் வீதியிலே இறைவன் திருவடிச் சிலம்பை நீண்டு (கொடி) ஒலித்து நடந்து வரவே அதைக் கண்டு மீண்டவர்! இத்தகைய கொங்கணர் சித்தர் மரபிலே வந்ததால்தான் பெரும் புகழைப் பெற முடிந்தது; இவரால்தான் மறைநூலின் பொருளெல்லாம் வெளிப்பட்டன.*

(கதிரவனின் ஒளியிலும் சென்று,
அஞ்சாமல் சிலம்பொலியைக் கண்டுவந்தேன்.)

போச்சென்று சொல்வதென்ன போய்வான் ஐயா!
புத்திசொன்ன புத்தியெல்லாம் போட்டிட் டாயோ
வாச்சென்று நின்வயிற்றில் பிறந்த பிள்ளை
வந்தாலென் கெட்டாலென்? மகத்வம் உண்டோ?
கோச்சென்ற நாவமென்ன? விடிந்தால் என்ன?
கோடிரவி காந்தியென்ன பயமுண் டாமோ?
ஓச்சென்ற சிலம்பொலியைக் கண்டு வாரேன்
ஒருமனமாய்ப் பூரணத்தில் உன்னி டீரே! 35

(உரை:) *அன்பனே! அச்சம் கொள்ளத் தேவையில்லை! எதையும் கைநழுவிப் போய்விட்டதென்று சொல்ல வேண்டாம்;*

நீ வான் சென்று, ஏற்கெனவே பெற்ற அறிவுரைகளையெல்லாம் கீழே போட்டு விட்டாயோ? வாய்த்தது என்று உரிமையாய் உன் வயிற்றிலே பெற்ற பிள்ளையை வந்தாலென்ன? போனாலென்ன என்று விட்டுவிடலாமா? விட்டால் பெருமையும் உண்டோ?

ஆகவே, தலைவன் பின்னே சென்ற நாவின் குரல் 'வாருங்கள்' என்றாலும், பொழுது விடிந்தாலும் விடியாவிட்டாலும் கோடியளவு கதிரவன் தோன்றி நெருப்பாய் எரித்தாலும் நீ அஞ்ச வேண்டியது இல்லை! நம்மை அருளாட்சி புரியும் இறைவனின் சிலம்பொலியை நான் கண்டு வருகிறேன்; நீயும் முழு நிறைவான கடவுளிடம் மனவொருமைப்பாட்டுடன் நினைவிலே இருப்பாயாக!

(நான் இறைவனின் அருளை நம்பியே வரைகளைக் கடப்பேன்!)

உன்னிடீர் அண்டமுதல் புவனம் தாண்டி
    ஒருநொடிக்குள் பதம்தாண்டி முப்பாழ் தாண்டி
மன்னுதிரு வருள்மனையைக் கண்டு போற்றி
    மருவியதோர் பூரணத்தில் சென்றே ஏறிப்
பன்னிடுவீர் தினந்தோறும் பழக்கம் ஐயா!
    பாயுடனே அதுநடந்து வரைகள் ஆறும்
தன்னிகர்யோ(கு) அறியேனம் அருளால் போறேன்
    தயாநிதியே! கடாட்சித்தே அனுப்பு வீரே. 36

(உரை:) அன்பரே! நன்கு உள்ளே நினைத்துப் பார்ப்பீராக! மண்ணுலகிலிருந்து விண்ணிலே அண்டங்களனைத்தையும் (தவமிருக்கும் நிலையில்) தாண்ட வேண்டும்; தொடர்ந்து ஒரு நொடிக்குள்ளே திருப்பேறான பத உலகங்களைத் தாண்ட வேண்டும்; ஆன்ம நிலையிலே உயிரின் பாழ்நிலை, பரத்தின் (தூய்மையின்) பாழ்நிலை, சிவவொளியாம் பாழ்நிலை என்னும் மூன்றையும் தாண்டவேண்டும்; பின்னர், அவற்றிற்கு மேலுள்ள நிலைத்ததான திருவருள் மனையாகிய அருள்வெளியைக் கண்டு போற்றி வணங்க வேண்டும்; அந்த நிறைவான அருட் பேரொளியிலே கலந்து கொண்டு மேலே சென்று ஏறி நாள்தோறும் பழக்கம் பண்ணவேண்டும்.

நான் தவஇருக்கையான பாயுடனே உள்ளே இருக்கும் ஆதாரச் சக்கரங்கள் ஆறையும் பழகி நடந்து, நிகரற்ற தவத்தை முழுமையாய் அறியாவிட்டாலும் அருளாலே அங்கே

போகிறேன். இரக்கமென்னும் செல்வமே! நீ அருட்கண்ணால் நோக்கித் தவத்திலே முழுமை பெறச் செய்யவேண்டும்.

(பெருஞ்சுடர்த் தூணில் ஏறியதால் ஆறு சக்கரமும் கடந்தேன்.)

அனுப்புவது பிறகுனையான் சென்று வாரேன்;
அவ்வளவும் குகைக்குள்நீ பட்ட மாய்நில்;
தனுப்பிறந்த தளிபோலச் சென்று தாண்டிச்
சாதகமாய்ச் சொருபமணி மூன்றும் காட்டிக்
கணுப்பிறந்த கமலியது பூண்டும் காட்டிக்
காட்டிலே அட்டமாசித் தியினால் காட்டி
உணுப்பிறந்தோர் தாண்டிலொரு வரையில் ஏறி
உற்றும்அறு வரைதனில் ஓடி னேனே! 37

*(**உரை:**) அன்பனே! உன்னை நான் வழிவிடுப்பது பிறகே; முதலில் நான் சென்று வருகின்றேன். நீ குகைக்குள்ளே (தவமிருக்குமிடம்) அவ்வளவு தவச்செயல்களிலும் உறுதியாய் நிற்பாயாக! நான் தவத்திலே, ஏறும் நிலையில் வில்லிலிருந்து அம்பு செல்வதுபோல விரைந்து சென்று சக்கரங்களைத் தாண்டினேன்; துணையாக நன்மைதரும் நிலையில் வடிவுடைய மூன்று குளிகை மணிகளையும் கொண்டு சென்றேன்; மஞ்சட் கிழங்குகளாகிய கணுவில் செய்த, அருளம்மையின் அடையாள மான குங்குமக் குழம்பையும் தெரியும்படிப் பூசிக் கொண்டேன்; அந்தக் காட்சியிலே எட்டுவகைத் தவப் பயனான வெற்றியாம் சித்திகளையும் காட்டிக் கொண்டேன்; முடிவிலே, ஊன்றி நிலையாய்த் தவஞ்செய்வோரின் நிலையையும் தாண்டி ஒரு மலைபோன்ற ஒளித்தூணை ஏறிக் கடந்து, ஆறு ஆதார மலைகளையும் கடந்தேன்!*

> *எட்டு வகையான சித்திப் பேறுகள்:-*

1. *பொருளை நுண்மையாக்கிக் கொள்ளல் (அணிமா);*
2. *பொருளை மென்மையாக்கிக் கொள்ளல் (இலகிமா);*
3. *பொருளையோ உடம்பையோ பருமையாக்கிக் கொள்ளுதல் (மகிமா.)*
4. *விரும்பியதைப் பெறுதல் (பிராத்தி);*
5. *விண்ணகம் வரையும் அனைத்தையும் அறிதல் (கரிமா)*

6. இறைவனின் ஒளிவை அறிதல் (பிராகாமியம்);

7. இறைமைநிலை அடைதல் (ஈசத்துவம்);

8. எப்பொருளையும் தன்வயமாக்குதல் (வசித்துவம்)

(இரசமணியாலும் கற்பமென்னும் மருந்தாலும் வரையில் ஏறினேன்.)

ஓடினேன் மூவரையில் இடியோ கோடி
ஓகோகோ ரவிகோடி வன்னி கோடி;
வாடினேன் மனமிளைத்தேன் மயக்க மானேன்
வாயிட்ட குளிகைசென்றே ஏறிப் போறேன்;
நாடினேன் கற்பமொன்று மூவரையில் தாண்டி
நலமாக நாலுவரைக் குள்ளே சென்றேன்
ஆடினேன் ஆடினேன் அறிவு கெட்டேன்
அரகரா மோசமென்றே இறங்கி னேனே! 38

(உரை:) அன்பனே! கேள்! நான் (மூலாதாரம், கருவாயிடம், உந்திச்சுழியிடம் என்னும்) மூன்று வரைகளிலே செல்லும்போது அஞ்சக்கூடிய இடியோசையோ கோடி; கதிரவனின் காய் கதிரோ கோடி; தீயோ கோடி தோன்றி என்னை வாட்டின; அவற்றால் வாடி மனம் இளைப்புற்றேன்; மயக்கமடைந்தேன். பின்னர், இரசமணியான குளிகை கொண்டு தெளிவோடு மேலே ஏறிப்போனேன்; மூன்று வரைகளையும் தாண்டியதும், சிறந்த கற்பமெனும் மருந்தை நாடியுண்டு அதனால் நலமாகவே, நாலாம் வரையான நெஞ்சமான அநாகதத்தை அடைந்து அதனுள்ளே சென்றேன்; அப்போது என் அறிவு நிலை கெட்டதால் ஆடிப் போனேன்; அரகரா! இது கேடென்று கருதித் தவநிலையிலிருந்து கீழே இறங்கினேன்.

(ஆறு வரைகளையும் கொங்கணரே ஏறினார்; நானோ முடியாமல் இறங்கினேன்!)

இறங்கினேன் நால்வரைக்குஅப் புறமே போக
என்னாலே முடியாதே ஏதோ அஞ்சில்
இறங்கினேன் என்மக்காள்! உம்மால் ஆமோ?
'ஏது சொன்னாய்? பேய்ப்பிள்ளாய்! என்ன பேச்சு?'
இறங்கினேன் இந்நாள்பின் னையார் சொல்வர்?
ஏகவெளி திக்காடும் இடியோ கோடி;
இறங்கினேன் என்னாலே முடிவு காணேன்
ஏறினார் கொங்கணர்தாம் ஏறி னாரே. 39

(உரை:) "என் மக்களே! நான் நான்கு வரைக்குள்ளேதான் இறங்கினேன்; அதற்குஅப் பாலே செல்ல என்னாலே இயலவில்லை; எனினும், எப்படியோ ஐந்தாம் வரையிலும் இறங்கினேன்; இது உம்மால் முடியுமோ?" என்று நான் கூறியதும், சிலர், "என்ன சொன்னாய்? பேய்ப்பிள்ளையே! இது என்ன பேச்சு?" என்றனர்.

பின்னர் நான் மறுபடி, "இந்த நாள் நான் இறங்கினேன்; பின்னர் யார் இப்படிச் சொல்வார்? அந்த ஒரே வெளியோ திக்காடும்படி எண்ணற்ற இடியோசை முழக்கம்! என்னாலே முடிவு காண முடியாமலே இறங்கிவிட்டேன்; ஆனால், உண்மையிலே ஆறுவரைகளும் ஏறினவர் கொங்கணரே ஆவர்" என்று சொன்னேன்.

கொங்கணரின் பெரும்புகழ்

(சிலம்பொலி கேட்டு மீண்டவர் கொங்கணர் போல வேறு யாருமில்லை!)

ஏறியதோர் கொங்கணரைப் போலே இல்லை
    ஏகவெளி தீக்காட்டெப் படியோ போனார்
மாறியதோர் மனம்பிடித்தார் யோகம் ஆனார்
    மாளுவது நிசமென்று வாய்மை பூண்டார்
கூறினதோர் அறுவரையைக் கண்டு முட்டக்
    குமுறியதோர் சிலம்பொலியைக் கேட்டு மீண்டார்
ஆறியதோர் மனங்கண்டார் அவரே சித்தர்
    ஆச்சரியம் கொங்கணர்போல் ஆர்கா ணேனே! 40

(உரை:) கொங்கணர்போல் ஆறு ஆதாரச் சக்கரமென்னும் மலைகளை ஏறியவர் எவரும் இல்லை; இவரே ஒரே வெளியான தீக்காடு போன்ற கடவுளின் வெளியைக் காணப் போனவர். அங்கே சென்ற அவர் மனம் மாறிப் புதிய நிலையடைந்தார்; கடவுளொளியோடு தன் ஆன்ம ஒளியைக் கலந்து ஒருமை (யோகம்) அடைந்தார்; இரண்டறக் கலந்து மாளுவது (செயலற்றுப் போவது) என்ற உண்மையைப் பெற்றார்! எனவே, கூறும் ஆறு வரைகளையும் முழுமையாய்க் கண்டு, அங்கே 'கணீர் கணீர்' என ஒலித்த திருவடிச் சிலம்பொலியைக் கேட்டு

மீண்டவர் இவரே. இவ்வாறு தெளிந்து ஒடுங்கிய உள்ளமுடைய, வியக்கத்தக்க பெருஞ்சித்தர் கொங்கணரேயன்றி வேறு யாரையும் நான் கண்டதில்லை என்பேன்!

(மாணவரின் ஆன்மப் பேரொளியில் மெய்யறிவு திகழ்கின்றது.)

காணரிது காணரிது கோடா கோடி
கண்டுநான் பாபருட்ச சித்தர்க் குள்ளே
பூணரிது பூணரிதே அகண்ட வீதி
புக்கல்லோ சிலம் பொலியைக் கேட்க மாட்டார்;
ஊணரிது ஊணரிது வெளியிற் பார்த்து
ஓடுவரோ? வென்றீர்கள் மக்காள்! நீங்கள்;
தோணரிது தோணரிதாய் நின்ற ஞானம்
சீடருக்குள் ளோடுறது துரியம் தானே. 41

(உரை:) *மக்களே! நீங்கள் வெற்றி பெற்றீர்கள். கோடிக் கணக்கானவரால் காண்பதற்கு அரிதான இறைவனின் சிலம் பொலிக் காட்சியை நான் கண்டு கொண்டேன்; தீவினைகளைப் போக்கியருளும் சித்தர்களிடத்திலும் இந்தக் காட்சியான சிலம் பொலி வாய்ப்பது அரிதேயாகும்; இவர்கள் அறிவுவெளியில் புகுந்து சிலம்பின் ஒலியைக் கேட்டு இன்புற மாட்டார்கள்; இதன் அருமையை ஊன்றி உணராமல் வெளியிற் பார்த்து வீணாக ஓடுவர்போலும்!*

ஆனால், மாணவரான சீடரின் ஆன்ம உயிரில் தோன்றுகின்ற பேரொளியான துரியம், தூயமெய்யறிவாகத் திகழும்; இதுவே சிலம்பொலியைக் கேட்கத் தகுதியுள்ளது.

சாங்கத்தார்

புறச்சமயம் ஆறில் ஒன்று 'சாங்கியம்' ஆகும்; இது குறித்துக் கபில முனிவர் ஒரு நூல் படைத்துள்ளார்; இது தவம் பற்றிய செய்திகளைக் கூறக்கூடியது; இந்தத் தவம் 'கடவுளே உயிர்' 'உயிரே கடவுள்' என்பதை எடுத்துரைக்கின்றது; உண்மையிய லான தத்துவங்கள் தொண்ணூற்றாறைச் சுருக்கி இருபத்தைந்தாகப் போற்றக் கூடியது. இச்சமயத்தைச் சார்ந்தவரே 'சாங்கத்தார்' எனப்படுவார்.

(சாங்கிய சமயத்தார் கடவுளை
ஒரு வடிவும் நிறமும் இல்லாதவன் என்பர்.)

தானென்ற பூரணத்தைச் சாங்கத் தோர்கள்
சகமெல்லாம் நிர்க்குணமாய் நின்றது என்பார்
வானென்ற வெளியென்பார் இல்லை என்பார்
வாய்பேசார் சொன்னக்கால் போமோ சொல்லு;
கோனென்ற குருவருளால் சமாதி கூட்டிக்
குவிந்துநின்று மவுனத்தின் நிலையைப் பற்றி
ஊனென்ற உடம்பைவிட்டே அறிவாய் நின்று
உலாவுறதே சாங்கமென்றே உரைத்திட் டாரே. 42

(உரை:) சாங்கிய சமயத்தைப் போற்றக்கூடியவர்கள், தன்னேரில்லாத தானேயான இயற்கைக் கடவுளை, உலகமெல்லாம் ஒரு நிறமும் வடிவும் இயல்பும் இல்லாத பொருளென்று கூறுவார்கள். அவன் உயர்ந்த வான்வெளியே என்றும், ஒன்றும் இல்லாதவன் என்றும் சொல்லுவார்கள்; வாயும் பேசாமல் அமைதியுறுவார்கள்; இது குறித்து நாம் வினவினால், அது (கடவுள் பற்றி) சொல்லப் போமோ? சொல்ல முடியாதே என்பார்கள்; தலைவனாம் குருவின் அருளால் தவஞ்செய்து கடவுளோடு கூடிச் சமாதி நிலையடைந்தும், மனம் குவிந்து நின்று வாய்பேசாத நிலையைப் பற்றிக் கொண்டும் இருப்பார்கள்; மேலும், இந்த ஊனாலாகிய உடம்பை மறந்தே அறிவு நினைவிலேயே உலகில் உலாவருவதே 'சாங்க'க் கொள்கை என்றும் கூறுவார்கள்.

(தவறாமல் இறையொளியோடு சமாதியிருப்பவன்
முழு ஒடுக்கமுடையவன்.)

உரைத்திட்ட காரமென்ன பிருதிவி போக்கு
ஓடுகிற வாசியினால் யோகம் பார்த்து
மறைத்திட்ட மவுனத்துடன் மவுனம் ஊட்டி
மருவியந்த அறிவோடே வாசம் ஆகி
நிறைத்திட்ட அகண்டமுத்தி சென்றே ஆடி
நேரான அண்டமுதற் புவனம் பார்த்து
முறைத்திட்டம் தப்பாமல் சமாதி நின்றால்
முழுயோகி முழுஞான முமுட்சா வாயே. 43

(உரை:) மண்ணின் இயல்புக்கு ஏற்பவே அதன் சுவை இருக்கும்; அது போலவே ஓடுகின்ற மூச்சுக்காற்றை உள்ளி

மூக்கும் பயிற்சிக்கு ஏற்பவே தவமாகிய யோகம் அமையும். உடலுக்குள் மறைந்திருக்கும் மனம் முதலான கருவிகள் செயல் படாமல் ஒடுங்கியிருக்கும். அமைதியுடன், பேசாத மவுனமும் சேர்ந்து தவ அறிவோடும் கடவுளொளியோடும் ஒன்றிக் கலந்து வாழும் தகுதி ஏற்பட வேண்டும்; இந்த நிலையில்தான் வானில் நிறைந்த இயற்கையோடும் மண்ணின் இயல்போடும் ஒடுங்கிய கடவுட் காட்சித் தொடர்பு, ஆன்ம அறிவுக்கு வருவதால் ஒளியும் உயிரும் கலந்து முறையாகச் சமாதி நிலை அடைகின்றது. இந்த முழுமையடைபவனே முழுத் தவத்தோனும் முழுஅறிவோனும் ஆகின்றான். இங்கே அகமும் புறமும் ஒடுங்குவதே உட்சாவு ஆகும்.

(கேசரித்தவம் வெற்றி பெற எட்டுவகைத் தவப்படிகளில் பயிற்சி வேண்டும்.)

ஆமப்பா இதற்குமுன்னப் பியாச மார்க்கம்
அறைகுவேன் அட்டாங்கம் நன்றாய்க் கேளு;
ஓமப்பா வகையாக விரித்துச் சொல்வேன்
உத்தமனே! சாட்சிநித் திரையைப் போக்கு
தாமப்பா சதாநித்தம் தார கத்தே
சார்ந்துநின்ற கேசநிலை சதாநித் தம்பார்
சோமப்பால் சுழித்தோடும் கேசரியைக் கண்டால்
சொல்லாத முத்திரையைச் சொல்லு றேனே. 44

*(**உரை:**)* தவத்திலே எட்டாம் படி நிலையான 'சமாதி நிலை'யை அடைதற்கு முன்னே பயிற்சி முறையில் பழக வேண்டும். அது எட்டு உறுப்புக்கள் உடையது.

அதன் வகையை விரிவாய்ச் சொல்வேன்; நன்றாகக் கேட்பாயாக; அந்த நெறிக்கு ஏற்ப நீ உறக்கத்தை விட்டுவிட வேண்டும்; ஒவ்வொரு நாளும் எப்பொழுதும் அடிப்படை ஆதாரமான (தாரகம்) மந்திரத்தை (ஓங்காரத்தை)ச் சார்ந்து உள்ளே சொல்லி 'கேசரிமுத்திரை'யோடு ஒருமைப்பாட்டில் பழகவேண்டும். இந்தக் கேசரி முத்திரைத் தவத்தால் முழு நிலாவின் ஒளியிலிருந்து அமுதப்பால் வந்து தலை வழியே ஓடும்; இதைப் பற்றியும் உனக்குச் சொல்கிறேன், கேள்!

> தவப் படிகள் எட்டாவன: -

1. தீய செய்கையைக் கடிதல் (இயமம்);
2. நல்லொழுக்கத்தில் ஒழுகுதல் (நியமம்);
3. அமரும் இருக்கை (ஆதனம்);
4. மூச்சுப்பயிற்சி (பிராணாயாமம்);
5. சிந்தனைகளை உள்ளே ஒடுக்குதல் (பிரத்தியாகாரம்)
6. மனம் பயிற்சியால் இறையோடு ஒன்றியிருத்தல் (தாரணை);
7. இறை நினைவில் ஆழ்தல் (தியானம்);
8. இறையொளியோடு கலந்திருத்தல் (சமாதிநிலை)

(நான் சொல்வதைப் புருவநடுவில் வைத்து நுட்பமாய்க் கேட்பாயாக!)

சொல்லுறேன் ரவிமதியும் வன்னி கூடிச்
    சொலித்துநின்ற இடமல்லோ கேசரிதான் அப்பா!
சொல்லுறேன் அதைப்பார்மனம் செயநீ ராகும்
    சுத்தவெளி அடியோடே தாக்கி யேத்தும்
சொல்லுறேன் மனம்புத்தி சித்தம் என்பார்
    தொடர்ந்து நின்ற குருபதத்தைச் சூட்டிக் கேளு;
சொல்லுறேன் அறிந்தமட்டும்; புருவ மையம்
    சூட்சம்தொட்டு ஏறியட்டாங் கத்துறை கேளே: 45

(**உரை:**) அப்பனே! கேசரி முத்திரைத் தவத்தைச் சொல்கிறேன், கேள்: இந்தத் தவஞ்செய்யும்போது கதிரவனொளியும் திங்களொளியும் தீயின் அழலொளியும் சேர்ந்து பேரொளியாய் மிளிரும்! அதை நீ பார்க்கும்போது மனம் பூரித்து மகிழ்ந்து செயநீராம் மஞ்சள் தீர்த்தமாகும்; இப்பேரொளி தூய வான்வெளி முழுதும் மோதியதுபோல் தொட்டு நிற்கும்; மேலும் சொல்கிறேன் கேள்; மனம்-அறிவு-எண்ணம் ஆகிய மூன்றும் தொடர்ந்து உறவாடும் மெய்யறிவுக் குருவின் திருவடிகளை உன் அகத்தே சூட்டிக்கொண்டு கேட்பாயாக! நான் உனக்கு அறிந்த மட்டுமே சொல்கின்றேன்; எட்டுவகையான தவ உறுப்புக் களையும் நீ உன் புருவநடுவில் குறிக்கொண்டு நுட்பமாய்க் கேட்டுப் பதிவு செய்வாயாக!

(தவநெறியின் படிகளையும் காக்கும் முறைகளையும் சொல்வேன்;)

கேளப்பா ஏமத்தைச் சொல்வேன் நானும்
கெடியான நேமமுடன் ஆசங் கொண்டு
வாளப்பா பிராணாயம் பிரத்யா காரம்
மகத்தான கியானமொடு தாரணை கேளு:
தாளப்பா சமாதியுடை நிட்டை பங்கம்
தனித்தனியே சொல்லுகிறேன் நன்றாய் பாரு;
வேளப்பா ஏமமென்ற பத்தும் சொல்வேன்
வேதாந்த பொறியறிந்தோர் பெரியோர் தாமே. 46

*(**உரை:**) தவநெறியின் பாதுகாப்பைப் பற்றி நானும் சொல்கின்றேன், கேளப்பா!*

தவஞ்செய்யும் முன் புகழான நெறியைக் (நேமம்) கடைப்பிடிக்க வேண்டும். தக்க இருக்கை (ஆசனம்) கொள்ள வேண்டும்; ஒளிவிடும் மூச்சுப் பயிற்சியும், சிந்தனையை உள்ளே ஒடுக்குதலும், பெருமையுள்ள மெய்யறிவோடு (கியானம்) கடவுளை உள்ளே பதிய வைத்திருத்தலும், அடங்கி இறையொளி யோடு ஒன்றியிருக்கும் தவநிலையில் கூடியிருத்தலும், இவற்றிலே குற்றம் நேராமல் விழிப்போடு காத்தலும் ஆகிய அனைத்தையும் விளக்கமாய்ச் சொல்கிறேன், நன்றாய் நேரில் பார்ப்பாயாக! இந்தப் பொன்னான (ஒளிதரும்) பத்து முறைகளையும் உனக்குச் சொல்கின்றேன்; நீ விரும்புக (வேள்)! மறையின் விதியறிந்த பெரியோரும் இதை விரும்புவாராக!

(மதங்களில் குறுகிய நோக்குடையவரைக் கண்டித்துத் திருத்த வேண்டும்.)

பெரியோர்கள் அண்டமென்ற ஆன்மா நோக்கிப்
பேரான பரிச்சின்ன மனமும் ஆகி
அரியோர்கள் சாதியென்ற ஆச்சிரம் விட்டே
ஆசையென்ற விகற்பமெல்லாம் அடித்துத் தள்ளிப்
பரியோங்கள் இங்கிசையை நீக்கிப் போட்டுப்
பராபரத்தை நோக்குதற்கு இசம தாகும்
சரியோரா வதும்சகல மதத்தி னாலும்
தனித்தனியே கண்டிக்கப் படாதென் பாரே. 47

*(**உரை:**) அறிவும் ஒழுக்கமும் உடைய பெரியோர்கள் அண்டமென்று சிறப்பாய்ச் சொன்ன மனிதத் தலையின்*

நடுவிலுள்ள ஆன்மவுயிரை எண்ணியும், அதனோடு உறவாடிப் பழகும் மனத்தைக் கருதியும் அறியாத அறிவற்றவர்கள் போற்று கின்ற 'சாதி' என்ற வகுப்புணர்ச்சியுள்ள மடங்களைத் தவிர்த்தும், தன்னலப்பற்றும் ஆசைகளுமாகிய தீமைகளை அடித்துத் தள்ளியும் ஒற்றுமையோடு பழகுதல் வேண்டும்; பிற உயிர்களிடம் அன்பு காட்டாமலும் தற்புகழ்ச்சி கொள்ளுதலுமாகிய குற்றங்களையும் ஒழிக்க வேண்டும். அப்போதே நல்ல உள்ளத்தில் கடவுளை விரும்பிக் கொள்ள முடியும்.

மக்களின் குற்றங்கள், அனைத்து மதத்தினாலும் கண்டிக்கப் படாமலிருக்கின்றனவே என்றும், குற்றம் புரிவோர் திருந்தி நல்லவராகாமலிருக்கின்றனரே என்றும் அறிவுடையோர் வருந்துகின்றனர்.

(அன்பர்கள், எங்கும் நிறைந்திருக்கும் இறைவனையே புகழுக்குரிய மாண்புடையவர் என்று சொல்வார்கள்.)

என்பார்கள் இங்கிசையா யிருக்கும் மாண்பர்
எங்கெங்கும் நிறைந்திருந்த சுரூப மூர்த்தி
அன்பார்கள்; இதுவல்லோ சத்தி யந்தான்;
ஆரதிக ஆன்மசரீ ராதி சுபாவம்?
வன்பார்கள் அபகரிப்பை விட்டு விட்டு
மனமுரைத்தால் ஊரதிகம் என்று பேரு
தன்பார்கள் பிறசரீ ராதி சுபாவம்
தானென்ற தற்குள்லட் சணம்தான் பாரே. 48

(உரை:) *அன்பர்கள், எங்கெங்கும் உலகிலே நிறைந்திருக்கும் இயற்கையான கடவுளையே இங்குப் புகழ்படைக்கும் மாண்புடை யாரென்று போற்றுவார்கள்; இதுதான் உண்மையான வாய்மொழி யாகும்.*

மக்களிலே, ஆன்ம உடலோடு வந்தவர்களிலே சிறந்த பண்பியல்புடையவர்கள் மிகுதியாக உண்டா? ஊரிலே வன்புடையவர்கள் மனம் திருந்தி பிறர்பொருளைக் களவு செய்வதை விட்டுவிட்டு, நல்லபெயர் பெற்றுப் போற்றுமாறு நடப்பார்களா? தன் இயல்பான பண்பே பிறருடைய உடம்பும் பெற்றுள்ளதென்று தவறாகக் கருதிக் கொண்டு பிறரெல்லாம் இகழும்படி வாழ்வார்களா? என்னே இவருடைய இயல்பு-(இலக்கணம்)? பார்ப்பாயாக!

(இறைவனுடைய இரக்கப்பண்பை எல்லோரும் பெறுக!)

பாரப்பா பிரமமது சுபாப மாகப்
　　பரவியது நிரந்தரமும் சரித்தால் அன்று
நேரப்பா பிரமசரியம் இதுவாம் கண்டால்
　　நிரந்தரமும் தயவினுடை நினைவு கேளு;
தாரப்பா சரீரத்தில் வருத்தம் நீங்கிச்
　　சகலசனம் நம்மைப்போல் என்றே எண்ணி
ஆரப்பா சுவானுபவ போதம் செய்வார்?
　　அவரல்லோ தயவுடையோர்! அறிந்து காணே. 49

*(**உரை:**) பாரப்பா! உலகத்தின் இயற்கையை; முழுமுதற் கடவுளான பிரமத்தின் இயல்பு அருளுடைமையான ஆருயிரரக்க மாய் உள்ளது; அது அன்று முதல் இன்றும் உலகிலே பரவி நிலையாக வாழவைக்கிறது! அந்த இரக்கமாகிய இயற்கைப் பண்பு, ஒருவனுக்கு மாணவப் பருவத்திலேயே (பிரமசரியம்) வாய்த்து, எக்காலமும் நிலையாக இருக்க வேண்டியதை நினைவு கொண்டு கேட்பாயாக!*

இந்த இரக்கத்தாலே, ஒருவனுக்கு வரும் உடல் வருத்தம் அனைத்துப் பிறவிகளின் உடல்களுக்கும் வருமென நம்மைப் போல் எண்ணிச் செயல்படுக! இன்று உலகில் ஆரப்பா! இயற்கைப் பண்பில் அறிவுடன் உயிர்களுக்காக இரக்கப்படுபவர்? இரக்கப்படுவரல்லவோ இனிய மனிதர்! இதை நீயும் உணர்க!

(உலகியல் அல்லல்களை விட்டுவிட்டு, இறைக்கொள்கையிலே மூழ்குவதே சமயமென்று சொல்லலாம்!)

காணப்பா வேதாந்த சாத்திரம் செம்மை
　　கரைகற்ற சமயம்பொய் என்று தள்ளி,
ஆணப்பா திடப்பட்டாட் சேபம் என்பார்?
　　வீட்சணமும் சீதளமும் சுகதுக் கத்தால்
வீணப்பா மானாபி மானம் வந்து
　　வெறுவெளிபோல் சொப்பனமாம் என்று தள்ளித்
தோணப்பா! தாங்காமல் அகண்டத் துள்ளே
　　சொக்குவது சமயமென்று சொல்ல லாமே. 50

*(**உரை:**) அப்பனே! உலகிலே உண்மைநிலையை உணர்ந்து காண்க; சான்றோர், கரைகண்டு செம்மையாய்க் கற்ற மறை நூல்களும் பின்னே தோன்றிய இறையியல் நூல்களான பல்வகைச்*

சாத்திரங்களும், அவை போற்றும் சமயங்களும் கற்பனையே என்று தள்ளுக; இவற்றையெல்லாம் ஆண்மையோடும் மனத் திட்பத்தோடும் மறுத்துரைப்பவர் உண்டு! உலகப் பார்வையில் (வீட்சணம்) தெரிகின்ற வெப்பமும் தட்பமும் இன்பமும் துன்பமும், மான உணர்வும் அன்புப் பரிவுகளும் ஆக யாவுமே வெறுமையான வெளிபோல் காணப்படும் கனவே என்று கருதித் தள்ளுக! உண்மையில் தோன்றுவது, இன்ப-துன்பங்களை மறந்து, முடிவாகக் கடவுள் வெளியிலே, தவத்தால் ஆழ்ந்து சொக்கிப் போவதே சிறந்த சமயமென்று சொல்லலாம்!

(நூல்கள் சொன்னவெல்லாம் நம்மைப் பற்றியே!
எனவே, அதுவே பிறவி விடுதலையென்னும் முத்தியாகும்.)

சொல்லலாம் வேதாந்தத் துள்ளே முத்தி
தொடுகுறியாம் சாத்திரத்தின் முத்தி இல்லை;
வெல்லலாம் அதனாலே சொன்ன வெல்லாம்
வேறில்லை நாமதுதான் எனலே முத்தி!
அல்லெலாம் சொப்பனம்போல் அவத்தை யாண்டு
அகிலபிர பஞ்சமெல்லாம் மடுத்து மூழ்கி
நில்லலாம் அற்புதமாய்; நிற்பிடம் அற்று
நிற்மலமாய் நிற்கிறபூ ரணந்தான் என்னே! 51

(உரை:) அன்பனே! மறைநூலின் கொள்கை முடிவுக்குள்ளே பிறவி விடுதலையென்னும் முத்தி சொல்லப்பட்டதாய்க் கூறலாம். ஆனால், அந்நூலின் வழி நூல்களான இறையியல்-உண்மையியலான தத்துவம் ஆகிய சாத்திரங்களிலே அந்த முத்தியென்பது வாய்க்காது. நூல்களிலே சொன்னவெல்லாம் வேறாக இல்லை; ‘நாம் அந்த மெய்ப்பொருளே’ என்று உணர்வதுதான் விடுதலைக்கு அடிப்படை! ஆதலால், அந்தக் கொள்கையாலேயே வெல்லலாம்!

எனவே, ஆன்மவுயிர் நுகரும் அவத்தையான இன்ப-துன்ப உணர்வுகளைக் கனவுபோல் காண வேண்டும்; அனைத்து அண்டங்களும் பிண்டங்களும் அனைத்து உலகம் யாவுமே தம்முள்ளே அடக்கிக் கொண்டு மூழ்கியதுபோல் நிலைத்து நிற்பது வியக்கத்தக்கதான கடவுள் வெளியேயாகும்! எனவே, நிற்கும் இடமான ஆதாரமற்றுத் தூயவெளியாய் நிற்கின்ற மெய்ப்பொருள் கடவுளே என்று சொல்லுக!

(கடவுளின் நிறைவு நாமே என்று நினைந்து நிலைத்திருந்தால் துன்பமெல்லாம் ஓடிவிடும் என்பர்.)

தானென்ற பூரணந்தான் நாமென்று எண்ணிச்
சதாநித்தம் மறவாமல் இருந்தா னாகில்
வானென்ற கலிதகரி ஆச்சுது ஆச்சு;
மருவியதோர் சாத்திரத்தி னாலே அப்பா!
கோனென்ற தன்னிடத்தே ஒன்றும் இல்லை;
கூடிநின்று போனதில்லை என்றே எண்ணி
வேனென்ற நிர்க்குணமும் வேறொன்று இல்லை
வேதாந்தசித் தாந்தமென்றால் கௌசம் ஆச்சே. 52

*(**உரை:**) 'வேதாந்தி'களின் கொள்கை இது:-*

ஆன்மாவாகிய தானென்ற கடவுள் நிறைவுதான் 'நாம்' என்று எண்ணிக் கொண்டு ஒவ்வொரு நாளும் எப்போதும் மறவாமல் (ஒருவன்) இருப்பானாகில், அவனுக்கு வருகின்ற பெரிய துயரங்கள் (கலி) தகர்ந்து ஓடிப்போய் விடும்! அப்பனே! நீ கற்றுக் கொண்ட இறையியல் நூல்களினாலேயும் தனது ஆன்ம உயிரிடத் திலேயும் ஒன்றுமில்லை; அந்த உயிர் பிரிந்துசெல்லும்போது எந்தப் பொருளும் சேர்ந்து அதனோடு போனதுமில்லை என்றே நினைக்க வேண்டும்; மேலும், இவ்வுயிரிலே வேறு எந்தப் பண்பும் விரிவாக (வேன்) ஒன்றுமில்லை; எல்லாம் மறைமுடிவும் அறிவு முடிவும் என்றே எண்ணவேண்டும் என்றார்கள், வேதாந்திகள்; இது ஒரு சொல்லின் திறமையே (கௌசம்) ஆகும்.

> *'வேன்' என்ற சொல்; வியன்' என்னும் சொல்லின் திரிபேயாகும்.*

(அறிவிலிகள் சொல்வதெல்லாம் குருட்டு எண்ணமே!)

ஆச்சப்பா நேமத்தைச் சொல்லக் கேளு;
அறைகுவேன் நன்றாகப்பூர ணந்தான்
வாச்சப்பா சத்யமென்ன மித்தை யென்ன
மருவியதோர் நானேதான் என்றது ஆரு?
வீச்சப்பா நமக்குவந்த பந்தம் ஏது?
வேதாந்த சாத்திரத்தில் விளங்கப் பார்த்துக்
கூச்சப்பா திடப்பட்டார் தவசென் பார்கள்;
குலாமரிட்ட இடமெல்லாம் குருட்டு நோக்கே. 53

(உரை:) 'வேதாந்திகள்' படைத்த (நேமம்) கருத்துக்களைச் சொல்கின்றேன், நன்றாகவே! கேட்பாயாக: நிறைவான ஆன்ம உயிருக்கு வாய்த்த வாய்மை (சத்தியம்) என்பதும், பொய்மை (மித்தை) என்பதும், உயிரிலே கலந்த நானே தான் என்று சொன்னது யார்? நமக்கு ஏற்பட்ட விரிந்த (வீச்சு) உறவும் பற்றும் எப்படி வந்தது? என்றெல்லாம் வினவினால், மறைநூல் கற்றவரும் இறையியல் நூல் கற்றவரும் விளக்கம் பார்த்துக் கூசாமல் மனத் திடத்துடன், "எல்லாம் தவசு!" (தவப்பயனே) என்பார்கள். இப்படிச் சொல்லும் இடமெல்லாம், அறிவற்றவர் அறியாமை யென்னும் இருளால்-குருட்டு நோக்கில் சொல்லும் செயலே என அறிய வேண்டும்.

(தானே கடவுளென்பவருக்கு முழுமுதற் கடவுளைப் போற்றத் தடையாயிற்று.)

நோக்கப்பா! பிரமமதில் லோகத் துள்ளே
நுகர்ந்துநின்ற காமியத்தை நரகென்று எண்ணி
வாக்கான வெறுப்பதுசொப் பனம்போல் எண்ணி
மசகமிது வென்றுதள்ளி மனமீ தேறித்
தாக்கான பொருளல்லோ சச்சிதா னந்தம்
தடைபெறவே தானானார் சந்தோடம் ஆச்சு;
போக்கான வேதாந்தப் பிரம சாரம்
புகட்டுகிற குருச்சொல்பூ ரணமென் றெண்ணே! 54

(உரை:) அன்பனே! நன்றாக எண்ணிப் பார்! தானே கடவுள் (பிரமம்) என்னும் கொள்கையில், உலகியல் வாழ்வில் மக்கள் நுகரும் விரும்பிய பொருள்களெல்லாம் (காமியம்) துன்பந்தரும் நரகமே என்றெண்ணியும், வாய்ப்பாய் வந்த வெறுக்கக்கூடிய அப்பொருளெல்லாம் கனவு போன்றவை என்றெண்ணியும், இவையெல்லாம் அறிவு மயக்கத்தால் (மசகம்) பெற்றவையே என்று தள்ளிவிட்டு, மனம் உயர்ந்த கொள்கைக்குச் சென்று, உள்ளத்தை ஈர்ப்பது கடவுளான (உண்மை-அறிவு-இன்பம் ஆகிய) சச்சிதானந்தம் எனக் கருத வேண்டும். ஆனால் இதற்குத் தடையாகத் 'தானே கடவுள்' என்னும் கொள்கையினர் நின்று மகிழ்ச்சிக் கூத்தாடுவர். குறையும் குற்றமும் (போக்கு) உள்ள மறைமுடிபுக் கொள்கையைக் கற்பிக்கும் ஆசானின் சொல்லைத், தானே கடவுள் என்பவரின் கொள்கையென்றே எண்ணுக!

(கடவுளைத் தன் உடலைப்போல் கருதுதல் அறியாமை.)

எண்ணியதோர் மூன்றையுந்தான் உண்மை யென்றே
எண்ணியிருக் கிறதாரென்று இயம்பு வார்கள்;
தண்ணியதோர் குருவுரைத்த உபதே சத்தைத்
தானறிந்து பூரணமாய் முத்த னாகிப்
பண்ணியதோர் அபராதம் குருவுக்கு ஈந்து
பராபரத்தைத் தன்தேகம் போலே எண்ணி
அண்ணியதோர் சுகமுடனே துக்க மெல்லாம்
ஆர்செய்தும் தனக்குவரம் போலும் காணே! 55

(உரை:) *அன்பனே! காண்க: உலக உண்மையியல் அறிந்த சான்றோர், இயற்கையுண்மை-இயற்கையறிவு-இயற்கையின்பம் என்னும் (சச்சிதானந்தம்) மூன்றையுமே கடவுளுண்மையென்று எண்ணியிருக்கின்றவர் உலகில் யார்? என்று வருந்திச் சொல்லுவர். ஆனால், இங்கே, குரு 'உரைத்த அருளுரையையே இனிதென மதித்து, அறிந்து முழுமையாய்ப் போற்றிப், பிறவி விடுதலை (முத்தி) பெற்றதாகக் கருதிக் கொண்டும், குருவுக்கு மறைமுக மாகத் தண்டனை கொடுப்பதுபோல் ஊதியத்தைக் கொடுத்தும் மாணவன் அறிவு மயங்கிப் போனான்! அவன் முழுமுதற் கடவுளான (பரம்+அபரம்) பராபரத்தைத் தனது உடல் போலவே எண்ணினான்; அதனால், தனக்கு யார் இன்பமோ துன்பமோ செய்தாலும் அவற்றையெல்லாம் தனக்கு வாய்த்த வரமாகவும் கருதினான்; என்னே, இவனது அறிவு! இதை நீ அறிக!*

(மனிதன் உண்மை-அறிவு-இன்பமென ஆகவேண்டும்!)

காணப்பா இப்படியே தீர்த்தி யானால்
கைகடந்த சிவபூசை யென்று சொல்வார்;
வீணப்பா சகலநூல் என்று தள்ளி
விரைந்துநின்ற விரத்தியெல்லாம் விட்டே ஓடி
ஊணப்பா குருபிறகே நிழலைப் போலே
உத்தமனே! சச்சிதா னந்தன் ஆனாய்
ஆணப்பா தேவிக்குப சரித்து வென்று
அறிகிறதே சிரவணமென்று அறிந்து கொள்ளே. 56

(உரை:) *அன்பனே! தெரிந்து கொள்! நீ இப்படியே ஒவ்வொன்றாக வழிபாட்டு முறைகளைக் கண்டு செய்து தீர்ப் பாயானால், இவற்றைக் கைகடந்த மேலான சிவபூசையென்றே பலரும் சொல்வார்கள். அனைத்து வகையான பலதுறை*

நூல்களையும் அடுக்கி வைத்துப் படிப்பது வீணென்று கருதி அவற்றைத் தள்ளிவிட்டும், மனத்திலுள்ள வேண்டாத வருத்தமான எண்ணங்களை உடனே போக்கியொழித்து விட்டும், நீ மனம் ஊன்றியநிலையில் உன் குருவுக்குப் பின்னே நிழல்போலப் படர்ந்து செல்வாய்; உத்தமன் நீயே! இப்போது நீ சச்சிதானந்தன் ஆகிவிட்டாய்! இன்னும், நீ ஆளுமை ஆர்வத்தோடு அருளம் மையை வழிபட வேண்டி, சிரவணம் எனப்படும் ஆவணி-திருவோணத்தில் சிறப்பாய்ப் பூசனை வழிபாட்டையும் அறிந்து கொண்டு செய்வாய்.

(மறைநெறியை விட்டுவிட்டு
உலகியல் வாழ்வுக்கு வருதலே செம்மையாகும்.)

அறிந்திருந்த வேதநிலை விட்டு நீயும்
அப்பனே! வாசனைப்ர பஞ்சம் தாண்டி
மறிந்திருந்த புத்ராதி பாசத் தாலே
மாயம்வந்து முட்டையிலே கலச்சை யாக்கிச்
செறிந்தவதை யடிச்சகவே தாந்தம் பார்த்துச்
சீராக நிற்கிறதே செம்மை யாகும்;
நெறிந்துநின்ற வேதாந்தப் பிரமம் தன்னில்
நினைவோடு வருகிறதே ஆசை தானே. 57

(உரை:) *அப்பனே! கேட்பாயாக. நீயும் அறிந்து கொண்டு, இந்த மறைநெறி வாழ்வை விட்டுவிட்டு, மரபுவழிவரும் உலகப் பழக்கமாம் வாசனையை அடைந்து, மறுபடியும் இந்த இல்லற வாழ்விலே, மக்களைப் பெற்றுக் களிக்கும் பாசத்திலே, தீயமாயை யென்னும் சத்தி வந்து முட்டித் தூண்டவே, ஒரு பெண்ணோடு மணந்து கலக்கிறாய். பின், செறிந்த அடிப்படையான உலகியல் மறையைக் கற்று நெறிமுறையோடு வாழ்கின்றாய்; இதுவே சீராக நிற்கின்ற செம்மை வாழ்வாகும். இதைப்போலவேதான் நெறியான மறைநூல் கூறும் கடவுளிடத்தில் நினைவோடு வருகின்ற ஆசையும் ஆகும். இதையும் அறிக.*

(வேதாந்திகள் துயரத்தில் கலங்கமாட்டார்கள்.)

ஆசையென்றும் மதியென்றும் அதற்கு நாமம்
அப்பனே! தாம்பிரமம் என்றே ஆசான்
நேசையென்ற உபதேசப் படியே என்றும்
நேராக வேதாந்தப் பொருளென் றெண்ணிப்

பூசையென்று மற்றதெல்லாம் தள்ளி விட்டால்
உத்தமனே! சிவமென்று சொல்லு வார்கள்
காசையென்றே என்னென்ன கார்யம் வந்தும்
கைவிட்ட துக்கம்வந்தும் கலங்கி டாரே. 58

(உரை:) *அப்பனே! ஆசை என்ற பெயருக்கும் அறிவு என்ற பெயருக்கும் பொருள், கடவுளான பிரமமே என்று ஆசான் அன்போடு அருளுரையில் கூறுவார். இதுவே நேரான மறை முடிவின் பொருளென்று கருதிக்கொண்டு, மற்றவையெல்லாம் பூசனைக்குரியவையே எனத் தள்ளிவிட்டால் ஒருவன் தூயவனென்றும், எல்லாம் சிவன் செயலென்றும் சிலர் சொல்லு வார்கள்; மேலும், அந்த மறைமுடிவில் வாழும் வேதாந்திகள், என்னென்ன குற்றச்செயல்கள் (காசு) நேர்ந்தாலும் கைவிடப்பட்ட இறப்பு முதலான துயரம் வந்தாலும் கலங்க மாட்டார்கள்.*

(மன உறுதியில்தான் கடவுள்நிலை விளங்கும்.)

கலங்காமல் தாம்பிரமம் என்றே எண்ணிக்
கவடற்று நிரந்தரம்வே தாந்தம் பார்த்தே
மலங்காமல் நிற்கிறதே விரதம் அப்பா!
மகத்தான நேமமென்ற பத்தும் ஆச்சே
இலங்காமல் இருப்பதையும் அனுட்டித் தக்கால்
என்மகனே! மனம்திடமாய் இல்லா விட்டால்
துலங்காத சுவரில்சித் திரம்போல் ஆகும்
சுழியதுதான் அடிப்படைமூன்று ஒன்றும் வாறே. 59

(உரை:) *அப்பனே! கடைப்பிடிக்க வேண்டிய நோன்பாவது, மனம் கலங்காமல் உறுதியாய்த்தாமே கடவுள் (பிரமம்) என்றெண்ணிக் கொண்டும், மனத்தில் வஞ்சனை-சூது முதலிய கவடில்லாமல் நிலையாயிருந்து மறைமுடிவான கொள்கையைக் கற்றும், மனம் கலங்காமலிருந்தும் வாழ்தலேயாகும். இவ்வாறு நோன்பாய்க் கடைப்பிடித்தால் பத்து வகையான ஒழுக்கங் களையும் காக்கமுடியும். என் மகனே! விளங்காமலும் போற்றப்படாமலும் இருக்கின்ற ஒழுக்கத்தையும் காக்கமுடியும்; மனம் கொள்கையில் உறுதியாய் இல்லாவிடில் ஒழுக்கம் குன்றி விளங்காமல் போய்விடும்; எப்படியெனில், சுவரானது அழுக்காய் இருந்தால் அதில் எழுதும் ஓவியம் நன்கு தெரியாமல் போய்விடுதல் போலாகும். இந்த ஓவியத்துக்கு எப்படி? சுழி*

அடிப்படையோ அப்படித்தான் வாழ்விற்கு அடிப்படையாய்க் கடவுள் உண்மை-அறிவு-இன்பம் என்னும் மூன்றும் ஒன்றாகி ஒரே தன்மையாய் விளங்கி, உயிர்களுக்கு வாழ்வளிக்கின்றது என அறியவேண்டும்.

> ஒழுகவேண்டிய (நேமம்) ஒழுக்கம் பத்தாவன: -

தவம், மனம் உவந்திருத்தல், கடவுள் உண்டென்னும் பற்று, குற்றத்திற்கு அஞ்சி தேடிய பொருள்களை ஏழைகளுக்குக் கொடுத்தல், தன்னின் மூத்தோரை வணங்குதல், உயிர்க்கு உறுதி தருகின்ற உண்மை நூல்களைக் கேட்டல், குலத்தாலும் செல்வத்தாலும் ஆட்சிப் பணியாலும் செருக்கின்றி அடங்கி ஒழுகுதல், தக்கனவும் தகாதனவுமாகியவற்றைப் பகுத்தறிதல், நோன்பு நோற்றல், கடவுள் வழிபாடு என்னும் பத்தாகும்.

(தவநிலை-மூச்சுப்பயிற்சியில் காற்றை உள்ளே இழுத்தும் அடக்கியும் விடுதலும்.)

வாறாகச் சுகாசனமாய் இருந்து கொண்டு
 மருவியதோர் மூலத்தில்வங் கென்று பூரி!
கூறாகக் கும்பித்துமாத் திரையை ஏற்றிக்
 குறியோடே சிகாரத்தில் ரேசி ரேசி!
சாறாக இப்படியாங்கு என்று கும்பி!
 சாதகமாய் இவைமூன்றும் தீர்ந்த பின்னே
ஆறாக அகாரமுதல் உகாரங் காட்டி
 அப்பனே! மவுனத்தால் கும்பித்து ஏறே! 60

(உரை:) அன்பனே! பத்து வகையான ஒழுக்கங்களையும் கடைப்பிடிக்கும் தன்மையிலே, இருக்கையிலே நல்ல அமைதி யான சூழலில் அமர்ந்து கொண்டு மூச்சுப் பயிற்சியால் காற்றை மூக்குவழியே எடுத்துச் சென்று மூலாதார இடத்தில் சேர்த்துப் பூரிப்பாயாக! மூச்சை இடமூக்குத்துளை வழியே இழுத்து, வலமூக்குத்துளை வழியே விடுக (ரேசி!) இடையில் உள்ளே காற்றை இழுக்கும்போது (காற்றின் நீட்டஅளவைக்) கூட்டி (12 அங்குலம்) அடக்கிக் (கும்பித்து)ப் பின்னே விடுக. இவ்வாறு பயிற்சி செய்யும் பொழுதில் சிகாரம் என்னும் சிவக்கடவுளை மனத்திலே வைத்துக் கொண்டே மூச்சை அடக்கி விடவேண்டும். காற்றை உள்ளே இழுத்தும் அடக்கியும் விடுத்தும் ஆக மூன்றும் செய்தபின்னே, ஓங்கார மந்திர நெறி (ஆறு)யில் (அ+உ+ம்)

அகரத்தின் பொருளாகிய கடவுளையும், உகரத்தின் பொருளாகிய உயிர்களையும் உள்ளே நினைந்துகொண்டு பேசாத மவுனத்தில் உயரவேண்டும்!

(தவத்திலே மூச்சுக்காற்றாகக் கடவுளிருக்கிறான்.)

கும்பித்து மௌனம்தான் குவிந்த பின்பு
கொள்கிய தோர் மூலத்தை விட்டு நீயும்
தம்பித்துக் கண்டத்தே நின்றே ஊது!
தாலடங்கி யுரைத்தபின்மேல் மூலம் நின்று
சொம்பித்தே அறிவோடே மௌனம் பூரி!
சுகமாகப் பூரணத்தை அதற்குள் கும்பி
தம்பித்து மனத்தொடுரே சகத்தைப் பண்ணு!
தலமான பிரமமென்று பிராணன் ஆச்சே. 61

*(**உரை:**) அன்பனே! மூச்சுக் காற்றை முறையாக நிறுத்து வாயாக! மூச்சுக்காற்றை உள்ளடக்கி அமைதிநிலையில் ஒடுங்கியபின்பு, ஆதாரங்களின் வழிவந்த மூலக்கனல் காற்றை விட்டுவிட்டு நீயும் இளைப்பாறுக; தொடர்ந்து மூச்சைக் கண்டம் ஆகிய கழுத்தில் நிறுத்தி, இழுத்து விடுக (ஊதுக.) மூச்சின் நீட்டம் (தால்) அடங்கி ஒலியொடுங்கியபின் மேலே மூலக்கனல் காற்று நிற்கச் செய்தும் அதை உரிமை (சொம்) யாக்கியும் அறிவு நிலைக்கு வந்து பேசாத மௌனத்தில் முகம் பூரிப்பாயாக. இப்போது அறிவிலே கடவுளை இன்பவுணர்வோடு இருக்கச் செய்க! இந்த மனநிலையில் மூச்சை வெளியே (ரேசகம்) விடுக. இந்த நிலையில்தான் மூச்சுக்காற்றானது கடவுளாய்க் கருதப்படு கிறது.*

(ஆசைதரும் பொருள்களை விடுத்து, அறிவுநெறியில் செல்க.)

ஆச்சப்பா இதுவல்லோ பிராணா யாமம்!
அறிந்தவன்ஆர்? சிவயோகி அறியார்; மற்றோர்
ஓச்சப்பா பிரபஞ்ச ஆசை விட்டே
ஒன்றையும்தான் மனத்தினுள்ளே சங்கி யாமல்
வாச்சப்பா வந்ததென்ற காரண மாக
மருவியதோர் ஞானமென்ற மார்க்கத்து ஊடிக்
கூச்சப்பா காமியத்தை நரகென் றெண்ணக்
கூறான கர்மமெல்லாம் விடுக்க நன்றே. 62

*(**உரை:**) அன்பனே! நான் (முன்னே) கூறிய இதுதான் மூச்சுப்பயிற்சி யென்னும் பிராணாயாமம் ஆகும். இதை*

உணர்ந்தவர் யார்? சிவத்தவம் செய்பவரோ இதை நோக்க மாட் டார்கள்; மற்றவருக்குக் கொஞ்சம்கூட இந்த எண்ணமிருக்காது. எனவே, இவரெல்லாம் உலகியல் பொருள்களின் ஆசையை விட்டவர்கள்; மனத்திலே ஆசைக்கு உரிய ஒருபொருளையும் புகவிட மாட்டார்கள்; அறிவுநெறியான ஞானமார்க்கமே தமக்கு வாய்த்த நல்ல மார்க்கமெனக் கருதிக் கொண்டு செயல்படு பவர்கள்; ஆசைதரும் பொருளென்றாலே இவருக்குக் கூச்சம்தான் ஏற்படும். ஆகவே, நீயும் இந்த ஆசைதரும் பொருள்களை நரகமென்றே எண்ணிச் செயல்படுக. இதுவே நன்று!

(உலகப் பொருள்களைப் பொய்யென்று தள்ளியவன், நினைத்த எதையும் பெற முடியும்!)

நன்றாக வேதாந்த சாத்தி ரத்தால்
நாம்சாட்சி யென்றுநித்தம் உரைத்து நின்று
பன்றாக மற்றவைநாம் அல்ல வென்று
பரவிநின்றே உலகமெல்லாம் மித்தை என்று
கன்றாக உரைப்புநிரந் தரமும் நினைவாய்க்
காரணகா ரியங்களெல்லாம் தவிர்ந்து போட்டு
ஒன்றான ஒருபொருளாய் நின்றா யானால்
உத்தமனே!'பிரத்தியா காரம்' ஆச்சே! 63

*(**உரை:**) அன்புத் தூயவனே! கேட்பாயாக: வேதாந்தம் சார்ந்த இறையியல்-உண்மையியல் நூல்களை நன்றாக உணர்ந்து கொண்டதாலே, அழிந்து போகும் உலகப்பொருள்களுக்கு நாமே சான்று என்றும் நாளும் உரைத்து நிற்போம்; மற்ற பலவகையான இயற்கையான நிலைத்த பொருள்கள் 'நாம் அல்ல' என்றும் கடவுளைப் பரவிநின்று சொல்லுவோம்; மேலும், உலகப்பொருள் களெல்லாம் பொய்யே என்று கருதி (கன்றாக) எப்போதும் நிலையாகவே உரைப்போம். ஆகவே, இவற்றையெல்லாம் அடிப்படை (காரண-காரிய முறையில்) நோக்கிலே நினைந்து கொண்டு, ஆசைப்பொருள்களையெல்லாம் நீக்கிவிட்டு, ஒன்றான கடவுளோடு நீயும் ஒன்றி நின்றாயானால் நீ, பெறவேண்டியதை உடனே பெறக்கூடிய வெற்றியென்னும் 'பிரத்தியாகார' சித்தியை அடைவாய்.*

> *பிரத்தியாகாரம் என்பது எண்பெரும் சித்திகளில் ஒன்றாகும்.*

(தூய அறிவு-ஆன்மவுயிர்-கடவுள் ஆகிய மூன்றும் எங்கும் விரிந்து பரந்திருக்கும்.)

ஆச்சப்பா மாயையொடு மாய இன்பம்;
அப்பனே! சுத்தசை தன்யம் மூன்றும்
போச்சப்பா ஆகாயம் போலே எங்கும்
ஓடியெங்கும் மறைந்திருக்கும் கண்டா லும்தான்
ஆச்சப்பா அவர்களைத்தான் தீர்த்த மூர்த்தி
யாகநனி தோத்திரமாய்த் தியானம் பண்ண
வீச்சப்பா பிரமமென்றே தியானம் ஆச்சு
விளம்புகிறேன் ஐந்துவகைச் சமாதி தானே. 64

*(**உரை:**) அப்பனே! தூண்டுகிற மாசுடைய மாயையும், மாயையால் ஏற்படுகின்ற இன்பங்களும் போயொழிந்தன; இனி நன்மையே! தூய அறிவு-ஆன்மவுயிர்-கடவுளென்னும் மூன்று சைதன்யமும் விண்ணிலே பரந்து விரிதல்போல எங்கும் ஓடி மறைந்திருக்கும்; அவற்றைக் கண்டாலுமே, அவைகளைத் தூய தெய்வமாகவே (மூர்த்தியாக) கருதிச் சிறப்பாகவே போற்றி, மனத்தில் வைத்து ஓதி நினைவுகூர வேண்டும்; அப்படி நினைவு கொண்டு போற்றுவதே கடவுளின் நினைவுகூர் வழிபாடாய் ஆகும்! இனி, ஐந்து வகையான (உயிரும் கடவுளும் கூடிக்கலக்கும் தவநிலையான) சமாதியைப் பற்றி விளக்கி உரைப்பேன்.*

(அறைக்குள் விளக்கெரிதல் போல் ஆன்மா அலைவற்று சமாதியில் இருக்க வேண்டும்.)

தானென்ற அதிட்டான சைதன் யத்தைத்
தனையளித்து நிலவறையில் தீபம் போல
ஆனென்ற அலைவற்றுத் திடம தாக
அப்பனே! அகண்டமது தானாய் நின்று
வேனென்ற தோற்றமற்றே இருந்தா யானால்
விளங்கியதோர் தத்வலயச் சமாதி ஆச்சு;
வானென்ற சவ்விகற்பச் சமாதி கேளு;
மருவியதோர் தத்வலயச் சமாதிக் குள்ளே. 65

*(**உரை:**) தவத்தின் முடிவுநிலையான (எட்டாம்நிலை) சமாதியிருக்குமிடத்திலே நிலவறையில் தனது ஆன்மவுயிரை நிலையாக வைத்துக் கொண்டு, அசையாத, எரியும் விளக்கைப் போல் தன்னைத் திடமாக வைத்துக் கொண்டும், விரிந்த உலகமாய்த் தன்னை எண்ணிக்கொண்டும் ஒரு தோற்றமும்*

பாராமல் நீ இருந்தாயானால், மிகச் சிறந்த உண்மையான கூடலாம் சமாதிநிலையை அடைந்தாய் எனலாம்; இந்தச் சமாதியிலே, உயர்வாகச் சொல்லப் பெறும் "சவ்விகற்ப சமாதி" என்னும் (உயிரும் கடவுளும் தனியாகாமல் ஒன்றிக்கலந்து ஒருமையில் இருக்கும்நிலை) நிலையைக் கேட்பாயாக.

(சமாதிநிலையில் பேசிக்கொண்டிருப்பது, சமாதி வித்தையென்றே பெரியோர் கூறுவர்.)

உள்ளாக இருக்கையிலே பேசும் சுற்றம்
உறவாகக் கேட்டார்க்கும் தாணு வித்தை;
தள்ளாகச் சவ்விகற்பச் சமாதி யென்று
தாமுரையார் பெரியோர்கள் கேளு கேளு;
விள்ளாகத் திரிசாணு வித்தை மார்க்கம்
விரவியந்தச் சமாதியிலே நிற்கும் போது
தள்ளாகத் தன்னையனு சந்தா னித்துத்
தலமான சந்தானம் திரிசான மாச்சே. 66

(உரை:) சிறந்த சமாதிநிலையில் இருக்கும்போது பேசக் கூடிய சுற்றத்தார் வந்து உறவான பேச்சைப் பேசவும், அதைக் கேட்டால் அமைதி குலைந்து சமாதியானது ஒரு தாணு (கழைக்கூத்துப் போல) வித்தை போல் ஆகிவிடும்; இதைப் பெரியோர்கள் சிறந்த ஒருமைப்பாடான சமாதியென்று சொல்ல மாட்டார்கள். ஆதலால், பேசப்படும் திரிசாணு வித்தைநெறியில் கலந்து அந்தச் சமாதியில் நிற்கும் நிலையில், தன் நினைவில் கடவு ளோடு கலந்த அன்பிலே தியானம் தொடர்ந்து (அனுசந்தானித்து) செய்ய வேண்டும். இதுவே சமாதி இடத்தின் முறையாகும்.

(புலன்கள் மறந்து இறைவொளியோடு இரண்டறக் கலத்தலே நிருவிகற்ப சமாதியாகும்.)

ஆச்சப்பா இதன்பேர்சவ் விகற்பம் என்பார்
அருளியதோர் நிருவிகற்ப சமாதி கேளு;
ஓச்சப்பா தகவலயச் சமாதி முத்தி
உத்தமனே! சாத்தனுத்தங் கேம றந்த
ஆச்சப்பா துக்கமுற்று மிருகம் போல
ஆச்சரியம் சத்தமெல்லாம் கேளா விட்டால்
கூச்சப்பா சித்தமது சொரூபத் துள்ளே
கொண்டாற்பூ ரணத்தில்நிரு விகற்பம் ஆமே. 67

(உரை:) *தூயவனே! உணர்க: கடவுள் நினைவிலே (தியானத்தில்) எப்போதும் கூடியிருப்பதே சவ்விகற்பம் என்பார் தவத்தோர்; அவர் அருளிய, கடவுளும் உயிரும் வேற்றுமையற்று ஒன்றாய்க் கலந்திருக்கும் 'நிருவிகற்பச் சமாதி' பற்றிக் கூறுகின்றேன் கேட்பாயாக.*

உண்மையான நிலையில் கடவுளொளியும் மனித உயிரும் கலந்து (லயமாகி) ஒன்றிக் கூடுவதால், இந்தச் சமாதியால் பிறவி விடுதலையென்னும் முத்தியைப் பெறுவாய். தூயவனே! கடவுள் நிலையை மறந்ததால் ஏற்பட்ட துயரத்தை அடைந்தாய்; விலங்குகளைப் போல ஓசைகளைக் கேளாமல் பொறிகள் ஒடுங்கி, மனமும் எண்ணமும் கடவுள் உருவையே படம் போல் பதிய வைத்துக் கொள்வாயானால் அந்த நிலையே 'நிருவிகற்பசமாதி' ஆகும்.

(அறிவை அடக்கினாலும் உயிரைப் பொருத்தே பிறவி ஏற்படும்.)

ஆமப்பா சமாதிவிட்டுச் சரிக்கும் போதும்
அப்பனே! சாத்திரங்கள் பார்க்கும் போதும்
ஓமப்பா! காலமென்ற நிறையும் இல்லை
உத்தமனே! பிரபஞ்சம் இல்லை என்று
சோமப்பா விகாரம் தோற் றும்ப்ர பஞ்சம்
சொப்பனம்போல் பாசமென்ற மதிய டக்கில்
ஆமப்பா தீவிரமாம் பிறவி யார்க்கும்
அகத்தான காரணனாம் என்றே எண்ணே! 68

(உரை:) *அப்பனே! என் தூயவனே! நன்கு எண்ணுவாயாக! முன்னே குறிப்பிட்ட கூடலாகிய சமாதியை முடித்து நீங்கிய போதும், பலதுறை பற்றிய உண்மையியல் நூல்களைக் கற்கும்போதும், அவற்றிற்கெல்லாம் காலவரையறை இல்லை என்றும், அனைத்துலகமும் இல்லை என்றும் சொல்வதெல்லாம் சோம்பலான அறிவுக்குறைவுத் தோற்றமேயாகும். இந்த உலகத் தோற்றமும் கனவு காண்பது போல் இருக்கும்; உறவுப் பாசமென்னும் அறிவை அடக்கி வைத்தாலும் அகத்தே இருக்கும் காரண உடம்பான உயிரால்தான் (அதன் பற்றுக்களால்தான்) ஒருவனுக்குப் பிறவி வந்து பொருந்தும் என்பதை நீ எண்ணு வாயாக!*

(சமாதி கூடியநிலையில் கடவுள் ஆன்மாவை ஈர்த்துக் (தண்ணீரில் உப்புப்போல) கரையச் செய்கிறான்.)

எண்ணியல்லோ மனத்துள்ளே படாதே நீக்கி
ஏக்கமாய் நிருவிகற்பம் ஆகி நின்றே
அண்ணியல்லா பிரபஞ்ச விகற்பம் தள்ளி
அனுபோக நிருவிகற்பச் சமாதி யாச்சே;
ஒண்ணியல்லோ சொரூபத்தில் லயிச்சு நின்றே
உற்றிருந்த அகண்டவிர்த்தி காற்றில் தீபம்
தண்ணியல்லோ உப்புண்டால் போலே மைந்தா!
சாதகமாய் உன்னுருவம் கெட்டுப் போச்சே. 69

(உரை:) *மைந்தனே! கேட்டுணர்க!*

மனத்துள்ளே பாசமாம் பற்றுக்கள் இருக்கக்கூடாது என்று எண்ணியதால்தான், பற்று உள்ளே தோன்றாமல் நீக்கி, ஒரே கடவுள் ஏக்கமாய் உயிரில் கடவுளொளி ஒன்றிக் கலக்கும் நிருவிகற்பச் சமாதி ஆகி நிற்க முடிந்தது; மேலும், நெருங்கி, உலக வேற்றுமைகள்-தவறான எண்ணங்கள் யாவையும் புறம் தள்ளியதால்தான் அந்தச் சமாதியில் வெற்றி காண முடிந்தது. இன்னும், ஆன்ம ஒளியில் வேட்கையோடு ஒன்றிக் கலந்ததால் தான் அகண்டமான கடவுளின் அருள்விளைவு வாய்த்தது! அதனால் சமாதியில் இருந்த ஒருவனின் ஆன்ம ஒளியானது, விளக்கின் ஒளியைக் காற்று ஈர்த்துக் கொள்வது போலவும் தண்ணீர் உப்பைக் கரைத்துக் கொள்வது போலவும் வெற்றியாக ஆன்மாவாகிய அருவுருவம் கரைந்து கலந்தது!

(சமாதிகூடும் வாய்ப்பு, பேசாத தவம் செய்ததால்தான் கிடைத்தது.)

போச்சதுவும் கடிகையென்று தானாய் நின்றால்
புகழான பெருமைசொல்ல வென்றால் கூடா;
ஆச்சதுவும் மவுனமுற்று வாயை மூடி
ஆசையற்றே இருந்தல்லோ; அகண்ட வீதி
வாச்சதும்ப்ர பஞ்சத்திற் கண்ட தெல்லாம்
வாலையுடன் உரைபோலும் மலைபோல் காணும்
கோச்சதுவும் சிலந்தியுடை நூலும் போலக்
கூறுமதன் அங்கம்போல் குறியைக் காணே. 70

(உரை:) *மகனே! சிந்திப்பாயாக; இரண்டும் ஒன்றான 'நிருவிகற்ப சமாதி'யில் கரைந்துபோன ஆன்மநிலையானது,*

கடிகை நேரமென்று தானாக நின்று போனாலும், புகழப்படும் அதன் பெருமையை யாரும் சொல்லுதல் இயலாது! அந்த உயர்நிலையானது, வாய்மூடிப் பேசாத பெரிய தவத்தைச் செய்து பற்றுக்களற்று இருந்ததாலன்றோ! கடவுள்வெளியான அகண்டவீதி வாய்த்ததும், உலகிலே கண்ட பொருளெல்லாம் அருளன்னையாம் வாலையின் படைப்பேயென்று கருதிப் போற்றியதால்தான்; பேரொளி மலைபோலும் தெரிகின்ற தலைவனாம் சிவமும், அந்தச் சிவத்திலே தோன்றிய அருளன்னையும் சிலந்தியும் அதன் உறுப்பான நூலும் போல் இருவராயும் ஒருவராயும் காட்சி தருவரென்பதை, அதன் உண்மையியற்படி நீ காண்பாயாக!

(இறைவன் நம்மிடம் உண்டானால் இதைப் போற்றுக!)

குறியன விண்ணுதித்த மேகம் போலும்
கோதியதோர் சொப்பனப்ர பஞ்சம் போலும்;
நெறியான அகண்டம்நம் மிடத்தே மைந்தா!
நேராக உண்டாகில் இற்றுப் போற்று!
பறியான வெவ்வேறு நாமம் ஆகிப்
பாழுலகு நம்மிடத்தே தோன்றும் தோன்றும்
மறியாக வழிந்துபோம் நாமே பிரமம்
மற்றொன்றும் இல்லையென்று மயக்கம் தீரே! 71

(உரை:) மைந்தனே! (வேதாந்தியின் கருத்தைச் சொல்கின்றேன்.) கேட்பாயாக.

சமாதியில் குறியாய்த் தெரிந்தவையெல்லாம் நிலையற்றன; விண்ணிலே காணும் முகிற் கூட்டம் கலைந்துபோவது போலவும், காணும் கெட்ட கனவு போன்ற உலகவாழ்வு போலவும் அமைந்தவையும் நிலையற்றவையே! மைந்தனே! ஆனால், அருள்நெறியிலே அகண்டமான கடவுள் நம்மிடத்தே நேராகத் தோன்றுமேயானால், அதை இத்தன்மை யுடையது (இற்று) என்று போற்றுவாயாக! இல்லையெனில், அத்தெய்வம் பறிக்கக்கூடிய (பொன்னான-பறியான) வேறுவேறு பெயர் பெற்று பாழ் உலகமான நம்மிடத்தில் தோன்றும் நிலையே ஏற்படும். எனவே, மறுபடி மறுபடி வந்து வழிந்து பிறக்கும். 'நாமே பிரமம்'; மற்றொன்றும் இல்லையென்று தெளிவாய்க் கொண்டு அறிவுமயக்கம் தீர்வாயாக!

(எந்த நிலையிலும் மனத்தில் உறுதி கொண்டு தனது கொள்கையைப் போற்ற வேண்டும்.)

மயக்கமற்று நானொருவன் எனக்குள் எல்லாம்
மற்றொன்றும் இல்லையென்று தீரன் ஆகித்
தியக்கமற்றெந் நேரமுமுள் ளிட்டுக் கொண்டு
சேர்ந்துவரும் சந்தோடம் துக்கம் தள்ளி
முயக்கமற அருள்பெய்து முன்னே வந்து
முன்னின்று விகற்பங்கள் பண்ணி னாலும்
அயக்கமற்று மனதிடமாய்ச் சதமாய்த் தள்ளி
ஆராதி கொண்டகறித் தானாய் நில்லே. 72

(**உரை:**) *அன்பனே! அறிவில் மயங்காமல், 'நான் ஒருவன் எனக்குள் எல்லாம் உண்டு; மற்று ஒருவன் என்னும் தெய்வமில்லை' என்ற கொள்கை யனாகித், தயக்கமின்றி எந்த நேரமும் உள்ளத்தில் ஒரு பொருளை இட்டுக் கொண்டு, கூடிவரும் இன்ப-துன்ப உணர்ச்சிகளைத் தள்ளிவிட வேண்டும். ஏதாவது வந்து, கவர்ந்து, அருளிலே மூழ்கச் செய்து, முன்னின்று வேறுபட்ட நன்மைகளைத் தந்தாலும், அவற்றைப் பொருட்படுத்தாமல், மனம் அசையாமல் உறுதியாகி நிலைத்திருக்க வேண்டும். மகனே! நீ போற்றிக் கொண்ட கொள்கையை வழிபட்டு அதை நுகர்பவனாய் நிற்பாயாக. கறித்தானாய் = உண்பவனாய்)*

(உலகியல் பழக்க வாசனையை விட்டால் மேலான சமாதி அடையலாம்.)

நில்லப்பா சஞ்சாரத் தாலத் துள்ளும்
நேராகச் சமாதியிலே இருக்கும் போதே
அல்லப்பா தொய்தம்வந்தால் ஆதரவு பண்ணி
அசையாத மலைபோல இருக்க நன்று;
சொல்லப்பா கற்பமது கண்டத்து எய்தும்
சுட்டிநின்று திடப்படுதல் மெத்த நன்று;
வெல்லப்பா வாசனையை விண்டா யானால்
மேவியதோர் 'ஆரூடச் சமாதி' யாச்சே. 73

(**உரை:**) *அன்பனே! மேலான உயரும் கூடலை அறிந்து கொள்க: நீ முதலில் வாழும் சூழ்நிலையிடத்திலே நிற்க வேண்டும்; முறையோடு நேராகச் சமாதி கூடியிருக்கும் போது, இருளான மயக்கமும் தளர்வும் வந்தால், மனத்துக்கு ஆதரவான*

ஊக்கம் தந்து அசையாத மலைபோல் இருத்தல் நன்றாகும்; சொல்லும் சித்தர் மருந்தை (கற்பம்) உண்டு கண்டத்தில் செல்லும்போது அதை நினைந்து திடப்படுத்திக் கொள்வது மிகவும் நன்றாம். மேலும், உலகப் பொருள்களின் பழக்க வாசனையைத் தவிர்த்து வாழ்ந்தால் மேற்கொண்ட உயரிய மேலேறும் சமாதியில் வெற்றி பெறலாம்.

மாயையின் நுட்பம்

மனித அறிவை மயக்கவும் மாற்றவும் வல்ல இயற்கை யாற்றலுடையதே மாயையாகும். இதை இங்கே கம்பளிச்சட்டை முனிவர் மாய்கை, மாயம், மாயை என்னும் மூன்று சொற்களாலே குறிப்பிடுகின்றார். இம்மாயை இயற்கைமாயை, தூயமாயை, தூவாமாயை (அசுத்தமாயை) என மூன்று திறமாகவும் நுட்பமாகவும் சொல்லப்படும்.

(மாயைகளின் ஆட்சியால்தான் வேற்றுமைகள் ஏற்படுகின்றன)

ஆச்சப்பா மாயையுத்தி சொல்ல வென்றால்
அனேகமுண்டு சூட்சுமமாய்ச் சொல்லக் கேளு;
வாச்சப்பா தேசத்தில் பேதா பேதம்;
மருவியதோர் கிராமத்தில் கிராம பேதம்;
ஓச்சப்பா திறங்களிலே திறங்கள் பேதம்;
ஓகோகோ! சனங்களிலே அநேக பேதம்;
வீச்சப்பா புத்திகளில் பேதா பேதம்
வெகுமோக மாயத்தால் தோன்றும் காணே. 74

*(**உரை:**) அப்பனே! மாயை படுத்தும்பாட்டைப் பார்! மாயையின் நுட்பத்தைச் சொல்ல வேண்டுமென்றால் அது பல வாகும்! அவற்றின் நுட்பமான செயல்பாடுகளைச் சொல்கிறேன், கேள்!*

நாட்டிலே வந்ததப்பா பலப்பல வேற்றுமை; இந்த நாட்டி லுள்ள சிற்றூர்களிலும், ஒரூருக்கு ஒரூர் முன்னேற்றத்திலும் பின்னடைவிலும் மக்களுக்குள் வேறுபாடுகள்; மக்கள் ஆளும் செயல்திறங்களிலும் பயன்பாடுகளிலும் வேறுபாடு; ஓகோ! இன்னும், மக்களிடத்திலும், பழக்க வழக்கங்களிலும் சாதிப்பிரிவு களிலும் வேற்றுமைகள்; மிடுக்கான அறிவு ஆற்றல்களிலும் வேற்றுமைகள். இப்படி எத்தனை எத்தனை வேற்றுமைகள்! இவையெல்லாம் மிகையான ஆசைமாயத்தால் விளைந்தவையே என உணர்க!

(உறைநிலையாம் கோசம் ஐந்தும் மாயைக்கு அடிமைகள்)

காணப்பா வின்னமய மாகி நின்று
கலந்துநின்ற பிராணமய கோசம் ஆச்சே;
ஊணப்பா விக்யான மயமும் ஆகி
உத்தமனே! மனோமயமாம் கோசம் ஆச்சு;
பூணப்பா ஆனந்த மயமும் ஆகப்
பொங்கிற்றே அஞ்சுதிறை போதத் துக்குத்
தோணப்பா திறையஞ்சு மாயை மாயை!
சொல்லுகிறேன் சூட்சத்தைப் பூட்டிப் பாரே 75

(**உரை:**) *அப்பனே! காண்க! அறியப்பட்ட (வின்னம்) மாயையாய் வந்து கலந்ததால்தான் இயற்கையான உயிர்வளி உறைவாய் (பிராண மயகோசமாய் ஆயிற்று; ஊன்றிப் பார்க்கும் போது அதுவே அறிவியலாம் விஞ்ஞான மயகோசம் ஆகியும், மனமென்னும் உறையாம் (மனோமயகோசமாய்) ஆயிற்று; மேலும், அதனால் இன்ப உறையாம் ஆனந்த மயகோசம் ஆயிற்று; அதைப்போல் உணவு உறைநிலையாம் அன்னமய கோசமும் ஆயிற்று. ஆக இவை ஐந்தும் அறிவுணர்வாய்ப் பொங்கி மாயைக்குத் திறையாக (காணிக்கையாக) ஆயின எனத் தோன்றும். எனவே, இவற்றை மாயையின் செயல் நுட்பமாகப் பொருத்திப் பார்ப்பாயாக!*

**(மனம் கடக்கமுடியாத அளவுக்கு
மாயை கடுமையாய்ச் செயல் புரியும்.)**

பூட்டியதோர் விசிட்டனென்றும் விராடன் என்றும்
புகழ்பெரிய ஏமகற்பப் போக்கேது என்றும்
நீட்டியதோர் அண்டமென்றும் புவனம் என்றும்
நேரான பதங்களென்றும் மாயை ஆச்சே;
ஆட்டியதோர் ஆட்டமெல்லாம் மாயை ஆட்டே!
அறிந்துகொள்ளு முன்மனமே மட்டை மாயே
மூட்டியதோர் மனமும்வந்த வரைக்கே நிற்கும்
மூதண்ட மனம்கடக்க முடியா வாறே. 76

(**உரை:**) *அன்பனே! எல்லாம்வல்ல மாயைதான், உலகில் பொருத்தமான செயல்புரியும் மேன்மையானவன் என்றும், விராடதேசத்து மன்னவன் என்றும், பெரிய புகழுக்குரிய பொன்னாக்கும் மருந்து இது என்றும், நீண்டு விரிந்து செல்லும் அண்டகோளென்றும், மண்ணுலகு என்றும், நேராக அடையும் பதப்பேறான சிவலோகம் வைகுந்தம் என்றும் ஆயிற்று! வாழ்வில் எவரையும் ஆட்டக்கூடிய ஆற்றல் உடையதும் மாயையே! மனம்*

என்பது அறிந்து கொள்ளும் முன்னே எதையும் செய்துவிட வல்லதும் கீழான (அசுத்த) மாயையே ஆகும்! தலையான அண்டத்திலடங்கிய மனமானது, கடக்க முடியாதவாறு எந்தச் சுமையையும் எல்லைகடந்து கொடுக்கும் வலிமையுடையதும் அந்த மாயையே ஆகும்.

மெய்யறிவோன்

(உலகவர்க்கு மெய்யறிவை ஊட்டி வளர்ப்பவன் ஆயிரம் கோடியில் ஒருவனே!)

வாறான உலகத்தில் சுத்த வீரன்
மனத்தோடே போராடி அருவில் மாள்வான்;
கூறான ஞானியென்றால் லிங்கம் புக்குக்
குறியான அம்பலத்தில் சேர்வான் அப்பா!
தாறான உலகத்தோர்க்கு அடுத்த ஞானம்
சகத்திரமாம் கோடியிலே ஒருவர் சொல்வார்;
வீறான சிலபேய்கள் சாங்கம் பேசி
விழித்திறந்து விழித்திறந்து திரிவர் தானே. 77

(**உரை:**) அன்பனே! மெய்யறிவின் உயர்சிறப்பை அறிக. மாயையின் ஆட்சியான உலகத்தில், வாய்மையிற் சிறந்த திறனுடைய ஒருவன் தன் மனத்தோடே வாய்மை நெறிக்காகப் போராடியே தேய்ந்து மாய்ந்து போவான். பலதுறை அறிவிலே சிறந்துயர்ந்த மெய்யறிவோன் என்பவன், பேரொளிக் கற்றையான செந்தழலாம் குறியில் (இலிங்கத்தில்) புகுந்து தோய்ந்து, சேரவேண்டிய குறிக்கோளான தலைநடுவிலுள்ள (ஆயிரமிதழ்த் தாமரை மலரான) அறிவம்பலத்திலே சேர்வான்; நினைந்து அடைவான்!

இப்படிக் கவடுபட்டுத் தாறான நிலைப்பட்ட உலக வாழ்வினருக்கு, வேண்டிய தக்க மெய்யறிவை எடுத்துச் சொல்பவர், ஆயிரம் (சகத்திரம்) கோடியில் ஒருவரே ஆவர்! ஆனால், மாறுபட்ட சில பேய்கள் போன்றவரோ 'சாங்கிய' சமயக் கொள்கையைப் பேசியே விழியை உருட்டிவிழித்துத் திரிவார்கள்.

(படைத்தல் முதலிய ஐந்து தொழில் புரிவோரை வேதாந்திகள் போற்றுவர்.)

தானென்ற பிரமருமோர் அறிவில் சென்றார்;
சாதகமாய் மாலென்றால் அறிவில் தோன்றும்;
கோனென்ற ருத்திரனோர் அருவில் அந்தம்
கொள்கின்ற மகேச்சுரனோர் அறிவில் தோன்றும்;

வானென்ற சதாசிவனோ மணியைக் காண்பான்
மகத்தான ஐவருந்தான் ஆக்கிப் பீடம்
வேனென்ற பஞ்சகர்த்தாள் மட்டும் சென்றால்
வேதாந்தி யெனமட்டும் சொல்வார் பாரே. 78

(உரை:) *அன்பனே! அறிக: தானென்னும் செருக்குடைய மலரவனாம் பிரமன், படைக்கும் தொழில் அறிவில் சென்றான். வாய்ப்பான திருமால் காத்தல் தொழிலால் மக்கள் எண்ணத்திலே தோன்றுவான்; தலைவனான அரனோ அழித்தல் தொழில் செய்து அருவம் ஆக்குவான்; மாயையைக் கொண்டு மகேச்சுரன் மறைத்தல் அறிவிலே தோன்றுவான்; வானென்ற புருவநடுவில் சதாசிவனோ அருள்மணியைக் காண்பான். இவ்வாறு பெரிய ஐவருக்கும் பீடமாகிய கோயிலாக்கி, அவர்களை மிகப்பெரிய ஐந்துதொழில்களையும் செய்யும் தலைவர்களாகப் போற்று வார்கள். இந்த முறையில் வணங்கும் அன்பர்களை 'வேதாந்தி' எனச் சொல்வர் மக்கள். இதையும் பார்ப்பாயாக.*

**(சித்தர்கள் இரசமணியாம் குளிகையால்
கடவுளை அடைந்து வந்தார்கள்.)**

பாரப்பா சித்தரென்றார் குளிகை போட்டுப்;
பகுத்தறிவார் உள்மனையைப் பரிந்து போற்றி
நேரப்பா தம்மொடுபூ ரணத்தின் நின்று
நேராக ஓடம்போல் நீஞ்சி யாடிச்
சேரப்பா திரும்பிவந்து புகுது வார்கள்;
செகத்திலுள்ள சித்தருக்கே அடுத்த வாறு
கூறப்பா; பூரணத்தில் நாதம் தாண்டிக்
கொங்கணர்தாம் சிலம்பொலியைக் கூடி னாரே. 79

(உரை:) *அப்பனே! சித்தரின் பெருமையைப் பார்ப்பாயாக; இரசமணியான குளிகையைப் பயன்படுத்தி வெற்றிகண்டதாலே தம்மைச் சித்தரென்றே கருதிக் கொண்டனர்; பகுத்தறியும் அவர், உள்மனையான ஆன்மாவை அன்புடன் போற்றிக் கொண்டும், தம் ஆருயிரில் முழுமுதலான பூரணக் கடவுளை வைத்துக் கொண்டும், அக்கடவுளை அடைய ஆற்றில் ஓடம்போல் நீந்திச் சென்று கண்டும் திரும்பி வந்து சேர்ந்தார்கள்! இந்த அருமைத் தன்மையை உலகில் உள்ள சித்தருக்கெல்லாம் எடுத்துக் கூறுவாயாக! இந்நெறியில் சித்தர்களிலே கடவுளுண்மையில் நாத ஓசையைத் தாண்டி வென்றவரும் சிலம்பொலியைக் கேட்டு உணர்ந்தவரும் கொங்கணரே என்பதையும் அறிக!*

(சித்தருக்கே குளிகைமணி வாய்க்கும்!)

கூடினார் மூலகுரு பேரன் என்று
கோடானு கோடிசித்தர் ஆடிப் பார்த்தார்
ஆடினார் ஆடினார் ஏற மாட்டார்
ஆச்சரியம் கொங்கணர்தாம் அகண்டில் சித்தர்
ஓடினார் ஓடினார் அனேகம் கோடி
ஓங்கிநின்ற காகத்தில் ஒன்றிப் போட்டுத்
தேடினார் தேடினார் குளிகை தன்னைச்
சித்தருக்குச் சொருபனிது கிட்டும் வாறே. 80

*(**உரை:**) அன்பனே! முதற்குருவான (திருமூலர்)வரின் பேரன் என்று சொல்லிக் கொண்டு கோடானு கோடி சித்தர்கள் கூடினார்கள்; ஆடியும் பார்த்தார்கள். ஆனால், ஆடியாடிப் பார்த்தும் அவர்களால் உயர முடியவில்லை. ஆனால் வியப்பாக கொங்கணரே அகண்டமான கடவுளை அடைந்தார்; வேறு பல சித்தர்களும் எண்ணற்றவர்கள் ஓடிச்சென்று, ஓங்கிய நிலையிலுள்ள 'காகபுசண்ட சித்தரோடு ஒன்றிச் சேர்ந்து கொண்டு குளிகையை அடையவேண்டித் தேடினார்கள். சித்தரான இவர்களுக்கு இந்தக் குளிகையாம் சொரூபமணி கிட்டுவது இயல்பான தன்மைதானே!*

(உண்மையான சித்தர்கள், தென்முகக் கடவுளின் அருளுரை பெற்ற மரபினாரின் வழிவந்தவர்!)

வாறான சுருபமணி யாரின் வர்க்கம்
மகத்தான தெட்சிணா மூர்த்தி வர்க்கம்!
கூறான தொன்றாய்நிட் களங்க மாகிக்
குவிந்துநின்ற பொருளாகிக் கூறொ ணாதத்
தாரான தற்பதமாய் அதுவும் அற்றுச்
சச்சிதா னந்தத்தில் நின்ற ஆசான்,
பேரான பிள்ளைகட்கு மணியும் ஈந்து
பெரும்பாதை மகாரமென்று பேசி னாரே! 81

*(**உரை:**) அன்பனே! கேள்: உயரிய தன்மை வாய்ந்த குளிகைமணி (இரசமணி) பெற்றவரின் மரபானது, மிகப்பெரிய கடவுளான தென்முகக்கடவுளாம் சிவத்தந்தையின் அருளுரை பெற்ற முனிவர்களின் மரபுவழியில் வந்த சித்தர் மரபாகும்.*

தென்முகக் கடவுளானவர், தெய்வ உண்மையின் ஒரு வகையாய்-இருளற்ற ஒளிமயமாய்-அனைத்துலகும் கூடிக் குவிந்து நின்ற மெய்ப் பொருளாகியும், எவராலும் சொல்லி முடியாத

பேராற்றலுடைய இயற்கைத் தன்மையுடையதாயும், அகரமற்ற இயல்பிலே உண்மை-அறிவு-இன்பம் ஆகிய சச்சிதானந்தத்திலே (அருவுருவாய்) நின்றதாயும் இருக்கின்றார். இவரே மெய்ப் பொருளுரைக்கும் ஆசான் ஆவர். இக்கடவுளே பெயர் பெற்ற வழிவழியாய் வந்த சித்தர்களின் பிள்ளைகளுக்கு குளிகை மணியையும் கொடுத்தருளினார்; சித்தர் செல்லும் பாதையானது, ஒளிநெறியாம் 'மகரம்' என்றும் எடுத்துரைத்தார்.

(தென்முகக் கடவுள் பேசாமலே அறிவுமுத்திரையால் உணர்த்திய மெய்ப்பொருள்.)

பேசியதுர்க் கந்தமென்ன வென்று கேட்டால்
பெருவிரலே நீயாய்மெய் விரலே போதம்;
மாசியது வற்றக்கால் கவிக்கும்முன்னே
மக்களே! இந்தப்பா ரென்று காட்டித்
தேசியது மகாரவித்தை சென்று கூட்டிச்
செப்பாதே, மகாரவித்தை குளிர்ந்த ஞானம்;
வாசியதுக்கு அருகாகும்; கண்டு கொள்ளும்!
மக்களே! சின்முகத்தில் நடுப்பா லாமோ! 82

(உரை:) மக்களே! வழிவந்த சித்தமரபினரே! பேசியது தீயநாற்றம் என்னவென்று கேட்டால், அதுதான் உயிரில் பற்றிவரும் இருளான மாசுகள்! (இவற்றையே மலம் என்பர்!) இவற்றை விளக்குவோம்: தென்முகக் கடவுளின், திருக்கையின் விரல்கள் காட்டும் மெய்யறிவின் அடையாளம் (சின்முத்திரை) உணர்த்தும் பொருளை அறிக;

பெருவிரல் (கட்டைவிரல்) ஆன்மாவாகிய நீயாயும் மெய்விரலான சுட்டுவிரல் மெய்யறிவாகவும் கொள்க; மற்றைய மூன்றுவிரல்களும் ஆணவம்-கன்மம்-மாயை என்னும் மூன்று மாசுகள் ஆகும்; இம்மாசுகள் வற்றி ஒழியும் போதே, ஆன்மாவும் மெய்விரலான் கடவுளுண்மையும் ஒன்று கூடும். இவ்வாறு உணர்த்தும் முத்திரை, உலகத்தைக் காண வைத்தும், ஒளி வடிவான (தேசி) பராசத்தியாம் மகரக் கல்வி (வித்தை)யைச் சேர வைத்தும் அறிவு புகட்டுகின்றது; இந்த மகர வித்தையே (அ+உ+ம=ஓம்) குளிர்ந்த மெய்யறிவாகும். இது வாசியான மூச்சுக்காற்றாம் தவத்துக்கு உறுதுணையாகும். எனவே, மக்களே! இவ்வுண்மையைக் கண்டு கொள்ளுங்கள்!

(மனித மனம் செம்மையாக வேண்டுமென்பதையே தென்முகக் கடவுள் தம் கைக்குறியால் காட்டுகிறார்.)

நடுவென்ன வெட்டவெளி ஒன்றும் இல்லை
நானுமில்லை நீயுமில்லை அகண்ட வீதி!
கடுவென்ன லகுவென்ன? மனஞ்செவ் வானால்
கண்டுகொள்ளும்! என்றுசொல்லிக் கரத்திற் காட்டிச்
சுடுவென்ன? தாபமென்ற முளையை முந்திச்
சுடுகின்ற துத்தியென்ன? மௌனத் தீதான்
விடுவென்ன இந்திரியப் பாம்பை நீயும்
விட்டகன்றே அறிவோடே மேவு மேவே! 83

*(**உரை:**) அன்பனே! தூய அறிவை அடைக! முப்பாழில் நடுப்பாழான பரப்பாழ் என்பது, வெறும் வெட்டவெளி மட்டும் இல்லை; நானாகிய உயிருமில்லை; நீயுமில்லை. அது ஓர் தெய்வ ஒளியாம் வெளி! அதிலே வன்மையானதும் மென்மையானதும் என்ன இருக்கிறது? இல்லை! அதன் உண்மையைக் கண்டு கொள்ள வேண்டுமென்றால், உன் மனத்தை (ஆணவம் முதலான இருளற்ற நிலையில்) மாசற்றுச் செம்மையாக வைத்துக் கொள்ள வேண்டும். இந்த அறிவுரையைத்தான், 'சின்முத்திரையாகத் தம் திருக்கை விரல்களால் தென்முகக் கடவுள் காட்டினார். எனவே,*

சூடாக இருந்தால் என்ன? அன்பு-பாசமென்ற முளையையே முந்தி ஓங்கிச் சுடுகின்ற பாம்பு, படத்தின் தீப்பொறியாய் இருந்து சுட்டால் என்ன? அஞ்ச வேண்டியதில்லை! நீ இருக்கும், வாய் பேசா மௌனத் தீயின் வலிமையால் எதையும் வெல்ல முடியும்! ஐந்து அறிவுப் பொறிகளென்னும் பாம்பை நீயும் விட்டொழித்து விடுதலை பெற்று, அறிவிலே ஒளிவீசித் திகழ்வாயாக!

(தென்முகக் கடவுளே கயிலாய மரபில் திருமூலர் முதலாயினார்க்கு மெய்யறிவை உணர்த்தினார்.)

மேவுமென்கை லாயபரம் பரையாம் மாணா
வெகுகோடி ரிஷிகளுக்கும் உபதே சித்தார்;
மேவுமென்று சித்தரிலே அனேகம் கோடி
மேருவிலே இருந்தார்க்கும் உபதே சித்தார்;
மேவுமென்றென் னோடுபதி னாறு பேர்க்கு
விளங்கியவர் பதம்பிடிக்க உபதே சித்தார்;
மேவுமென்றே எழுவருடன் திருமூ லர்க்கு
விளம்பினார் மெய்ஞ்ஞானம் விளம்பி னாரே. 84

*(**உரை:**) அன்பனே! தென்முகக்கடவுள் அருளிய மெய்யுரையின் வழிவழி மரபைக் கேட்டு அறிக.*

எக்காலமும் பொருந்தியிருக்கும் என் கைலாய மரபில் தோன்றிய மிகச்சிறந்த எண்ணற்ற முனிவர்களுக்கும் தென்முகக் கடவுளே அருளுரையான மெய்யறிவைப் புகட்டினார்; பொன்மலையாம் மேருவிலே இருந்த எண்ணற்ற சித்தர்களுக்கும் அருளறம் பகர்ந்தார்; என்னோடு அன்பு மேவிய பதினாறு பேர்க்கும் அவர், அருட்பேறான பதங்களை அடையுமாறு அருளுரை பகர்ந்தார்; பாம்புக்கால் முனிவர், புலிக்கால் முனிவர் முதலான எழுவருடன் திருமூலர்க்கு மெய்யறிவைப் பற்றிக் கொள்ளும்படி அருளறம் உரைத்தார்.

(கைலாயத்திலிருந்து சனகர் முதலியோரைப் பிரியாமல் சித்தர்கள் அங்கேயே இருப்பார்கள்.)

விளம்பியநா மெல்லாம்கை லாய வர்க்கம்
மேருவிலே எடுத்தவுடல் எமக்கு மக்காள்!
அளம்பினதோர் சனகாதி ஐயர் விட்டே
அரைக்கணமும் பிரியார்கள் அடியை விட்டுத்;
தளம்பினதோர் கொடிக்குக்கொழு கொம்பு போலே
சதாநித்தம் காத்திருந்தோம் ஐயா! கிட்டக்
கிளம்பினதோர் பந்துபோல் அனேகம் பிள்ளை
கெடியிட்டு மாட்டியங்கே கிட்டி னாரே. 85

(உரை:) அருமை மக்களே! முன்னே எடுத்துரைத்த நாமெல்லோரும் கையிலாய மரபுவழி வந்தவர்கள்; நமக்குப் பெற்ற உடலும் இந்தப் பொன்மலையிலேதான்.

இங்கே கலந்திருக்கும் சனகர் முதலான பெரிய முனிவரான தலைவர் (ஐயர்) நால்வரையும், அவரது திருவடிகளையும் சித்தர்கள் அரைக்கணப் பொழுதும் பிரியமாட்டார்கள்; ஒட்டிக் கொண்டே இருப்பார்கள். ஐயனே! நாங்களும் அவர்களைக் கருதித், தத்தளித்துத் தளும்பி விழும் கொடியானது ஒரு மரக் கொம்பை வேண்டியேங்கியிருப்பது போல நாளும் பொழுதும் காத்திருப்போம். இங்கே சித்தர் பிள்ளைகள் பலர் நெருங்கியிருந்து, கிளம்பிய பந்து திரும்பிவந்து சேருவதுபோல் கூடிப் பெருமையோடும் புகழோடும் ஈர்க்கப்பட்டுத் தங்கி யிருப்பார்கள்.

(கொங்கணரும் கைலை சேர்ந்து தென்முகக் கடவுளை வணங்கித் திருவடியைப் பிடித்தார்.)

கிட்டினங்கை லாயபரம் பரையி னாலே
கேளுமாச் சரியம்கொங் கணர்தாம் சென்று

கிட்டினோ மென்றுசொல்லி ஈசா னத்தே
 கெடியான ரசம்உண்டு சட்டை போக்கிக்
கிட்டினோம் ஈசானம் துதித்தோம் என்று
 கெடியாகத் தவசிருந்து முத்த ராகிக்
கிட்டினோம் என்றுசொல்லித் தட்சிணா மூர்த்தி
 கெடியான பதம்பிடித்துப் பணிந்திட் டாரே. 86

(உரை:) *நாம் கைலாய மரபுரிமையாலே அங்கே சென்றடைந்தோம்; அங்கே நிகழ்ந்த வியப்பான செய்தியைக் கேளுங்கள், சொல்கின்றேன்; அங்கே கொங்கண முனிவர் சென்று, வந்தோமென்று பெருமைப்பட்டார். வடகிழக்கு மூலையான ஈசான திசையிடத்திலே, அணிந்திருந்த சட்டையை நீக்கிவிட்டு, கீர்த்தி (கெடி) மிக்க அமுதை (ரசம்) உண்டார்; இங்கே வந்து ஈசானக் கடவுளை வழிபட்டோமென்று மகிழ்ந்து தவமிருந்தார்; பிறவி விடுதலையான முத்தியைப் பெற்றவரானார்; வாய்ப்பாக இங்கு வந்தோமென்று சொல்லிப் பெருமைப்பட்டுத் தென்முகக் கடவுளின் அருள்தரும் கீர்த்திமிக்க திருவடிகளைப் பணிந்து வெற்றி கண்டார்!*

(கைலாயக் கடவுள்
கொங்கணரைப் பார்த்துக் கூறிப் போற்றியது:)

பணிந்திட்ட கொங்கணரைப் பார்த்து நாதன்,
 'பாருலகில் பிறந்தவனிப் படித்தான் ஆனால்
பணிந்திட்ட சடம்போக்கிக் கைலாயத் தேக
 மானதுதான் வெகுகடினம்; அதிக மெத்தக்
கனித்திட்ட கனிவாலே வீரத் தாலே
 கலங்காமல் சமாதியுற்றுக் கயிலா யத்தில்
தணிந்திட்ட புத்திகொண்டு இங்கே வந்தாய்
 சாதகமாய் ஒருவரையும் கண்டி லேனே.' 87

(உரை:) *அன்பரே, அறிக: கயிலைக் கடவுள் தம்மை வணங்கிப் போற்றிய கொங்கண முனிவரைப் பார்த்து, 'இந்த மண்ணுலகிலே பிறந்த ஒருவன் இப்படி வந்து வணங்கி, மேல்நிலையடைவானாகில் மிக நன்றே! வணங்கிய ஊன உடலைப் போக்கிவிட்டுக் கயிலாய உடம்பானதுதான் (அழியாத பொன்னுடம்பு) மிகவும் கடினம்; நீ மிகமிகப் பண்பாட்டினாலே அருள்மனம் கனிந்த கனிவாலும் மனத்திட்பத்தாலும் அறிவு கலங்காமல் கைலாய இடத்தில், இறையொளியோடு கூடிக்கலந்து ஒருமையுற்ற சமாதி நிலையடைந்தாய்; அடக்கமான ஒளியறிவு கொண்டே இங்கு வந்தாய்; எனவே, உன்னைப் போல*

வாய்ப்பைப் பயன்படுத்திக் கொண்ட ஒருவரையும் நான் கண்டிலேன்' என்று போற்றிக் கூறினார்.

(கொங்கணரே! மயங்க வேண்டாம்.)

கண்டிலேன் ஆச்சரியம் குமார னேபார்!
கலந்தநற் சென்மமிவர் கைலாய மானார்
ஒண்டிலே நாலதுக்கு மகத்வம் என்ன?
உற்றசிவ விந்துவிலப் படித்தான் ஆச்சு;
கண்டிலேன் இவரைப்போல் சித்தர் காணேன்
காரணமாய் இவனுக்குத் தீட்சிப் பேன்நான்
பண்டிலேன் கொங்கணரே மயங்க வேண்டா
பரம்பரமாய் வயதுதந்த மௌனம் தானே. 88

(உரை:) *கயிலைநாதன் கூறினார்: குமரனே! பார்; இதைப் போல் வியப்பைக் கண்டதில்லை; இப்பிறவிக்கு வந்த இவர் கைலாயநிலை அடைந்தார்; ஒரு பிறவியிலே அன்புநெறி, தொண்டுநெறி, தவநெறி, அறிவுநெறியென்றும் (சரியை-கிரியை-யோகம்-ஞானம்) நான்கின் பயனைப் பெற்றது போலப் பெற்ற சிவவொளியில் (விந்து) யாவையும் பெற்றார். இவரைப்போல் வேறு சித்தர்களைக் காணவில்லை; எடுத்துக்காட்டாக இவனுக்கு அருளான தீக்கை (தீட்சை) செய்கின்றேன்; கொங்கணரும் எதையும் நோக்கி அறிவு மயங்க வேண்டாம்; எல்லாம் பேசாத நிலைபெற்ற முதிர்ந்த தவத்தால் வந்த பயனேயாகும்.*

(பேசாத தவம்பெறும் மவுனக்கல்வி பெற்றவனே உண்மை அறிவோன் ஆவன்.)

மௌனவித்தை மூலருக்கு முன்னே சொன்னேன்
மருவியவர் காலாங்கிக்கு அதுவே சொன்னார்
மௌனவித்தை அகண்டாதி யறிந்து கொள்ளும்
மகத்தான போகரும்தான் உமக்குச் சொன்னார்
மற்றொன்று மயக்கமற்று மௌனத் தார்க்கு
மௌனவித்தை யெய்திக்கால் அவனே ஞானி
பற்றொன்றும் வையாதே பலரும் காண
வாய்திறந்து பேசாதே; மகாரம் நன்றே. 89

(உரை:) *அன்பரே! அறிக: கயிலை நாதனே கூறுவது;- பேசாத மௌனத் தவத்தின் கல்வியைத் திருமூலருக்கு முன்னே சொன்னேன்; அதை உட்கொண்ட அவர் அக்கல்வியைக் காலாங்கி முனிவருக்குக் கூறினார்; அவரும், அந்த அகண்டமான கடவுளையுணர்ந்து அக்கல்வியைப் போகருக்கு உணர்த்தினார்; அவரும் அக்கல்வியை உமக்கெல்லாம் எடுத்துரைத்தார்.*

இத்தகைய கல்வியை ஐயம், திரிபறக் கற்றுத்தெரிந்து மவுனத் தவஞ்செய்து அதிலே வெற்றி பெற்றவரே உண்மையான அறிவாளர் ஆவர். ஆகவே, பேசாத கல்வியைப் பெற, பற்று எதிலும் வைத்திருக்கக்கூடாது; பலர் அறியும்படி வாய்திறந்து பேசவும் கூடாது! ஓங்காரத்திலுள்ள அமைதி (மௌன) எழுத்தான மகரம் உணர்த்தும் பற்றற்ற (மாசுகள்அற்ற) வாழ்வைப் பெறவேண்டும்.

(பேசாமல் அடங்கியிருக்கும் தவத்தாலே நல்வினையும் தீவினையும் இருக்காது போகும்)

நன்றான மௌனத்தில் கடிகை சேர
　　நல்வினையும் தீவினையும் நாச மாகும்;
நன்றான மௌனமென்று நினைக்க முத்தி
　　நல்லோர்கள் நினைப்பார்கள் மற்றோர் காணார்;
நன்றான மௌனமல்லோ ரிஷிகள் சித்தர்
　　நாலுதிக்கும் சொருபமல்லோ ஞானி யாவார்;
நன்றான மௌனத்தைக் கண்டார் முன்னே
　　நலமாகக் கூப்பிடுதல் கண்டி லாரே. 90

(உரை:) *அன்பரே! அறிந்து உணர்வீராக! ஆக்கமான பல நன்மைகளைத் தருகின்ற பேசாத நிலையான தவத்தை, நாழிகை நேரம் கூட்டிச் செய்வதால், நல்வினை-தீவினை இரண்டுமே தோன்றாமல் அழிந்து போகும். இப்படிப் பெரிய நன்மைதரும் பேசாத பெருநிலையான தவத்தை நினைந்து செய்வதால் பிறவி விடுதலையான முத்தி உறுதியாய் உண்டு. இந்த உண்மையை நல்லவர்களே நினைந்து போற்றுவார்கள்; தீயவர்கள் இதை எண்ணியும் பார்க்க மாட்டார்கள்.*

இத்தகு பெரிய பேசாதிருக்கும் தவத்தாலன்றோ, முனிவர் களும் சித்தர்களும் இயற்கை வடிவத்தில் நான்கு திசை நாடு களிலும் பெரிய மெய்யறிவாளர்களாய்ப் புகழ்க்கொடி நாட்டினர்! முற்காலத்திலும் இவ்வாறு பேசாத பெருநிலை பெற்றவரெல்லாம் நோயின்றியும் வேறு அல்லலின்றியும் வாழ்ந்தார்கள்; தங்களது நலத்திற்காக மற்றவரின் உதவியை நாடிப் பெற்றதுமில்லை!

(பேசாத பெருநிலைத் தவத்தாலே பல வெற்றிகளைப் பெறலாம்.)

கண்டிலார்; மோனத்தில் அனேக சித்தி
　　காணுமப்பா சொல்லுகிறேன் நன்றாய்க் கேளே;
அண்டிலார் மந்திரங்கள் செபிக்கும் போது
　　அப்பனே! மௌனமென்றே தீட்சை கேளு;

ஒண்டியாய் வாய்மூடிப் பேச்சும் அற்றே
ஒருசேரச் சமைத்துண்ணு ஒருபோது அப்பா!
விண்டிலாது எந்நேரம் செபித்தா யானால்
விளங்கியதோர் ஏழுலட்சம் மந்த்ரம் சித்தே! 91

(உரை:) அன்பரே! தவப்பயனை அறிக! எந்த ஒரு அல்லலையும் காணாத தவவலிமையுடையவர்கள் பல வெற்றிகளை அடைவார்கள்; அதைப் பற்றிச் சொல்லுகிறேன்; நன்றாக (விழிப்பாகக்) கேட்பாயாக:

அப்பனே! மந்திரங்களை மனத்திலே (ஓசைவெளி வராமல்) அடக்கிச் சொல்லும் நிலையில், யாரும் வந்து தொல்லை தராமலிருக்கவும், பேசாத நிலையில் மவுனம் கெடாமலிருக்கவும் குருவினிடம் கட்டளை (அருளுரை) பெறுக! தனியொருவனாய் வாய்மூடிப் பேச்சற்று இருக்க வேண்டும்; ஒரு பொழுது மட்டும் சித்தர் பலரும் ஒருசேர இருந்து உணவு சமைத்து உண்ண வேண்டும். நெறிமுறையோடு வாய் பேசாமல் எந்த நேரமும் கடவுளின் திருப்பெயரை நினைவுகூர்ந்து, மனத்தினுள்ளே சொல்லி வருவாயானால், உலகிலே விளங்கிப் புகழ்ந்து ஓதுகின்ற மந்திரங்கள் ஏழு நூறாயிரமும் வாழ்விலே வெற்றியான சித்தி தரும்.

(பேசாத தவத்தைக் கைவிட்டால் எல்லாம் பொய்யாகி விடும்.)

சித்தாகும் சித்தியுமாம் எட்டுஎட்டு ஆகும்
திறமாக நின்றவர்க்கு மந்த்ரம் சித்தி;
சத்தாகும் வேதமந் திரத்தைப் பாவி!
சலசலெனப் பேசிச்சே விப்பார் கோடி;
கத்தாதும் நாய்போலக் கத்தி என்ன?
காசுக்கும் ஆகாது சித்தி இல்லை
முத்தான மௌனம்விட்டால் மனம்பா ழாச்சு;
மோசமிந்த வேதமெல்லாம் பொய்யென் பாரே. 92

(உரை:) அன்பரே! கவனம் தேவை:

அறிவால் ஏற்படும் வெற்றியாம் சித்திகள் (அணிமா முதலான) எட்டு வகையாகும்; அவற்றை அடைவதற்கு இருக்கும் தவநிலைகளும் (இயமம்-நியமம் முதலான) எட்டு வகையாகும். இந்த எட்டிலும் திறமையோடு தவத்தில் வெற்றி பெறுவோர்க்கே மந்திரங்களில் வெற்றி (சித்தி) கிட்டும்; ஆகவே, மெய்யொளியான மறை தரும் மந்திரப் பொருளை மனத்திலே பதித்து நினைவுகூர்க (பாவி)!

உலகிலே, கோயில்களிலே வழிபடச் செல்லும் கோடி மக்கள் சலசலவெனப் பேசியே வழிபடுகின்றனர்; இது கூடாது! கத்தாது இருக்க வேண்டியவர் நாய்போலக் கத்தி என்ன பயன்பெறுவர்? இது ஒரு காசும் தாராது! ஒரு வெற்றியும் இல்லை. முத்துப்போல் ஒளி வீசும் மவுன தவத்தை விட்டால் மனம் பாழாய்ப் போகும்; மறைகளும் வீணாய்ப் பொய்யென்றே இகழப்படும்!

(பொய்யையே பேசிவந்ததால்
உலகமே கெட்டு வேற்றுமைகள் தோன்றின.)

பொய்யென்றே எண்ணியெண்ணி உலகம் கெட்டுப்
போச்சதனா லேயுகத்தின் பேதம் ஆச்சு;
கையென்று யோகத்தில் மௌனம்மூ ட்டக்
கடுஞ்சித்தி; அறிவுமட்டும் கலந்து தாக்கு
சையென்ற நிர்த்தமப்பா ஆறில் காணும்
சாதகமாய் மேல்மூலம் தாண்டிக் காணும்
மெய்யென்று பிடித்தக்கால் அவனே யோகி
விரைந்திதனை அறியாட்டால் விருதா மாடே. 93

(உரை:) *அன்பனே! உற்று அறிவாயாக:*

அறத்தில் பற்றுக்கொள்ளாமல், பொய்யையே மெய்யாக எண்ணியெண்ணி வாழ்ந்ததால் உலகமே கெட்டுவிட்டது; அந்தப் பொய்யால்தான் ஊழிக்காலமாய் (யுகம்) வேற்றுமைகள் பெருகிவிட்டன! தவத்திலே பேசாத மவுனமே வலிமை (கை) யென்று கருதி, அதை மேலும் மூட்டி வளர்க்கவே வலிமையான வெற்றி ஏற்பட்டது. ஆதலால் அதிலே அறிவைப் பயன்படுத்துக.

தவப் பயனாலே, தலைக்குமேல் (நிராதாரமான) ஏழா மிடத்திலே (பேரொளித் தூண்மேல்) அருட்பேரொளியான கடவுள் ஆடல் புரிவதைக் காணுங்கள்! அதற்கு மேலும் கருவேரான (மூலம்) கடவுளைப் பெரிய பயனாகக் காணுங்கள்! இந்தப் பேரொளியாம் கடவுளின் ஆடலை மெய்யென்று உயிரில் பற்றிக் கொண்டவனே உண்மையான தவத்தோன் ஆவன்! இந்த உண்மையை விரைந்து அறியாவிட்டால் ஒருவன் பயன்தராத மாடே என இகழப்படுவான்.

(தீவினைகளை விளையாட்டாகவே கருதிச் சென்று
வீழ்ச்சியடைந்தனர், சித்தர் சிலர்!)

விருதன்றோ உலகத்தில் ஆசான் என்று
வேடமிட்டு; வேடமிஞ்சி மோடி ஏற்றி

விருதன்றோ பணம்பறித்துப் பிழைப்பாய் ஐயோ!
வேதாந்தம் ஒன்றுமில்லை சாங்கம் என்பார்
விருதன்றோ கெடுத்துவிட்டார் உலகத் தோரை
வேடமென்று மயக்காலே மயங்கிப் போனார்
விருதன்றோ சீடருடைப் பாவம் எல்லாம்
விளையாட்டும் போல்வாங்கி விழுந்திட் டாரே. 94

(உரை:) *அன்பரே! பழியை அறியுங்கள்.*

இந்த உலகத்தில் ஆசான் (குரு) என்று பெயர் கொண்டு அதற்கான ஒப்பனை-வேடம் பூண்டும், அதற்குமேல் மேட்டிமை (மோடி)யை ஏற்றிக் கொண்டும் திரிவது வீணான அடையாளம் (விருது) அன்றோ! மக்களிடம் பணம் பறித்துப் பிழைப்பதும் ஐயோ! பழியன்றோ! இவர்கள், வேதாந்தக் கருத்து ஒன்றுமில்லை; சாங்க சமயமே என்பார்கள்; போலியான சமய-மத வேடத்தாலே உலக மக்களைக் கெடுத்து மயங்க வைத்தது பழியின் அடையாளம் (விருது) அன்றோ! தம் மாணவரான சீடர்கள் செய்யும் தீவினைகளையெல்லாம் விளையாட்டுப் போல் தாமே வாங்கிக் கொண்டு வீழ்ந்து போனவரின் வரலாற்று அடையாளமும் உண்டன்றோ!

(கொங்கணர் முந்நூறு பிள்ளை பெற்றார்!)

விழுந்திட்டார் என்றறிந்து கொங்கண ரேநீர்
வெகுபிள்ளை பெற்றீர்முந் நூறு பிள்ளை
நழுந்திட்ட பிள்ளையுண்டோ திறந்தான் உண்டோ?
நலமாக உமைப்போலா னாரும் உண்டோ?
அழுந்திட்ட சமாதியுண்டோ தியானம் உண்டோ
ஆகாத பிள்ளையுண்டோ சொல்லும் சொல்லும்!
கொழுந்திட்ட தேவரீர் கருணை யாலே
கொஞ்சமறப் பிள்ளையிலே கூடி லேனே. 95

(உரை:) *கொங்கணரே! பலர் தீவினையிலே விழுந்திட்டா ரென்று அறிந்தீர்; எனவே, நீர் மிகுதியாக முந்நூறு பிள்ளைகளைப் பெற்றீர்; அவரெல்லோரும் நல்லவரே. அவர்களில் மழுங்கிப் போன பிள்ளையுண்டோ? வேறு தவறான வகைதான் உண்டோ? நலமாக உம்மைப் போல் ஆரும் உண்டோ? ஆழ்ந்து கூடிய ஒளிச்சமாதியுண்டோ? உள்ளே இமைப்போதும் நினைக்கின்ற தியானம் உண்டோ? பயன் தராத பிள்ளையும்தான் உண்டோ? கொங்கணரே! சொல்லுவீர் சொல்லுவீர்!*

நானோ, செந்தழல் கொழுந்து போன்ற சிவத்தின் அருளி ரக்கத்தாலே, சிறிதளவும் குற்றம் செய்யும் பிள்ளைக் கூட்டத்தில் கூடிக் களிக்கவில்லை.

> இங்கே 'முந்நூறுபிள்ளை' என்பவர் மாணவச் சித்தரெனக் கருத வேண்டும்.

(நல்லறிவுச் சித்தர்கள் வெற்றி பல பெற்றனர்.)

கூடாத நல்லபுத்தி சித்தர் வென்றார்
 கொள்கியே வரங்கள்பூ மியிலே தட்டி
நீடாகத் தெண்டனிட்டே அழைத்துக் கொண்டு
 நிமிடத்தில் குகையினுள்ளே நேர்ந்து போனார்
ஆடானால் அதுமாட்டு வன்றே சித்தர்
 ஆனந்த போகமுண்ட ஆண்மை ஆண்மை!
ஓடானால் ஒட்டுநிர்க் குணத்தின் வீதி
 ஒருமனமாய் நின்றுபுத்தி உரைப்புத் தானே. 96

(உரை:) *அன்பரே! சித்தரின் வெற்றி அறிக! கூடுதற்கரிய நல்லஅறிவு பெற்ற சித்தரே வெற்றி பெற்றார்; இந்த மண்ணிலே பல வகையான அருள் வரங்களை மிகுதியாகவே அள்ளிக் கொண்டார். குகைக்குள்ளே நீண்டகாலம் தவம் நேர்ந்து கடவுளைப் போற்றி வணங்கிக் கண்ணாலும் கணப்பொழுதிலே கண்டு கொண்டார்; இறைவனது ஆடலைக் கண்கொண்டது மட்டுமல்லாமல் சித்தர் இன்பக் களிப்பிலே அருளமுதமும் உண்டார். என்னே அவரது தவ ஆளுமை! தவ ஆண்மை! உள்ளம் பற்றற்ற நிலையில் வெறுமை அடைந்து, எண்ண ஓட்டமானது, ஒரு நிறமுமற்ற கடவுள் வெளியில் ஒன்றிக்கலந்து ஒருமை மனத்தில் அறிவும் உரையும் அடங்கிவிடும்!*

(சித்தர்கள் பெறும் பயனைத் தேவர்கள் பெறமாட்டார்கள்)

தானென்ற கொங்கணர்போல் பிள்ளை பெற்றால்
 தங்குமடா குட்டென்கை லாய மூர்த்தி
வானென்ற சுந்தரா னந்தன் விந்து
 வரவற்ற பூரணமே தாபம் என்னக்
கானென்ற வெளிகடக்க அறிவோம் நாங்கள்
 கரையற்ற போகத்தைப் பானம் செய்வோம்
கோனென்ற கைலாய பூரணமே தேவர்
 கொள்கிறதோர் உற்பனமும் லயமும் சொல்லே. 97

(உரை:) *அனைத்து ஆற்றலுக்கும் தானாய்த் திகழும் கொங்கணரைப் போன்று பிள்ளையைப் பெற்றால் நல்ல மானம்*

(குட்டு) தங்கும் அப்பா! என் கைலாயக் கடவுளின் அருள்பெற்ற உயர்ந்தவனாய்ப் போற்றப்படும் சுந்தரானந்தனின் ஒளி, எல்லையற்ற நிறைவுடையது; அவன் அருள் வேட்கையால் கானம் முதலிய வெளிகளைக் கடந்தான் என்பதை நாங்கள் அறிவோம்; மேலும், நாங்கள் அளவற்ற அமுத நீரையும் அருந்தினோம்; எல்லையற்ற பேரின்பத்தையும் அடைந்தோம்! இப்படி எங்களைப் போல் தலைவனான கயிலைக் கடவுளிடம், விண்ணகத் தேவர்கள் தவத்தில் மூழ்கியது உண்டா? பெற்ற அருட்பேறுகள் உண்டா? சொல்லுவாயாக.

(கார்முகில் கடல்நீரை முகந்து சென்று மழையாகப் பொழிவது போல்தான் மனிதப்பிறவி ஏற்படுகின்றது.)

சொல்லுகிறேன் கேளுங்கள் மக்காள்! நீங்கள்
சுகமாக வாரிதியில் மேக நீர்போல்
அல்லுகிற துவலையைப்போல் பிறப்புண் டாச்சே
அதுவோங்கும் விவரமென்ன சொல்வீ ரையா!
பல்லுகிற சந்திரனாம் நீரை வாங்கு
பாங்கான ரவியங்கே நன்றாய்ப் பாரு;
சொல்லுகிற கொர்ப்பத்தில் விந்து உன்னிச்
சிந்தூளி பரஞ்சத்தால் சின்னம் ஆச்சே. 98

(உரை:) மக்களே! சொல்வதைக் கேளுங்கள்:

நீங்கள் இன்புற்று நலமுடன் வாழ்தற்காகவே- இப்பிறப்பானது, கார்முகில் கடல்நீரை முகந்து மேலே சென்று மழைத் துளியாகப் பொழிதல் போன்று உண்டானதுதான்.

அப்பிறவி ஓங்கிப் பல்கிப் பிறக்கும் முறையையும் விளக்கமாகச் சொல்வீர் ஐயா!

குளிர்ந்த பால் போன்ற ஒளியை பரப்பும் திங்களின் குளிர்நீரை முறையே வாங்கும் கதிரவனின் செயலை நன்கு கவனி! அது போன்றதே மக்கள் பேசும் கருவான பிறவியும் ஆகும்; பெண்ணின் கருப்பையிலே ஆணின் வெண்பாலான விந்தின் துளி வீழ்ந்தே கருவாகிப் பிறவி (சின்னம்) உருவாகின்றது என அறிவீராக.

(ஏழுவகைத் தோற்றத்தில் நாலுவகைப் பிறவிகள் உண்டு.)

ஆச்சப்பா சனனமிந்தப் படியே யாகில்
அடங்கிறதக் கனியும்ரவி மதியும் கூடி;
வாச்சப்பா சந்திரனில் கலந்து போனால்
மாளுகிற விதமிதுதான் குளிர்ந்து போகும்;

நீச்சப்பா சின்னமொடு பாணம் ரண்டும்
நேராக மனோன்மணியைத் தொட்டு மீறாம்
ஓச்சப்பா லக்கமில்லை எழுவகைத் தோற்றம்;
உத்தமனே! நாலுவகை யோனி காணே! 99

(**உரை:**) அன்பரே! இந்தக் கனியான உடற்பிறவிகள் கதிரவனாகிய ஞாயிறும் திங்களாகிய சந்திரனும் கூடியே கலந்து பிறந்தன. இறுதிக்காலம் வாய்க்கும் பொழுது, உயிரின் குளிர்ச்சி யானது திங்களிலே கலந்து போனால் இறப்பு வந்து விடுகின்றது. ஆகவே, வாழ்நாள் கடக்கும் (நீந்தும்) முன்னே, உடம்போடு (சின்னம்) கை (பாணம்) இரண்டும் இறைவியான மனோன் மணியை உள்ளத்தில் வைத்து வழிபடல் வேண்டும்!

பலவகையான பிறவிகளின் எண்ணிக்கையை எண்ணால் சொல்லி முடியாது; தூய மனிதனே! நன்கு கேள்: பிறவிகளின் தோற்ற எண்ணிக்கையோ ஏழு; பிறக்கும் வழியோ நான்கு. இவற்றை அறிவாயாக: (அடங்கிறது+அக்கனியும்)

> ஏழு வகைத் தோற்றம்:-

1. தேவர்; 2. மக்கள்; 3. விலங்கு; 4. பறவை; 5. ஊர்வன; 6. நீர்வாழ்வன; 7. பயிர்வகை.

> பிறக்கும் வழி நான்கு:-

1. கருப்பை; 2. முட்டை; 3. வியர்வை; 4. மண்:

உயிரிகளின் கூடிய எண்ணிக்கை, எண்பத்து நான்கு நாறாயிரம் ஆகும்.

(உடம்பானது சுழற்காற்றில்பட்ட துரும்புபோல் அடங்கி அமைதியுறும்.)

காணிந்தப் படியெல்லாம் கண்டு கொண்டு
கலங்காமல் இருக்காமல் யுகமே கோடி;
வானிந்த காயமட்டே; காலம் எல்லாம்
மனம்தாண்டி அறிவில்வந்த தெல்லாம் போச்சே1
ஆனிந்தப் படிநீங்கள் சமாதி கொண்டே
அரைவிட்டால் குளிகையிட்டு ஓடிப் பாரு!
தோணிந்தப் படிசொன்னேன் முன்னைத் தூக்குச்
சுழற்காற்றுத் துரும்பதுபோல் மவுனம் ஆமே. 100

(**உரை:**) அன்பனே! காண்க:

இந்தவாறே கோடிக்கணக்கான ஊழிக்காலம் உயிர்கள் பல்வகையான பிறவிக்கு வந்து அல்லற்பட்டே கலங்கிப் போயின!

உயர்ந்த மனிதப் பிறவியெடுத்த இந்த உடம்பும் மனமும் எல்லை கடந்த நிலையில், அறிவிற்பட்ட அனைத்துப் பொருள்களும் அழிந்து போயின!

ஆதலால், நீங்கள் இதையுணர்ந்து, கடவுளை நோக்கி, அவனொளியில் சமாதி கொள்ளுங்கள்; அதைப் பாதியில் விட்டாலும், இரசமணியான குளிகையைப் பயன்படுத்திச் சென்று ஓடிக் கடவுளைப் பாருங்கள். நான் இப்பொழுது உங்களுக்குத் தோன்றியதைச் சொன்னேன்; முன்னே சொன்னபடி, இந்த உடம்பானது சுழற்காற்றில் அகப்பட்ட ஒரு துரும்புபோல் சுழன்று சுழன்றே இறுதியில் ஒடுங்கி அமைதியையடையக் கூடியதே என்று அறிக!

(தென்முகக் கடவுளின் திருவடியை வணங்கியே இந்த ஞானப்பாடல் நூறும் சொன்னேன்.)

மௌனமென்றீர்! எனையாண்ட தட்சிணா மூர்த்தி
மலர்பணிந்தே ஞானமது நூறும் சொன்னேன்;
மௌனமென்ற நாதாக்கள் பதத்தைப் போற்றி
வகையோடே நிகண்டாக வாதம் சொன்னேன்;
மௌனமென்றீர் ஞானம்பொய் யென்று சொல்லி
வாகான செயமண்டி போட்டே நூற்றில்
மௌனமென்ற சமரசத்தான் மக்காள் மக்காள்!
வாகான ஞானமுறை முற்றும் காணே. 101

(உரை:) *பேசாமல் ஒளியைக் காணும் சமாதியைப் போற்றும் அன்பரே! என்னை ஆண்டுகொண்ட தென்முகக் கடவுளின் திருவடி மலரைப் பணிந்தே அறிவிற் சிறந்த ஞானப் பாடல்கள் நூறையும் சொன்னேன். பேசாத சமாதி கூடிய தலைவர்களின் திருவடிகளையும் போற்றி வணங்கி, முறையோடு சொற்செறிவுடன் நிகண்டுபோல் (செய்யுள்-அகர முதலி எனப்படும் நூல்) வினாவிடை முறையில் உரையாடியும் கருத்துக்களை விளக்கியுள்ளேன்.*

மெய்யறிவாம் ஞானம் பொய் என்று சொல்லி, பேசாத மவுனத்தவமே சிறந்தது என்றவரே! பொதுவான நடுநிலையுடையவனே, பொருத்தமான வெற்றிதரும் மண்டிபோட்டு, நூற்றில் ஒருவனாய் மவுனமே சிறந்ததென்று சொல்வான்.

மக்களே! மக்களே! நீங்கள் வாய்ப்பாகவும் பொருத்தமாகவும் ஞான நெறி முறையை முழுமையாக ஆராய்ந்து உண்மை காண வேண்டும்.

○

www.ingramcontent.com/pod-product-compliance
Lightning Source LLC
LaVergne TN
LVHW100636051026
849519LV00001B/235